தமிழியல்
புதிய தடங்கள்

தமிழியல்

புதிய தடங்கள்

முனைவர் து. மூர்த்தி

விடியல் பதிப்பகம்
கோவை - 641 015

விடியல் பதிப்பகம் முதற் பதிப்பு டிசம்பர், 2010 தி.ஆ.2041
விடியல் பதிப்பகம், 88, இந்திரா கார்டன் 4 வது வீதி,
உப்பிலிபாளையம் அஞ்சல், கோயம்புத்தூர் - 641 015.
தொலைபேசி:0422 2576772

மின்னஞ்சல்:
vidiyalpathippagam2010@gmail.com;
sivavitiyal@yahoo.co.in

தமிழியல்
புதிய தடங்கள்

முனைவர் து. மூர்த்தி

அட்டை வடிவமைப்பு: மணி, சென்னை.
அச்சாக்கம்: ஜோதி எண்டர்பிரைசஸ், சென்னை -5.

விலை: 200/-

Vitiyal Pathippagam, First Edition December 2010 Thiruvalluvar Era 2041
VITIYAL PATHIPPAGAM, 88, Indira garden 4th street,
Uppilipalayam Post, Coimbatore - 641 015.
Phone: 0422 2576772
Email:
vidiyalpathippagam2010@gmail.com;
sivavitiyal@yahoo.co.in

TAMIZHIYAL
PUTHIA THADANGAL

Dr. D. MURTHY
d.murthy123@rediffmail.com

Cover Design : Mani, Chennai.
Printed at: Jothi Enterprises, Chennai - 5.

Price : 200 /-

முன்னுரை

1978 நவம்பரில் 'இக்காலக் கவிதைகள் மரபும் புதுமையும்' என்ற தலைப்பில் என் முதல் கட்டுரைத் தொகுப்பு நூல் வெளிவந்தது. நா. கமராசனின் கறுப்பு மலர்கள் (புலமை, தொகுதி 2, 1975), மு. மேத்தாவின் கண்ணீர்ப் பூக்கள் (Annals of Oriental Research, Vol. 26, Part II, 1976), ஏ.தெ. சுப்பையனின் முறையீடு (ஆய்வுக்கோவை, 1976), பாரதிதாசனின் அழகின் சிரிப்பு (தமிழாய்வு, தொகுதி 6, 1977) மற்றும் பாரதியின் கண்ணன் என் சேவகன், பட்டுக்கோட்டை கல்யாணசுந்தரத்தின் பாடல்கள் ஆகிய ஆறு கட்டுரைகள் இந்நூலுள் அடங்கும். இந்த நூலுக்காகவே இதே தலைப்பிலேயே தனியே ஒரு கட்டுரை எழுதினேன்; ஆனால் இந்தக் கட்டுரை, நூலுள் சேர்க்கப்பட முடியாமல் போய்விட்டது. இவை அனைத்தையும் தங்கள் கையில் தவழும் இந்த நூலில் மறு வெளியீடு செய்திருக்கிறேன்.

பாரதியின் தத்துவவியல் கோட்பாடுகள் (புலமை, பகுதி 2, 1994) என்னும் கட்டுரை 'புலமை வெளியீடா'க, அப்போதே, தனியே ஒரு சிறு நூலாகவும் வெளியிடப் பட்டது. பாரதிதாசன்: மைல் கற்களும் இன்றைய பாதையும் என்ற கட்டுரை, தில்லி தமிழ்ச் சங்கம் வெளியிட்ட (1999) 'பாவேந்தரின் பன்முகங்கள்' என்ற கட்டுரைத் தொகுப்பு நூலில் முதன்முதலாக வெளியிடப்பட்டது; இதே கட்டுரை 'தமிழர் கண்ணோட்டம்' (ஏப்ரல், 2000) இதழில் மறுவெளியீடு செய்யப்பட்டது.

தமிழ்நாட்டுச் சமூக சக்திகளின் வரலாறு (ஆய்வுக்கோவை, 1975), இலக்கியத்தில் அழகியல் — ஒரு முன்னுரை (Annals of

Oriental Research, Vol. 28, Part I, 1978), *ஜெயகாந்தனின் ஜயஜய சங்கர— ஒரு திறனாய்வு (தமிழ்ப்பொழில், தொகுதி 57, பகுதி- 1 & 2. 1983), கலைக்களஞ்சிய உருவாக்கம் - சில அடிப்படைக் குறிப்புகள் (மொழியியல், தொகுதி 4, 1983), அம்பை - சூரிய தீபன் சிறுகதைகள் (ஆய்வுக்கோவை, 1991), தமிழ்நாட்டில் பட்ட மேற்படிப்புக் கல்வி (தமிழர் கண்ணோட்டம், திசம்பர், 2002), தொடக்கக் கல்வியில் தாய்மொழிப் பயிற்சி (தமிழியல் ஆராய்ச்சி, தொகுதி 1, 2002), திறனாய்வு: பாராட்டும் தாக்குதலும் (செந்தமிழ், தொகுதி 100, பகுதி 1, 2006), பொற் காப்பியம் அல்லது பொன்னூல் (செந்தமிழ், தொகுதி 100, பகுதி 9, 2006), நாவலில் மொழி: சொல்வதும் சொல்லாமல் விடுவதும் - ராஜம் கிருஷ்ணனின் 'வேருக்கு நீர்' (செந்தமிழ், தொகுதி 101, பகுதி 6) ஆகிய அனைத்துக் கட்டுரைகளையும் சேர்த்து ஒரே தொகுப்பாக இந்த நூல் வெளியிடப்படுகிறது. இந்தக் கட்டுரைகள் பல்வேறு காலத்தில் எழுதப்பட்டன; பல திறத்தன. இன்றும் இவை பதித்த தடங்கள் பேசப்படுவன.*

II

ஊரையும் சேரியையும் வழக்கமாக, ஏதேனும் ஒரு ஆறு பிரித்திருப்பதாகக் கூறுவார்கள். தமிழ்நாட்டையும் என்னையும் எத்தனை எத்தனைச் சிற்றாறுகளும் பேராறுகளும் பிரித்து வைத்திருக்கின்றன: வெண்ணாறு, வெட்டாறு, குடமுருட்டி, கொள்ளிடம், காவேரி, கூவம், கிருஷ்ணா, கோதாவரி, நர்மதை, யமுனை...! கல்வி உலகில் சேரி மனிதனாகிய என்மேல், 'அந்த அளவிற்கு' தீட்டு இன்னும் கெட்டியாக ஒட்டியிருக்கிறது! எப்போதோ எழுதியது நினைவுக்கு வருகிறது: நாங்கள் வேண்டுவது வகுப்புரிமை மட்டுமல்ல— எங்களுக்கான அரசும் ஆட்சியும் கூட....!

புலம் பெயர்ந்து வாழும் எந்த மனித இனத்திற்கும் இருக்கும் ஒரேவொரு அடையாளம் மொழி மட்டுமே! அந்த

அடையாளத்தைக் காப்பாற்றவே இந்த நூலைக் கொண்டுவர விரும்பினேன். தமிழியல் களத்தில் புதிய தடங்களைப் பதித்திருப்பதாக அறிவார நம்புகிறேன்; உண்மைதானா என்பது பற்றி நீங்கள்தான் உரைக்க வேண்டும். கவிதை, நாவல், சிறுகதை, திறனாய்வு, இலக்கணம், கல்வி, சமூக வரலாறு எனப் பரிமாணங்கள் கொண்ட இந்த நூலைக் கறாராக விமர்சியுங்கள்!

பொதுவாக என் நூல்கள் நன்கு வரவேற்கப்படுகின்றன; விற்கப்படுகின்றன! ஆனால் எந்தவொரு இதழிலும் விமர்சிக்கப்பட்டதே இல்லை! எப்போதோ எழுதியது நினைவுக்கு வருகிறது: எதிரிகளின் கர்ஜனையைவிட நண்பர்களின் நிசப்தம்தான் மிகவும் அச்சுறுத்துகிறது!

ஏற்கெனவே என் கட்டுரைகளை வெளியிட்ட இதழ்களுக்கு நன்றி. கணினி வழி அச்சுப்படிகளை உருவாக்கிய அழகு சிஸ்டத்தார்க்கு நன்றி. மெய்ப்புப் படிகளைத் திருத்தி உதவிய முனைவர் பொ. தமிழ்ச் செல்வனுக்கும் மற்றும் ம. வெண்ணிலாவிற்கும் நன்றி. என் ஆய்வுக்கட்டுரைகள் நூலாக வெளியிடப்பட வேண்டும் என அன்பும் அக்கறையும் கொண்டு முன் முயற்சி எடுத்தவர் தமிழ்ச்செல்வன்!

நூலை அழகுற உருவாக்கி வெளியிட்டுள்ள 'விடியலா'ர்க்கும் தோழர் சிவாவிற்கும் என்றும் நன்றியன்.

அலிகர் - 202 002   — து. மூர்த்தி
17-11-2010

8

உள்ளே...

●	முன்னுரை	5
1.	இக்காலக் கவிதைகள்: மரபும் புதுமையும்	11
2.	பாரதியின் 'கண்ணன் – என் சேவகன்'	57
3.	பாரதிதாசனின் 'அழகின் சிரிப்பு'	66
4.	பட்டுக்கோட்டை கல்யாணசுந்தரத்தின் பாடல்கள்	78
5.	நா. காமராசனின்'கறுப்பு மலர்கள்'	108
6.	மு. மேத்தாவின் 'கண்ணீர்ப்பூக்கள்'	120
7.	ஏ.தெ. சுப்பையனின்'முறையீடு'	135
8.	பாரதியின் தத்துவவியல் கோட்பாடுகள்	148
9.	பாரதிதாசன்: மைல்கற்களும் இன்றைய பாதையும்	199
10.	ஜெயகாந்தனின் 'ஜயஜய சங்கர' – திறனாய்வு	207
11.	சூரியதீபன்–அம்பை சிறுகதைகள்: மத்திய தர வர்க்கப்பெண்	231
12.	நாவலில் மொழி : சொல்வதும் சொல்லாமல் விடுவதும் ராஜம் கிருஷ்ணனின் ''வேருக்கு நீர்''	238
13.	இலக்கியத்தில் அழகியல் – ஒரு முன்னுரை	279
14.	திறனாய்வு : பாராட்டும்! தாக்குதலும்	285
15.	தமிழகத்தில் பட்டமேற்படிப்புக் கல்வி	304
16.	தொடக்கக் கல்வியில் தாய்மொழிப் பயிற்சி	315
17.	கலைக்களஞ்சிய உருவாக்கம்: சில அடிப்படைக் குறிப்புகள்	332
18.	பொற்காப்பியம் அல்லது பொன்னூல்	350
19.	தமிழ்நாட்டுச் சமூக சக்திகளின் வரலாறு	367

இங்கிருந்தே வந்தார், தமிழ்சாதி நாமென்றார்
ஈங்கிவரை யான்பெறவே நல்லொழுக்கம் கொண்டிருந்தேன்!
ஆசிரியராய் நண்பராய் அண்ணனாய் நல்லமுதாய்
மெய்கண்டார் என் அறிவைத் தூண்டிவிட்ட நாள்முதலாய்
மொழி, இனம், நாடு யாவும் என்பொறுப்பாய்த்
தலைமேல் ஏற்றுத் தமிழ் படித்தேன் அந்நாளில்!
மாற்றுச் சட்டை வாங்கித் தந்த அண்ணலவர்!
அன்னவர்க்கே என்னறிவைக் காணிக்கை ஆக்குகின்றேன்!

என் ஆசிரியர்
தி.வ. மெய்கண்டார்
அவர்கட்கு!

1

இக்காலக் கவிதைகள் மரபும் புதுமையும்

இயற்கையாக மலர்ந்திருக்கின்ற உண்மைகளும் கட்டாயப்படுத்தப்பட்டிருக்கும் சூழல்களும் சந்திக்கும் போது வாழ்க்கை பொருளற்றுப் போய்விடுகின்றது, சாதாரண மனிதனுக்கு! ஆனால் கவிக்கு...! கவிஞன் வெறும் செய்யுள் எழுதிக்கொண்டிருப்பவன் அல்லன்! அவன் செயல் வீரன். அவனுடைய போர்க்கருவிகளில் ஒன்றுதான் கவிதையே தவிரக் கவிதை எழுதிவிட்டுச் செல்வது மட்டுமே அவன் வேலையன்று! எனவே, கவிஞன், பாட்டாளி வர்க்கக் கவிஞன், என்றும் சோர்ந்து போவதில்லை. பிரளய காலங்களை உணவாக உண்ணும் கவிஞன் வெகு உற்சாகத்தோடு புரட்சிக்கு முன் வருகின்றான். அவன் பிரச்சனைகளைச் சந்திக்கவும் தீர்க்கவும் தயங்குவதே இல்லை.

தமிழ் இலக்கியத்தின் நீண்ட வரலாற்றில் பள்ளு இலக்கியங்களுக்குப் பின்பு ஒரு மகாகவியாக (காலக் கவிஞனாக) பாரதி தோன்றுகின்றார்.

1. வரலாறு மாறிக்கொண்டே சென்றாலும் தங்கள் வாழ்க்கைப் பாதையை மாற்றிக் கொள்ள விரும்பாமல் முரண்டு பிடிக்கிற பின்னோக்காளர்கள் சமுதாயத்தின் பழைய உறவுகளையும் அமைப்புகளையும் கெட்டியாகப் பிடித்துத் தொங்குவார்கள். ஆனால் காலப்புயலில் இந்தச் சருகுகள் உதிர்வதும், புதிய பிரபஞ்சத்தின் பொன் மலர்கள் மணப்பதும் இயற்கையின் இயங்கியல்!

கடவுளும், கடவுளின் சார்பாளர்களாகக் கருதப் பட்ட மன்னர்களும் நிலப்பிரபுக்களும் மட்டுமே கவிதைத் தலைவர்களாக இருந்த இலக்கியப் பிரபுத்துவத்தை உடைத்தெறிய உதயமாகின்றார் பாரதி! மடாலயங்களிலும், ஜமீன்களிலும், பண்டிதர்களின் செல்லரித்துப்போன நாக்குகளிலும் முடங்கிக் கிடந்த முத்தமிழை மீட்டுத் தமிழ் நாட்டு வீதிகளில் உலாவ விடுகின்றார் பாரதி.

புரட்சியின் எல்லாக் காலக் கட்டத்திலும் ஊசலாட்ட வர்க்கமாக இருக்கும் நடுத்தர வர்க்கத்தின் படித்த கூட்டத்தில் பாரதி விதிவிலக்காக, புதிய விதியாகப் புறப் படுகின்றார்— புதுக்கொம்பூதுகின்றார்! புரட்சிப் பூபாளம் இசைக்கின்றார்! பாரதியின் வருகை கால மாற்றத்தின் சரியான காட்சி-சாட்சி!

2. பாரதி பல அடிமைத்தளைகளை உடைத்தெறிய வேண்டிய பொறுப்புக்குள்ளாகின்றார். ஜமீன் பண்டிதர் களோ யமகம், திரிபு, சித்திரம், சிலேடை போன்ற கடுஞ் சங்கிலிகளால் தமிழ்க் கவிதையை நையப் புடைத்துக் கொண்டிருந்த காலம். பாரதி இதை மீறினார்.

“கூளப்ப நாயக்கன் காதல்” என்ற சிருங்கார ரஸம் மலிந்த பாடலிலும் நாட்டியக் கூத்துகளிலும் காதல் என்ற கண்காணாப் பொருளிலும் லயித்திருந்தது, மன்னரின் (எட்டயபுர மன்னர்) ரசனைச் சுவைக்கு உதாரணங்கள். சாப்பாடு முப்பது கவளம் சாப்பிட வேண்டும் என்று பாரதிக்குப் போதிப்பார். சாப்பிடவும் சாப்பிடுவார் மன்னர். அப்படித் தின்றுவிட்டு ஜீரணசக்திக்காகப் ‘பூரணாதி லேகியங்களை உள்ளே தள்ளுவார்’ (பத்மநாபன், 1957. பக். 15) பாரதி இந்தச் சாப்பாட்டு ராமர்களிடமிருந்து மீறினார்.

பாரதி பல சங்கிலிகளை உடைத்தெறிந்துவிட்டுப் புதிய பாதைக்கு வந்து சேர்கின்றார். இந்தப் புதிய பாதையில் மெத்தத் தெம்புடன் நடப்பதற்குப் பாரதிக்கு வழிகாட்டியோருள் தலைமையானவர் நால்வர் ஆவர்.

"காசியிலிருந்து திரும்பிய பாரதி எட்டயபுரத்தின் வரண்ட உலகில் உண்மைக் கவிதை. ரசனையை உண்டாக்க முயன்றார். கவிதையென்றால் சிருங்கார ரசம் என்பதே மன்னர் அறிந்தது. யமகம் திரிபுகளே எட்டயபுரப் பண்டிதர் அறிந்தது. இரண்டையும் தவிர்த்த உணர்ச்சிப் பெருக்கான உயர்சுவைக் கவிதைகளுக்கு ஆதரவாளர் இல்லை. பாரதி ஆங்கிலகவி ஷெல்லியின் கவிதை நயங்களை நண்பர்கள் உணரும் பொருட்டு "ஷெல்லியின் கில்டு" என்ற ரசிகர் குழு அமைத்தார். ஷெல்லிதாஸன் என்ற புனைபெயரில் கட்டுரைகளும் எழுதினாராம்" [பத்மநாபன், 1957 பக். 12] என்ற குறிப்பைப் பார்க்கும்போது பாரதிக்குப் பாதை அமைத்த நால்வரோடு ஷெல்லியையும் சேர்க்க வேண்டி யுள்ளது. யார் அந்த நால்வர்?

''அந்தணர் வளர்க்கும் செந்தழல் தன்னிலும்
நாட்டபி மானமுள் மூட்டிய சினத்தீ
அன்றோ வானோர்க்கு என்றுமே உவப்பு''

என்ற மனோன்மணீயம் சுந்தரம் பிள்ளையும்,

''காலைக்கும் மாலைக்கும் மூலைக்குள் - எங்களை
ஆலைக் கரும்புபோல் தேய்த்தீர் - பாக
சாலைக்கும் மன்மத லீலைக்கும் - ஏவின
வேலைக்கும் எங்களை மாய்த்தீர்''

என்ற மாயூரம் வேதநாயகம் பிள்ளையும்,

''ஈடில் மானிகளாய் ஏழைகளாய் - உடல்
இளைத்தவர் தமைக்கண்டே இளைத்தேன்''

என்ற வள்ளலாரும்.

''சிதம்பரம் என்று சொல்லப்படுமோடா அட பறையா''

என்று சாடும் நிலப்பிரபுவை உருவாக்கி நந்தனார் சரித்திரக் கீர்த்தனை பாடிய கோபாலகிருஷ்ண பாரதியாரும் ஆகிய நால்வருமே ஆவர். [பாலசுப்பிரமணியம், 1978, பக். 4]

மேற்கூறிய நால்வர்க்கும் இருந்த சமுதாயப் பார்வைக்கும் பாரதியின் சமுதாயப் பார்வைக்கும்

வேறுபாடு உண்டு. சுந்தரம்பிள்ளை தமிழ்த் தேசியத்தை மட்டுமே உயர்த்திப் பிடித்தவர். வேதநாயகம் பிள்ளை நடுத்தர வர்க்கத்தின் உயர் படிப்பாளிகளிடையே சீர்திருத்தம் செய்ய விழைந்தவர். வள்ளலார் மத சமரசக் காரர். கோபாலகிருஷ்ண பாரதி மட்டுமே தெரிந்தோ தெரியாமலோ வர்க்க முரண்பாட்டைப் பதிவு செய்தவர்.

"நூலின் அகச்சான்று என்ன தெரிவித்தாலும் இந்தக் கதையைத் தேர்ந்தெடுக்கவும் முன்னோர் படைக்காத வேதியர் பாத்திரத்தைப் படைக்கவும், கவிஞரின் தஞ்சை மாவட்ட நிலவுடைமைச் சமுதாயச் சூழ்நிலையே காரணம் என்பதை மறுப்பது - ஆதாரமான விமர்சனப் பார்வையை அலட்சியப்படுத்துவதாகும்." [பாலசுப்பிரமணியன், 1978 பக். 4] என்னும் கருத்து நினைவு கொள்ளத்தக்கதாகும்.

பாரதி இப்புதிய பாதையில் நடக்கத் தொடங்கினாலும் தன் கவி உலாவினால், தான் நடந்த பாதையையே மாற்றியமைக்கின்றார். அன்றைய கால கட்டத்தின் அவசியத் தேவையான "ஏகாதிபத்திய எதிர்ப்பு" என்பதை முதல் கொள்கையாகக் கொள்கின்றார். 'ஏகாதிபத்திய எதிர்ப்பு' என்ற ஒப்பற்ற இக்கருத்தினாலே தான் பாரதி அன்றைய மகாவித்துவான்களைவிட, கலம்பக, தூது உலா பிரபந்தப் பண்டிதர்களைவிட அதிக மகத்துவம், பிரபல்யம் பெறுகின்றார்.

3. பெரும்புலவர் அரசன் சண்முகனாராலேயே போற்றப்பட்ட தமிழ்ப் பெரும் புலமையாளர் [பத்மநாபன், 1957, பக். 16] பாரதி தன் புலமையை அடகு வைத்து வாழ விரும்பவில்லை. சுதேசமித்திரனில் உதவி ஆசிரியராக, சேர்ந்த பாரதியின் புலமை, மொழிபெயர்ப்புக்கே முதலில் பயன்பட்டது. சென்னை வாழ்க்கையோ அவரைக் கடுமையான தேசீய விடுதலைக் காட்டாறாக மாற்றியது. பாரதி ஏகாதிபத்திய எதிர்ப்புக்கு உள் நாட்டின் வலிவு தேடுகின்றார். மக்கள் சாதியால், வழக்கத்தால், மூட நம்பிக்கையால் பிளவுபட்டுக் கிடக்கின்றனர். அவர்

தேசிய கீதங்கள் உள்நாட்டுப் பிரச்சனைகளைத் தொட்டே எழுகின்றன. "ஜாதி மதங்களைப் பாரோம்" என்று முழக்கமிடும் பாரதி.

ஆயிரம் உண்டிங்கு சாதி - எனில்
அன்னியர் வந்துபுகல்என்ன நீதி? - ஓர்
தாயின் வயிற்றில் பிறந்தோர் - தம்முள்
சண்டை செய்தாலும் சகோதரர் அன்றோ?

[பாரதி 1971, பக் 31] என்று ஏகாதிபத்திய எதிர்ப்புக்கு உள் நாட்டுச் சாதிப்பிரச்சனை தடையாக இருக்கக்கூடாது என்கிறார்.

பாரதியின் தெறிப்பான கொள்கை இரண்டே இரண்டு தான்: ஏகாதிபத்திய எதிர்ப்பு; தமிழின் மறுமலர்ச்சி! ஏகாதிபத்திய எதிர்ப்புக்கு வலிவூட்டும் வகையில் உள்நாட்டுப் பிரச்சனைகளை அணுகிச் செல்கின்றார்.

பார்ப்பானை ஐயரென்ற காலமும் போச்சே - வெள்ளைப்
பரங்கியைத் துரையென்ற காலமும் போச்சே
பறையருக்கும் இங்கு தீயர் புலையருக்கும் விடுதலை
பரவரோடு குறவருக்கும் மறவருக்கும் விடுதலை

[பாரதி 1971, பக். 60, 59] என்னும் பாரதியின் குரல் கவனிக்கத்தக்கது. பொது எதிரியை வீழ்த்த உள்நாட்டில் பிளவுபட்டுக் கிடக்கும் மக்கள் சக்தியை ஒன்று திரட்டு கின்றார். பாரதியின் ஏகாதிபத்திய எதிர்ப்புணர்வு உறங்கிக் கிடந்த தமிழரை உலுக்கியது; வீரராய் உருவாக்கியது!

தாய்த்திரு நாட்டைத் தகர்த்திடு மிலேச்சரை
மாய்த்திட விரும்பான் வாழ்வுமோர் வாழ்வுகொல்
மானமொன் றிலாது மாற்றலர் தொழும்பராய்
ஈனமுற் றிருக்க எவன்கொலோ விரும்புவான்
தாய்பிறன் கைப்பச் சகிப்பவ னாகி
நாயென வாழ்வோன் நமரிலிங் குளனோ?

[பாரதி 1971, பக். 62] என்ற வரிகளே, பாரதியின் வேகத்திற்கான வரிகளாகும்.

தணியாத சுதந்திர தாகம், மடியவேண்டிய அடிமையின் மோகம் பொது எதிரியை வீழ்த்தாமல் சைவன் என்றும்,

அரிபக்தன் என்றும் சண்டையிடுவோரைப் பொறுக்காத நெஞ்சு, தந்தையர் நாட்டின் மேன்மை இவைகளைக் கவிதையாக்கியவன் பாரதி.

4. பாரதியின் தமிழ்ப்பற்று சொல்லுதற்கு அரியது. இந்நாள் தேசியத்தார் தங்களுக்கு வேண்டியபடியெல்லாம் பாரதியை இழுத்து முத்திரை குத்த விரும்புவாரே தவிர, பாரதியின் உண்மை நிலையை முழுமை நிலைய வெளிக்காட்டமாட்டார்கள்.

'செந்தமிழ் நாடெனும் போதினிலே', 'யாமறிந்த மொழிகளிலே தமிழ்மொழி போல் இனிதாவதெங்கும் காணோம்', 'வாழ்க நிரந்தரம், வாழ்க தமிழ்மொழி, வாழிய வாழியவே' போன்ற அனைவருக்கும் தெரிந்த வரிகள் ஒருபுறம் இருக்கட்டும். இதனால் மட்டுமே பாரதியின் தமிழ்ப்பற்று, மறுமலர்ச்சி வேட்கை வெளிப்படுகிறது என அமைதி அடைய வேண்டா!

'ஷெல்லிதாசன்', 'காளிதாசன்' என்றெல்லாம் புனைபெயர் வைத்துக்கொண்டாலும் பாரதி தமிழ் தாசனாகவே விளங்கினார். தமிழின் மறுமலர்ச்சியை உயிராகக் கொண்டார். மாணிக்கவாசகர் காலத்தி லேயே தோன்றிய 'திருப்பள்ளி எழுச்சியை', 'பாரத மாதா திருப்பள்ளியெழுச்சி' என்று புதிய உள்ளடக்கத் தோடு தமிழுக்குத் தருகின்றார். 'ஒருபா ஒருபஃது', 'நவரத்தினமாலை', 'திருத்தசாங்கம்' என வடிவம் பழமை யானது என்றாலும் உள்ளடக்கத்தில் 'பாரதமாதாவைக்' கொள்கின்றார்.

பாரதி தன் உடன்பிறவாத் தம்பியாக ஏற்றுக்கொண்ட பரலி சு. நெல்லையப்பருக்கு எழுதிய கடிதம் அவர் தம் தமிழ்ப்பற்றை, மறுமலர்ச்சி வேட்கையை வெளிப்படுத்த வல்லது.

எனதருமைத் தம்பியாகிய ஸ்ரீ நெல்லையப்பப் பிள்ளையைப் பராசக்தி நன்கு காத்திடுக.... ஹா! உனக்கு ஹிந்தி, மராட்டி முதலிய வடநாட்டு பாஷைகள்

தெரிந்திருந்து, அந்தப் பாஷையில் பத்திரிகைகள் என்ன அற்புதமான புதுமை பெற்றுள்ளன என்பதை நேரில் தெரிந்துகொள்ள முடியுமானால் - தமிழ்நாட்டுக்கு எத்தனை நன்மையுண்டாகும்! தமிழ், தமிழ், தமிழ் என்று எப்போதும் தமிழை வளர்ப்பதே கடமையாகக் கொள்க. ஆனால் புதிய செய்தி, புதிய புதிய யோசனை, புதிய புதிய உண்மை, புதிய புதிய இன்பம் - தமிழில் ஏறிக்கொண்டே போக வேண்டும்.

தம்பி - நான் ஏது செய்வேனடா! தமிழைவிட மற்றொரு பாஷை சுகமாக இருப்பதைப் பார்க்கும்போது எனக்கு வருத்தமுண்டாகிறது. தமிழனைவிட மற்றொரு ஜாதியான் அறிவிலும் வலிமையிலும் உயர்ந்திருப்பது எனக்கு ஸம்மதமில்லை. தமிழச்சியைக் காட்டிலும் மற்றொரு ஜாதிக்காரி அழகாயிருப்பதைக் கண்டால் என் மனம் புண்படுகின்றது. [பத்மநாபன், 1957, பக். 91-97]

இது மட்டுமன்று! பாரதி தன் தம்பி சி. விசுவ நாதனுக்கு எழுதிய கடிதத்தில் 'எனக்கு இனிமேல் இங்கிலீஷில் காய்தம் எழுதாதே. நீ எழுதும் தமிழ் எத்தனை கொச்சையாக இருந்தபோதிலும் அதைப் படிக்க நான் ஆவலுறுவேன். [மேற்படி பக். 103] என்கின்றார்.

— மேற்கூறிய சான்றுகளின் அடிப்படையில் பாரதியின் தெறிப்பான கொள்கைகளாக ஏகாதிபத்திய எதிர்ப்பு. தமிழின் மறுமலர்ச்சி என்ற இரண்டைக் கொள்ளலாம். இக்கருத்துடன் இக்கட்டுரை முடியுமாயின் பாரதியைச் சரியாக மதிப்பிட்டதாகாது. 'பாரதி ஒரு கம்யூனிஸ்ட்; பாரதி ஒரு சோசலிஸ்ட்; பாரதி ஒருவனே உழைக்கும் வர்க்கக் கவிஞன்; 1978இலும்கூட பாரதியே முற்போக்குக் கவிஞன் இவை போன்ற கருத்துகள் இன்னும் இன்றும் பரப்பப்பட்டு வருகின்றன. இவை ஆராயத்தக்கன.

இலக்கியத்தைச் சமுதாயத்தோடு பொருத்தி விளக்க வேண்டும் என்ற நோக்குடைய சமூக விஞ்ஞானியாகத்

திறனாய்வாளன் இருக்கவேண்டும். இப்படி இருக்க விழையும் திறனாய்வாளன் பாரதியின் உண்மை நிலைமை விளக்கி, முழுமையாக்கிக் காட்ட வேண்டியிருக்கின்றது.

5. பாரதி ஏகாதிபத்திய எதிர்ப்புக் கவிஞன்; அன்றைய காலத்திற்குத் தேவையான அரசியல் விடுதலைப் போராட்டக் கருத்துக்களை அஞ்சாமல் வழங்கியவன். இப்படிச் சொல்வதுதான் பாரதிக்குப் பெருமை. சிலர் தங்கள் வசதிக்காக பாரதியைக் கம்யூனிஸ்ட் கவிஞனாக ஆக்கிக் காட்டுகின்றார்கள். இது தவறு. ஒருவரைக் குறைத்து மதிப்பிடுவது எவ்வளவு குற்றமோ அவ்வளவு குற்றம் அதிகமாக மதிப்பிடுவதும்.

பாரதிக்கு ஏகாதிபத்திய எதிர்ப்பில் இருந்த தெளிவு சமுதாய அமைப்பைப் புரிந்து கொள்ளுதல், வர்க்கப் பிரச்சனை, பொருளாதாரச் சுரண்டலினால் உண்டான சாதி சமயம் பற்றிய அறிவியல் கோட்பாடு ஆகியவற்றில் இல்லை. இதற்காகப் பாரதியின் வாழ்வு மட்டமானது என்று சொல்ல முயலவில்லை. ஆனால் பாரதியின் உண்மையான கணிப்பு (மட்டம்) என்ன என்பது விளக்கப்பட வேண்டுமல்லவா?

"எப்பதம் வாய்த்திடு மேனும் - நம்மில்
யாவர்க்கும் அந்த நிலைபொது வாகும்
முப்பது கோடியும் வாழ்வோம் - வீழில்
முப்பது கோடியும் வீழ்வோம்
ஈனப் பறையர் களேனும் - அவர்
எம்முடன் வாழ்ந்திங் கிருப்பவர் அன்றோ?
முப்பது கோடி ஜனங்களின் சங்கம்
முழுமைக்கும் பொதுவுடைமை
ஒப்பிலாத சமுதாயம் உலகத்திற்கொரு புதுமை"

"தனியொரு வனுக்குண விலையெனில்
ஜகத்தினை அழித்திடுவோம்"

(பாரதி, 1971, பக். 31, 47, 48)

இது போன்ற வரிகளை வைத்துக்கொண்டுதான் பாரதியைச் சோசலிஸ்ட்டாக்கிக் காட்ட முயல்வர் பலர்.

'பாரதி பார்ப்பானை ஐயரென்ற காலமும் போச்சே' என்கின்றாரே தவிர, பார்ப்பான் பறையன் என்ற சாதி அமைப்பே ஒழியவேண்டும் என்று சொன்னதாகக் காணோம். 'சாதிகள் இல்லையடி பாப்பா' என்ற வரியைக் காட்டலாம். சாதி இல்லை என்பது வேறு, சாதியை ஒழிக்க மார்க்கம் சொல்வது வேறு. அதற்காகப் பாரதி சாதி வெறியர் என்று சொல்லுமளவு இக் கட்டுரையாளர் அறியாமையுடையவர் அல்ல. பாரதி சாதிக்கு அப்பாற்பட்டவன், ஏகாதிபத்திய எதிர்ப்பாளன் - அவ்வளவே!

அக்காலச் சூழலில், பொருளியல் சுரண்டலால் வேரூன்றிப்போன சாதியைப் பற்றிச் சிந்திக்கவே அவருக்கு வாய்ப்பில்லை. 'ஆயிரம் சாதி இருக்கும், நீ ஏன் தலையிடுகின்றாய்' என்பதே அவர் வினா. பாரதி வெள்ளையனுக்கு எதிரான போர்த் தந்திரங்களில் ஒன்றாகவே உள்நாட்டு சாதிப் பிரச்சனையைக் கருதினாரே ஒழிய, சமூக அமைப்பைப் பற்றிய, வர்க்க உணர்வோடுகூடிய சமூகப் பார்வை அவருக்கு இல்லை. ஜகத்தினை அழித்தல் புரட்சிதான். ஆனால் அடுத்த வரி,

'எல்லா உயிர்களிலும் நானே யிருக்கின்றேன்' என்றுரைத்தான் கண்ணபெருமான்,

எல்லோரும் அமரநிலை எய்தும் நன்முறையை
இந்தியா உலகிற் களிக்கும் [பாரதி 1971, பக்- 48]

என்றல்லவா தொடர்கின்றது. ஒரு கம்யூனிஸ்ட் இயற்கை யாகவே நாத்திகனாக இருப்பான்.

'உருசியப் புரட்சி' பற்றிப் பாரதியின் கணிப்பென்ன?
மாகாளி பராசக்தி உருசியநாட்
டினிற்கடைக் கண்வைத் தாள்அங்கே
ஆகாவென் றெழுந்ததுபார் யுகப் புரட்சி!

[பாரதி, 1971, பக்.85] என்கின்றார். கடவுளை, மதத்தை, சாதியைத் தூக்கியெறிந்துவிட்டு 'அபினாகவும் இதய

மற்றோர்க்குப் பொய்யான இதயமாகவும், உண்மையான மகிழ்ச்சியற்றோர்க்குப் பொய்யான மகிழ்ச்சியாகவும் இருக்கும்' இந்த மூடநம்பிக்கைகளைத் தகர்த்த மார்க்சியத்தின் அடிப்படையில் உருவான இரஷியப் புரட்சியை, பராசக்தியின் அருள் என்பது எவ்வளவு குழப்பமான பார்வை? இது சரியான வர்க்கப் பார்வை யாகுமா?

ஆதிசிவன் பெற்றுவிட்டான் - என்னை
ஆரிய மைந்தன் அகத்தியன் என்றோர்
வேதியன் கண்டு மகிழ்ந்தே
முன்னை இலங்கை அரக்கர் அழிய
முடித்தவில் யாருடைய வில்? எங்கள்
அன்னை பயங்கரி பாரத தேவிநல்
ஆரிய ராணியின் வில்
ஆரிய பூமியில் நாரிய ரும்நர
சூரிய ரும்சொலும் வீரிய வாசகம்

(பாரதி 1971, பக் 51, 86, 32) இந்த வரிகள் ஒரு சோசலிஸ்ட் கவியின் வாயிலிருந்து வர முடியுமா?

பாரதி தேசியகவி என்பதிலோ, ஏகாதிபத்திய எதிர்ப்புக் கவி என்பதிலோ ஐயமில்லை. ஆனால் வர்க்கப் பார்வை சிறிதுமற்ற அவரை, சமூக அமைப்பைச் சரியாகப் புரிந்துகொள்ளாத அவரைக் கம்யூனிச / சோசலிசக் கவி என்று எப்படிச் சொல்லமுடியும்? அப்படிச் சொல்வது பாரதிக்குப் பெருமையைத் தேடித் தரலாம். ஆனால் கம்யூனிசத்தைக் கொச்சைப்படுத்தியதாகும். வேல்ஸ் இளவரசருக்கு வரவேற்பு பாடிய கவி எட்டயபுர மன்னருக்கு,

வியப்புமிகும் புத்திசையில் வியத்தகுமென் கவிதையினை வேந்தனே! நின்
நயப்படுசந் நிதிதனிலே நான்பாட நீகேட்டு நன்கு போற்றி
ஐயப்பறைகள் சாற்றுவித்துச் சாலுவைகள் பொற்பைகள் ஜதிபல் லக்கு
வயப்பரி வாரங்கள் முதற் பரிசளித்துப் பல்லூழி வாழ்க நீயே

[பாரதி 1971 பக். 201] என்று சீட்டுக்கவி எழுதிய கவி ஒருக்காலும் சோசலிஸ்டு கவியாக முடியாது. கம்பனையே

கம்யூனிஸ்டாக்கிய அரசியல் / இலக்கிய வியாபாரிகள் பாரதியை ஆக்க முயல்வது வியப்பன்று!

6. பாரதிக்குப் பின்னால் கவிஞர்களின் பட்டியல் நீளத்தான் செய்கிறது. மிகுதியாக இருக்கிறது என்பதாலேயே மலரைவிடச் சருகுகள் சிறப்புடையதாகிவிடாதல்லவா?

பாரதியின் பரம்பரை என்று சொல்லிக்கொண்ட கவிஞர்கள் பலர்... இப்படிப் பலர் இருக்கின்றனர். இவர்கள் தமிழ்க் கவிதையைக் குழந்தையாக்கினர். குழந்தைக் கவிஞர் கவிமணி, காந்தியக் கவிஞர் நாமக்கல்லார், சிலர் கவிதைக்குப் பட்டை நாமம் சார்த்தினர். இவர்கள் எந்தச் சுவடுகளையும் பதித்ததாகச் சொல்லமுடியாது. பாரதியின் சுவட்டில் இளைப்பாறியவர்கள் தொகுதி தொகுதியாக எழுதித் தள்ளிச் சோர்ந்துபோன சுத்தானந்தர்கள்...! இப்படி பாரதியின் பரம்பரை செல்கிறது. இந்தப் பரம்பரையின் எழுச்சி ஞாயிராய்த் தோன்றி இந்த நூற்றாண்டின் இடைக்காலத்தைப் பெரிதும் பாதித்த தலைசான்ற கவிஞராக வருகை தருகின்றார் பாரதிதாசன்!

பாரதிதாசன் 1947க்கு முன்னும் பின்னும் வாழ்ந்தவர். இந்தியாவின் மாறுபட்ட இரு சூழல்களிலும் கவிதை படைத்தவர். இவர் கால அரசியல் விசித்திரமானது.

1947க்கு முன்பு தமிழ்நாட்டு அரசியல் பெரும்பாலும் பார்ப்பனர் அல்லாதார் கையிலிருந்த பின்னர் தன் தலைமை காங்கிரசுக்கு (பெரும்பாலும் பார்ப்பனர் ஆதிக்கத்திற்கு) மாறியது. 1947க்குப் பின்பு தமிழ், தமிழர், தமிழ்நாடு நாத்திகம் போன்ற கொள்கைகளை முன்வைத்த கட்சி வலிமை பெற்று வந்தது. சாதி, கடவுள், மதம் பெண்ணடிமை ஒழிப்பு மிகப் பரவலாக வலிவாகப் பேசப்பட்டு வந்த காலம்.

பாரதிதாசன் காலச் சமுதாயமும், பொருளா தாரமும் உழைக்கும் மக்களுக்கு எதிரான அணியினரின் ஆதிக்கத்தில் இருந்தன. இந்திய விடுதலை என்பது

வெறும் தலைமை மாற்றமாகவே இருந்தது; தன்மைகள் மாறவில்லை! அன்னியச் சுரண்டல் அதிகரித்தது. உள் நாட்டு தேசியச் சுரண்டல் அன்னியச் சுரண்டலோடு போட்டி போட முடியாமல் அதனுடன் கைகோத்துக் கொண்டு நாட்டைப் பங்கு போட்டுக் கொண்டு சுரண்டியது.

மேற்கண்ட இந்தச் சூழலில் பாரதிதாசன் முன் வைக்கும் கொள்கைகள்தான் சாதி, மத, கடவுள் ஒழிப்பு; தமிழ் உணர்வு; பெண் உரிமை, பார்ப்பன ஆதிக்க ஒழிப்பு, எதிர்ப்பு தனிநாடு; சமத்துவம் போன்றவையாகும்.

பாரதிதாசன் கட்சிச் சார்புள்ள (திராவிடர்) கவிஞராவார். கட்சியின் கருத்துகளைக் கட்சிக்கான கருத்துகளைக் கம்பீரமாக வெளிப்படுத்தியராவார். எனவே இக்கட்சியினரின் அரசியல் - வர்க்கத் தன்மையே அவருக்கும் இருந்திருக்கமுடியும்.

தமிழ்நாட்டின் தத்துவ / பொருளியல் தலைமை தொடக்கக் காலத்தில் பார்ப்பனரிடம் இருந்ததென்னவோ உண்மைதான். அக்கால கட்டத்தில் பார்ப்பனர் எதிர்ப்பு என்பது சரியான போர்முறையே. பார்ப்பனரின் கருவிகளான தெய்வீகமொழி- சமஸ்கிருதம்; ஆரிய மேன்மை ஆகியவற்றிற்கு எதிராகத் தமிழும் - தமிழின மேன்மையும் வைக்கப்பட்டன. ஆனால் பார்ப்பனரின் சமூக ஆதிக்கம் குறையத் தொடங்கி, அந்த ஆதிக்கத்தைப் பார்ப்பனர் அல்லாதாருள் 'தலைமை தாங்குவதற்கும் ஆதிக்கம் பெறுவதற்கும்' துடித்துக் கொண்டிருந்த பிற மேல்சாதிகள் கைப்பற்றத் தொடங்கின. திராவிடர் இயக்கத்தின் பார்ப்பன ஒழிப்பு, சாதி ஒழிப்பாக மாறாமல் சாதி ஆதிக்கப் போராகத் தொடர்ந்தது; அப்படியே நின்று போய்விட்டது!

இன்னொரு வகையில் இதை நன்கு விளங்கிக்கொள்ள வேண்டும் என்றால் நிலம், சமூகம் ஆகியவற்றின் ஆதிக்கம் பார்ப்பனரிடம் இருந்து பார்ப்பனர் அல்லாதாருள்

முன்னேறிய சாதியினர் (ஜாதி இந்துக்கள்) கையில் வந்தது. இந்தப் புதிய உடைமை வர்க்கத்தை எதிர்க்காமல் வெறுமனே நின்றது திராவிடர் இயக்கம் எனலாம். இதற்கு அமைதியாக திராவிடம் தமிழகத்திற்கு வெளியே செல்லாக் காசானபோது ஆறுதல் உத்தியாக 'தமிழர் இனம்' என்ற கோட்பாடு முன்வைக்கப்பட்டது.

சுரண்டல்-உழைப்புச் சுரண்டல் பார்ப்பனக்குழுவிடம் இருந்து இன்னொரு பெருங்குழுவிற்குக் கைமாறியது. இந்த மாற்றம் தமிழ்நாட்டு தேசிய (பார்ப்பனர் அல்லாத) முதலாளிகளுக்கு, வாய்ப்பாக இருந்தது. இந்தச் சுரண்டலின் மறைப்புக் கருவிகளாகவே இனம் தமிழர் நலம் முன்வைக்கப்பட்டன. இதை வஞ்சனை இல்லாமல் வெளிப்படுத்துகின்றார் பாரதிதாசன்.

சில பிரச்சினைகளைத் தொடக்கத்திலேயே தெளிவு படுத்திக் கொண்டால்தான் பாரதிதாசனைப் பற்றித் தொடரமுடியும். மொழிப்பற்றும் இனப்பற்றும் தேவையே! ஆனால் சமுதாயத்தின் அடித்தளமான பொருளாதார ஆதிக்கம் உழைக்கும் மக்களை வாட்டும் வர்க்கத்திடம் இருக்கும்போது நம் போராட்டம் பாட்டாளி மக்களின் அரசியல் அதிகாரத்தை நிறுவுவதே ஒழிய, இனம் என்றும், மொழி என்னும் ஆளும் வர்க்கத்திற்குச் சேவை செய்வதல்ல. இந்த அடிப்படைப் பிரச்சனை ஒழிந்தா லொழிய , பொருளாதார (அடித்தளம்) உறவுகளினால் ஏற்பட்டுள்ள சாதி, சமய, கடவுள், பெண்ணடிமைக் (மேல்தளம்) கொடுமைகளை ஒழிக்க முடியாது. சமுதாயத்தின் பொருள் உற்பத்தி வரலாற்றின் ஒரு குறிப்பிட்ட கால கட்டத்தில் உழைப்புப் பிரிவினையும் அதன் அடிப்படையில் சாதியும் தோன்றுகின்றன. ஆளும் ஆதிக்க வர்க்கம் தன்நிரந்தரமான சுரண்டலுக்காகச் சமுதாயத்தைப் பல்வேறு வகையில் பிளவுபடுத்தி வைக்கின்றது. இந்தப் பிளவுகளில் தலைமைப் பிளவே சாதி. இதைக் காக்க ஏற்பட்ட நிறுவனமே மதமாகும். இதன் மைய அதிகாரியே கடவுள் என்ற கருத்தாகும்.

எனவே அடித்தளத்தைச் சிதைக்காமல் மேல்தளத்தை எப்படி மாற்றமுடியும்? இந்தப் பின்னணியில்தான் பாரதிதாசனைப் பார்க்க வேண்டியுள்ளது.

'பாரதியைவிடப் பாரதிதாசனே' புரட்சிக்கு நெருக்கத்தில் இருக்கின்றார். பாரதிதாசனே வேகம் உடையவராக இருக்கின்றார்.

ஓடப்பரா யிருக்கும் ஏழை யப்பர்
உதையப்ப ராகிவிட்டால் ஓர்நொடிக்குள்
ஓடப்பர் உயரப்பர் எல்லாம் மாறி
ஒப்பப்ப ராய்விடுவார் உணரப்பா நீ

[பாரதிதாசன் 1968 பக். 148] என்ற வரிகள் வளைந்து முதுகை விறைப்பாக்குகின்றன.

சொத்தெல்லாம் தமக்கென்றே சொல்வார் தம்மை
வெருட்டுவது பகுத்தறிவே இல்லை யாயின்
விடுதலையும் கெடுதலையும் ஒன்றே யாகும்

என்ற வரிகள் ஈட்டிகளாய்ப் பாய்கின்றன (பாரதி தாசன் 1962a. பக். 99)

சித்திரச் சோலைகளே உமைநன்கு திருத்த இப்பாரினிலே - முன்னர்
எத்தனைத் தோழர்கள் ரத்தம் சொரிந்தனரோ உங்கள் வேரினிலே!

(பாரதிதாசன் 1968 பக். 156)

என்ற பாடல் தொழிலாளர்களுக்குத் தெம்பளிப்பதாய் உள்ளது. ஆனால்... ஆனால்... பாரதிதாசனின் புரட்சி கரமான பாடல்கள், போர்ப் பிரகடனங்கள், உழைப்பாளர்களைச் சுரண்டியே வாழும் தமிழ் முதலாளி களுக்குப் பயன்பட்டதே யொழியே, தமிழ் மக்களுக்கு 90 விழுக்காடாக இருக்கும் உழைப்பாளி மக்களுக்கு எங்கே பயன்பட்டது?

பார்ப்பனர் அல்லாதாருள் உயர்மட்டத்தில் இருந்த மேல்சாதிக்காரர்களின் சமூக ஆதிக்கத்திற்கு உதவி யதே தவிர, உழைப்பாளிகளின் அரசியல் வெற்றிக்கு உதவ வில்லையே!

மடிகட்டிக் கோயிலிலே
மேலுடையை இடுப்பினிலே
வரிந்து கட்டிப்
பொடி கட்டி இல்லாது
பூசியிரு கைகைட்டிப்
பார்ப்பானுக்குப்
படிகட்டித் தமிழரெனப்
படிக் கட்டின் கீழ் நின்று
தமிழ்மா னத்தை
வடிகட்டி அவன் வடசொல்
மண்ணாங்கட் டிக்குவப்பீர்
'மந்த்ரம்' என்றே

[பாரதிதாசன், 1962, பக். 27] என்ற வரிகள் போற்றத்தக்கதே! ஆனால், சுரண்டல், சமஸ்கிருதமாக இருந்தாலும், தமிழாக இருந்தாலும் எதிர்க்கத் தக்கதே!

பெண்டாளக் கேட்டது தெய்வமென்றும் - தன்
பெண்டினைத் தந்தது மன்னனென்றும்
கண்டார் நகைக்கப் புராணங்கள் போற்றிக்
கசப்பாக் கினார் கடவுட் சிறப்பை

(பாரதிதாசன் 1964 பக். 151)

ஆம், கல்வி எறிய வேண்டிய மடமைதான் கடவுள் மடமை!

'எடுத்துமகிழ் இளங் குழவி' யாய் 'பண்டு வந்த செழும் பொருளாய்' 'உடலியக்கும் நல்லுயிராய் 'கரும்புதந்த தீஞ் சாறாய்' 'கனிதந்த நறுஞ்சுளையாய்' 'கவின்செய் முல்லை அரும்புதந்த வெண்ணகையாய்', 'மாங்குயில் கூவிடும் பூஞ்சோலையாய்' இருக்கும் இன்பத்தமிழை இந்தி என்ன எத்தனை மொழிகள் எதிர்த்து வந்தாலும் வீழ்த்த வந்தாலும் எதிர்த்து நிற்கத்தான் வேண்டும்.

ஆனால்....! இந்தக் கருத்துக்களின் அரசியல் வடிவம் என்ன? கடவுள் ஒரு பொருளல்ல - உடைத்தெறிய! அது கருத்து. அதன் விளைநிலம் குறிப்பிட்ட சமுதாய அமைப்பு.

இந்த சமுதாய அமைப்பை மாற்றாமல் கருத்தை எப்படி மாற்ற முடியும்? மொழிப் பிரச்சனையின் அரசியல் பொருளியல் வடிவமென்ன? இந்திய முதலாளிகளுக்கும் தமிழ் முதலாளிகளுக்கும் உள்ள சுரண்டல் போட்டிதானே இந்தி- தமிழ் விவகாரம். இந்தச் சுரண்டல் அரசியல் அமைப்பிலிருந்து தமிழ்ச்சமூகத்தை மீட்காமல் தமிழை எப்படிக் காப்பாற்ற முடியும்? தமிழை எப்படி வளர்க்க முடியும்?

பாரதிதாசனின் கவிதை மேன்மையைச் சந்தேகிக்கவே முடியாது. அப்பப்பா வரிகளா அவை! வார்த்தைச் சாட்டைகள்; வான்பிளக்கும் மின்னல்கள்! பாரதிதாசனின் நடைமுறை வேகத்தை— பாட்டின் புரட்சித் தன்மையை நாம் விரும்பத்தான் வேண்டும். அவர் பொருள் முதல்வாதியாகவே இருந்துள்ளார் என்பதை ஒப்பத்தான் வேண்டும். பாரதிதாசனை முற்போக்கு / புரட்சி அணியில் உள்ள அனைவரும் விரும்பவேண்டும். பாரதிதாசனின் பாடலுக்கு அவ்வளவு ஆற்றல் இருக்கிறது. முடிவாகச் சொல்லப்போனால், பாரதிதாசன், புதிய உலகைச் சுரண்டலற்ற உலகை விரும்பினார். ஆனால் அதற்கான வர்க்கப் போருக்குத் தயாராகாமல் பழைய தமிழர் வாழ்வு மீண்டும் வராதா என்று ஏங்கி ஏங்கி மறைந்தார்.

முதலாளித்துவத்தின் வளர்ச்சிக் கட்டத்தில் அதைத் தீவிரமாக எதிர்க்கும் பலர். சமுதாயத்தை அடுத்த முன்னேற்றமான கட்டத்துக்கு அழைத்துச் செல்வதற்குப் பதிலாக பழைய நிலப்பிரபுத்துவ அமைப்பையே அவாவி நிற்கின்றனர். தெரிந்தோ தெரியாமலோ முதலாளித்துவத்தை எதிர்த்துப் பாடும் இவ்வகைக் கவிஞர்களின் ஒப்பற்ற கவிதைகள்கூட அரசியல்ரீதியில் முதலாளித்துவத்திற்கே பயன்படுகிறது.

7. பாரதிதாசனின் அணியில் பங்குபெற்ற கவிஞர் பட்டாளம் ஏராளம், ஏராளம்! பாரதிதாசனுக்குக் கிடைத்த கவிமாணவர் பட்டாளம்போல் இருபதாம் நூற்றாண்டுத்

தமிழ்நாட்டில் வேறு எக்கவிக்கும் கிட்டவில்லை. பாரதிதாசனின் கவிதை வளமும் வீறும் அத்தகையன. எடுத்து வைத்த பிரச்சனைகளும் அத்தன்மையன. தமிழ்மொழியின் மேன்மை, சமஸ்கிருத எதிர்ப்பு, மூட நம்பிக்கை ஒழிப்பு. ஆகிய அனைத்துமே அக்காலத்தின் தேவைகள்தாம். ஆனால் நாம் முன்பே விளக்கியதுபோல அவை அடித்தளத்தை மாற்றாமல் மேல்தளத்தை மட்டும் மாற்ற முயன்ற முயற்சிகளாகிவிட்டன.

வெறியும் வேகமும் ஊட்டிய பாரதிதாசன் புதிய பொருள் மரபுகள் உருவாகக் காரணமாக அமைந்து விட்டார். பாரதியின்தாசன் என்று தன்னைச் சொல்லிக் கொண்டாலும் தனக்கெனப் புதிய பாதையை- பயணத்தை அமைத்துக்கொண்டார்.

இவருக்குப் பின்னால் வந்தவர்களோ சொல்லும் முறையில் புதுமை காட்டினார்களே ஒழிய, சொல்லும் பொருளில் மாற்றத்தை ஏற்படுத்திவிடவில்லை.

தமிழை வாழ்த்திப் பாடாத பாரதிதாசன் மாணவர்கள் யாரும் இல்லை. தமிழ், இந்தி எதிர்ப்பு, நாத்திகம். இயற்கை வருணனை, விதவை மண ஆதரவு, குழந்தை மண ஒழிப்பு, சாதிமத கடவுள் மூடநம்பிக்கைகள் ஒழிப்பு போன்ற பொருள்களைப் பற்றி எல்லாக் கவிஞர்களும் பாடித் தீர்த்தார்கள். பாரதிதாசன் 'அழகின் சிரிப்பு' எழுதினால் இன்னொருவர் 'எழிலோவியம்' எழுதுவார்.

பாரதிதாசனின் பரம்பரையில் முடியரசன், சுரதா, கம்பதாசன், வாணிதாசன், பொன்னிவளவன் ஆகியோரை முக்கியமானவர்களாகச் சொல்லலாம்.

பாரதிதாசனை விட்டு- அவர் எல்லையை விட்டு வெளியே எங்கும் செல்லாத கவியாக முடியரசன் காட்சி யளிக்கிறார். 'பாண்டியன் பரிசு' என்பது பாரதிதாசன் காவியமா, இதோ 'வீரகாவியம் நான் படைத்துள்ளேன்' என்பதுபோல முடியரசனின் கவிப்பாதை செல்கிறது.

இவருடைய முதல் தொகுதியில் உள்ள கவிதைகள் காவிய உலகம், இயற்கை உலகம், காதல் உலகம், தொழில் உலகம், தமிழ் உலகம், சான்றோர் உலகம், பல்வகை உலகம் என்னும் தலைப்புகளின்கீழ் அடக்கப்படுகின்றன.

தமிழ் தாயாகவும், தந்தையாகவும், காதலியாகவும், மகனாகவும் காட்டப்படுகின்றது.

செந்தமிழ் என்பவளாம் - நல்ல
செல்வக் குடிமகளாம்
முந்தை மொழிகளிலே - அவளும்
மூத்தவளாய்ப் பிறந்தாள்
ஒருநூல் அது பெருநூல்
உள்ளம் உயர்த்திடும் குறள்நூல்

[முடியரசன், 1961a பக்.29, 18]

தமிழே மூத்தது. குறளே சீர்த்தது என்னும் வாழ்த்துகளே இவர் வழங்கியவை.

இந்த வகையில்தான் பாரதிதாசன் பரம்பரையினர் எல்லோருமே கவிதை எழுதிச் செல்கின்றனர். ஆனால் இவருள் சுரதா, கம்பதாசன் ஆகியோர் தனித்தனியே ஆராயப்பட வேண்டியவர்.

8. கம்பதாசன் ஆற்றல்மிக்க கவிஞராக உருவாகி வந்தார். ஆனால் ஏனோ மிகப்பெரிய பாதிப்புகளை ஏற்படுத்தாமல் இவர் கவிவாழ்வு நின்று போனது. இவரை ஓர் அழகியல் கவிஞர் எனலாம்.

வானமெனும் கடலிடையே-பெரிய
மரக்கலம் எனச் சுழல் முகிற் குலங்கள்

என்று மேகம் இவரால் சிறப்பிக்கப்படுகின்றது.

நெளிதிரை நாவைச் சுழற்றிக் கொண்டு
நீளக் கடலாம் பெரும் எருமை
மணற் கரை யான தவிட்டைத் தின்ன
'மா' என்றே கத்தி மகிழுதடா

என்று கடலும்

காம்பின்றி நின்றிருக்கும் இனிய
காயாம்பூ வான வானம்

(கம்பதாசன் 1960 பக், 78,80, 65) என்று வானமும் கவிஞரால் அழகுபடுத்தப்படுகின்றது. இவருடைய 'புதிய பாதை' என்ற கவிதை நூல் இன்றைய புதுக்கவிஞர்களுக்கு முன்னோடி என்று கூடச் சொல்லலாம்.

சுரதா உவமைக் கவிஞர் எனப் புகழ்பெற்றவர். உவமை சொல்வதில் இவருக்கு நிகர் இவரே.

பல்லியே கூரை வீட்டில்
உலாவிக் கொண்டிருக்கும் போலி
உடும்பே

தண்ணீரின் ஏப்பந்தான் அலைகள்
எப்போதும் இனிப்பவளே ழகரம் என்னும்
எழுத்தே போற் சிறந்தவளே
சுனையொன்றில் பூத்தபல மலர்கள் போன்று

சூழ்ந்துள்ள புலவர்களே நீங்கள் எல்லாம்
பனியென்பீர் நிலாவழிக்கும் வியர்வை என்பேன்
பாடையென்பீர் கால்கழிந்த கட்டில் என்பேன்
கனியென்பீர் விதைக்குடும்பம் என்பேன்....

(சுரதா 1967 பக் 42, 51, 77, 81)

அந்தி மலர்களைச் சந்திக்கும் வண்டே
பறக்கும் நாவற் பழமே
நுரை என்றால் என்ன தண்ணீரின் நோய்
சினத்திற்கோர் விளக்கம் சிறுபொழுது பைத்தியம்

(சுரதா 1956 பக் ·7, 37)

மண்முட்டை உலகம்
சங்கிலி அலைகளாடும் சமுத்திரம்
வெற்றிலையின் வடிவத்தில் மான்செவி

(சுரதா 1976 பக் 11, 24)

இவை சுரதாவின் கவித்துவத்தை உயர்த்திக் காட்டுவன ஆனால்!

கவியின் வேலை வெறும் உவமைகளை அடுக்கிச் சொல்வது மட்டுந்தானா? கவி வெறும் உவமைகளைக் கஞ்சாவாக மட்டும் வழங்குபவனா? கவியின் பாத்திரம் சமுதாயத்தில் 'உவமை உபாசகன்' என்பதுதானா இல்லை... இல்லவே இல்லை.

கவியின் பாத்திரம் வரலாற்றில் மிகமிக முக்கிய மானது. ஒரு பாட்டாளிவர்க்கக் கட்சியின் அரசியல் ஊழியனுக்கு நிகராக வைத்து எண்ணப்படவேண்டியவன் கவி. பாரதிதாசனின் பிற மாணவர்களுக்கு இருந்த கொஞ்சநஞ்சம் சமூக உணர்வுகூடச் சுரதாவுக்கு இல்லை. பாரதிதாசனுக்கு இருந்த நடப்பியல் உணர்வும் சமகால உணர்வு இல்லை. அழகாக இருக்கிறது என்பதற்காக யாரும் வானத்தை ஆடையாகக் கட்டிக்கொள்ள முடியாது. உவப்பைத் தருகிறது என்பதற்காக வெறும் உவமைப் பிதற்றல்களை ஒப்பற்ற கவிக்குரிய தன்மை என்று சொல்லமுடியுமா?

பாரதிதாசனுக்குப் பின்னால் வந்த அனைத்துக் கவிஞர்களுக்கும் இருந்த தமிழ் சீர்திருத்தம் போன்ற சமூகவெறிகூட கிஞ்சிற்றும் சுரதாவுக்கு இல்லை. சமுதாயத்தைப்பற்றி எந்தக் கண்ணோட்டமும் இவருக்கு இல்லை. "ஏதோ எழுதுவோம் எல்லோரும் இளிக்கிறார்கள்' என்பது போல எழுதிச் செல்கின்றார்.

இருபதாம் நூற்றாண்டில் கவிஞர்களின் சமூக ஆவேசத்தை அவமானப்படுத்தி வரும் தலையாய கவிஞர் சுரதா எனலாம்.

'அழகின் உபந்யாசகன்' என்று சொல்லிக் கொண்டு தன் காமக்கோரிக்கைகளைக் கதைகளாக்கும் வியாபாரி களுக்கும் சுரதாவிற்கும் வேறு என்ன வேற்றுமை!

சுரதாவின் கவிதைகளின் உவமைத்தேன் வடியலாம்! இலக்கிய இன்பம் பெருகலாம்! பழந்தமிழ்ச் சொல்லாட்சி பளபளக்கலாம்! புதுத்தமிழ்ச் சொல்லாட்சியால் கவிதை

உலகே ஏன் தமிழே சிறப்படைந்திருக்கலாம்! உண்மைதான் இவை ஒப்புக்கொள்ளப்பட வேண்டிய வளர்ச்சிதான். ஆனால் கவிதை வெறும் சொல்லலங்காரமன்று; மடாலயத்துச் சோற்றைத் தின்று பெருத்திருக்கும் சாமியார்களின் வயிற்றைப்போலச் சொற்களின் பெருக்கமன்று!

அப்படியென்றால், கவிதை அல்லது இலக்கியம் என்பது எது? அது எங்கே இருக்கிறது?

கவிதை வீணையின் நாதமா? அல்லது கொசுக்களின் ரீங்காரமா? இரண்டுமே இல்லை. கவிதையின் ஒலியைக் காலம் முடிவுசெய்கின்றது. இன்றைய கவிதை யுத்த பேரிகையின் போர்ப் பிரகடன முழக்கம்! இங்கே சுரதா போன்ற உவமைக்காரர்கள் கவிதை வரலாற்றைப் பின்னோக்கித் தள்ளுகிறார்கள் அல்லது தேக்கமடையச் செய்கிறார்கள்.

கவலையில்லாமல் கந்தபுராணம் பாடிச்சென்ற அருட்கவிஞர்களுக்கும், இருபதாம் நூற்றாண்டின் எந்தச் சமூக உணர்வும் இல்லாத சுரதாவுக்கும் என்ன வேற்றுமை? குறிப்பிட்ட ஸ்லோகங்களைத் திரும்பத் திரும்பச் சொல்லும் பூசாரியும், நடமாடும் டேப்ரெக்கார்டர்களான பேராசிரியப் பெருமக்களும், உவமைகளை அடுக்கிக்கொண்டு போகும் சுரதாவும் ஒரே அணியில் தானே நிற்கின்றனர். வாழ்க்கைக்குக் கனவுகள் தேவையாக இருக்கின்றன. இளமையின் வேட்கை கனவுகளில் அழகுபடுத்தப்படுவதென்னவோ உண்மைதான்.

ஆனால் 'வாழ்க்கை கனவுகளின் மந்தையன்று! அது நனவுகள் புடமிடப்படும் தீக்கொழுந்து ரம்மியக் கனவுகளின் மயக்கத்தில் இருக்கும் மனித வாழ்வைத் தகர்த்து, நனவுகளின் நடை முறைச் சூட்டை மனிதனுக்குப் புரிய வைக்க வேண்டியது கவிஞனின் மகத்தான கடமையாகும்' (மூர்த்தி, 1978, பக். 3) என்பதைக் கவிஞர்கள் உணரவேண்டும்.

கஞ்சிக் கலயமும் வயிறும் வெற்றிடமாக இருக்கும் போது வசந்த வார்த்தை மாமிசமும் நுரைபொங்கும் உவமை மதுவும் யாருக்கு வேண்டும்? அவை கசந்த வயிற்றுக்குத் துரோகம் செய்வனவே!

கவிஞன் விஞ்ஞானியாக இருக்கிறான்-உண்மைகளைத் துணிந்து சொல்வதில்! கவிஞன் வரலாற்றாசிரியனாகின்றான். சமூகத்தைச் சரியான பாதையில் அழைத்துச் செல்வதில்! கவிஞன் தத்துவமேதையாக இருக்கிறான் - மக்களின் மனதில் உண்மை ஒளியேற்றுவதில்! இவை யெல்லாவற்றையும்விடக் கவிஞன் போர்வீரனாக இருக்க வேண்டும். சமுதாயத்தின் இழிதகைமைகளைக் கண்டு கோபப்படாத கவி, ஆர்த்தெழாத கவி, இயக்கவழிப் படாத கவி, கால ஓட்டத்தில் கரைந்து போவான்.

சுரதாவைப் பற்றிய இம்முடிவுகளுக்கு இக் கட்டுரையாளர் வெறும் ஆவேசத்தால் வந்துவிடவில்லை. சுரதாவின் பேனா முனை எங்கே போய் முடிந்திருக்கிறது? சமுதாயத்தின் மேடுபள்ளங்களைத் தகர்த்தெறிவதிலா? அல்ல! அல்ல!

சூடும் புதுமலர்ச் சுமைகொண்ட கூந்தற்
காடு நனைந்திடக் காமக் குரும்பை
மேடு நனைந்திட மேனி நனைந்திட
காம சமுத்திரக் கதவு நனைந்திட

(சுரதா, 1974, பக். 17) என்று தன் குளியலை நடத்துகின்றார். சுரதா! சமூகம் புயல் மழையின் அகோர வெளியில் நனைந்து நலிந்து கொண்டிருக்கும்போது சுரதா என்ன வசதியாகக் குளிக்கின்றார்?

உணவிலிருந்து தொடங்கி அறிவுக்குப் பொருத்தமான பாதை போட வேண்டிய கவிஞன்,

இடியப்பம் விற்காமல் இரவிலும் பகலிலும்
அடியப்பம் விற்கும் அழுக்கு நடிகையரைப்

(சுரதா, 1974, பக். 7) பற்றி அங்கலாய்த்துக் கொண்டிருக்கிறார். சமுதாய மாற்றமும், புரட்சியும் வந்தே தீரும் என்று நம்பிக்கை தர வேண்டிய கவிஞன்.

நம்பிக் கைவைக்கும் நடிகர்கள் மீது
நம்பிக்கை வைக்கும் நடிகைஜெய பாரதி

(சுரதா, 1974, பக். 10)யிடம் தஞ்சம் புகுகின்றார்.

'நச்சினார்க்கினிய நடிகை சச்சு' வைப் பற்றியும் 'பச்சைத் திருமணம் பண்ணிக்கொண்ட விஜய நிர்மலா வின் வெண்முயல்' பற்றியும் 'மேல்நாட்டு நடிகைக்கு மேலே மச்சமாம். கீழ்நாட்டு நடிகைக்குக் கீழே மச்சமாம்,' என்றும் அச்சப்படாமலும் அவமானப்படாமலும் 'ராத்திரிக்குதவும் பூத்திரி நடிகையாம் ராஜஸ்ரீ' பற்றியும், ரசமாக வர்ணித்துச் செல்லும் இந்த ராத்திரிக் கவிஞர் சமூகத்தின்மேல் எவ்வளவு கேவலமான இருளைப் போர்த்துகின்றார்.

ஆம்! இது வியப்பில்லை, 'மனிதப்பண்பு, வாழ்க்கை ஆகிய எல்லாவற்றையுமே வெறும் ரூபா பைசா மதிப்பாக்கிவிட்ட, முதலாளித்துவ சமூகத்தில்' பெண்மை, காதல், ஒழுக்கம் எல்லாமே இவர்களுக்கு வியாபாரப் பொருள்தான்.

நானொரு கவிஞன் அதைவிட
நானொரு நல்லவன் இந்த நாட்டிலே

என்கிறார் சுரதா! நல்ல கவிஞர் வாழ்கவே!

மடையனாய் இருப்பதில் உள்ள மகிழ்ச்சி
அறிஞனாய் இருப்பதில் இல்லை ஆதலால்
முட்டாளாய் இருக்கவே முயன்று வருகின்றேன்

என்கிறார் சுரதா (1976 பக். 154). கவிஞரின் முயற்சி வெல்கவே!

9. பாரதிதாசனின் இப்பரம்பரைக் கவிஞர்களுக்குப் பின்னால் நம் கவனத்திற்கு வரும் கவிஞர், கண்ணதாசன் ஆவார். கவிதை அல்லது பாட்டு திரை வாயிலாகப் பரவலாக மிகுதியான மக்களுக்குச் சென்று சேரக் காரணமாக அமைந்தவர் கண்ணதாசனே! ஆனால் சுரதாவுக்கு இவர் இளைத்தவர் அல்லர். சுரதாவைப் போலவே எந்தச் சமூகநெறியிலும் பிடிப்பில்லாமல்

இருப்பவர். இந்தச் சமூக அமைப்பு மாறாமல் இருக்கும் வரையில்தான் இவர்களெல்லாம் மகாகவிகள். ஆனால் சமூக மாற்றத்தைத் நிரந்தரமாகத் தடை செய்ய எந்தச் சக்தியும் இங்கில்லை.

10. மரபுக் கவிஞர்களின் வரிசையிலே இனி நாம் பார்க்கத்தக்கவர் பட்டுக்கோட்டைக் கலியாணசுந்தரம் ஆவார். பட்டுக்கோட்டையையும் திரைக்கவிஞர்தான். ஆனால் தீரக்கவிஞர். சமுதாயச் சிக்கல்கள் தீர வேண்டும் என்பதில் விடாப்பிடியாக நின்ற நெஞ்சுறுதிக் கவிஞர். கவிதையை மிகமிக எளிமையாக்கியவர். உழைக்கும் மக்களின் தொழிற்பாட்டுச் சந்தத்திலேயே உழைக்கும் மக்களுக்கான பாடல்களைப் பாடியவர்.

கண்கெட்டுப் போனதோ இன்னும் சகிப்பதேன்
துன்புற்ற தோழர்களே - துள்ளி
மின்வெட்டுப் போலே பளிச்சென்ற வாருங்கள்
மேதினிக் குண்மை விளக்கிடுவோம்
பித்தேறிக் கத்தும் பெருநிலப் பேயரின்
சொத்தை முயற்சி யெல்லாம் - மக்கள்
சக்தியைக் கண்டு சரிந்து விழிப்பறை
சாற்றிக் கிளர்ந்து நிறைந்தெழுவோம்

(கல்யாணசுந்தரம், 1976, பக். 59-60) என்று எழுச்சியூட்டு கின்றார்.

பொறுமை யிழந்தனர் மக்களெல்லாம் - மனம்
பொங்கி எழுந்தனர் எரிமலை போல்
உரிமை பறித்த உலுத்தர் எதிர்த்தனர்
ஒருமித்த ஜனசக்தி வென்றது வென்றது

(கல்யாணசுந்தரம், 1976, பக். 46) என்ற மக்கள் புரட்சியின் வெற்றியை உறுதிப்படுத்துகின்றார்.

தாழும் பூவைத் தலையில் வைத்தாலும்
வாசம் மறைவது கிடையாது
சத்தியத்தை உலகில் எவனும்
சதியால் மறைக்க முடியாது

(கல்யாண சுந்தரம், 1976, பக். 83) என்ற புரட்சியின் வருகையை எதிரிகளின் தோல்வியை உறுதிப்படுத்துகிறார்.

இதனால்தான் இவரை மக்கள் கவி என்கின்றோம். மக்கள் கவி, மக்களிடையே வாழ்பவன்; மக்களின் இன்ப துன்பங்களை உணர்ந்து மக்களின் ஒற்றுமைக்காகவும், போராட்டத்திற்காகவும் மக்களின் மொழியையே பயன்படுத்திப்பாடுபவன்.

கலையையும், இலக்கியத்தையும் மக்கள் வயப் படுத்துபவன். மக்கள் வயப்படுத்துதல் என்பது கலை இலக்கியத்தைக் கொச்சைப்படுத்துதல் அல்ல. உணர்வற்றுக் கிடக்கும் மக்களுக்கு வர்க்க உணர்வு ஊட்டும் வகையில் கலையையும் இலக்கியத்தையும் எளிமைப்படுத்துதல். மக்களைத் திரட்டும் முயற்சியில் இலக்கியத்தை நேர் முகமான வலிமைமிக்க கருவியாகப் பயன்படுத்துதல். பட்டுக்கோட்டை இதைச் செய்தார். மக்கள் கவி என்று மகிழ்கின்றோம்.!

பட்டுக்கோட்டையின் இந்தப் புதிய பாதையில் நடந்து சென்ற மரபுக் கவிஞர்கள் வெகு சிலரே. அவர்களும் நாடு தழுவிப் புகழ்பெற்றனர் அல்லது நாட்டின் அனல்மூச்சாய் மாறினர் என்று சொல்வதற்கு இல்லை. எத்தனையோ கவிஞர்கள் புறப்பட்டுள்ளனர். இவர்களுக்குக் கவிதை என்பது மாலைநேரப் பொழுது போக்கு. கவிதை சமுதாயத்தில் வகிக்க வேண்டிய பாத்திரத்தைப் பெரும்பாலான கவிஞர்கள் உணர்ந்த தாகவே தெரியவில்லை.

பட்டுக்கோட்டையின் இந்த மக்கள் புரட்சி மரபிலே

''சொத்தெல்லாம் விளைத்தவனை சுரண்டுதடா வையம்
சுடர்மாடம் கட்டியவன் வெய்யிலிடைப் புழுவாய்க்
கொத்தடிமை யாகின்றான் ஈதென்ன துன்பம்
கோடுயரும் மாடங்கள் மதிற்சுவர்கள் சூழ
செத்தையினை அசைக்காதார் சுகந்துய்த்தல் காணீர்!
சேரியிலே அடாடாவோ! உழைக்கின்ற கூட்டம்

பொத்தல்மிகும் குடிசையிலே வாழ்கின்றா ரையா?
புயல்கிளப்பும் மழையினிலே அவர்என்ன செய்வார்''

(தமிழொளி, 1947 பக். 3) என்ற பாடல் மன மகிழ்ச்சியைத் தருவதாக அமைகின்றது

''இல்லாரை இல்லாராய் எந்நாளும்
வைப்பதற்கும் எதிர்த்தே ஒன்றுஞ்
சொல்லாமல் ஏழையரைத் தூக்கிலிட்டுக்
கொள்வதற்கும் திமிர்கொண் டுள்ள
பொல்லாத மகராசர் புரட்டுக்குத்
திருப்புகழைப் பாடுதற்கும்
வல்லானை விட்டிங்கே வாய்க்காலை
வெட்டியுமே வகுத்தார் நீதி''

(தமிழொளி, 1947 பக். 41) என்று இன்றைய சமூக நீதி, சட்டம், அமைப்பு யாவுமே குறிப்பிட்ட ஆளும் வர்க்கத்திற்கு மட்டுமே சேவை செய்யும் என்பதைத் தெளிவாகப் பாடியுள்ளார் தமிழொளி. இன்றைய உடைமை அமைப்புக்கு மட்டுமே சேவை செய்யக்கூடிய இன்றைய சட்டங்கள், தொழிலாளர்க்கு என்றும் சேவை செய்யாது என்பதை எவ்வளவு கம்பீரமாக எடுத்துச் சொல்கின்றார் கவிஞர் தமிழொலி.

11. இருபதாம் நூற்றாண்டின் கவிஞர்கள் பட்டியலிலே இடம்பெறும் கவிஞர்கள் எண்ணிலடங்காதவர்கள். இவர்களின் அனைவர் பெயரும் நகராட்சி பிறப்பு இறப்பு கணக்குப்புத்தகத்தில் கண்டிப்பாக இடம்பெறும். ஆனால் புரட்சி வீரர்கள் பட்டியலில் - சமுதாயத்தை ஒவ்வொரு கட்டத்திலும் முன்னேற்றிய கவிஞர்களின் பட்டியலில் ஒரு சிலரே இடம்பெறுவர். இவர்கள் இலக்கியத்தைவிட, கவிதையைவிட அலங்காரங்களைவிட மக்களை நேசிக்கிறார்கள். மக்களோடு கொண்டிருக்கும் இந்தத் தோழமையே இவர்தம் இலக்கியத்தை – படைப்பைப் புகழ்மிக்கதாக்குகின்றது.

புரட்சியின் வீர நடையில் சிந்தும் ஒவ்வொரு துளி ரத்தமும் மகத்தானவை. வர்க்கப் போராட்டத்தில்

முன்னிற்கும்– வலிவூட்டும் ஒவ்வொரு சொல்லும் மகத்தானது. புரட்சியே சமூகத்தை மாற்றுகின்றது. வர்க்கப் புரட்சியே சமுதாயத்தை மேலும் மேலும் உயர்ந்த கட்டத்திற்கு–இடத்திற்கு இட்டுச் செல்கின்றது.

II

12. சமுதாயத்தில் அனைத்தும் மாறிக்கொண்டிருக்கின்றது, முன்னேற்றத்தை நோக்கிச் சென்றுகொண்டிருக்கின்றது, என்பதே அறிவியல் விதி. இந்த மாற்றம் என்பது பழமையின் முழுதுமான நிராகரிப்பு (Total rejection) அல்ல! இதை இயக்க இயல் மறுப்பு (Dialectical Negation) எனலாம். சமுதாயம் தன்னுடைய பொருள் உற்பத்தி உறவுகள், உற்பத்தி மக்களுக்குச் சென்று சேருதல் ஆகியவற்றின் அடிப்படையில் தன்னை மாற்றிக்கொண்டே வருகின்றது. இந்த மாறுதல் என்பது இயற்கைப் போக்கில் சமுதாயத்தில் தடைப்படுத்தமுடியாத வளர்ச்சியாகும். இந்த உறவுகள் மாற மாறச் சமூகத்தின் கலைவெளிப்பாட்டின் தன்மைகளும் மாறியே அமையும். கம்பனின் இராமனையும், குமரகுருபரரின் மீனாட்சியம்மையையும் இன்றும் எதிர்பார்ப்பது இலக்கிய அறியாமைதானே! இலக்கியம் தன் பிழிவில் ஒன்றுபோல இருந்தாலும். குறைந்தது குலோத்துங்கனுக்குப் (உலா) பதிலாகக் கருணாநிதியோ காமராசரோ வந்தாக வேண்டியிருக்கிறதல்லவா? இந்த மாற்றம் சமூகத்தின் விஞ்ஞான மாற்றம்.

சமூகம் எப்படித் தன் உருவை, உற்பத்தி முறைக்கேற்ப மாற்றிக் கொள்கிறதோ அப்படியே இலக்கியமும் மாற்றிக் கொள்கிறது. தமிழ் இலக்கிய வடிவ வரலாற்றில் சங்ககால மன்னர்களின் கதைகளுக்கு – வசதியாக இருந்த ஆசிரியப்பாவை விட்டுவிட்டு நிலப்பிரபுத்துவம் ஊறத் தொடங்கியதும் சீவகன், இராமன், அடியார்கள் கதைகளுக்கு எப்படி விருத்தம் வசதியான வடிவமாக வந்ததோ அப்படி 19ஆம் நூற்றாண்டின் சமூக விஞ்

ஞானத் தொழில்நுட்பப் புரட்சிகளுக்குப் பின்பு புதுக் கவிதை சமுதாயத்தை வெளிப்படுத்தும் இலக்கிய வடிவமாயிற்று. எனவே புதுக்கவிதையின் தோற்றம், படைப்பாளர் தம் புதுமை வேட்கையால் விளைந்த இலக்கிய விளையாட்டல்ல! சமுதாய உள்ளடக்கம், உள்ளத்தில் ஏற்படுத்திய உணர்வுகளை அந்த உணர்வுகள் தோன்றும் அதே விதத்தில் வடிவத்தில் எந்தவிதமான மேல்பூச்சுமின்றி வடித்துக் கொடுக்க முயன்ற இலக்கிய முயற்சியே புதுக்கவிதை எனலாம். இந்தப் புதுக்கவிதை என்ற புதிய இலக்கியக் கருவி எப்படிப்பட்டவர் கையில் எந்தெந்த விதத்தில் எந்தச் சமூகங்களின் சார்பாகப் பயன்படுத்தப்படுகிறது என்பது வேறு. ஆனால் புதுக் கவிதையின் தோற்றம், இலக்கிய வரலாற்றின் திருப்பம் என்பது வேறு.

புதுக்கவிதை என்பது வெறும் வடிவமீறல் அல்ல; வெறும் வடிவ மீறலே புதுக்கவிதை என்று எண்ணி எழுதியவர்கள் தோற்றுப் போனார்கள்! எனவே புதுக்கவிதை என்பது மாறிக்கொண்டிருக்கும் சமுதாயத்தைப் பதிய வைக்கும் இலக்கிய முயற்சியுள் புதிய முயற்சி எனக்கொள்ள வேண்டும். புதுக்கவிதை என்பது யாப்புத் தெரியாதவர்கள் எழுதியது என்ற தவறான கருத்து வளர்வதற்கு அடிப்படையான காரணங்களும் உண்டு. புதுக்கவிதையின் வரலாற்றைச் சுருக்கமாகவாவது தெளிவுபடுத்திக் கொள்ளும் போதுதான் புதுக்கவிதையின் சமூகத்தன்மை விளங்கும்.

13. புதுக்கவிதையின் கால வளர்ச்சியை மூன்றாகப் பிரிக்கலாம்.

தொடக்கம்: இதைக் கு.ப.ரா. புதுமைப்பித்தன், வல்லிக் கண்ணன், ந. பிச்சமூர்த்தி ஆகியோர் எழுதிய முதல் கட்டம் என்றும். சி.சு. செல்லப்பாவின் 'எழுத்து' பத்திரிகை வாயிலாக எழுதியவர்களின் காலம் இரண்டாம் கட்டம் என்றும் இரண்டாகப் பிரிக்கலாம்;

வளர்ச்சி: இதை நா. காமராசன் தொடங்கி வானம்பாடிக் கவிஞர்கள் வரையுள்ள காலக்கட்டம் எனக் கொள்ளலாம்;

இன்றைய நிலை: இதைச் செனறு தேய்ந்து நலிதலாக முடிந்திருக்கின்ற நா. காமராசன் போன்றோரை ஒரு நிலையாகவும் கவிஞர் இன்குலாப் போன்றோரால் தலைமை தாங்கப்படும் நிலையை இன்னொரு நிலையாக வும் ஆக இரண்டு கட்டமாக பிரிக்கலாம் (தமிழன்பன், 1973 முன். xii)

இந்த நூற்றாண்டின் முப்பதுகளிலேயே தொடங்கி விட்ட புதுக்கவிதையைத் தொடக்க காலத்தில் வெறும் இலக்கிய முயற்சியாக மட்டுமே பார்க்கத் தொடங்கினர் (புதுமைப் பித்தனுக்கோ) கு.ப.ரா.வுக்கோ, ந. பிச்சமூர்த்திக்கோ இதில் அவ்வளவு ஆர்வம் இருந்தது என்று சொல்ல முடியாது.

எழுத்துப் பத்திரிகைக்காரர்களான சி.சு. செல்லப்பா போன்றோரின் தொடக்ககாலத்தின் இரண்டாவது நிலை கணக்கில் எடுத்துக் கொள்ளப்பட வேண்டியது தான். இவர்களின் புதுக்கவிதைப் படைப்புகள் வெறும் இலக்கிய முயற்சியாக இல்லாமல் குறிப்பிட்ட சமுதாயப் பிரதிபலிப்பாகவே இருந்தன. இவர்கள் அறிவை, உடலுழைப்பைத் தவிர்த்த அறிவையே முக்கியப்படுத்தினார்கள், வளர்ந்துவரும் சமுதாயத்தின் தேவைகளைப் புரட்சிக்கான வேட்கையைப் புரிந்து கொள்ள மறுத்த இவர்கள் தங்களை அந்நியப்படுத்திக் கொண்டும் வாழ்க்கையைச் சோகப்படுத்திக் கொண்டும் பாடினார்கள்.

டார்வினும், பிராய்டும், மார்க்சும், உலகப் போர்களும் இந்தியாவின் விடுதலைத் தரகு வியாபாரமும் மாற்றிப் போட்டபுதிய சமூக அமைப்பைப் புரிந்து கொள்வதற்கு முயற்சி செய்வதுகூடப் பாவம் என்று கருதினார்கள். வளர்ச்சிபெற்று வருகின்ற புதிய இயக்கங்களோடு

சேரமுடியாத இவர்கள் பழைய இயக்கங்களோடும் சேரமுடியாமல் நின்றனர். இவர்கள் சமுதாயத்தில் இருந்து மனிதனைப் பிரித்துத் தனியே வைத்து அவனுடைய இன்ப துன்பங்களை ஆராய்ந்தனர். இவர்கள் படைத்துக் கொண்ட சமுதாயத்தில் மக்கள் நிர்வாணமாகவும், அழுமூஞ்சிகளாகவும் இருந்தனர். இயற்கையின் இயக்கத்தில் ஒரு கட்டமான சாவு பெரிய கொடுமையாகத் தோன்றியது. இவர்கள் நிலப் பிரபுத்துவத்தின் எச்சங்கள். முதலாளித்துவத்தை எதிர்க்கமுடியாமல் முகமூடி போட்டுக்கொண்டு உலகமும் வாழ்வும் இருளில் இருப்பதாகக் கற்பித்துக் கொண்டவர்கள். இப்படிப்பட்ட "அறிவுச் சீலர்கள்" இலக்கியத்தைப் படைக்கும்போது புதிய வடிவத்தில் பழைய ஊசிப்போன, பட்டினத்தடிகள், அருணகிரிநாதர் காலத்துக் கருத்துகளையே வார்த்தனர். எனவே இவர்களைச் சமூகவியல் நோக்கில் அங்கலாய்க்கும் கவிஞர்கள் என்றும் இவர்கள் கவிதைகளை சிதைந்தை யாப்புகள் என்றும் சொல்லவேண்டுமே ஒழிய அதிகப் படியான இலக்கிய மகத்துவம் இவர்களுக்குக் கொடுக்க முடியாது; கூடாது!

இவர்கள் கொடுத்த 'புதுக்குரல்கள்' இவர்களுக்கே புரியாத புலம்பல்கள் - புதுக்கவிதைகள் அல்ல!

அடுக்கடுக்கான சாம்பல் போர்வைக்குள்
அகமும் புறமும் வெம்பி வெளிறி
ஆயிரம் காலத்து வாழையென்று வாய்பேசி
ஊருக்குள் உலவும் உரம்கெட்ட செத்தைகள்
பறந்து வாழும் பொறியில் பற்றிக் கொள்ளுமா?

[புதுக் குரல்கள்] இதைத் தன் புதுக்கவிதை என்கிறார் கே. இராஜகோபால். இதிலிருந்து நாம் புரிந்துகொள்ள வேண்டியது என்னவென்றால் இந்தவகைப் புதுக்கவிதை யாளர்களுக்குச் சமுதாயம் பற்றிய அறிவு - தெளிவு மட்டுமல்ல, இலக்கியம் கலை பற்றிய அறிவும் தெளிவும் இல்லை என்பதுதான். சங்க இலக்கியமும் பக்தி

இலக்கியமும் பல்லை உடைக்கின்றன, நாங்கள் பாமர இலக்கியம் படைக்க வருகிறோம் என்று மார்தட்டிவிட்டு உரையாசிரியர் வைத்தால்கூடப் புரிந்துகொள்ள முடியாத இந்தக் கிறுக்கல்கள் இவர்களின் இலக்கிய ஆளுமையை அல்ல, சமுதாயத்தை எவ்வளவு தூரம் அவமதிக்கின்றார்கள் என்பதையே காட்டுகின்றன.

14. புதுக்கவிதையின் சிறப்பே இருண்மை அல்லது கூடாப்பொருள் (Obseurity) என்றெல்லாம் கதைக்கிறார்கள். கவிதை வாசகனை மயக்குவதல்ல. மயக்கத்திலிருக்கும் வாசகனைத் தெளிவிப்பது. எழுதியோனுக்கும் படிப்போனுக்கும் புரியாத இந்தக் கிறுக்கல்களை இருண்மை உத்தி என்பதற்குப் பதிலாகக் கிறுக்கல் உத்தி (Scribling Nature) எனலாம். 'யான் நோக்குங்கால்' என்ற திருக்குறள் புரியும் அளவுகூட இவர்கள் கவிதை புரியவில்லையென்றால்... இவைகளுக்கு எப்படிக் கவிதைச் சாயம் பூசமுடியும்?

கவிஞனின் வெற்றி உணர்ந்து கொள்ளுதலிலும் உருக்கொடுத்தலிலும் மட்டுமல்ல! அவன் வெற்றி உணரச் செய்வதில்தான் இருக்கின்றது.

இந்தக் குழப்பங்களுக்கு நாம் தெளிவான காரணங்களைச் சொல்ல முடியும். இவர்கள் தங்களுக்கு என்று தனியான சுதந்திரத்தை சமுதாயத்தை, இன்பத்தைப் படைத்துக் கொண்டார்கள். எனவேதான் வெறும் ஓலங்களை, புரியாப் புலம்பல்களைப் புதுக்கவிதை என்றனர். மாறுபட்டு நிற்கின்றோம் என்பதைக் காட்ட இவர்கள் எழுதிய மயக்கங்கள்தான் இவர்களுடைய கவிதைகள்! இவர்களுக்கு இருந்த குழப்பங்களில் ஏகாதிபத்தியப் பண்பாடுகளின் சிதைவை– அடிப்படை வர்க்கங்களின் எழுச்சியைப் புரிந்துகொள்ள முடியாமல் விலகிப்போன இவர்களுடைய மனவிகாரங்களை வெளியிடுவதற்கு மரபுக்கவிதை இடம் கொடுக்காததால் புதுக்கவிதை முயற்சிக்கு வந்தனரே ஒழிய வேறு சிறப்பு இவர்களுக்கு இல்லை!

'இன்னும் ஒரு கொண்டாட்டம்' என்ற தலைப்பில் எழுதுகின்றார் சி. மணி *(1974, பக். 11)*

புடிபுடிபுடி புட்டி புடிபுடியென
வறுமையைக் கொண்டாடுவோம்
குடிகுடிகுடி குட்டி குடிகுடியென
சிறுமையைக் கொண்டாடுவோம்

அடடா! என்னே இவர் கொண்டாட்டம். இவர்கள் இதைப் பெரிய அங்கதச் சுவையை உடையதென்பார்கள். ஆனால் அங்கச் சுவைகளுக்காக ஏங்கிப்போனவர்களின் இயலாமை வீக்கமே இக்கவிதை என்பதுதான் உண்மையாக இருக்க முடியும்.

15. ரண்டாவது கட்டமாக எடுத்துக்கொள்ள வேண்டியது 'எழுத்துப் பத்திரிகைகளுக்குப் பின்னால் 'வானம்பாடி' வரையிலுள்ள கவிஞர்களே ஆகும். இந்த வளர்ச்சிநிலைக் கட்டத்தின் கவிஞர்கள் எண்ணற்றோர் ஆவார். இவர்களின் பெயர்களைப் பட்டியல் போட்டுக் காட்டுவதைவிட இவர்கள் காலத்தில் தலைமை தாங்கிய கருத்துக்களை விளக்கிச் செல்வது நலம். பெரும்பாலும் இக்கால கட்டக் கவிஞர்கள் பாரதிதாசனின் மாணவர்களாக இருந்து மாறியவர்கள். மரபுக் கவிதையின் வளமும் நலமும் தெரிந்தவர்கள். ஆனால் பாரதிதாசனுக்கே மரபு தடையாக இருந்தது என்பதை உணர்ந்தவர்கள். பாரதிதாசன் கவிதைகள், மூன்றாம் தொகுதியையும், பிற தொகுதியின் சில பாடல்களையும் புரட்டுவோர்க்கு, யாப்புக்காகப் பாரதிதாசன் எவ்வளவு செயற்கையாக எழுதினார் என்பது நன்கு விளங்கும். முதலடி, 'என்று நீ பாடு' என்று முடிந்தால் அடுத்த அடி, 'நன்று நீ நாடு என்று தேவையில்லாமல் சொல்லைப் போட்டுப் பாரதிதாசன் யாப்பைக் காத்த இடங்கள் பலப்பல உண்டு.

''மாங்கனியும் நல்ல
வருக்கைப் பலாக் கனியும்
வாங்கியுன் அம்மான்

வருவார் அழ வேண்டாம்
கண்ணுறங்கு கண்ணுறங்கு

என்ற கவிமணியின் தாலாட்டும்,

'ஜாதி வெறியினால் வி
ரோதிக ளாகி மக்கள்
வீதி வருவதும் அ
நீதி என உரைக்கும்

என்ற அவருடைய (1967, பக். 59, 165) எதுகை மோனை விழைவும், கவிதையைப் போலியாக்கியதை இக்கால கட்டக் கவிஞர்களால் பொறுக்க முடியவில்லை.

''கத்தியின்றி ரத்தமின்றி
யுத்தமொன்ற வருகுது
சத்தியத்தின் நித்தியத்தை
நம்பும் யாரும் சேருவீர் (இராமலிங்கம், 1960, பக். 115)

என்று உழைக்கும் மக்களுக்கு மட்டுமே போதிக்கப்பட்ட அகிம்சையையும், கோழைத்தனத்தையும் தூக்கியெறிந் தவர்கள் இப்புதுக்கவிஞர்கள்.

''பெருவயிற்றுப் பணக்காரன் யாவ ரேனும்
பிழையாது நிலவளித்து மாட மீதும்
சிறுகுடிசை மீதுமொளி வீசி இன்பம்
சேர்க்கின்ற பொதுவுடைமை ஆட்சி கண்டேன்
(முடியரசன், 1961, பக்.32)

என்று நிலாவைப் பற்றிப் பாடும்போது பணக்காரன் மாடம் மீதும் ஏழையர்தம் குடிசைமீதும் ஒளிவீசுவது நிலவின் பொதுவுடைமை ஆட்சி என்பது பொதுவுடைமையைக் கொச்சைப்படுத்துவதாகும். இரண்டு வர்க்கங்கள் இருக்கும் வரை பொதுவுடைமை என்பது ஏது? மாடத்திற்கும் குடிசைக்கும் ஒருசேர இன்பம் அளித்தல் என்பது சமரச வாதமே. இந்த வர்க்க சமரசக்காரர்களை ஒதுக்கித் தள்ளிச் சென்றனர் இக்கவிஞர்கள். இவர்கள் புதியதைப் புதிய சொல்லால் சொல்ல வந்தனர்.

''ஆதிக்க வெள்ளத்தின் அடியே கிடந்தாலும்
பாதிக்கப் படாதவனே பாஸ்பரஸே கண்விழிப்பாம்!''

(தமிழன்பன், 1973, பக். 11) என்று இக்கவிஞர்கள் புதிய எழுச்சி பாடினார்; நீக்ரோக்களைக் கறுப்பு மலர்களாக்கினார்; சமூகத்தின் பொய்மைகள் மீதுது 'ஊசிகள்' வடிவத்தில் குத்தீட்டியைப் பாய்ச்சினர்; பிரமிடுகளில் அடிமைகளின் பிரகடனங்களை எதிரொலித்தனர். சர்ப்ப யாகம் நடத்தினர். இவர்களின் எழுச்சி வீரவணக்கத்திற்குரியது.

16. ஆனால் இவர்கள் அனைவருமே சமூக வேரை உலுக்கியவர்கள் என்று சொல்ல முடியுமா என்றால் ஐயம்தான். இவர்களின் வருகை 'எழுத்து'க்காரர்களை ஒதுக்கித் தள்ளியது. இது ஒரு பயன்.

இவர்களுக்கு மட்டுமே புரியக்கூடிய கலைநயம் இருக்கலாம்; ஆனால் நடைமுறைப் போராட்டத்தைத் தொடாத இந்தக் கவிதைப் பலூன்கள் கட்டு மரங்களாகவே முடியாது.

இந்தக் காலக்கட்டக் கவிஞர்களை நன்கு விளங்கிக் கொள்ள நா. காமராசன் அவர்களை எடுத்துக் கொண்டாலே போதுமானது.

நா.கா.வின். முதல் படைப்பான 'சூரியகாந்தி' வளமை யான மரபை உடையது. 'கறுப்புமலர்கள்' புதுமையின் பொலிவை உடையது. கறுப்பு மலர்களிலேயே தம் இயலாமையைக் காட்டத் தொடங்கிய நா.கா. இப்போது அண்மையில் வெளியிட்டுள்ள 'சுதந்திர தினத்தில் ஒரு கைதியின் டைரி' என்ற நூலில் தன் உண்மை வடிவத்தைக் காட்டியுள்ளார்.

சமூக விஞ்ஞான வேகத்தால் பல தேசங்களில் பூமியே அதிர்ச்சி அடையத்தக்க அளவு சாதனைகள் வளர்ந்து கொண்டிருக்கும்போது இன்னும் வெறும் பூமி அதிர்ச்சியை மட்டுமே சந்தித்துக்கொண்டிருக்கிற புராண சாம்ராஜ்யமான இந்தியாவில்..." (1978 பக். முன். x)

'சந்தர்ப்பவாதிகளோ விடுதலைப்போரில் செய்த தியாகத்திற்குப் பரிசாகப் பாராளுமன்றத்தின் சாய்வு

நாற்காலிகளை ஓய்வு நேரத்துச் சிம்மாசனங்களாக மாற்றிக் கொண்ட நிகழ்ச்சிகள்... (மேற்படி பக். 158)

அடிமைகள் சுதந்திரம் பெறவேண்டும் என்கிற போராட்டத்தின் இங்கே மூடநாத்திகர்களும் இறக்குமதி செய்யப்பட்ட (இதய சிகிச்சைக்கு அடிக்கடி வெளிநாடு செல்லக்கூடிய) முரட்டு சோசலிஸ்டுகளும் பகுத்தறிவும் சோசலிசமும் சேர்ந்ததுதான் பாதைபோட வேண்டும் என்பதை மறந்துவிட்டார்கள் (மேற்படி. பக். 171) –இந்தக் கருத்துகளைப் படிக்கும்போது நாம் துள்ளியெழு கின்றோம். இந்தியா என்பது நிலப்பிரபுத்துவநாடு என்பதை நா.கா. புரிந்துகொண்டுள்ளாரே என்றும் பாராளுமன்றப் போலிகளை உடைத்தெறிய வேண்டும் என்று மறைமுகமாகவாவது குறிப்பிட்டுள்ளாரே என்றும், வலதுசாரி, இடதுசாரித் திரிபு வாதங்கள் யாவுமே பாட்டாளி வர்க்கப் புரட்சிக்கு இடம்கொடாது என்று உணர்த்துகின்றார என்றும் மகிழும் வேளையில் இவர் சொல்லும் தீர்வைப் பார்க்கிறோம்.

"சட்டத்தில் சொத்துரிமை எல்லோருக்கும் தராத
எந்தத் தேசத்திற்கும் சுதந்திரம் என் பிறப்புரிமை
என்று பேசும் சமுதாய உரிமை இல்லை

என்று பொன்மொழி உதிர்க்கின்றார் (காமராசன், 1978, பக். 161)

என்ன பேசுகின்றார் நா.கா? ஏனிந்தக் குழப்பம்? சொத்துரிமைதான் சட்டப்படி உண்டே? வர்க்கப் போராட்டம் என்பது சொத்துரிமையைச் சட்டத்தில் வைப்பதா? சட்டத்தில் உள்ள சொத்துரிமையால்தானே உழைப்பை மட்டுமே மூலதனமாகக் கொண்ட பாட்டாளி வர்க்கம் சுரண்டப்பட்டு வருகின்றது. தனியுடைமை ஒழிப்பு என்பது தானே பாட்டாளி வர்க்கப் புரட்சியின் மூலம். நா.கா.வோ 'தேசம்' என்கிறார் 'சுதந்திரம்' என்கிறார் அனைவருக்கும் சட்டத்தில் சொத்துரிமை என்கிறார்.

செம்மண் பூமியை ரோஜாத் தரை என்றும், கிணற்றைத் தண்ணீர்க் கருவூலம் என்றும் அழகிய மிக

அழகிய உருவகங்களை அடுக்கிச் செல்லத் தெரிந்த நா.கா. வின் கவிதை உணர்ச்சி அழகியது; ஆனால் சமுதாயப் போராட்டத்தின் தீர்வாகச் சட்டத்தில் சொத்துரிமை எல்லார்க்கும் என்னும் அவருடைய உண்மையான கொள்கைப்படம் அருவருக்கத்தக்கது.

நா.கா.வின் உருவக ஆற்றலை, ஒப்பிடமுடியாத இலக்கிய மேதைமையை போற்றுகிறோம்! அவருடைய 'தீர்வை' தீர்த்துக் கட்டுகிறோம். அது எவ்வளவுதான் அழகியதாக இருக்கட்டும்; சரியான அரசியல் கண்ணோட்டம் இல்லாததை இலக்கியம் என்று ஏற்கவே முடியாது. சோகங்களை இரசனையாக்குவதில் நா.கா.வுக்கு யாருமே ஈடாகமுடியாது. தன் பலவீனத்தைச் சமுதாயப் பொதுமையாக்குவதில் இவர் முன்நிற்கிறார். இவர் மட்டுமல்ல. 'எழுத்து'க் கவிஞர்கள் முதல் அண்மையில் எழுதத் தொடங்கியிருக்கும் பல புதுக்கவிகள் வரை சாவை ரசமாக வர்ணிப்பதிலும் சோகத்தை அணுஅணுவாகச் சுவைப்பதிலும் என்ன ஆர்வம் காட்டுகிறார்கள்.'

"கெடுக சிந்தை கடிதிவள் துணிவே
ஒருமகன் அல்லது இல்லோள்
செருமுக நோக்கிச் செல்கென விடுமே"

என்ற சங்கப் பாடகி ஒக்கூர் மாசாத்தியாரும் (1968, பக். 157) தமிழுக்குத் தினையளவு நலமேனும் பயக்கும் என்றாலும் 'செத்தொழியும் நாளெனக்குத் திருநாள் ஆகும்' என்ற பாரதிதாசனும் (1962, பக். 96)

'காலா உனைநான் சிறுபுல் லென மதிக்கிறேன் - என்றன்
காலருகே வாடா சற்றே உன்னை மிதிக்கிறேன்'   (1971, பக். 17)

என்ற பாரதியும்,

'சாவா சந்திப்போம்
வாழ்க்கை நமக்கென்ன
பூவா புறப்படுவோம்
புல்லியரைத் தூள் செய்வோம்

என்ற மீராவும் (1967, பக். 23)

'சாவினுக் கஞ்சேன்! சாவேன்! இந்தச்
சடலம் எனக்கொரு சட்டை'

என்ற கே.சி.எஸ். அருணாசலமும் (1965, பக். 12) சாவை எவ்வளவு கம்பீரமாக எதிர்கொள்கிறார்கள். ஆனால் நா.கா.வோ எல்லாம் முடிந்துவிட்டது என்றும், ஆஸ்துமா மாத்திரையைத் தவிர நேசிப்பதற்கு ஒன்றும் இல்லை என்றும் எவ்வளவு பலவீனமாகப் பாடுகின்றார். நா. காமராசனின் சமூகத்தைப் புரிந்துகொண்டுள்ள முறை தெளிவற்ற தன்மையைக் காட்டுகின்றது.

பாட்டாளி வர்க்கப் போராட்டம், அரசியல், அதிகாரம் என்பது மகத்தான தியாகத்தினால் பெறப்பட வேண்டியது; அஞ்சாமையும் குழப்பமின்மையும் தெளிவான போராட்ட உணர்வுமே அடிப்படை.

இரண்டாவது கட்ட புதுக்கவிஞர்கள் அனைவருமே ஏதோ ஒருவகையில் நா.கா.வின் சமுதாயத் தீர்விலேயே நிற்கிறார்கள். இதில் பலரின் பெயரைக் குறிப்பிடாமலே செல்லுவதற்குக் காரணம் இக்கவிஞர்கள் பலரும் மூன்றாவது கட்டத்தின் இரண்டாவது பிரிவான 'இன்குலாப்' கட்டத்திற்கு வரக்கூடியவர்கள் என்பது தான்.

17. 'இன்குலாப்' கட்டம் என்பது என்ன? அது இன்றைய நடைமுறைத் தேவையான புரட்சிக் கட்டம் என்று பொருள்படும். கவிஞர் 'இன்குலாப்பின்' 'இன்குலாப் கவிதைகள்' என்ற தொகுப்பு நூலும். 'வெள்ளை இருட்டு' என்ற தொகுப்பு நூலும் நிகழ்காலத்தின் சரியான இலக்கியப் போர்க்கருவிகளாகும்.

அரசியல் புரட்சி என்பது 'ஒரு வர்க்கம் இன்னொரு வர்க்கத்தைத் தூக்கி எறிவது' என்பது நமக்குத் தெரிந்த பாடம். பாட்டாளி வர்க்கம் தனது அனைத்து அடிமைத் தளைகளிலும் இருந்து விடுதலை பெறவும், எந்தவிதமான அரசியல் ஆதிக்கத்திற்கும் தன்னை உட்படுத்திக் கொள்ளா திருக்கவும் போராடுகிறது. அதன் அரசியல் அதிகார

நிறுவுதலையே நாம் புரட்சி என்கிறோம். இதற்கான இந்த மகத்தான போராட்டத்தில் நாம் முன் வைக்கும் பல்வகையான போராட்ட வடிவங்களுள் கலையும் இலக்கியமும் ஒன்று.

ஓய்வெடுத்துக் கொள்ளவேண்டும் என்பதற்காகப் பகைவனின் பாதங்களில் ஆயுதங்களை ஒப்படைப்பது எவ்வளவு முட்டாள்தனமோ, அவ்வளவு முட்டாள்தனம் வர்க்க எதிரிகள் முனைப்பாக இருக்கும்போது இலக்கியத்தை வெறும் போதைப்பொருளாகக் கருதுவது.

"மகத்தான இலக்கியம் என்பது எந்த நாட்டிலும் எந்தக் காலத்திலும் தனது காலத்திய சமுதாய வளர்ச்சியைத் தடை செய்த கூட்டத்தின்மீது மனச்சாட்சியோடு தொடுக்கப்பட்ட மாபெரும் கண்டன இலக்கியமாக உள்ளது" (பரிணாமன், 1974 முன்) என்னும் கருத்து கவனிக்கத்தக்கதாகும்.

'முடை நாற்றமெடுத்து நாறும் இன்றைய கேவலமான வாழ்வுக்கும் எதிர்காலத்தில் ஏற்படப் போகும் மனித குலத்தின் சகோதரத்துவ சாம்ராஜயத்துக்கும் இடையே நாம் ஒரு பாலம் கட்டியாக வேண்டும். தோழர்களே! இதுதான் இன்று நம்முன் நிற்கும் வேலை" என்ற மார்க்சிம் கார்க்கியின் அறைகூவல் செவிமடுக்கத் தக்கதாகும். சுருக்கமாகவும் தெளிவாகவும் சொல்ல வேண்டும் என்றால் பழைய சமூக அமைப்பை, பழைய பொருளாதார உறவுகளை அப்படியே பாதுகாக்க விழையும் அனைத்து இலக்கிய முயற்சிகளும் வீழ்க! சமூக மாற்றத்தை- சுரண்டலற்ற சமூக அமைப்பைப் போராடிப் போராடி நிறுவ முயலும் அணுஅளவு இலக்கிய முயற்சியும் வெல்க! இவ்விருவகை முயற்சியுள் இரண்டாவது வகை முயற்சியாளர்தான் தோழர் இன்குலாப்.

உன்
பாதங்கள் முன்னாப் பந்துகளாகக்
கோள்கள் உருளும் ... உடனே கிளம்பு

> அற்புதமே! உன் ஆக்கினை கேட்க
> பிரபஞ்சம் எல்லாம் செவி மலர்ந்துள்ளன
> எழுக... மனிதனே எழுக!

எனத் தட்டி எழுப்புகின்றார் இன்குலாப் *(1977, பக். 7)*

> சகுந்தலை என்றும் தாஜ்மகால் என்றும்
> ஓவியம் புனைந்த உங்கள் தூரிகைகள்
> எங்கள் கரங்களில் அசையும் பொழுது
> தீயின் நாக்குகளே தீட்டப்படு வதேன்
> உங்கள் புல்லாங்குழல்கள் வில்லாதி வில்லன்
> அர்ஜுனனுக்கு காகவே கீதையை இசைத்தன *(மேற்படி, பக். 13)*

நிலப் பிரபுத்துவத்தின் பழமைச் சுவட்டைத் தூள் தூளாக்கும் இன்குலாப்,

> "பன்னிரண்டே வயசான நயன தாராவை
> கற்பழித்துக் கொன்ற காவல் நிலையங்களில்
> பறக்கும் கொடியில் சுழல்வது என்னவோ
> தருமத்தை விளக்கும் அசோகச்சக்கரமாம்...
> ஆள்வது யாஹ்யாவா? இல்லை அம்மையார்தான்
> "குடியானவன் வீட்டு அடுப்பெரியாத போதும்
> கோபாலகிருஷ்ணர்கள் குளிர் காய்ந்து கொள்ள
> விறகாய் எரிந்தது வெண்மணி விவசாயிதான்"

(1974, பக். 15, 16) என்கிறார். நிகழ்காலத்துக் கொடுமைகள் இவை! தருமசக்கரம் வெறும் சின்னம்தான். இந்தியாவின் ஆளும் வர்க்கம் தன் அதிகாரப் பற்சக்கரங்களில் உழைப்பாளி வர்க்கத்தைக் கரும்பாய்ப் பிழிந்து சாறு குடிப்பதைப் போராட்டக் கவிஞன் எப்படிப் பொறுத்துக் கொள்ள முடியும்?

"தமிழ்த்தாய்க் கோயில்" என்றும், 'புதிய பூம்புகார்' என்றும் 'வள்ளுவர் கோட்டம்' என்றும் கொட்டமடிக்கும் நவீனப் பிரபுக்களே புரிந்து கொள்ளுங்கள்.

> மதுரையைக் கொளுத்திய தெய்வீகக் கற்பை
> பத்துக்கும் அஞ்சுக்கும் குத்தகை விடுவது
> சிலம்பை ஏந்திய சிலையின் கீழேதான்

ராஜ்பவனங்களின் வெள்ளிவிழா விருந்துகளில்
வீசப்படுகின்ற எச்சில் இலைகளுக்காக
நாய்களோடு போட்டி போடும் நமது இந்தியனுக்கு
வயது என்னமோ இருபத்தஞ்சுதான்'' *(இன்குலாப் 1997. பக். 16)*

கேவலமானதாகச் சமூக வாழ்வு இருக்கும்போது எவ்வளவு கோலாகலமாக விழாக்கள் கொண்டாடப் படுகின்றன. சுரண்டப்படும் உழைப்பு, உழைக்கத் தயாராய் உள்ள இருபத்தஞ்சு வயது இளைஞனுக்கு வேலையில்லாக் கொடுமை! 'நிலப்பிரபுத்துவமே' உன் கொடிய பற்களுக்கு இனி பலியாக மாட்டோம்; உன் பற்களும் நீயும் பொடிபடப் போவது உண்மை உண்மை என உரக்கக் கூவுகின்றார் இன்குலாப். இன்குலாப்பின் குரல் எதிரிவர்க்கத்தால் 'அபஸ்வரம்' எனப்பட்டாலும் தோழர்களுக்கு அது 'அக்னிஸ்வரம்'தான்.

அகிம்சை போதிப்பவனுக்கல்ல போதனைப் படு பவனுக்கு மட்டுமே என்ற கொடுமையை

''வன்முறை கூடாது
என்று உபதேசித்தவர்
வாயிலிருந்து தெறித்தது
எச்சிலல்ல
என் தோழனின் இரத்தம்

(இன்குலாப், 1977, பக். 58) என்று எவ்வளவு இயல்பாக விளக்குகின்றார். கொதிப்பேறட்டும் உள்ளங்கள்! கொடுமைகள் சாயக் 'கொலைக்களம்' பாடட்டும் புரட்சித் தோழர்கள்!

''இங்கொரு கொடிமாற்றம்
ஏமாற்று நாடகம்
விடுதலை என்ற பெயரில்
அரங்கேற்றம் கண்டது.''

(இன்குலாப், 1977, பக். 80) என்கிறார் புரிந்துகொள்ள வேண்டும். நமக்கு வேண்டிய மாற்றம் கொடிய மாற்ற மன்று. அரசியல் அதிகாரத்தின் வர்க்கத்தன்மை மாற்றம்.

இப்படி தீக்குண்டுகளாய்க் கவிதை படைத்ததால்தான் இன்குலாப்பை இன்றைய புரட்சிக் கட்டத்தின் தலைமைக் கவி என்கிறோம்!

ஒன்றை உற்றுக் கவனிக்கவேண்டும். இங்கே எடுத்துக் காட்டப்பட்ட வரிகளானாலும் சரி, இன்குலாப்பின் வேறு எந்த வரிகளானாலும் சரி அங்கே வாழ்க்கை சோகமாக்கப்பட்டிருக்கிறதா? புரட்சி கொச்சைப்படுத்தப் பட்டிருக்கிறதா? குழப்பம் தாண்டவமாடுகிறதா? அணு அளவாவது 'ஆம்' என்று கூற முடியுமா?

அதற்கு மாறாகத் தெள்ளத் தெளிந்த தண்ணீர் போலப் புரட்சி கம்பீரமாக ஒளிவு மறைவு இன்றிப் பிரகடனப்படுத்தப்பட்டிருக்கின்றது. அது மட்டுமா? கவித்துவம் சிறகு கட்டிப் பறக்கின்றது. யாப்பு மீறல்களையே புதுக்கவிதைக்கு இலக்கணமாகக் கொண்டிருந்த சோகக் காரர்களுக்கு மாறாக இன்குலாப்பின் கவிதைகளில் இழை யோடிக் கிடக்கும் அடிப்படையான பேச்சுச் சந்தத்தை (Speech and Rythm) இன்றைய புதுக்கவிகள் உயர்த்திப் பிடிக்கவேண்டும்.

மகாகவியின் கவிதை மேதைமை உருவாவது தனிப் பட்ட மூளை பலத்தால் அல்ல; சமுதாய வளர்ச்சியின் விதிகளைப் புரிந்து, சரியான வழிகாட்டிச் செல்லும் அவன் கவிதைத் தோழமையால்தான்.

18. 'இக்காலக்கவிதை - மரபும் புதுமையும்' என்ற இக்கட்டுரை முடிவு பெறுவதற்கு முன்னால் சமுதாயத்தில் கவிதையின் இன்றைய வளர்ச்சி நிலையைப் பற்றித் தெரிந்துகொள்வது நன்று. கவிதையின் இன்றைய வளர்ச்சிக்குக் கருவிகளாக இருப்பவை பத்திரிகை, திரைப் படம், வானொலி, கவியரங்குகள் போன்றவையே!

இன்றைய பெரும் பத்திரிகைகள் யாருக்குச் சேவை செய்யக்கூடியன என்பது சொல்லத் தேவையில்லை. இவை வளர்க்கும் கவிதையின் தன்மைகள் மோச

மானவை. தீபாவளிதோறும் வெளிவரும் தீபாவளிக் கவிதைகள், வார மலர்களிலும் போட்டிகளிலும் வரும் கவிதைகள்; யாராவது தலைவன் சாகமாட்டானா என்றே தயாராக எழுதி வைத்திருந்து பெயர்களை மட்டும் மாற்றி வெளியிடப்படும் இரங்கற்பாக்கள்; எந்த வகையிலும் அடங்காத இரண்டுங்கெட்டான் கவிதைகள் இப்படி எண்ணற்றவை பத்திரிகைகளின் பக்கத்தை நிரப்பி வருகின்றன. இதற்கிடையே சிறுசிறு இலட்சியப் பத்திரிகைகள் புரட்சிக் குணமிக்க -போர்க் குணத்தைத் தூண்டும் கவிதைகளை வெளியிட்டுத்தான் வருகின்றன. இப்பத்திரிகைகள் பலவிதக் காரணங்களால் தடைபட்டும் தடைபடுத்தப்பட்டும் வருகின்றன. தடை செய்யப்படுவதாலேயே ஒன்று அழிந்துபோகாது, சூரியனைக் காகிதத்தால் மூடமுடியுமா?

திரைப்படக் கவிதைகளை இரண்டுங் கெட்டான் கவிதைகளில் சேர்க்கவேண்டும். இவை இசை நலத்தால் பரவலாகச் சிறப்புறுகின்றனவே ஒழிய இலக்கிய பலத்தால் அன்று! இரண்டு பொருள்கள் தொனிக்கும் கொச்சைக் கவிதைகளே இன்று திரைப்படத்தின் வாயிலாக மக்களுக்கு அளிக்கப்படுகின்றன. இவை மக்களின் அறிவு வளர்ச்சிக்குத் திரையாகின்றன.

வானொலி கவிதைகளுக்கு இன்னொரு பெயராக 'பஜகோவிந்தக் கவிதைகள்' என்று பெயரிடலாம்.

'காட்டடா கூட்டடா நீட்டடா' என்று எதையாவது எழுதினால் அல்லது புரிந்ததோ இல்லையோ பாரதம், அகிம்சை, காந்தி, சத்தியம் என்று ஏதாவது பாடி வைத்தால் நல்ல பண முடிப்பைப் பெறலாம்.

கவியரங்கக் கவிதைகள் இன்று இலக்கிய 'பேஷனாக' மாறிவிட்டது. ஆனால், கவியரங்கம் மக்களுக்கு நன்கு பயன்படக் கூடிய கருவிதான். இன்றோ அது பயன் படுத்தப்படும்விதம் சரியில்லை. அது ஒரு பொழுது போக்காகிவிட்டது. ஜமீன்களில் பழம் பண்டிதர்கள்

பாடிய பாட்டுக்களை மக்கள் முன்னே வேறுவகையில் பாடிக் காட்டுகின்றார்கள் அவ்வளவே!

கவிதை - புரட்சிக் கவிதை - மக்களுக்கான கவிதை - பெரிய பத்திரிகைகளை நம்பி வாழ- வளர- பரவ முடியவே முடியாது. சமுதாயத்தின்மீது சுமத்தப்படும் எந்த ஆதிக்கத்தையும் ஏற்றுத் தங்கள் வர்க்க நலனைக் காப்பாற்றிக்கொள்ளத் துடிக்கும் பெரும் பத்திரிகைகள் புரட்சிக் கவிதை இயக்கத்திற்கு எவ்வகையிலும் உதவாது. சிறு சிறு இலட்சியப் பத்திரிகைகளோ நடக்கவே முடியாமல் தள்ளாடுகின்றன. இந்நிலையில் மக்களுக்குக் கவிதை சென்று சேர்வது எப்படி என்ற வினா மிகவும் சிக்கலானது!

தீர்வாக ஒன்றைச் சொல்லலாம். கவிதைத் தொகுப்பு நூல்களை வெளியிடுவதைவிட, பெரிய-சிறிய பத்திரிகைகளை நம்புவதைவிட சிறுசிறு துண்டு வெளி யீடாகக் கவிதை வெளியிடப்பட வேண்டும். 4 பக்கம் 8 பக்கங்களில் நிகழ்காலச் சிக்கல்களை உணர்ச்சியோடு விளக்கி - உயரிய - உரிய வழிகள் மக்களுக்குப் புலப்படும் படியாகக் கவிதைகள் வெளியிடப்பட வேண்டும். 5 காசு அல்லது 10 காசு விலையில், மாவட்டம் தோறும் சிறப்புப் பெற்றுள்ள நாட்டுப்பாடல்களின் போக்கில் அல்லது உரையாடல் போக்கில் கவிதை வெளியீடுகள் தோன்றவேண்டும். மக்கள் கடைக்கு வந்து வாங்கிப் படிப்பதற்குப் பதிலாக, கவிதை மக்களைச் சென்று அடைய வேண்டும். இன்றைய தேவை கவிதா மேதைமை அல்ல! கவிதையின் வழியாகப் போராட்ட முழக்கம்.

20. ஒருவாறாகச் சமுதாயக் கண்ணோட்டத்தி லிருந்து விலகாமல் இக்கட்டுரை இக்காலக் கவிதைகளைப் பற்றி ஆய்ந்து செல்கிறது. இது முழுமையான படப்பிடிப்பு அன்று; முழுமையான வரைவுக்கான எல்லைக் கோட்டுப் படம்! இதில் விளக்கப்பட வேண்டிய இடங்கள் - அலசப்பட வேண்டிய பிரச்சனைகள் - திட்டவட்டமான

ஒரு முடிவுக்கு வந்தாக வேண்டிய பகுதிகள் ஏராளமாக உள. அவற்றைச் செவ்வனே எழுதித் தனி நூலாக வெளியிட விழைவுதான்.

முடிவாக ஒன்று!

வசந்த காலத்தின் தொடக்கத்தில் காக்கையின் குரல்கூட மிகமிக இன்பமாக இருக்கிறது. ஆனால் நல்ல முதுவேனிலில் குயிலின் குரல் கேட்டாலும் கால்கள் பேருந்து நிலையத் தூண் நிழலையாவது தேடுகின்றன. இப்படித்தான் இளமையின் தொடக்கத்தில் எல்லாமே வசீகரமாக இருக்கின்றது. ஆனால் வாழ்வின் பதைபதைக்கும் வெயிலில் பிரச்சனைகளை நேரடியாகச் சந்திக்கும்போது - உள்ளம் அந்தரத்தில்!

ஏன் இந்த நிலைமை!

நமக்குக் கற்பிக்கப்பட்டிருக்கும் கற்பிக்கப்பட்டு வரும் வாழ்க்கை அவ்வளவு போலித்தனமாக இருக்கின்றது. ஒரு வன்முறையான சமூக அமைப்புத் தேவையில்லாமல் நம் மீது சுமத்தப்பட்டிருக்கிறது. இந்த இரும்புக்கூண்டுக்குள் அடைபட்டுள்ள மனித வர்க்கம், ஒரு நொடிகூட இனி மேல் இந்த அமைப்பில் வாழக்கூடாது என என்று முடிவு கட்டுகிறதோ அன்றுதான் இந்தியாவில் உண்மையான விடுதலை மலரும். அதற்கான போராட்டத்தை விரைவுபடுத்தும்-முன்னுக்குக் கொண்டு செல்லும் கவிதைகளே இன்றைய இலக்கியத் தேவையாக இருக்கின்றன!

பயன்படுத்தி நூல்கள்

- நாமக்கல் கவிஞர் பாடல்கள், ப.ஆ. தணிகை உலகநாதன், தி லிட்டில் ப்ளவர் கம்பெனி, தி.நகர், சென்னை- 600 017, 1960
- கவிதை என் கைவாள், அப்துல் ரகுமான், நியூ செஞ்சுரி புக் ஹவுஸ் (பி) லிட்., சென்னை. 1965
- இன்குலாப், வெள்ளை இருட்டு, இன்அகரம், சிவன்கோயில் தெற்குத் தெரு, சிவகங்கை, 1977
- கம்பதாசன் கவிதைகள், கம்பதாசன், அருணா பப்ளிகேஷன்ஸ், தியாகராய நகர், சென்னை - 600 017, 1960

- மக்கள் கவிஞர் பட்டுக்கோட்டை கல்யாண சுந்தரம் பாடல்கள், கல்யாண சுந்தரம், நியூ செஞ்சுரி புக் ஹவுஸ் (பி) லிட். சென்னை, 1976
- சூரியகாந்தி, காமராசன். நா., பாவைப் பதிப்பகம், இராயப்பேட்டை, சென்னை - 600 014, 1971a
- கருப்பு மலர்கள், காமராசன். நா., பாவைப் பதிப்பகம், இராயப்பேட்டை, சென்னை - 600 014, 1971b
- சுதந்திர தினத்தில் ஒரு கைதியின் டைரி, காமராசன் நா., அணிமுகம், சென்னை - 600 000, 1978
- முறையீடு, சுப்பையன் (ஏ.தெ), பாட்டாளிகள் வெளியீடு, 38, ஜி.ஏ. ரோடு, சென்னை - 600 021, சுரதா, 1975
- பட்டத்தரசி, சுரதா, முத்துநாயகம், 8ஜி பைக்கிராப்ட்ஸ் ரோடு, சென்னை - 600 005, 1956.
- தேன்மழை, சுரதா, சேகர் பதிப்பகம், 30போஸ்ட் ஆபிஸ் தெரு, சென்னை - 600 001, 1967
- சுவரும் சுண்ணாம்பும், சுரதா, சுரதா பதிப்பகம், 56அ. டாக்டர் லட்சுமணசாமி முதலியார்சாலை, கலைஞர் கருணாநிதி நகர், சென்னை - 600 018, 1974
- துறைமுகம், சுரதா, சுரதா பதிப்பகம், 56அ. டாக்டர் லட்சுமணசாமி முதலியார்சால , கலைஞர் கருணாநிதி நகர், சென்னை - 600 018, 1976
- தோணி வருகிறது, தமிழன்பன் (ஈரோடு), மணிவாசகர் நூலகம், சிதம்பரம், சென்னை - 600 001. 1973
- வீராயி, தமிழொளி, தமிழர் பதிப்பகம், 81 லிங்கி செட்டித்தெரு, சென்னை - 600 001, 1947
- மலரும் மாலையும், தேசிக விநாயகம் (கவிமணி), பாரி நிலையம் சென்னை - 600 001 பதி.12, 1967
- சித்திர பாரதி, பத்மநாபன் (ரா.அ), அமுத நிலையம் பிரைவேட் லிமிடெட், தேனாம்பேட்டை, சென்னை - 600 018. 1957
- ஆகஸ்டும் அக்டோபரும், பரிணாமன், தமிழ்நாடு கலை இலக்கிய மன்றம், மதுரை, 1974
- மகாகவி பாரதியார் கவிதைகள், பாரதி (சுப்பிரமணிய சி), அருணா பதிப்பகம், 127 தெற்கு ஆவணி மூல வீதி, மதுரை - 1 பதி. 13, 1971
- அழகின் சிரிப்பு, முல்லைப் பதிப்பகம், 59, பிராட்வே, சென்னை பதி. 2, 1944
- பாண்டியன் பரிசு, பாரதிதாசன், செந்தமிழ் நிலையம், இராமச்சந்திரபுரம், திருச்சி மாவட்டம் மதி. 7, 1962

- தமிழியக்கம், பாரதிதாசன், செந்தமிழ் நிலையம், இராமச்சந்திர புரம், திருச்சி மாவட்டம் பதி. *5, 1962*a
- பண்மணித்திரள், பாரதிதாசன், முத்தமிழ்செல்வி அச்சகம் *1/65* பிராட்வே, சென்னை *- 600 001, 1964*
- பாரதிதாசன் கவிதைகள் (முதல் தொகுதி), பாரதிதாசன், செந்தமிழ் நிலையம், இராமச்சந்திரபுரம், திருச்சி மாவட்டம் பதி. *15, 1968*
- பாரதிதாசன் கவிதைள் (இரண்டாம் பகுதி), பாரிநிலையம், சென்னை *- 600 001* பதி. *7, 1975*
- சர்ப்ப யாகம், சிற்பி பாலசுப்ரமணியம், அன்னம், 4 புதுத் தெரு, சிவகங்கை *— 623560, 1976*
- மரபுக்கவிதை, சிற்பி பாலசுப்ரமணியம், Seminar on Forms of Tamil Literature (Mono) Department of Post -Graduate studies in Tamil and Research Centre. Government College. Chittu, *1978.*
- வரும் போகும், சிற்பி பாலசுப்ரமணியம், க்ரியா, சென்னை *- 600034.* 1974
- புறநானூறு (279) ப.ஆ. மாசாத்தி (ஒக்கூர்), திருநெல்வேலித் தென்னிந்திய சைவ சித்தாந்த நூற்பதிப்புக் கழகம், சென்னை *- 600 001, 1968*
- மூன்றும் ஆறும், மீரா, அன்னை நிலையம் ஜி.டி. உஸ்மான் ரோடு, சென்னை *- 600 017, 1967*
- ஊசிகள், மீரா, மீனாட்சி புத்தக நிலையம், *60* மேலக் கோபுர வாசல், மதுரை, முடியரசன், *1974.*
- காவியப் பாவை, முடியரசன், பாரி நிலையம், சென்னை *- 600 001* பதி. *2, 1961*a.
- முடியரசன் கவிதைகள், முடியரசன், பாரி நிலையம், சென்னை *- 600 001* பதி. *2,* மூர்த்தி (து), *1961*b
- இலக்கியத்தில் அழகியல் ஒரு முன்னுரை, மூர்த்தி, Anna's of Oriental Research (JI) University of Madras, Madras - 600 005 Vol. XXVIII. Part I, *1978*

2

பாரதியின்
'கண்ணன் - என் சேவகன்'

இக்காலக் கவிதைகளின் தலைமைப் போக்கினை மூன்றாகப் பிரிக்கலாம்: நடைமுறைச் சமுதாயச் சிக்கல் களைத் தொடுவதற்கே அஞ்சுதல்; சமுதாயச் சிக்கல்களை அணுகி ஆராய்தல்; சமுதாயச் சிக்கல்களை அணுகி ஆராய்வதோடு மட்டுமின்றி, புரட்சிமிக்க மாற்றம் சொல்லுதல் என்பன அவை.

இன்றைய சமுதாய வாழ்க்கை முறையில் இருந்து தப்பித்துக் கொள்ள முடியாத இக்காலக் கவிஞர்கள், சமுதாய இயக்கங்களால், நடைமுறைகளால் தாக்கப்படு கின்றனர். இத்தாக்குதலுக்குத் தவிர்க்கமுடியாதபடி உள்ளாகும் கவிஞர்களுள் ஒரு சாரார், மிகவும் அஞ்சி - சிக்கல்களை அணுகுவதற்கும் அஞ்சி ஓடுகின்றனர். வளர்ந்துவரும் அறிவியலையும், மாறிவரும் சமூக வளர்ச்சியையும், உரம் பெற்றுவரும் புரட்சிக்கூறுகளையும் இவர்கள் ஒதுக்கித்தள்ளி முழுக்கமுழுக்கப் பழமையுள் தஞ்சம் புகுகின்றனர்.

கவிதை என்பது முழுக்க முழுக்கப் பழைய மரபு களையும் சமூக அமைப்பையும் கட்டிக்காக்க வேண்டிய இலக்கிய வகை என்று எண்ணிக்கொண்டு சங்ககால, இடைக்கால, சிற்றிலக்கிய காலக் கருத்துகளையும் இலக்கியங்களையும் நகல் செய்கின்றனர். இவர்கள், மாற்றத்திற்கு அணு அளவும் தங்களை உட்படுத்திக் கொள்ளாத பழம்பெருமை வாதிகள்.

இன்னொரு சாரார் சமுதாயச் சிக்கல்களை அணுகி, அலசி ஆராய்கின்றனர். இவர்களுக்குள் நடைபெறும் போராட்டம் அழியும் பழமைக்கும் முளைக்கும் புதுமைக்கு மான கடும் போராட்டமாகும். அழியும் நிலவுடைமை அமைப்பானது தன் தளைகளில் இருந்து இவர்களை விடுதலை செய்கிறது. விடுவிக்கப் பெற்ற இவர்கள், புதிய முதலாளித்துவ அமைப்பும் அதனுள்ளேயே வளர்ந்துவரும் சோசலிச அமைப்பும் கடுமையாக மோதிக்கொள்ளத் தொடங்குவதைப் பார்க்கின்றார்கள். இவர்கள் எந்த அணியிலும் சேரமுடியாமல் தவிக்கின்றனர். மேல்தட்டு மக்களை எதிர்க்கவும் முடியவில்லை; உழைக்கும் மக்களோடு கைகோர்த்துச் செல்ல போலிப் பெருமை இடம் தரவில்லை. இப்படிப்பட்ட இக்குழுவினர் இரு சாரராகப் பிரிந்து கவிதை படைக்கின்றனர்.

முதல் சாரார் சமூகத்தில் இருந்து தங்களைப் பிரித்துக் கொள்கிறார்கள். சமூகத்தில் வாழ்ந்துகொண்டே தங்களைப் பிரித்துக்கொள்வது என்பது இயலாத செயல் என்றாலும் தனியே பிரிந்து வாழ்வதாகப் பாவித்துக் கொள்கிறார்கள். இந்த 'பாவனை' இவர்களுக்குப் புதிய சுதந்திரம், புதிய மறுமலர்ச்சி ஆகியவற்றைத் தருகிறதாம்.

இவர்களுள் சிலர் அதிதீவிர விடுதலை பெற்று வாழ்வதாகவும், வாழ்க்கையே இன்பமயமானது என்றும் - அந்த இன்பமும் உடலின்பம் மட்டுமே என்றும் கற்பித்துக் கொள்வதனால் இவர்கள் கவிதை வெறும் பாலியல் கவிதைகளாகவே உள்ளன.

வேறு சிலர் வாழ்க்கை விடிவே இல்லாத துன்ப மான பாவச்செயல் என்றும், உலகம் இருளின் நடனம் என்றும், மனிதன் கொடுமைகளின் தாண்டவம் என்றும் கற்பித்துக்கொள்வதால் 'மாயை', 'மாயை' என்று மாயையுள் மூழ்கி அழிகின்றனர்.

இரண்டாவது சாரார் சமுதாயத்தில் இருந்து தங்களைப் பிரித்துக் கொள்வதில்லை. சமுதாயத்தின்

நடைமுறைகளில் தங்களை ஈடுபடுத்திக் கொள்கின்றனர். பிரச்சினைகளைக் கடுமையாக விமர்சிக்கின்றனர். ஆனால் முடிவில், இந்த நிலைமைகள் எல்லாம் மாற, கொடுமைகள் எல்லாம் தீர அந்தப் பழம் பொற்காலம் திரும்பி வராதா? கரிகால் சோழனும், இராசராசனும் இருந்த பழைய சமுதாய வாழ்வு கிட்டாதா என்று ஏக்கங்களை விட்டுச் செல்கின்றனர். இவ்வகையான முதல் இரண்டாம் வகைக் கவிதைப் போக்கினர் சாரத்தில் ஒன்றாகவே உள்ளனர்.

மூன்றாவது வகைப் போக்கினரே, சில விதிகளுக்கு உட்பட்டுச் சமுதாயம் இயங்கி வருதலை உணர்ந்து, அனைத்து அடிமைத் தளைகளில் இருந்தும் மக்கள் விடுதலை பெறுவதற்கும், முற்றிலும் புதிய ஒரு சமுதாய அமைப்பை நிறுவுதற்குமான போராட்டத்தில் தங்களை ஈடுபடுத்திக்கொள்கின்றனர். இவர்களின் கவிதை மக்களின் வாழ்வில் மாற்றத்திற்கான - புரட்சிக்கான நம்பிக்கை விதைத்து, அணிதிரட்டும் வேலையைச் செய்கிறது.

2. இந்த மூன்று வகையான தலைமையான கவிதைப் போக்குகளைப் பின்புலமாகக் கொண்டு பாரதியின் 'கண்ணன் - என் சேவகன் ஆராயப்படுகின்றது.

தேசிய விடுதலைக் கவியாகக் கனன்றெழுந்த பாரதியின் விடுதலை வேட்கையையும், 'காக்கை குருவி எங்கள் சாதி' என்ற அளவிற்கு விரிந்து பரந் மனித நேயத்தையும், கரும்புத் தோட்டத்துத் தொழிலாளர் பற்றிய கண்ணீர் வரிகளையும் நாம் பாராட்டுகிறோம். அதைப் போலவே, 'கண்ணன் - என் சேவகனி'ல் படைத்துக் காட்டியுள்ள இரண்டு வேலைக்காரர்கள் பற்றிய படப்பிடிப்பையும் நாம் சிந்திக்க வேண்டியவர்களாக இருக்கின்றோம்.

பாரதியின் 'கண்ணன் பாட்டி'ற்கு இதுவரை எவ்வளவோ உரைகள், நயங்கள், வேதாந்த விளக்கங்கள் வெளியிடப்பட்டுள்ளன. அவை யாவும் படிக்கத்தக்கனவே. இந்நூற்றாண்டின் கவிதைப் போக்கினை ஆராயும் வகையில் மகாகவி பாரதியைப் படிக்கையில், அவருடைய 'கண்ணன் - என் சேவகன்' வியப்பானதாகவும் புதுமையானதாகவும்

அமைந்திருக்கின்றது. இந்தப்பாட்டைப் பற்றிய ஆய்வு, பாரதி, வேலைக்காரர்கள் பற்றிக் கொண்டிருந்த அடிமனக் கருத்து வெளிப்பட உதவும்.

3. கண்ணன் என் சேவகனில் பாரதியால் படைக்கப் பட்டுள்ள இரண்டு சேவகர்கள் (வேலைக்காரர்கள் - உழைப்பாளிகள்) இரண்டு முரண்பட்ட தன்மையுடை யவர்கள்; இரு வேறு காலத்தை - சமுதாயத்தைச் சார்பு படுத்துபவர்கள். ஒருவன் புதுவுலக வேலைக்காரன். இன்னொருவன் பழங்கால வேலைக்காரன். பின்னவனை ஒரு வகையான பண்ணை அடிமை உழவனோடு ஒப்பிட வாய்ப்பிருக்கிறது.

''கூலிமிகக் கேட்பார் கொடுத்ததெல்லாம் தாம் மறப்பார்
வேலைமிக வைத்திருந்தால் வீட்டிலே தங்கிடுவார்''

(பாரதி, 1971, பக். 233) என்கிறார் பாரதி.

இப்படி என்றைக்கும் பஞ்சப்பாட்டுப் பாடும் வேலைக் காரர்கள் ஏமாற்றுக்காரர்களாகவும் இருக்கின்றனர். தேவையென்று தேடும்போதுதான் கிட்டமாட்டார்களாம். அது மட்டுமன்று, ஓயாமல் பொய்யுரைத்துக் கொண் டிருப்பாராம். இந்தப் 'பொய்யர்கள்' கலகக்காரர்களாக வேறு இருக்கின்றனர்.

உள்வீட்டுச் செய்திகளை ஊரில் உரைப்பதும், உறவுக் காரர்களைத் தனித்து அணுகிக் குழப்பம் விளைவிப்பதும் இவர்களுக்குத் தொழிலாகப் போயிற்றாம். எதைச் சொல்கிறோமோ அதற்கு மாறாகவே செயல்படுவார்களாம். இப்படிப்பட்ட சேவகர்களால்பட்ட 'சிரமத்தை'ப் பாரதி,

''ஏனடா, நீ நேற்றைக் கிங்குவரவில்லை' என்றால்
பானையிலே தேளிலிருந்து பல்லால் கடித்ததென்பார்;
வீட்டிலே பெண்டாட்டி மேற்பூதம் வந்ததென்பார்;
பாட்டியார் செத்துவிட்ட பன்னிரண்டாம் நாளென்பார்;
ஓயாமல் பொய்யுரைப்பார்; ஒன்றுரைக்க வேறுசெய்வார்;
தாயாதி யோடு தனியிடத்தே பேசிடுவார்;
உள்வீட்டுச் செய்தியெல்லாம் ஊரம் பலத்துரைப்பார்;
எள்வீட்டில் இல்லையென்றால் எங்கும் முரசறைவார்''

என்று (மேற்படி) முறைப்படுத்திக் காட்டுகின்றார்.

பாரதியின் இந்தப் படப்பிடிப்பு வேலைக்காரர்களைப் பற்றிய ஒரு மோசமான படப்பிடிப்பை நம்முள்ளும் ஏற்படுத்துவது உண்மைதான். ஆனால் இன்னம் சில விளக்கங்களோடு இந்தப் படப்பிடிப்பை பார்த்தல் நலம். 'கொடுத்ததெல்லாம் தாம் மறக்கும்' உழைப்பாளர்களை - வேலைக்காரர்களைப் படைத்த பாரதி, கொடுத்த 'புண்ணியவான்களையும்'- அவர்கள் கொடுத்தது எவ்வளவு என்பதையும் படைத்திருப்பாரேயானால், 'தாம் மறக்கும்' குற்றத்தை ஆராயலாம். ஆனால் 'கூலி உயர்வு வேண்டும்' என்ற வேலைக்காரர் குரல் மட்டுமே இங்கு பாரதியால் விமர்சிக்கப்பட்டுள்ளது. இக்'குரலி'ன் அடிப்படைகள் என்ன?

தொழிலாளர் நலச்சட்டங்கள் பெருகிவிட்டதாகக் கூறப்படும் இக்காலத்தும், தொழிலாளர் நீதிமன்றங்கள் இருப்பதாகச் சொல்லப்படும் இக்காலத்தும், தொழிற் சங்கங்கள் வலிமை பெற்றுவரும் இக்காலத்தும், உழைப்புக்கு ஏற்ற ஊதியம் கிட்டாத உழைப்பாளர்கள் போராடுவதைத் தவிரவேறு வழியில்லாமல் இருப்பதை இன்று நடைமுறையில் தெளிவாகக் காண்கின்றோம். இதுபோன்ற 'சட்டங்கள்' 'மன்றங்கள்' 'சங்கங்கள்' வலிவு பெறாதிருந்த - செயலற்றுப் போயிருந்த பாரதி காலத்து வேலைக்காரன் 'கூலி மிகவேண்டும்' எனக்கேட்பது தவறா? குற்றமா? வெள்ளைத் துரைமார்களின் வீடுகளில் 24 மணி நேரமும் உழைத்துக் கொண்டிருந்த வேலைக்காரர்களும், பாரதி படைத்த சேவகனும் தங்கள் மனிதத் தேவை களுக்காகத் தங்கள் உடலுழைப்பை விற்கின்றனர். சரியான விலை கிட்டாத நேரத்தில் அவர்கள் கூக்குரல் இடுவது ஏளனத்திற்குரியதா? 'விடுதலை விடுதலை விடுதலை' என்று பாரதி கொடுத்த போர்க்குரல் - அரசியல் விடுதலைக்கு மட்டுந்தானா? பொருளாதார - சமுதாய விடுதலை தராத அரசியல் விடுதலை உழைப்பாளர்களின் கூக்குரலை நசுக்கத்தான் செய்யுமா? பாரதியின் கூற்று நமக்க வியப்பாகத்தான் இருக்கின்றது.

'பாட்டியார் செத்துவிட்ட பன்னிரண்டாம் நாள்' என்பதெல்லாம் பொய்தான். வேலைக்காரர்கள் ஏன் இப்படிப்பட்ட பொய்யுரைக்கு ஆளாக்கப்படுகிறார்கள். தங்கள் மனைவி மக்களின் உடல்நலக் குறைவையோ, வாழ்க்கையின் அவசியத் தேவைகளையோ ஈடுசெய்ய முடியாத வேலைக்காரர்கள், தங்கள் முதலாளிகளின் வீட்டு வேலைகளையே மிகுதியாகச் செய்து கொண்டிருக்கின்றார்கள். இன்னும் வேலைகளை மிகுதி மிகுதியாக வைக்கும்போது சலிப்படைந்து வெறுப்புற்று பொய் யுரைக்கத் தானே செய்வர். உண்மை, பொய் போன்ற குணங்கள் பொது என்றாலும் இடம்- சூழல்நோக்கி வேறுபடத்தானே செய்யும். அதிகாரிகளின் கொடுமைகள் கூட 'கண்டிப்பானவர்' என்ற குணமாகும்போது, அதிகாரத்திற்குட்படுவோரின் அவசியக் குறைகள் தேவைகள் அலட்சியப்படுத்தப்படுவது இயற்கைதான்.

4. இப்படிப்பட்ட வேலைக்காரனிடம் பாரதி சிக்கிக் கொண்டு இடர்மிகுந்து வாடுகையில் இன்னொரு வேலைக்காரன் எங்கிருந்தோ வருகின்றான்.

"மாடுகன்று மேய்த்திடுவேன் மக்களைநான் காத்திடுவேன்;
வீடு பெருக்கி விளக்கேற்றி வைத்திடுவேன்;
சொன்னபடி கேட்பேன்; துணிமணிகள் காத்திடுவேன்;
...
காட்டுவழி யானாலும் கள்ளர்பய மானாலும்
இரவிற் பகலிலே எந்நேர மானாலும்
சிரமத்தைப் பார்ப்பதில்லை ..." (மேற்படி)

என்று "சொன்னபடி கேட்கும்' புதிய வேலைக்காரன் தன்னைப் பற்றிக் கூறிக்கொள்கின்றான். சின்னக் குழந்தைக்குச் சிங்காரப் பாட்டிசைத்துக் காட்டுவது முதல் பெரியவர்க்கு எந்தத் துன்பமும் வராமல் காப்பதுவரை தன் கடமை என்று கூறுகின்றான்.

கட்டுறுதியான உடலும், கண்ணிலே நல்ல குணமும் மிளிர நிற்கும் அந்த வேலைக்காரனைப் பார்த்து, பாரதி 'கூலி என்ன வேண்டும்?' எனக் கேட்கின்றார். அவனோ,

''ஐயனே!
தாலிகட்டும் பெண்டாட்டி சந்ததிக ளேதுமில்லை
நானோர் தனியாள்; நரைதிரை தோன்றாவிடினும்
ஆன வயதிற் களவில்லை! தேவரீர்
ஆதரித்தாற் போதும் அடியேனை; நெஞ்சிலுள்ள
காதல் பெரிதெனக்குக் காசு பெரிதில்லை'' (மேற்படி)

என்கின்றான். இது பாரதி காட்டும் இரண்டாவது வேலைக்காரனின் படம். இப்படியொரு 'சேவகன்' நமக்குக் கிட்டமாட்டானோ என்று யாவரும் விழையும் வகையில் படைத்துள்ளார் பாரதி. ஆனால் -

உடலும் உள்ளமும் உறுதி பெற்ற ஓர் ஆளின் முழு வாழ்க்கையும் முதலாளி ஒருவனின் வாழ்க்கைக்கு மட்டுமே செலவிடப்பட வேண்டும். அவன், மனைவி, உற்றார் உறவினர்களற்ற தனியாளாக (அனாதையாக) இருக்கவேண்டும். தனது வயது - விழைவு ஆகிய எதைப் பற்றியும் கவலாது முதலாளியின் ஆதரவு ஒன்றை மட்டும் வேண்டினால் போதும். அவன் காசைப் பெரிதாக எண்ணாமல் - அதாவது கூலி எவ்வளவு குறைவாகக் கொடுத்தாலும், அதைப்பற்றி எண்ணாமல், 'அன்பு' ஒன்றையே பெரிதாகப் போற்றி மகிழ வேண்டும். இது இயலுமா? இது - இந்த எதிர்பார்ப்பு அல்லது இந்த முதலாளி - வேலைக்காரர் உறவு எதைக் காட்டுகிறது?

சந்தேகிக்க முடியாதபடி விடுதலை வேட்கைக் கவியாகத் திகழ்ந்த மகாகவி பாரதியின் வேலைக்காரர்கள் பற்றிய கருத்தோவியத்தை வியப்பாகச் சந்திக்க வேண்டி யிருக்கின்றது. கூலியைப் பற்றிக் கவலைப் படாமல் முதலாளிகளின் அன்பு ஒன்றையே எண்ணி வாழ வேண்டும் என்ற கருத்து நிலவுடைமைக் காலக் கருத்தல்லவா? மேல்மட்டத்தாரின் ஆதரவு ஒன்றே வாழ்க்கையின் ஆதாரம் என்று உழைப்பாளர்கள் எண்ணவேண்டும் என்பதும் அந்தக்காலக் கருத்துதானே. தனக்கென்று குடும்பம் வாழ்க்கை இருந்தாலும், ஆண்டையின் குடும்ப வாழ்வையே எண்ண வேண்டும்

என்பதும் அந்தக்கால கருத்துதானே! நிலமற்ற - உழைப்பை மட்டுமே மூலதனமாகப் போடக்கூடிய - ஒரு உழவனைப் போலத்தானே இவ்வேலைக்காரன் காட்சியளிக்கின்றான். இப்படிப்பட்ட ஒரு வேலைக்காரனையும் பாரதி படைத்துக் காட்டி, அவனைப் பார்த்து, தானே வியப்படைகின்றார்! இப்படியொருவன் இக்காலத்தில் இருக்க முடியாதே என்று எண்ணுகிறார். பழங்காலத்தில் மட்டுமே இருக்கக்கூடிய இப்படிப்பட்ட ஒருவன் இக்காலத்திலும் இருக்கக்கூடாதா என்று விழைகின்றார் பாரதி.

''பண்டைக் காலத்துப் பயித்தியத்தில் ஒன்றெனவே
கண்டு, மிகவும் களிப்புடனே நானவனை
ஆளாகக் கொண்டுவிட்டேன்'' *(மேற்படி. பக். 234)*

என்று பாடுவதற்கு அவ்விழைவே காரணமாக இருக்குமோ?

கூலி மிகக் கேட்கும் வேலைக்காரர்களின் சமுதாய மதிப்பையும், சொன்ன சொல்லை மீறும் அவர்களுக்குக் கற்பிக்கப்பட்டிருக்கும் வாழ்க்கை ஒழுக்கங்களையும், பொய் சொல்லிப் பிழைக்கவேண்டிய அவர் தம் நடைமுறை வாழ்க்கையையும் பாரதி பார்க்க தவறிவிட்டாரோ என்று எண்ணத் தோன்றுகிறது. நடைமுறையில் - இக்காலத்தில் இருக்க முடியாத ஒருவனைப் படைத்துக் காட்டுவதும் - அப்படிப்பட்ட பண்டைக்கால மனிதன் கூட 'பைத்திய மாக'த்தான் இருக்கமுடியும் என்ற தெரிந்தே காட்டுவதும் நம் எண்ணத்திற்கு வலிவூட்டுகின்றது. 'ஐயனே! தேவரீர்! அடியேன்!' போன்ற சொற்கள் சிதையும் பழம் மரபுகளைப் பாரதியுமா பிடித்திருக்கிறார் என்று வினவத் தூண்டுகின்றன.

6. பாரதியின் இந்தப் படப்பிடிப்பிறகான சமுதாயப் பின்னணி எதாக இருக்கமுடியும் என்ற வினா இயல்பாக எழத்தான் செய்கின்றது. பாரதியின் தேசியப் பார்வையைச் சந்தேகிக்க முடியாத நமக்கு அவருடைய வர்க்கப் பார்வை வினாக்குரியாகிறது.

1918இல் முடிந்த முதல் உலகப்போரின் கொடுமை களால் ஐரோப்பா நிலைகுலைந்து போயிருந்தது. மிகப் பெரிய தொழிலாளர் சங்கங்களை உடைய செர்மனியின் படுமோசமான வீழ்ச்சியால், இங்கிலாந்து மகிழ்ந்து போயிருந்தாலும் மிகப்பெரிய தொழிலாளர் அரசாய் உருவாகியிருந்த உருசியாவை கண்டு அது நடு நடுங்கியது. செர்மனி மீண்டும் தலைதூக்கக்கூடாது என்பதைவிட உருசியா தலைதூக்கக்கூடாது என்பதிலேயே ஐரோப்பிய வல்லரசுகள் முனைப்பாயிருந்தன. இந்தச் சூழ்நிலையில் இங்கிலாந்து தன் காலனி நாடுகளில் தொழிலாளர் அரசை உலகைப் பற்றிய தன் பொய்ப் பிரச்சாரங்களை முடுக்கிவிட்டது.

இந்தக் காலகட்டம் பாரதியின் வாழ்நாளின் இறுதிக் காலகட்டமாகும். 1917இல் வெடித்த அக்டோபர் புரட்சியை வரவேற்றுப் பாடியவர்தான் பாரதி. உலகெங்கும் தேசிய விடுதலைப் போர்கள் நடைபெற்றுக்கொண்டிருந்த நேரத்தில், கொடுங்கோல் அரசொழிந்து தேசிய அரசமைந்ததைத் தேசியகவி பாரதி வரவேற்றுப் பாடியதில் வியப்பில்லை. அதுபோலவே அந்தக் காலகட்டத்தில் அவருக்குச் சரியான வர்க்கப் பார்வை இல்லாமல் போனதும் வியப்பில்லை! ஆனால் ஒரு கவியின் கவிதைப் போக்கை பிழையற அறிந்து கொள்வதில் பல்திறப்பட்ட ஆராய்ச்சி அணுகுமுறை தேவை என்பதையே இக் கட்டுரை உணர்த்த - விளக்க முற்படுகிறது எனலாம். இம்முயற்சி யாரையும் கேவலப்படுத்த அல்ல! முறையாக முழுமையாக ஒவ்வொரு கவியும் புரிந்து கொள்ளப்பட வேண்டும் என்பதற்காகத்தான்.

பயன்பட்ட நூல்கள்

பாரதி (சுப்பிரமணிய. சி.)

மகாகவி பாரதியார் கவிதைகள், அருணா பதிப்பகம், 127, பாரதி (சுப்பிரமணிய, சி.) தெற்காவணி மூல வீதி, மதுரை-1 பதி. 13. 1971

3

பாரதிதாசனின் 'அழகின் சிரிப்பு'

கவிஞன், இயற்கையை வரைபவன்; கவிஞன் இயற்கையின் இரசிகன்; இயற்கையின் தூதுவன்; பக்தன். இதோடு மட்டுமின்றி இயற்கையோடு போராடும் மனித சமூகத்தில் வலிய போர்வீரன்; இயற்கையை அடக்கி, தன்வழி நடத்திச் செல்லும் தலைவன்.

தமிழ் இலக்கிய வரலாற்றில் இயற்கை இன்றியமையாத பாடுபொருளாகத் தொடர்ந்து இடம் பெற்று வருகிறது. சங்க இலக்கிய உரிப்பொருள்கள் இயற்கையை உயிர்ப்பொருளாகக் கொண்டன. கபிலர் படைத்துக் காட்டிய இயற்கை அரங்கம் நெஞ்சை ஈரக்க வல்லதன்றோ! 'பகைவர்தான் பூத்திருக்கின்றார் என்றால் நீயுமா பூத்திருக்கிறாய்' என்ற புலவனின் வினா புலம்பலின் வெடிப்பாக அல்லவா காணக்கிடக்கிறது. பாலை நிலக் காட்சிகளான, தன்னிழல் அளிக்கும் கலைமான், சிறகசைத்து வெம்மையாற்றும் புறா, பிடி உண்ணச் செய்து பெரிதும் மகிழும் களிறு இவை பாலைக் கொடுமையோடு பழுத்த காதலின் பண்பையல்லவா படம் பிடிக்கின்றன.

இடைக்காலத்தே இலை தொடங்கி மரமெலாம் சிவலிங்கமாகக் கண்ட காட்சி இயற்கையை இறைவனாக்கியதன்றோ! எழு ஞாயிறு, விழு ஞாயிறு, மலை, குளம், காடு, ஆறு இவற்றின் வருணனைகள் இன்றியமையாத இலக்கிய உறுப்புகளாகவே மலர்ந்தன.

இவ்வாறான இயற்கைப பாடல்களின் தொடர்ந்த வரலாற்றிற்கு இந்த நூற்றாண்டும் தன் பங்கை நல்ல முறையில் ஆற்றி வருகிறது எனலாம்.

‘பண்ணப் பழகடா பச்சைப் படுகொலை’ என்று முழங்கிய பாரதிதாசன் தான் ‘அழகின் சிரிப்பை’யும் சொல்லோவியமாக்கியுள்ளார் என்பது நம்புதற்குக் கடினமாக இருப்பினும், இது ஒன்றே அவரின் உள்ளச் செழுமைக்கும் சரியான சான்றாக அமையும்.

2. கொலைவரிகள் சமூகக் கொடுமைகளைக் கண்டு வெடித்தவை. அழகுவரிகள் வாழ்வின் அழகு கருதி வளர்ந்தவை. கவிஞன் கண்ணீர்விடுபவன் மட்டு மல்லன். கனவுகளைக் காவியமாக்குபவனும் அல்லன். கவிஞன் செயல்வீரன். அவன் கண்ணீரும் கனவுகளும் காவியமாகும்போது மாற்றியே ஆகவேண்டிய இச் சமூக அமைப்பை ஓர் உலுக்கு உலுக்கிவிடுகின்றன. பாரதிதாசனிடம் இந்த மூன்று பண்புகளும் உண்டு. அவர் பாடல்கள் நம்மை நெகிழச்செய்யும், நிமிரச் செய்யும், நடக்கவும் செய்யும். எனவே, இந்தப் புரட்சிக் கவியின் ‘அழகுப் பாடல்கள்’ வெறும் புனைவாக இல்லாமல், சமூகம் விழிப்புணர்வோடும் ஒளிர்கின்றன.

பாரதி சில பொருள்களைத் தொட்டான். தாசன், பாரதி தொட்டதைத் துலக்கினான்; புதியனவற்றைத் தொட்டுத் துலக்கினான். எதைப் பற்றிபாடினாலும், தமிழ் விடுதலையையும் - சிறப்பையும், சமூக விடுதலையையும் சேர்த்தே பாடவேண்டிய காலத்தின் கட்டாயத்திற்கு உட்பட்டே பாடினான். அவனுக்குபின்னால் ஒரு காலமே உருவாகுமாற ஒரு கால கட்டத்தையும் ஏற்படுத்தி விட்டான். அவன் ‘அழகின் சிரிப்பு’ இயற்கையைப் ‘போதை’யுடன் இரசித்த இரசிப்பல்ல; வாழ்வையும் அழகையும் ஒன்றாக்க முயன்ற முயற்சி எனலாம்.

3. காலை இளம் பரிதியில், கடற்பரப்பில், ஒளிப் புனலில், சோலை மலர்களில், மாலை மேற்றிசையின் மாணிக்கச் சுடரொளியில், கிளைகளில் கிளியின்

கூட்டத்தில் அழகைக் காண்கிறான்கவி.' இந்த அழகுதான் இவருக்குக் கவிதையைத் தருகின்றதாம். பாரதிதாசன் பார்வையில் இயற்கையே ஒரு ஒப்பற்ற கவிதையாக விளங்குகிறது. அந்தக் கவிதை பற்றி இவர் கவிதை எழுது கின்றாராம். பாரதிதாசன் இன்னோர் நூலில், 'இயற்கையே தன்னை எழுதும்படியாகக் கேட்டுக் கொண்டது' என்று பெருமிதத்துடன் கூறியிருப்பது இங்கு நினைந்து மகிழத்தக்க தாம்.

பாரதிதாசன் இயற்கையின் இந்த வேண்டுகோளை ஏற்று வானை வரைகின்றார். வானமென்னும் பலாப் பழத்தின் முள்களாம் 'உடுக்களுக்கு' உயிரூட்டுகின்றார். விண்மீன்களைப் பெண்களின் கண்களுக்கே உவமை சொல்லிப் புளித்துப்போன புலவர்களுக்கு இடையே பாரதிதாசன் விண்மீன்களைக் கொப்புளங்களாக்கு கின்றான். புரட்சிப்புலவனல்லவா?

உடலுழைப்பை முதலீடு செய்து, வட்டி, வரி, பட்டினி, பிணி ஆகிய இவற்றையே அறுவடை செய்யும் ஏழைப் பாட்டாளிகளை இவ்வுலகம் 'வறியர்' என்று வசை பாடுகின்றது. இவரில் யாராவது ஒருவன் நெஞ்சம் நிமிர்ந்து நீதி கேட்டால், அவன் இருந்தஇடம் தெரியாமல் செய்து விடுகின்ற வஞ்சகர் செல்வராம். என்னே கொடுமை! இந்தச் சமூகக் கொடுமையின் வெம்மையால் பகல் நேரம் முழுக்க வாட்டப்பெறும் பரந்த வானத்தின் உடம்பில் அந்திக்குப் பின் விண்மீன் கொப்புளங்கள் ஏற்பட்டு விடுகின்றதாம்.

"மண்மீதில் உழைப்பா ரெல்லாம்
வறியராம்! உரிமை கேட்டால்
புண்மீதில் அம்பு பாய்ச்சும்
புலையர்செல் வராம் இதைத்தன்
கண்மீதில் பகலி லெல்லாம்
கண்டுகண் டந்திக்குப் பின்
விண்மீனாய்க் கொப்ப ளித்த
விரிவானம் பாராய் தம்பீ!"

என்று தன் இதயத்தில் ஏற்பட்ட வேதனை வெடிப்புகளைக் கவி இயற்கையின் இயல்பான நிகழ்ச்சியின்மேல் ஏற்றிக் கூறுகின்றார். எல்லாப் பகல் நேரங்களும் உழைப்பாளரின் உயிர்வதைப் பொழுதுகளாக இருப்பதால், 'பார்த்துப் பார்த்து வயிறெரிந்தேன்' என்று சொல்வதைப்போல, 'பகலிலெல்லாம் கண்டுகண்டு' எனக் குமுறுகின்றான் கவி.

'நாம் வானத்திற்கு கீழே வாழ்கிறோம்' என்ற பொதுமையைத் தவிர மனித சமூகத்தில் எல்லைகளுக்கோ, பேதங்களுக்கோ பிணக்குகளுக்கோ நியாயமே இல்லை. மனிதன் தன் உடைமைகளைப் பாதுகாத்துக்கொள்ள ஏற்படுத்திக் கொண்ட எத்தனையோ குறுக்குவழிகளில் இந்தச் சாதி அமைப்பும் ஒன்றாகக் கிடக்கிறது. 'கொய்யாப் பிஞ்சினில் சுற்றும் சிற்றெறும்பில் உயர்வு தாழ்வு கற்பிக்க முடியாது. ஆனால் பூமியைச் சுற்றும் மனிதர் மட்டும் ஏன் சாதியால் பிளவுபட்டுப் பிணக்குகின்றனர்' என்று கவி வினவுகின்றார்.

"எத்தனை பெரிய வானம்!
எண்ணிப்பார் உனையும் நீயே;
இத்தரை, கொய்யாப் பிஞ்சு;
நீஅதில் சிற்றெ றும்பே
அத்தனை பேரும் மெய்யாய்
அப்படித் தானே மானே?
பித்தேறி மேல்கீழ் என்று
மக்கள் தாம் பேசல் என்னே"

வானம் பற்றிய இக்கவிதையில் வாழ்வின் மோசமான நிலைமையை அல்லவா கவி சாடுகின்றார்.

சாதிகளால் பிளவுபட்டுச் சண்டையிட்டுச் சீரழியும் மனித சமுதாயத்தைவிட, புறாக்களின் வாழ்க்கை எவ்வளவோ மேலாகத் தெரிகிறது கவிஞனுக்கு. மனிதனாகப் பிறந்த ஒருவனோடு உடன் அமர்ந்து சாப்பிடுவதுகூடத் தீட்டு என்று தருக்கிய மனிதக் கூட்டத்தைக் கண்டு பாரதிதாசன் மனம் புயலாகிறது. அது 'புறா'க்களின் வாழ்க்கை வழி வீசுகிறது.

"இட்டதோர் தாமரைப்பூ
இதழ்விரிந் திருத்தல் போலே
வட்டமாய்ப் புறாக்கள் கூடி
இரையுண்ணும்; அவற்றின் வாழ்வில்
வெட்டில்லை; குத்து மில்லை;
வேறுவேறு இருந்து அருந்தும்
கட்டில்லை; கீழ்மேல் என்னும்
கண்மூடி வழக்கமில்லை"

என்று மண்மூடிப் போகவேண்டிய மனித இனத்தின் மடமைகளைத் தகர்க்கின்றான் கவி. அதுமட்டுமா! கற்புசான்ற பெண் புறாவின் ஒழுக்கத்தைப் புகழ்கின்ற கவி, 'சேவலின்' ஆண்மையை அழகுபடுத்தும் கவி. 'ஒருவர் இறந்தபின் இன்னொருவர் மறுமணம் செய்து கொள்ளலாம்' என்ற தன் சீர்திருத்தத்தைச் செம்மையாய்ப் படைத்துக் காட்டுகின்றார்.

"ஒருபெட்டை தன் ஆண் அன்றி
வேறொன்றுக் குடன் படாதாம்
ஒருபெட்டை மத்தாப் பைப்போல்
ஒளிபுரிந்திட நின்றாலும்
திரும்பியும் பார்ப்பதில்லை
வேறொரு சேவல்! தம்மில்
ஒரு புறா இறந்திட்டால் தான்
ஒன்று மற்றொன்றை நாடும்"

என்று நாட்டுக்கு வேண்டிய கொள்கையை நவில்கிறார். பெண் இறந்தால் ஆண் மறுமணம் செய்துகொள்ளச் சமூகம் அனுமதிப்பதுபோல, ஆண் இறப்பின் பெண்ணும் மறுமணம் செய்துகொள்ள அனுமதிக்க வேண்டும் என்பதை உணர்த்துவான் வேண்டி 'ஒரு புறா இறந்திட்டால்' என்று பொதுவாகப் பாடிச் செல்கின்றார்.

4. பாரதிதாசனுக்குச் சமூக உணர்வைவிட மொழி உணர்வே மிக்கிருந்தது எனக் கூறச் சான்றுகள் பல உண்டு. இது அவர் வாழ்ந்த காலத்தின் சாரல் - சாரம். தமிழ்விடுதலையே தமிழ் இனத்தை ஒற்றுமைப்படுத்தும்,

இன விடுதலைக்கு வழிகோலும், இந்த ஒற்றுமையே சமூக விடுதலைக்கு வித்தாகும் சத்தாகும் என்றெல்லாம் கவி கருதியிருக்கலாம். எனவேதான் அவர் பாடல்களில் எங்கெங்கு கண்டாலும் தமிழ் தழைக்கிறது. மணக்கிறது, வெடிக்கிறது! அழகைக் காணும்போதும் கவி தமிழுக்கு அழைப்புவிடுகின்றான். தமிழே அழகு என்பதுபோலப் பாடுகின்றான். வானம், கடல், மலை போலத் தமிழும் இயற்கையின் எழிற்கூத்து என்று எண்ணினார் போலும்.

'தென்னாடு பெற்ற செல்வத் தென்றலை'ப் பற்றிப் பாடும்போது தென்நாட்டுத் தேன் தமிழை இணையாகப் பாடுகின்றார். தென்றலை விரும்பாத தமிழன் இல்லை! தென்றல் தமிழை விரும்பாமல் தமிழன் இரக்கலாமோ என்பது கவிஞரின் உள்ளம் போலும்! ஒரே அன்னையின் இரு குழந்தைகளாம் தமிழும் தென்றலும். இரண்டும் மனித வாழ்வை மலர்விப்பனவாம். ஒன்று உள்ளத்தே உவப்பூட்டி உயிரூட்டும்! மற்றொன்ற புறத்தே மகிழ்ச்சி தரும். தன்மையால் ஒன்றாய் ஏற்ற செயலால் இரண்டாய் இருக்கும் தமிழை-தென்றலைக் கனவினும் மறக்கக்கூடாது என்கிறார்.

''கமுகொடு, நெடிய தென்னை
கமழ்கின்ற சந்த னங்கள்
சமைகின்ற பொதிகை அன்னை,
உனைத்தந்தாள்; தமிழைத் தந்தாள்
தமிழ்எனக்கு அகத்தும், தக்க
தென்றல் நீ புறத்தும், இன்பம்
அமைவுறச் செய்வதை நான்
கனவிலும் மறவேன் அன்றோ''

கனவிலும் மறக்கக் கூடாத தமிழை நனவிலேயே மறந்து கிடக்கும் தமிழரை எழுப்பவோ இந்த இயற்கைப் பல்லவி!

'எல்லோரும் இந்நாட்டில் தமிழர்களாய் வாழ வேண்டும்' என்பதல்லவா பாரதிதாசனின் வேட்கை. கடன்கார வாழ்வைப் போலக்கடன் பெற்ற தமிழ்

வாழ்வும் இழிவு என எண்ணுகின்றார். இருப்பதை மறந்து பிறமொழிச் சொற்களை ஏற்பதை எதிர்க்கின்றார். காட்டினுள் சென்ற கவிக்கு, வேடன் ஒருவன் வழி காட்டு கின்றான். அவன் பயன்படுத்தும் தூயதமிழ்ச் சொற்களைக் கேட்டு கவி அவனை வாழ்த்துகின்றார்.

''வகைப்பட்ட பரத்து வாசன்
என்பதை வலியன் என்றான்;
சகோரத்தைச் செம்போத் தென்றான்
தமிழாநீ வாழ்க என்றேன்''

இந்த வாழ்த்து வேடனுக்கல்ல, தமிழின் குன்றா இளமை கொலுவீற்றிருக்கும் நாட்டுப்புறத்துக்கு நவின்றதாகும்.

'அழகின் சிரிப்பில்' இறுதித் தலைப்பு 'தமிழ்'. கவிஞரின் உறுதியான கொள்கை தமிழ் முன்னேற்றம்; தமிழர் வாழ்வு! இயற்கை வாழ்வு நடாத்திய இனத்தின் மொழியையும் இயற்கைப் பொருளாகவே கவி காண்கிறார். இந்தப் புவியில் மனிதன் முளைத்துப் 'புதிய நாடு' உண்டாக்கினான். மனித வாழ்வைத் தமிழ்தான் உண்டாக்கியதாம். முதலில் தோன்றியதாம் தமிழ். தமிழனின் கனவுதான் இந்த வைய வாழ்வாம். இசையின், கூத்தின் முளையாம் தமிழ். தமிழ் தமிழனின் ஆவி! தமிழாவி உடையவனுக்குச் சாவில்லை. காரணம் இம்மொழி சாகாத மொழியாம். அயலரால் அலைக்கழிக்கப்பட்டாலும் அஞ்சாதமொழி தமிழ். இவ்வாறெல்லாம் மொழியை ஏத்திச் செல்லும் இவர்தம் 'தமிழ்' பாட்டின் இறுதி வரிகள் வன்மையும் மென்மையும் கலந்த கவினாய்ச் சிறப்புறுகின்றன.

''இருளினை வறுமை நோயை
இடறுவேன்; என்னுடல் மேல்
உருள்கின்ற பகைக்குன்றை நான்
ஒருவனே உதிர்ப்பேன், நீயோ
கருமான்செய் படையின் வீடு
நான் அங்கோர் மறவன்! கன்னல்
பொருள்தரும் தமிழே நீஓர்
பூக்காடு நானோர் தும்பி!''

தமிழர் இதயம் மலராக இருந்ததுபோதும். அது இரும்பாகவும் மலரவேண்டிய சூழல் வந்துவிட்டதைக் கவி சுவைபட விளக்குகின்றார்.

5. சமூக உணர்வும் தமிழ் உணர்வும் முயங்கிக் கிடக்கும் 'அழகின் சிரிப்பு' ஏற்படுத்தும் இலக்கியச் சிலிர்ப்பு போற்றி மகிழத் தக்கது. நடை, உவமை, சொல்லாட்சி ஆகிய அனைத்திலும் எளிமை மிளிரக் காண்கிறோம்.

அழகின் சிரிப்பில் அமைந்துள்ள நடையும் அழகு நடையாம்; எந்தவிதமான தடங்கலும் இன்றி ஒழுகும் ஆற்றின் நடை எனலாம். நடை மனிதனின் ஆளுமையைக் காட்டும் என்றால், 'அழகின் சிரிப்பு' முலம் பாரதிதாசனின் எளிமைப் பண்பை நாம் விளங்கிக் கொள்ளலாம். பாரதிதாசன் இயற்கையை வியக்கின்றார்! விவரிக்க முயல்கிறார். சொல்லினில் சிறை வைக்க இயலா இயற்கையின் சிறப்புகள் எழுச்சி பெறுகின்றன. 'குன்றத்'தின் சிறப்பு.

 "அருவிகள், வயிரத் தொங்கல்!
 அடர்கொடி, பச்சைப் பட்டே!
 குருவிகள், தங்கக் கட்டி!
 குளிர்மலர் மணியின் குப்பை!"

என்றெல்லாம் குன்றாமல் விளக்கப்பட்டுள்ளது. சொல், கவிதையில் செயலாவதைப் பாரதிதாசன் பாடல்களில் தெளிவாகக் காணலாம். குருவிகளைத் தங்கக் கட்டி என்கிறார். 'உயிருள்ள தங்கம்' என்ற பொருளில்லவா உணர்வுகள் தூண்டப்படுகின்றன. மலருக்குக் குளிர் மட்டுமல்ல ஒளியும் இருக்கிறது என்பதைத்தானே, 'மணியின் குப்பை' விளக்குகின்றது. ஞாயிற்றைப் புகழ வருகின்றார் கவி! அந்தப் பேரொளியைப் பலவாறு வருணித்து மகிழ்கின்றார்.

 "மங்காத தணல் பிழம்பே!
 மாணிக்கக் குன்றே! தீர்ந்த
 தங்கத்தின் தட்டே! வானத்
 தகளியில் பெருவிளக்கே!"

என்றெல்லாம் ஞாயிற்றின் ஒளி கவிதை ஒளிபெறுகின்றது. இப்படிப் பொருளின் சிறப்புகளைப் பலவாறு அடுக்கிச் செல்வது பாரதிதாசனின் நடைச்சிறப்பு எனலாம்.

நடையை நளினப்படுத்தக்கூடிய ஆற்றல் சொல்லுக்கு உண்டு. ஆற்றல்வாய்ந்த சொற்கள் பாரதிதாசனிடம் ஏராளம் உண்டு. கடல்மிசை, கதிரவனின் கவினொளி பாய்கிறது. ஒளிமழை! ஒளிமழை! எனக் கவி சிறப்பிக் கின்றான். இதற்கு இவர் பயன்படுத்தும் சொல். 'தங்கத் தூற்றல்'!

"எழுந்தது செங்கதிர்தான்
கடல்மிசை! அடடா எங்கும்
விழுந்தது தங்கத் தூற்றல்!"

இவ்வாறே ஆற்றின் நுரை, 'முத்துத் தடுக்குகளாகவும், 'சுழல் மீன்கொத்தி மரகத வீச்சா'கவும் மாண்புறுகின்றது.

புறாவின் நடையில் ஒரு கம்பீரம் இருப்பதைக் கண்டோர் உணர்வர். நெஞ்சை நிமிர்த்திச் சற்றுக் கால்களை இழுத்து நடக்கும். அதேசமயம் புறாவின் வாழ்வில் மனிதன் கற்றுக்கொள்ள வேண்டிய ஒழுக்கங்களும் உள. இவை இரண்டையும் இணைப்பார்போலக் கவி.

"... கீழ் இறங்கி
மகிழ்ச்சியாய் உலவி, வைய
மன்னர்க்கு நடை கற்பிக்கும்'

என்கிறார்.

நயமும்கருத்தும் கலக்கும்போது சிறந்த கலை உருவாகின்றது. நடை, சொல், நயத்தை உருவாக்கியதைக் கண்டோம். நயத்தின் உயிராக உவமையும் உருவகமும் இருப்பதைக் காண்போம்.

கடலின் காட்சி நெஞ்சைப் பறக்க வைக்கிறது. கவி, அதை "இருவிழிச் சிறகால் நெஞ்சம் எழுந்திடும்" என்கிறார். விடியலுக்குச் சற்றுப்பின் கதிரவன் வீதியுலா வரத் தொடங்கும் முன் குளங்களைக் கண்டோர்க்குச் 'செந்தாமரை'க் காட்சியின் செம்மை விளங்கும். அசையாத

தண்ணீரும், அதில் படிந்துள்ள தாமரை இலைகளும் அதில் தவம்செய்யும் நீர்த் திவலைகளும் எவரையும் ஈர்க்கும். கவி தண்ணீரைக் கண்ணாடித் தரையாக்கி, தாமரை இலையைப் பச்சைத் தட்டாக்கி, நீர்த்துளிகளை ஒளி முத்தாக்குகின்றான்.

"கண்ணாடித் தரையின்மீது
கண்கவர் பச்சைத் தட்டில்"

என்று அவர் பாட்டு அடியெடுத்துச் செல்கின்றது.

"பளிச்சென எரியும் கோவைப்
பழத்தில் உன் மூக்கை ஊன்றி
விளக்கினில் விளக்கை ஏற்றிச்
செல்லல்போல் சென்றாய்"

கிளியின் மூக்கழகு இங்குப் பேசப்படுகின்றது. செவ்வலகால், கோவையைக் கொத்திச் செல்லும் கிளியைக் கண்ட கவி, ஒளிரும் மூக்கை ஒரு விளக்குச் சுடராகவும், கோவைப் பழத்தை ஒரு சுடராகவும் கண்டு இவ்வுமையை உருவாக்குகின்றான்.

6 இயற்கையைப் பாடும் மரபில் ஒவ்வொரு நூற்றாண்டிலும் சில மாற்றங்கள் ஏற்பட்டே வருகின்றன. இந்த மாற்றங்களைக் கவிஞன் ஏற்படுத்துகின்றான் என்பதைவிட, காலம் இந்த மாற்றங்களைக் கவிஞன் வழியாக ஏற்படுத்திக்கொள்கிறது எனலாம். வேறு வகையாகச் சொல்வதென்றால், கால மாற்றத்தைப் புரிந்து கொள்கிற வகையில். அம்மாற்றங்களில் தன்னை முன்னோக்கியோ, பின்னோக்கியோ இணைத்துக் கொள்கிற நிலையில் கவிஞன் இயற்கையைத் தன் படைப்புகளில் கொண்டு வருகிறான் எனலாம்.

பாரதிதாசன் காலம் சமூக விடுதலைக்கும் பொருளாதார விடுதலைக்கும் மக்கள் போராடிய காலம். பாரதிதாசன் சமூக விடுதலையை முன் வைத்தார் (இது சரியா தவறா என்பது ஒரு புறம் இருக்கட்டும்). சமூக விடுதலைக்குக் கருவியாகத் தமிழைப் பயன்படுத்த

விழைந்தார். இந்த நிலையில் தமிழின் வாழ்வே தமிழ்ச் சமூக வாழ்வு என்று உறுதியாக நம்பினார். எனவே, அவர் பாடல்களில் தமிழுணர்வும் சமூக உணர்வும் எழுச்சியுற இருப்பது இயல்புதானே!

இவ்வகையில் 'அழகின் சிரிப்பு' -

1. வெறும் இரசனைப் பாடல்களல்ல.
2. சமூக உணர்வும் தமிழுணர்வும் தாங்கிய இயற்கைத் தாளங்கள்.
3. பொருளின் சிறப்புகளை ஒன்றன் மேலொன்றாக அடுக்கிச் செல்லும் நடையை உடையது.
4. பொருத்தமான சொற்சேர்க்கைகளால் ஆன அழகிய உருவகங்களை உடையது.
5. இயற்கை, அழகானது மட்டுமல்ல; பயங்கரமானதும் அவலமானதும்கூட! இயற்கையின் பயங்கர அழகைப் பாடாமல் இன்ப அழகைப் பாடியது, கவிஞரின் மன அழகு எனலாம்.

பயன்பட்ட நூல்கள்

1. அகநானூறு, 82; 1 - 10
2. புறநானூறு, 242
3. கலித்தொகை, 11
4. திருக்குற்றாலக் குறவஞ்சி, 3

''கிளைகளாய்க் கிளைத்தபல கொப்பெலாஞ்
சதுர்வேதம் கிளைகள் ஈன்ற
களையெலாம் சிவலிங்கம் கனியெலாம்
சிவலிங்கம் கனிகள் ஈன்ற
சுளையெலாம் சிவலிங்கம் வித்தெலாம்
சிவலிங்க சொரூபம் ஆக
விளைபுமொரு குறும்பலவின் முளைத்தெழுந்த
சிவக்கொழுந்தை வேண்டு வோமே''

5. அழகின் சிரிப்பு. 1

6. பாரதிதாசன் கவிதைகள் (முதல் தொகுதி), 22

 "ஏடெடுத்தேன் கவிஒன்று வரைந்திட
 என்னைஎழு தென்று சொன்னது வான்!
 ஓடையும் தாமரைப் பூக்களும் தங்களின்
 ஓவியம் தீட்டுக என்றுரைக்கும்!
 காடும் கழனியும் கார்முகிலும் வந்து
 கண்ணைக் கவர்ந்திட எத்தனிக்கும்!"

7. அழகின் சிரிப்பு, 9
8. நா. காமராசன், கறுப்பு மலர்கள்
9. அழகின் சிரிப்பு, 9
10. அழகின் சிரிப்பு, 11
11. அழகின் சிரிப்பு, 11
12. அழகின் சிரிப்பு, 3
13. அழகின் சிரிப்பு, 4
14. கவிஞரின் தமிழ்ப்பற்று அளவிடற்கரியது என்றாலும், இது போன்ற கருத்துக்கள் ஆராய்ச்சிக்குரியதே!
15. பாரதிதாசன் கவிதைகள் (இரண்டாம் தொகுதி).

 "தமிழுக்குத் தொண்டு செய்வோன் சாவதில்லை
 தமிழ்த்தொண்டன் பாரதிதாசன் செத்த துண்டோ"

16. அழகின் சிரிப்பு, 16
17. அழகின் சிரிப்பு, 5
18. அழகின் சிரிப்பு, 8
19. அழகின் சிரிப்பு, 2
20. அழகின் சிரிப்பு, 6
21. அழகின் சிரிப்பு, 11
22. அழகின் சிரிப்பு, 2
23. அழகின் சிரிப்பு, 7
24. அழகின் சிரிப்பு, 12

④

பட்டுக்கோட்டை கல்யாணசுந்தரத்தின் பாடல்கள்

I

அறிஞர் வெ. சாமிநாத சர்மா அவர்கள், பிரெஞ்சுப் புரட்சிக்கு அடித்தளமாய் இருந்த ரூசோ(Rousseau)வைப் பற்றி எழுதும் போது,

"இருட்டறையிலே, பனிக்கட்டியின் மத்தியிலே, நோயினால் அவஸ்தைப்பட்டுக் கொண்டாவது சுதந்திரமா யிருக்கத்தான் இவன் விரும்பினானே தவிர, கழுவப் பெறாத உணவுக் கலயங்களுக்கு மத்தியிலே, அகத்திலே அணுவளவும் அன்பில்லாத பிரபுக்களின் தயவிலே, ஒழுக்கத்தை, பிறப்பித்த கடவுளிடத்திலேயே ஒப்படைத்து விட்டு உலவுகின்ற சீமாட்டிகளின் அணைப்பிலே வாழ இசைந்தானில்லை. உலகம், இவனைப் பைத்தியக் காரனென்று ஏன் சொல்லாது?" என்று குறிப்பிடுகிறார். உண்மைதான்! இப்படிப்பட்ட பைத்தியக்காரர்களின் பட்டியல் உலக வரலாற்றில் நீண்டு கொண்டுதான் வருகிறது.

மனிதகுலச் சிந்தனை வரலாற்றில் புதிய திருப்பத்தைப் புரட்சிகரமான மாற்றத்தை ஏற்படுத்தத் துடித்த ஒவ்வொரு சிந்தனையாளனுக்கும், செயல்வீரனுக்கும், கவிஞனுக்கும் காலம் முதன்முதலில் அளித்தபட்டம் "பைத்தியக்காரன்" என்பதே ஆகும். தனிமனித நலன்களைச் சமுதாய நியாயங்களாக்கச் சிலர் துடித்தபோது, சமுதாயச் சிந்தனைக் கொதிப்பில் அறிஞர்களும் கவிஞர்களும்

தோன்றினார்கள். தோன்றுவார்கள். அவர்களின் நெருப்புப் பார்வையில் நெருஞ்சிக் கொடுமைகள் பொசுங்கிப் போகும். கால ஓட்டத்தில் அந்த அறிஞர்கள் மறையலாம்- அவர்கள் மூளையோடு மட்டுமே தொடர்பு கொண்டிருந் தால்! கவிஞன் வாழ்கிறான்- அவன் இதயத்தோடு இறுக்கமான பிணைப்புக்கொண்டிருப்பதால்!

இப்படி, இந்தியச் சிந்தனை வரலாற்றில் சிறந்ததோர் இடம் பெற்ற கவிஞர்களுள் -இருபதாம் நூற்றாண்டின் முற்பகுதிக் கவிஞர்களுள் தலைசிறந்தவர்களாக மூவரைக் குறிப்பிடலாம். அவர்கள், இந்திய தேசிய விடுதலைக் கவிஞர் பாரதி. தமிழின விடுதலைக் கவிஞர் பாரதிதாசன், உலகத் தோழமைத் தோள்களுள் தமிழகத் தோள்களை இணைத்துப்பாடிய மக்கள் கவிஞர் பட்டுக்கோட்டை கல்யாண சுந்தரனார் ஆகிய மூவரும் ஆவர்.

இவர்கள் ஞானப் பாலுண்டு பாடியவர்களல்லர்! இந்தச் சமூகத்தின் குழந்தைகளுக்கு முதலாவதாக, அடிப்படையாகப் பாலும், பின்னர் ஞானமும் கிட்ட வேண்டும் என்பதற்காகப் பாடலைப் படைக்கலனாகப் பயன்படுத்தியவர்கள்.

இவர்களுள் முதலாமவர், பத்தொன்பதாம் நூற்றாண்டின் இலக்கிய மரபுகளோடு, இருபதாம் நூற்றாண்டின் புதிய இலக்கிய மரபுகளுக்கு வித்திட்டவர்; பரம்பரைப் பொருள் மரபுகளை உடைத்தெறிந்து, வாழ்ந்த காலத்தின் தேவைகளைச் சரியாகக் காட்டியவர். இரண்டாமவர், முதலாமவரின், மாணவர் என்றாலும், பல இடங்களில் ஆசிரியனாக விளங்குபவர்; உலக அறிவியலின் வேகமான வளர்ச்சியைப் புரிந்து பாடியவர்.

மூன்றாமவர், இந்த இருவரின் இதய ஒளியில் வேர் விட்டு, ஆனால் இருவரின் சமூகப் பார்வையிலிருந்தும் விலகி, புதிய, கனமான பொருள்களைப் பற்றிப் பாடியவர். கவிதை என்பது சூன்யத்திலிருந்து பிறப்பதல்ல; அது ஓர் இயக்கம், போர்க்கருவி என முரசறைந்தவர். இருபதாம்

நூற்றாண்டின் ஐம்பதுகளில் நடைபெற்ற சமூக இயக்கங் களை, அரசியல் கொள்கைப் போராட்டங்களைச் சரியாகக் கவனித்துக் கவிதையாக்கியவர். எனவேதான் பட்டுக்கோட்டை தவிர்க்க முடியாத வகையில் ஒரு புதிய பரம்பரையின் தலைவராகிறார். இவர் கவிதைகளை ஆராய்வது என்பது இந்தியாவின், குறிப்பாகத் தமிழகத்தின் 1950 முதல் 1960 வரை உள்ள கால வரலாற்றைச் சமூக வரலாற்றை ஆராய்வதாகும்.

இத்தகைய ஆராய்ச்சியை இந்தக் கட்டுரையாளர் தவிர்க்க முடியாததாய்க் கருதுகின்றார். காரணம், இலக்கியமும் மற்ற கலைகளும் ஒவ்வொரு காலச் சமூகங்களின் பிரகடனங்களாக விளங்குவதால்தான்! சமூகத்தின் எல்லா நிலைமைகளிலும், அசிங்கப்படுத்தப் படுகிற, அவமானப்படுத்தப்படுகிற ஏழைகளின் நியாயங் களை, ஏக்கங்களை, எதிர்க்குரலைப் படுபயங்கரமாக நசுக்கி மிதித்துவிட்டு, அவ்வப்போது ஆளும் கட்சிகளின் கொடிகளையே தங்கள் மேனித் தோல்களாக மாற்றிக் கொள்கிற சில ஓணான் மனிதர்கள் வேண்டுமானால் இலக்கியம் இலக்கியத்திற்காகவே என ஓலமிடட்டும்! ஆனால், இலக்கிய வரலாற்றோடு இயக்க வரலாறும் சமூக வரலாறும் இணைந்தே இருக்கிறது. தமிழ் இலக்கிய வரலாற்றில் ஒவ்வொரு காலகட்டத்திலும் பல்வேறு முகாம்களின் தீவிரப் போராட்டத்தையே அவ்வக்கால கட்ட இலக்கியங்கள் எதிரொலிக்கின்றன. வெறும் மனச்சாந்திக்காகக் கவிதையென்றால், கவிஞன் அதை மனத்துக்குள்ளேயே முணு முணுத்துக் கொள்ளலாமே! ஏன் வாய்விட்டுப் பாட வேண்டும்? ஏடுகளில் எழுதவேண்டும்? தேவையா இல்லையா என்பது ஒருபுறம் இருக்கட்டும். எந்தக் கலையும் அல்லது இலக்கியமும் ஏதேனும் ஒரு கருத்தை அல்லது கொள்கையைப் பரப்பவில்லை என்று யாரேனும் உறுதி கூறமுடியுமா? சிவனைப் பாட வந்தவரைப் பற்றி நாம் கவலைப்படவில்லை. ஆனால் அந்தக்கலையில் சமண பௌத்த எதிர்ப்பு

எக்காளமிடுகிறதே, அதைச் சுட்டிக் காட்ட வேண்டிய கட்டாயத்திற்கு வரவேண்டியிருக்கிறதல்லவா?

ஏன்? குர் - ஆன், பைபிள், கீதை போன்றவை கூட அவ்வக்காலச் சமூகக் கொள்கைகளின் தவிர்க்கமுடியாத போராட்ட வரலாற்று வெளிப்பாடு என்று கொள்வதில் என்ன தவறிருக்க முடியும்? 'அருச்சுனா எதிரே இருப்பவர்கள் எதிரிகளல்லர் - உறவினர்கள் என்று கருதிப் பாசத்திற்குப் பலியானால் நாடும் சொத்தும் கிடைக்காது; பாசத்தைப் பலியிட்டுப் போராடினால் நாடும் சொத்தும் கிட்டும்' என்ற கண்ணனின் கீதை, சொத்துரிமையற்ற சமூகம் சொத்துரிமை உடைய சமூகமாக மாறுகின்றதற்கு இடைப்பட்ட காலத்தைப் பிரச்சாரம் செய்யவில்லையா? எனவேதான், இலக்கியத்தின் மீது கனமான சமூகப் பார்வையை வீச வேண்டிய கட்டாயத்திற்கு இந்தக் கட்டுரையாளர் ஆளாகியிருக்கிறார்.

"தமிழ்நாடு இன்றைக்கு எதிர்பார்ப்பது வாழ்க்கையை வளப்படுத்தும் கலையைத்தான். 'கலை கலைக்காகவே' என்று சொல்லும் கற்பனைச் சித்தாந்தத்தை அல்ல. சிறு பிள்ளைகளிடம் பலூன்களை ஊதிவிட்டு வேடிக்கை காட்டுவதுபோல வெறும் உவமைப் பிதற்றலும், கனவுலக போல வெறும் உவமைப் பிதற்றலும், கனவுலக மாயாவாதக் கதைகளும் இன்றைய தமிழ்நாட்டை சாவுப் படுக்கையில் வீழ்த்தும் கொடிய தொத்து நோய்களைப் போன்றவை" என்று கவிஞர் தமிழ்ஒளி 1947 -லேயே கொதித்துக் கூறினார். இந்தத் தொத்துநோயைக் கட்டுப்படுத்துபவராகவும், புதிய குருதியைப் பாய்ச்சும் இலக்கிய மருத்துவராகவும் மலர்ந்தவரே பட்டுக்கோட்டை.

தேசியம், மக்களரசு, பொதுவுடைமை என்ற இம் மூன்றும் இந்த நூற்றாண்டின் தவிர்க்க முடியாத- கடும் திறனாய்வுக்கு உட்பட்டிருக்கிற கோட்பாடுகளாம்.

அன்னிய வல்லாண்மையைக் கடுமையாக எதிர்த்த எந்த நாட்டிலும் தேசியத் தீ கொழுந்துவிட்டெரிதல்

இயல்பே. தேசிய விடுதலைக்குப்பின் சமூகப் பொருளாதார விடுதலை தலைதூக்கலும் இயல்பே! இந்தச் சமூகப் பொருளாதார விடுதலையை எப்படி அடைவது என்ற நோக்கில் பலருக்குப் பல கருத்துண்டு. கவிஞர் பட்டுக்கோட்டை, பொருளியல் விடுதலையே முழுமையான சமூக விடுதலைக்கு அடிகோலும்; மற்ற சமூகச் சீர்த்திருத்த முயற்சிகள் இதற்குத் துணையாக இருக்க வேண்டுமே தவிர, முந்திக்கொண்டு தலைமை தாங்கக்கூடாது என்று திடமாகக் கருதினார். எனவேதான் இவர் பாடல்களில் நாட்டுபுறத் தொழில் மணம் பரந்து கிடக்கிறது; ஏழை உழவனின் தொழிற்பாடல் மெட்டுகள் மேன்மையுறுகின்றன.

"இந்தியா என்றால் துர்ப்பாக்கியசாலிகளான அதன் கோடிக்கணக்கான விவசாயிகள் என்று அர்த்தமே ஒழிய, இன்றைய தினம் எல்லாவற்றையும் ஆக்கிரமித்து நிற்கும் ஒரு சில மத்திய வகுப்பார் அல்ல என்னும் உண்மையை நீ நன்கு உணர வேண்டும் என்பதே என் விருப்பமாகும்"

என்று பண்டிதநேரு தன் மகளுக்கு எழுதிய கடித வரிகளை இங்குக் கவனிக்க வேண்டும். எனவேதான் பட்டுக்கோட்டை நடுத்தர மக்களின் சீர்திருத்தங்களைப் பற்றி அதிகம் கவலைப்படாது. அடித்தள மக்களின் பொருளாதார விடுதலையைப் பாடினார். இந்த அடிப்படையில்தான் இவர் கவிதைகளின் 'ஆன்மா' (மதநோக்கில் அல்ல) வை நன்கு புரிந்துகொள்ள முடியும்.

II

பட்டுக்கோட்டையின்கலைஇலக்கியக்கொள்கைதான் என்ன? அதை அவர் அணுகுகிறார், அறிவிக்கிறார்? அவ்வாறு அணுகுவதில் அறிவிப்பதில் அவர் தனித்தன்மை என்ன? பிறரிடமிருந்து எவ்வாறு மாறுபடுகிறார்? அவருடைய இலக்கிய நோக்கும் போக்கும் அவர் வாழ்ந்த காலத்தின் சரியான திறனாய்வுகள்தானா? இவை போன்ற

வினாக்களுக்கு விடையளிப்பதாகவே இந்தக்கட்டுரை அமையும்.

''ஏழைகள் துயரை ஏங்கிடும் நிலையைத்
தாழ்ந்து தாழ்ந்து தாழ்ந்து கிடக்கும்
பசிக்குறி முகங்களைப் பாட்டாளி வர்க்கத்தை
நசுக்கிப் பிழிந்திடும் அராஜகச் செயலை
மாற்றிடும் கருத்தைத் தமிழ்ப்பட உலகம்
வன்மையாய் உரைக்க அஞ்சும் நடுங்கும்
சிக்கல் நிறைந்த வர்க்கங்கள் திருந்த
மக்கள் கலைதான் மலர்ந்திட வேண்டும்''

இந்த வரிகளே இவரது இலக்கியக் கொள்கைகள் எனத் துணிவாகக் கூறலாம்.

உடனே சில மேதாவிகள் வறுமையைப் பாடுவது மட்டுமே இலக்கியமாகிவிடுமா என்று ஏப்பக் குரல் கொடுப்பர். 'ஆமாம்!' என வலிமையாகத் தலையாட்ட வேண்டும். பத்துநாள் பட்டினியாக அவர்கள் இருப்பார் களேயானால் வாயைத் திறக்கும்போதே "ஐயோ!சோறு!!" என்ற கதறல்தான் வருமே தவிர 'இலக்கியச் சுகானுபவ வியாக்கியானங்கள்' வரவே வராது. எனவே, உலகை ஞானம் பெற்ற உலகமாக மாற்ற மகாகவி உணவிலிருந்து தொடங்குவது உயரிய வழியே!

பசிக்குறி முகப் பாட்டாளி வர்க்கத்தின் வெற்றிக் காகக் கவி பாடுகிறார். அந்தப் பாட்டாளிகளைப் பார்க்கிறார்; அவர்கள் அவிழ்த்துவிடப்பட்ட நெல்லிக் காய் மூட்டைகளாய், அவர்களின் சிந்தனைகள், காற்று வயப்பட்ட மணல் குவியல்களாய்க் கிடக்கும் அவலக் காட்சியைக் கண்டு உளம் நோகிறார்.

பாட்டாளிகளை மட்டுமல்ல, இந்தப்பெரு உலகையே விவாதத்திற்குத் தள்ளும் ஒரு கோட்பாடு கடவுள். நூற்றாண்டுகள் சுமத்திய பாரம்பரிய சிந்தனைச் சுமை, நம்பிக்கையற்றுப் போயிருக்கும் வாழ்க்கை நிலை, தெளிவான வழிகாட்டத் தவறிவிட்ட சமூக

இயக்கங்களின் நிலை - இவற்றுள் அழுந்தி அலைக் கழியும் ஏழைத் தொழிலாளி, உழவன் என்ன செய்வான்? அவனிடம் சென்று 'கடவுள் இல்லை' என்று தொடங்கினால் நமது பேச்சைத்தான் கேட்கத் தொடங்குவானா? மிகமிகச் சிறிய குக்கிராமத்து மூடன் முதல் அறிவியலின் உச்சியைத் தொட்டுக்கொண்டிருக்கும் விஞ்ஞானி வரை கடவுளை நம்பிக்கொண்டிருக்கும் நிலையில் வறுமையின் கடுமையான சாட்டை அடிகளால் தழும்புகளே மேலாடையாகிப்போக, சேற்றில் கால் வைத்திருக்கும் ஏழைப் பாட்டாளியைக் 'கடவுள் இல்லை', 'கடவுள் இல்லை' என்ற பஜனை மட்டுமே, திருத்த முடியுமா? பட்டுக்கோட்டை, மனிதன் எதையாவது வணங்கித் தொலைக்க வேண்டிய நிலையிலிருப்பதைக் கூர்ந்து நோக்கிக் கணிக்கிறார்; 'கடவுள் இல்லை' என்ற அவர் காலக் கவிமுழக்கங்கள் தோல்வி அடைவதன் அடிப்படையைப் புரிந்து கொள்கிறார். 'ஓ! மனிதா! எதை யாவது வணங்கித்தான் தீர வேண்டுமா? நான் காட்டுகிறேன் கடவுளை' என்று கடவுளைக் காட்டுகிறார் கவி.

> செய்யும் தொழிலே தெய்வம் - அந்தத்
> திறமைதான் நமது செல்வம்
> கையும் காலும்தான் உதவி - கொண்ட
> கடமைதான் நமக்குப் பதவி (62)

தொழிலைத் தெய்வமாக்கினார்! கடமையைப் பதவி யாக்கினார்! எந்தத் தொழிலிலும் ஏற்றத் தாழ்வுகள் இல்லாத சமுதாயத்தில் ஒவ்வொருவனும் அவனவன் கடமையைப் பதவியாகத்தானே நினைக்க முடியும்? ஊதியத்தின் பயங்கர வேறுபாடுதானே பதவிவேட்டையின் அடிப்படையாக இருக்கிறது? எந்தத் தொழிலும் சமமானதே என்றாலும் சமூகத்தில் தொழில் கடமையாகிறது. அதுவே அவரவர்க்கு உரிய பதவியாகிறது. அது தெய்வமாவதில் தடையென்ன இருக்கமுடியும் என்பது பட்டுக்கோட்டையின் எண்ணம் போலும்!

'சரி! தொழிலாவது ஏதாவது இருக்கட்டும். தெய்வத்தைக் கவி ஒப்புக்கொள்ளத்தானே செய்கிறார்!' எனச் சிலர் ஒப்பாரி வைக்கலாம். கவி கடவுள் மறுப்பாளரே - தன் கொள்கை நிலையில்! அவர் கொள்கையைத் துறக்கவில்லை. மக்கள் கவி மக்கள் நிலைக்கு இறங்கிவந்து படிப்படியாகத் தன் நிலைக்கு இட்டுச்செல்ல முயல்கிறார். எடுத்துக்காட்டாக,

சாமிக்குத் தெரியும் பூமிக்குத் தெரியும்
ஏழைகள் நிலைமை - அந்தச்
சாமி மறந்தாலும் பூமி தந்திடும்
தகுந்த பலனை - இதைப்
பாடிப்பாடி விளையாடி ஆடிப்பல
கோடிக்கோடி முறை கும்பிடுவோம் (62)

போன்ற வரிகளை எடுத்துக் கொள்வோம். மேலோட்ட மாகப் பார்த்தால் கவி தெய்வத்தை நம்புவது போலத் தெரியும். ஆனால் கவி திறம்படக் கிண்டல் தொனியில் தன் கருத்தை வெளியிடுகிறார்.

மக்களை மறக்கக்கூடாதது சாமி. சாமியின் சிறப்பே அது எல்லா ஆற்றலும் (மனிதனை மீறிய) ஒருங்கே பெற்றிருக்கிறது என்பதல்லவா? ஆனால் கவி என்ன சொல்கிறார்? ஏழைகளின் நிலைமையைச் சாமி மறந்தாலும் பூமி மறக்காது. பாடுபடுவதற்கு ஏற்பப் பலனைத் தந்தே தீரும். எனவே சாமியை மறந்தாலும் பூமியை வணங்க மறக்காதே என்ற தொனி - செய்யும் தொழிலைத் தவிர மற்றவர்கள் சொல்லும் கடவுள்களைப் பொய்யாக்கவில்லையா? இதை இவ்வாறு பாடியதால்தானே இவரை மக்கள் கவி என்கிறோம்?

இங்கே நாம் இன்னொரு கருத்தை விழிப்பாகக் கவனிக்க வேண்டும். பாவேந்தர் பாரதிதாசன் பல சீரிய கருத்துக்களைத் தந்தார்.

எல்லார்க்கும் எல்லாம்என் றிருப்ப தான
இடம்நோக்கி நடக்கின்ற திந்த வையம்
கல்லாரைக் காணுங்கால், கல்வி நல்காக்
கசடர்க்குத் தூக்குமரம் அங்கே உண்டாம்

கல்வியை எல்லோர்க்கும் நல்க வழி செய்யாத சமூகத்தையே சாடுகிறார். 'ஓடப்பராயிருக்கும் ஏழையப்பர்' என்ற அவர் பாடலின் வரிவீச்சைத் தவிர முதலாளி வர்க்கத்திற்கு ஒரு வேகமான அழிவுக்குண்டு வேறு தேவையா? இருப்பினும் பாரதிதாசனுக்கும் பட்டுக் கோட்டைக்கும் எங்கே வேறுபாடு தோன்றுகிறது?

பாரதிதாசன் பொதுவுடைமையை ஏற்றவரே! அதை எல்லோரையும்விட ஏற்றமாகப் பாடியவரே. ஆனால் அவர் சார்ந்த இயக்கமோ பொருளாதார விடுதலையைப் பின்னுக்குத்தள்ளி, சமூக விடுதலையை முன்னிறுத்திய இயக்கம். எனவேதான் அவர் பாடல்களில் கடவுள் மறுப்பு கனல் கக்குகிறது. பட்டுக்கோட்டையோ, பொருளாதார விடுதலையை முன்னிறுத்தியவர். அது மட்டுமின்றிச் சமூக விடுதலையை அதற்குள் அடக்கிப் பார்த்தவர். எனவேதான்.

இல்லை என்பேன் நானடா - அந்த
தில்லை கண்டு தானடா
சாணிக்குப் பொட்டிட்டுச் சாமியென்பார் செய்கைக்கு
நாணிக் கண்ணுறங்கு நகைத்து நீ கண்ணுறங்கு

என்றெல்லாம் பாடாமல்,

கடவுள் இருப்பதும் இல்லை யென்பதும்
கவைக்குதவாத வெறும் பேச்சு
கஞ்சிக் கில்லாதார் கவலை நீங்கவே
கருத வேண்டியதை மறந்தாச்சு - பழங்
கதைகளைப் பேசி காலம் வீணாச்சு
கையாலே முன்னேற்றம் கண்டாகணும்

என்றும்

விதியை எண்ணி விழுந்து கிடக்கும்
வீணரெல்லாம் மாறணும்
வேலைசெஞ்சா உயர்வோ மென்ற
விபரம் மண்டையில் ஏறணும்

என்றும் காலத்திற்கேற்பப் பாடுகிறார்.

இப்படிச் சொல்வதால் பாரதிதாசன் கவிதையில் தாழ்ந்து விடுகிறார் என்பதல்ல பொருள். பட்டுக் கோட்டைக்குச் சரியான 'இயக்கப் பார்வை' இருந்தது என்பதே பொருள்.

பட்டுக்கோட்டை ஏனிப்படிச் சிந்திக்கின்றார். 'மனித சமூகத்தின் இறந்தகால நிகழ்கால வரலாறு முழுவதும் வர்க்கப் போராட்டங்களின் வரலாறே' என்றார் மார்க்ஸ். இதை மனத்தில் நன்கு பதிய வைத்துக்கொண்டவர் பட்டுக்கோட்டை. கடவுள் இல்லை என்று நேரிடையாகச் சொல்வதைவிட மக்களே அதை உணரக்கூடிய சூழ் நிலையே அறிந்து தெளியக்கூடிய சமூக அமைப்பை உருவாக்க— விரைவாக முன்னே தள்ளத் துடிக்கிறார் பட்டுக்கோட்டை. முதலாளித்துவத்தின் கடுமையான வேகமான வளர்ச்சியிலேயே அதன் அழிவும் இருக்கிறது என்ற மார்க்சீய கருத்தோட்டத்தையும் கவிஞர் தெளிவாக உணர்ந்திருக்கிறார்.

"பொறுமை ஒருநாள் புலியாகும் அதற்குப்
பொய்யும் புரட்டும் பலியாகும்
காலம் தெரிந்து கூவும் சேவலைக்
கவிழ்த்துப் போட்டாலும் நிறுத்தாதுத
கல்லைத் தூக்கிப் பாரம் வைத்தாலும்
கணக்காய் கூவும் தவறாது'"   (83)

இந்தச் சமூகப்பார்வை இவருக்கும் இருப்பதால் தான்,
"அன்பு நெஞ்சிலே ஆத்திரம் வந்தால்
ஆண்டவன் கூட அஞ்சிடுவான்
அறிவுக் கதவைச் சரியாய்த் திறந்தால்
பிறவிக் குருடனும் கண்பெறுவான்"   (83)

என்ற சம்மட்டி வரிகளைப் படைக்க முடிந்தது. ஆண்டவனை அஞ்சச் செய்யும் இந்தக் கவிஞன் ஆண்டவனை ஒப்புக்கொண்டதாகச் சொல்லமுடியுமா? ஆண்டவனை ஒப்பும் ஏழையரின் மூளை ஏழ்மையை நீக்க இது சரியான உத்தியல்லவா?

பட்டுக்கோட்டை நிலைமைளைப் படம் பிடித்துக் காட்டுகிறார். நந்தனாருக்குக்கூட ஆண்டவன் நந்தியை விலக்கி, வெளியே நிற்க வைத்துத்தான் காட்சி தந்தானே ஒழிய, உள்ளே வரவிடவில்லை. இந்த நந்தனார் வரலாறும் இருபதாம் நூற்றாண்டின் தலைவாயிலிலும் ஏன் இப்போதும்கூடத் தொடரத்தானே செய்கிறது. 'மனிதா பார்!' என்று சொல்லாமல் தேவனையே மனிதனைப் பார்க்கும்படி அழைக்கின்றார்.

"பார்த்தாயா மானிடனின் லீலையை தேவா
பார்த்தாயா மானிடனின் லீலியைதேவா
நிலையான உலகத்தையும் நேரான பழக்கத்தையும்
தலைகீழாய்ப் புரட்டிவிடும் தனுமாறு வேலையை" (271)

எங்கே தேவன் பார்க்கப் போகிறான்? மனிதன் இதை உணர வேண்டும் என்பதுதானே பொருள்.

''காசு தந்தால்தான் உன்னைக்
காணும் வழி காட்டுவதாய்க்
கதவு போட்டுப் பூட்டி வைத்துக்
கட்டாயம் பண்ணுவதைப் பார்த்தாயா?" (272)

என்றும்,

''பக்த ஜனங்கள் கவனமெல்லாம்
தினமும் கிடைக்கும் சுண்டலிலே
பசியும் சுண்டல் ருசியும் போனால்
பக்தியில்லை பஜனையிலே
சுத்தமான போலிகளின்
சோம்பேறி வேஷத்திலே'' (273)

என்றும் கவி பாடுவது அவர் அடிப்படையை நன்கு காட்டுகிறதல்லவா! "பசியும் சுண்டல் ருசியும் போனால் பக்தியில்லை" என்ற தெளிவான முடிவுக்குக் கவி வருகிறார். பசிக் கொடுமையே பக்தியைத் தக்க வைத்திருக்கிறது என்பதில் தவறென்ன இருக்க முடியும்!

பட்டுக்கோட்டையின் பாடல்களில் இன்னொரு போக்கையும் நாம் பார்க்கலாம். பகுத்தறிவையும் பொது வுடைமையையும்சேர்த்தேபாடுவது.பொதுவுடைமைக்குள்

பகுத்தறிவும் அடங்கும் என்றாலும், பட்டுக்கோட்டையின் காலம் பகுத்தறிவுக்காக மட்டுமே பெரிய இயக்கங்கள் இருந்த காலம். பெரிதாய் இருந்ததோடு மட்டுமின்றிப் பொதுவுடைமையோடு முரண்பட்டு நின்ற காலம். எனவே மக்கள் கவி இவ்விரண்டையும் இணைத்தே பாட வேண்டிய கட்டாயத்திற்கு ஆளாகிறார்.

இந்தப் போக்கை, பட்டுக்கோட்டையின் மிகச்சிறந்த பாடல்களுள் ஒன்றாகக் கருதத்தக்க 'சின்னப் பயலே சின்னப் பயலே செய்தி கேளடா' என்ற பாடல் கொண்டிருப்பதாகக் கருதலாம். அறிவு என்பது பிறர் அறியாமையில் ஆதிக்கம் செலுத்துவதல்ல! மனிதநேயம் இல்லாத அறிவு வீண். இதைத்தான் கவிஞர்.

    ஆளும் வளரணும் அறிவும் வளரணும்
    அதுதாண்டா வளர்ச்சி   (217)

என்கிறார்.

மனிதன் மனிதனாக வாழவேண்டும். அதற்காக மூடப் பழக்கங்களையும், வாழ்வை உடனிருந்தே கொல்லும் அச்சத்தையும், முன்னேற்றத்திற்குத் தடையாய் இருக்கும் 'நம்மால் முடியாது' என்ற தாழ்வு மனப்பான்மையையும் தகர்த்தெறிகின்றார் கவிஞர்.

    வேப்பமர உச்சியில் நின்னு பேயொன்னு ஆடுதுன்னு
    விளையாடப் போகும்போது சொல்லி வைப்பாங்க - உன்
    வீரத்தைக் கொழுந்திலேயே கிள்ளி வைப்பாங்க
    வேலையற்ற வீணர்களின் மூளையற்ற வார்த்தைகளை
    வேடிக்கையாகக்கூட நம்பிவிடாதே - நீ
    வீட்டுக்குள்ளேயே பயந்து வெம்பிவிடாதே   (218)

என்று 'வேலையற்ற வீணர்களைச்' சொல்வேல் கொண்டு தாக்குவதோடு மட்டுமில்லாமல், ஒரு முற்போக்குக் கவிஞனுக்கே உரிய முத்திரையைப் பதிக்கிறார். மனிதனாக வாழவேண்டும். தன்மான உணர்ச்சி நரம்போடு பின்னி வளரவேண்டும். அதற்குத் தனியுடைமைக் கொடுமைகள் தீர வேண்டும். அதற்கு என்ன செய்ய வேண்டும்? முதல்

தேவை, இந்த அமைப்பை மாற்ற முடியும் என்ற நம்பிக்கை. அதைத்தான் தருகிறார் கவிஞர்.

"தானாய் எல்லாம் மாறும் என்பது
பழைய பொய்யடா - எல்லாம்
பழைய பொய்யடா"

மாற்று! இந்த உலகை மாற்று! இது மாறுவதற்குரிய மாற்றப்பட வேண்டிய உலகம்! இந்த நம்பிக்கையைத் தருவதால்தான் பட்டுக்கோட்டை காலத்தின் தேவையை உணர்ந்து பாடிய கவிஞர் என்கிறோம்.

III

பட்டுக்கோட்டையின் இதயம் பொருளியல் விடுதலையே! தொழிலாளர்கள் ஒற்றுமை, அதனடிப் படையிலான போராட்டம். போராட்டத்தினால் பெறப்போகும் புதிய சமூகத்தைக் காப்பாற்றக்கூடிய அறிவுத்திறன் ஆகிய இம்மூன்று வழிகளில் பொருளியல் விடுதலைக்குப் புதுப்பாதை அமைக்கிறார் கவி.

"வாழ்வாவது மாயம், மண்ணாவது திண்ணம்" என்று இவ்விருபதாம் நூற்றாண்டின் கடைசிப் பகுதியிலும் வறட்டுக் கூச்சல்போடும் சில புதுக் கவிஞர்கள் இருக்கின்ற நிலையில்.

வெட்ட வெளிதான் இது அறையல்ல
என்று சிலகணம் துள்ளியது மனம்
மேற்கே நடந்தேன் இடித்தது ஒருசுவர்
தெற்கே நடந்தேன் இடித்தது ஒருசுவர்
வடக்கே நடந்தேன் இடித்தது ஒருசுவர்
கிழக்கே நடந்தேன் இடித்தது ஒருசுவர்
எழும்பிக் குதித்தேன் இடித்தது கூரை

என்று ஏதோ வாழ்க்கையென்பது தப்பமுடியாத இரும்புக் கூண்டு என்பதுபோலக் காட்டிவிடுகிறான், இக்காலப் புதுக்கவி. இது இவனுடைய நம்பிக்கை வறட்சி, சமூகப் பார்வையில் தெளிவின்மை. இயக்கமாகிப் போராடத்

துணிவின்மை இவைகளைத்தான் காட்டும். தடுக்கும் சுவர்களை, அழுத்தும் கூரையை - அண்டத்தைத் தவிடு பொடியாக்கத் தக்க கவிதைகளை எவன் தருகிறானோ - அந்த நம்பிக்கை வளர்ச்சியை எவன் உண்டாக்குகிறானோ - நமது எலும்புகளிலிருந்தேகூட நமக்குரிய ஆயுதங்களைச செய்ய முடியும் என்று எவன் போர்க்குணத்தைத் தட்டி யெழுப்புகிறானோ அவனே முற்போக்குக் கவிஞன் - காலத்தை உணர்ந்து பாடியவன்! நிலாவில் கால் வைத்த பின்னும் பட்டினத்தடிகளின் அருணகிரிகளின் காலத்திலேயே வாழத்துடிக்கும் கவிகளைப் பற்றி நமக்குக் கவலையில்லை. ஆனால் வாழ்வில் புரட்சிகளைச் செய்யப்போவதாகச் சொல்லிக்கொண்டு புரட்டுகளை அவிழ்த்துவிடுவதைத்தான் மிக எச்சரிக்கையாகத் தடுக்க வேண்டியிருக்கிறது.

ஐம்பதுகளில் பாடிய பட்டுக்கோட்டையோ தன் கவிதைகளை ஊக்கமூட்டும் உணவாக்கினான்! போராடத் துடிப்போர்க்கு வாள்களாக்கினான்.

> காயமே இது மெய்யடா - இதில்
> கண்ணும் கருத்தையும் வையடா!
> நோயும் நொடியும் வராமல் காத்து
> நுட்பமாக உய்யடா (260)

என்கிறார்.

உடல்! உயரிய ஒன்று. காப்பாற்றப்பட வேண்டிய ஒன்று. இதைப் பொய்யென்று சொல்லி மெய்யான மேல் உலகை அடையலாம் என்ற கட்டுக்கதையை நம்பாமல் காயம்மெய் என்ற கருத்தை - தேவையை - கவிதையாக்கிய பட்டுக்கோட்டைதானே மக்களை நெருங்க முடியும் - நேசிப்பதற்கும் முடியும்?

மக்களை விட்டு ஒதுங்காமல், மக்களிடையே ஒருவனாக இருந்து, மக்களுக்காகப் பாடுபவனே மக்கள் கவிஞனாக விளங்க முடியும். மக்களுக்கு நிலையாமையை அவன் போதிக்கத் தொடங்கிவிட்டால் பின்னர் துன்பங்

களுக்கு விடிவுகளை எப்படிச் சொல்ல முடியும்? விடிவுகளைச் சொல்லாமல் போவது மட்டுமல்ல - துன்பங்களே சமுதாய நியாயங்கள் என்றுதானே சொல்ல வேண்டியதாகிவிடும். பட்டுக்கோட்டையோ துன்பங்களுக்கு முடிவு வழி காணுகின்றார். முதன்முதலாக அவர் கண்ணில் படுவது தொழிலாளரிடை - உழைக்கும் மக்களிடையே இல்லாத ஒற்றுமை! அதற்கு அவர் எம்பிக் குரல் கொடுக்கின்றார். ஒற்றுமையோடு இருப்பது மட்டுமல்ல, அவ்வொற்றுமைக்கு உலைவைப்போரை அடையாளம் கண்டுகொள்ளவும் வேண்டும் என்கிறார்.

''ஒற்றுமையில் ஓங்கிநின்ற சக்தியாலே - மக்கள்
உள்ளமெலாம் பொங்குதடா வெள்ளம் போலே

அன்பிருக்குது அறிவிருக்குது
பண்பிருக்குது பாரிலே - அதை
அழிக்க எண்ணி திருட்டு நரிகள்
குழிப்பறிக்குது வேரிலே....'' (36)

என்ற சாட்டையடிகள் தொழிலாளர் சமூகத்தை ஒன்று சேர்க்கும் முயற்சியாய் அமைகின்றன.

மனிதன் பிறப்பால் வேறுபாடுகளோடு பிறப்பதே இல்லை! சங்கத்துச் சான்றோர் முதல் இன்றைய நல்ல உள்ளம் படைத்த மனிதன் வரை ஒப்பும் கருத்து இது. பிறப்பால் மனிதன் வேறுபடுகிறான் என்று சொல்லும் மனிதன், மனிதப் பிளவுகளில் தன் உல்லாச நாடகங்களை, இன்பவாழ்வை அமைத்துக்கொள்ளத் துடிக்கிறான் என்பதே பொருள். காலம் காலமாக மனித இனத்தை அடிமைப்படுத்தி அறியாமைப் படுகுழியில் தள்ளி வரும் கருத்துக்களில் இந்த வேறுபாட்டு உணர்ச்சியும் ஒன்றாகும். இந்த வேறுபட்டு உணர்ச்சியின் பரிணாம வளர்ச்சியே தொழிலாளி - முதலாளி என்று உருவடைந்திருக்கிறது எனலாம். எனவே கவி உழைக்கும் பாட்டாளிகளை ஒன்று கூட்டுகிறார். அதற்கு வள்ளுவனை, இயற்கையை, பறவைகளை, விலங்குகளைத் துணைக்கு அழைக்கின்றார்.

> மனிதரை மனிதர் சரிநிகர் சமமாய்
> மதிப்பது நம் கடமை
> வள்ளுவப் பெருமான் சொல்லிய வழியில்
> வாழ்வது அறிவுடைமை (48)

என்று அறிவு வழிகாட்டும் பட்டுக்கோட்டை, தங்களுக்குள்ளே பிணக்குகளை, வேறுபாடுகளை, ஏற்றத் தாழ்வுகளை ஏற்படுத்திக் கிடக்கு மானிட சமூகத்தை எச்சரிக்கின்றார். நமது பலவீனமே, மாற்றானின் பலமாக இருக்கிறது என்று இடித்துரைக்கின்றார். குருடன் தடுமாறுவது தவறில்லை! கண்பார்வை பெற்றவன் தடுமாறுவது தவறே!

> முடியிருந்தும் மொட்டைகளாய்
> மூச்சிருந்தும் கட்டைகளாய்
> விழியிருந்தும் பொட்டைகளாய்
> விழுந்துகிடக்கப் போறீங்களா? (51)

என்று கேட்கிறார் கவி.

ஓ! மனிதா இயற்கையைப் பார்! அறிவுகொள். திருந்து.

> கத்தும் பறவை கனிமரத்தில் வந்து
> ஒற்றுமை காட்டிடுதே - தலைப்
> பித்தம் பிடித்தொரு கூட்டம் தனித்தனி
> பேதம் வளர்த்திடுதே (61)

என்றும்,

> உச்சிமலையில் ஊறும் அருவிகள்
> ஒரே வழியில் கலக்குது
> ஒற்றுமையில்லா மனிதகுலம்
> உயர்வும் தாழ்வும் வளர்க்குது
> பச்சைக் கொடிகள் வேலியிலே
> பாகுபாடின்றித் தழைக்குது - அதைப்
> பார்த்திருந்தும் சில பத்தாம் பசலிகள்
> பக்கம் ஒண்ணாய்ப் பறக்குது - அன்புப்
> பாலம் பழுதாய் கிடக்குது (63 - 64)

என்றும் கவி மனித சக்தியின் வலிமையை மறைமுகமாக எடுத்துக்காட்டுகின்றார். மனிதன் உணர்ந்தானா?

இல்லையே! எனவேதான் பூக்களும் பறவைகளும் கேலி பேசுமளவிற்கு மனிதன் நிலை தாழ்ந்துவிட்டான்.

மல்லியையும் ரோஜாவையும் பார்த்துத் தாமரை சொல்கிறதாம்.

''மலருவ தெல்லாம் உலருவதுண்டு
மறந்துட வேணும் அக்கச்சி! அக்கச்சி! - சில
மனிதரைப் போல வம்புகள் பேசி
பிரிந்திட வேணாம் அக்கச்சி! அக்கச்சி!'' (227)

என்று. இந்தப் பூக்களின் வாழ்க்கைக்கு எந்த அளவிலும் காக்கையின் வாழ்வும் குறைவுபட்டுவிடவில்லை.

''காக்காய்கும் காக்காய்க்கும் கல்யாணமாம்
கானக் கருங்குயிலு கச்சேரியாம்
ஒற்றுமையில்லா மனிதரைப்போலே - அது
ஒண்ணை ஒண்ணு கொத்திகிட்டு ஓடலையாம்
மனிதனைக் கேலி பண்ணிக் கிட்டுதாம் - அவன்
வாழ்க்கையில் கோணலை எண்ணிக் கிட்டுதாம்'' (234)

என்ற காக்கையைப் பற்றிய பாடல் ஒற்றுமையில்லா மனித குலத்தை நன்கு படம் பிடித்துக் காட்டுவதன்றோ?

ஏன் வேண்டும் இந்த ஒற்றுமை? தொழிலாளர் வர்க்கத்தைத் தாக்க முதலாளிவர்க்கம் பயன்படுத்தும் கருவிகள் எண்ணற்றன: காவல்துறை, கைக்கூலிகள், ஆசை வார்த்தைகள், சலுகைகள், சமரசங்கள், முடிவில் இராணுவம் இப்படிப் பலப்பல! இதில் தொழிலாளி அவமானப்பட வேண்டியது என்னவென்றால், அவனுடைய ஒற்றுமையின்மையை எண்ணித்தான். இதுவே அவனுடைய எதிரியின் மிகவலிய, தலையான, நிலையான ஆயுதமாக இருக்கிறது. இதைப் புரிந்து தொழிலாளர்கள் ஒன்றுபடும்போதுதான். போரற்ற ஒரு புதிய உலகைப் படைக்க கடைசியான ஒரு வர்க்கப்போரை நடத்த முடியும். இந்த ஒற்றுமை இல்லாததால்.

கூழுக்குப் பலபேர் வாடவும்
சிற்சிலர் கொள்ளையடித்தலைச் சகியோம்

காடுமேடுகளைச் சீர்திருத்தி நல்ல
கழனிகள் ஆக்கியது யாரு?
கண்ணீரில் பயிர் வளர்த்தே
அதை நாட்டுக்கு ஈந்தது யாரு? (60)

என்றெல்லாம் தங்கள் நிலையை ஆற்றலை உணரமுடியாத் தோழர்களுக்காகக் கவி உணர்கிறார்- உணர்த்துகின்றார்.

'வறுமையினைச் சுமந்து கொண்டு விடுதலைத்தாய் வருகைக்கு முழக்கமிட்ட பாரதி'யும் தியாக வடுக்களை எல்லாம் கண்களாக்கி தேசத்தை நனைத்திருக்கும் நல்லவர்களுக்கும் எதற்காகப் பாடுபட்டனர்? இப்படி நம்முள் நாமே பிரிந்து ஒரு சிலர் சுகபோகமாக வாழவா?

பெரும் வெயிலால் வண்டல்நிலம் வெடிப்பதைப் போல்
பிளவுபட்டுப் பிளவுபட்டுச் சுயநலத்தால்
வருமான வேட்கையிலே புகுவதன்றி
மனதிலெதும் விசாலமுண்டா பொது நோக்குண்டோ? (62)

என்று வேதனைப்படுகிறான் கவி. காரணம் உற்பத்திக்குப் பஞ்சமில்லை. ஆனால் உண்ணத்தான் வழியில்லை! இதைவிடக் கேவலமான ஒரு சமூக அமைப்பு இருக்க முடியுமா? இந்தச் சமூக அமைப்பை நீடிக்கவிடலாமா?

தேனாறு பாயுது வயலில் செங்கதிரும் சாயுது - ஆனாலும்
மக்கள் வயிறு காயுது - அதிசயந்தான் இது
வகையாக இந்த நாட்டில் என்று மாற்றமுண்டாகுமோ?
கலைந்த கூட்டம் ஒன்றாகுமோ?''

என்பன போன்ற கேள்விகளில் உள்ள ஏக்கத்தை, நியாயங்களை, அவை உணர்த்தும் அறமற்ற நிலையை உணர்ந்து தொழிலாளிகள் ஒன்றுபடல் வேண்டும்.

இந்த ஒற்றுமை யாருக்காக? யாருடைய நன்மைகளுக்காக? இந்த ஒற்றுமை ஏற்படின் உண்டாகும் மாற்றங்கள், ஏற்றங்கள் யாவை? ஒற்றுமையின்மையைப் பாடும் கவிதைகளில் சோகம் சுழல்வதைப் போல ஒற்றுமை பற்றிப்பாடும் கவிதைகளில் வேகம் வீறிடுகிறது.

ஏழைகளை அடிச்சுப் பறிக்கும்
எண்ணம் உடம்புக் காகாது
காலம் கொஞ்சம் திரும்புச்சுன்னா
கவனிக்காமெப் போகாது (39)

என்று காலத்தின் கவனத்தைத் திருப்பும் கவி, நன்றி யில்லாத முதலாளியின் நயவஞ்சககத்தை நசுக்க,

பொறுமை யிழந்தனர் மக்களெல்லாம் - மனம்
பொங்கி எழுந்தனர் எரிமலைபோல்
உரிமை பறித்த உலுத்தர் எதிர்த்தனர்
ஒருமித்த ஜனசக்தி வென்றது வென்றது (46)

என்று வெற்றிப் பேரிகைக் கொட்டுகிறார். வசதி இருப்பவனோ தரப்போவதில்லை - வயிறு பசித்தவனே! விடாதே!

ஏமாத்தும் போர்வையிலே
ஏழைகளின் வேர்வையிலே
எக்காளம் போடுற கூட்டம் நாட்டில்
எக்காளம் போடுற கூட்டம் மக்கள்
எதிர்த்துக்கிட்டா எடுக்கணும் ஓட்டம் (55)

ரத்த வியர்வைகள் சொட்ட உழைத்தவன்
நெற்றி சுருங்கிடுதே ஏழை
உத்தமர் வாழ்வை உறிஞ்சும் உலுத்தரின்
கொட்டம் அடங்கிடுதே மக்கள்
வெற்றி நெருங்கிடுதே (62)

என்று வெற்றிக்கு வரவேற்புரை வாசிக்கின்றார் கவி!

'சோகச் சுழலில் சுற்றும் ஏழைச் சருகுகளை, பழந் துணி அணிந்தாலும் பசியாலே இறந்தாலும் பாதை தவறாத பண்பு உள்ளங்களை', ஒற்றுமைப்படுத்திய கவி, போருக்கு அழைக்கிறார்; அவர் தம் போர்க்குணத்தைத் தட்டி யெழுப்புகிறார்; படைசேர்க்கிறார்; பண்ணைகளில் பரம்பரை பரம்பரையா பாடுபட்டு உழலுபவர்களின் கைகளில், உருக்குலைந்தவர்களின் கைகளில் ஆயுதத்தை - அறிவாயுதத்தைத் தருகின்றார்.

பொறுப்புடன் உழைத்துழைத்து
வெறுப்படைந் திருப்பவனே
வரப்பெடுத்து வயலமைத்து
வானம் பார்த்து நிற்பவனே
புறப்படடா! உடனே புறப்படடா!

என்ற போர்ப்பறை முழக்கம் கேட்ட ஆலைத் தொழிலாளி, அஞ்சிக் கிடந்த உழவன், காலம் காலமாய் அடக்கப்பட்டே வந்த வர்க்கம் தங்கள் காலத்தை உணர்ந்து, கைகளை உயர்த்தி, எதிர்கால இன்பக்கனவுகளை எதிர்நோக்கி, வருங்கால மழலையர்கள் வாழ்வின் மலர்ச்சிக்காகப் புறப்படுகிறார்கள்.

இதோ அவர்கள் பாடுகிறார்கள்:

எளியமக்கள் தலையில் காசுஏறி மிதிக்குது - அதை
எண்ணி எண்ணி தொழிலாளர் நெஞ்சு கொதிக்குது
வஞ்சனைக்கும் அஞ்சிடோம் வஞ்சனைக்கும் அஞ்சிடோம்
பஞ்சம் நோய்க்கும் பட்டினிக்கும் அஞ்சிடோம்

நெஞ்சினைப் பிளந்தபோதும் நீதிகேட்க அஞ்சிடோம்
நேர்மையற்ற பேர்களின் கால்களை வணங்கிடோம்
காலி என்றும் கூலி என்றும் கேலி செய்யுங் கூட்டமே
காத்து மாறி அடிக்குது - நீர் எடுக்க வேணும் ஓட்டமே (81)

இந்தப் போர்ப்பாட்டை, புத்துலக எழுச்சியை இனி யார் நிறுத்த முடியும்? இந்தப் போர்ப் பாட்டின் பின்னால், கவிஞனின் பார்வையில்,

ஏழைகளின் புதுஉலகம் தெரியுதடா
நாம் ஏமாந்து வந்தநிலை ஒழியுதடா (76)

IV

பட்டுக்கோட்டை மேற்கண்ட முடிவுகளுக்கு வருவதற்குக் காரணமாயிருந்த சமூகப் பொருளாதார அரசியல் நிலைமைகளோடு அவர் தம் கவிதைகளை ஆய்வோம்.

இந்தியா விடுதலை பெற்றதாகச் சொல்வது வியப் பில்லை. ஆனால் விடுதலைக்குப் பின்பும் மனிதன் யாருக்காவது எதிலேயாவது அடிமையாகவே இருக்க விழைந்ததுதான் வியப்பிலும் வியப்பு! தேசியப் போராட் டங்களின் வெற்றிக்குப் பிறகும் தேவையற்ற முறையில் 'தேசியம்... தேசியம்' என்ற குரல் ஒலித்தது. எது தேசியம் என்பதைப் புரிந்துகொள்ளாமலேயே இக்குரல் எழுப்பப் பட்டதால்தான் இந்தியா நாளும் வறுமைக்குள் சென்றது.

திராவிட இயக்கத்தார் ஒரு புறம் கடுமையான பிரிவினை வாதம் -தமிழ்தேசியவாதம்- பேசிக் கொண்டிருந்தனர். இந்திய காங்கிரசார் மாற்றாரின் நியாயமான கோரிக்கைகளையும், அவர்களின் புரட்சி கரமான நடவடிக்கைளையும் நசுக்குவதற்கு ஒப்பற்ற கருவியாகத் தேசியத்தைப் பயன்படுத்தினர். இந்தத் தேசியவாதங்களால் முறையே தமிழ்நாட்டில் ஒரு ஐந்து பணக்காரர்களும், ஒட்டுமொத்தமாக இந்தியாவில் ஒரு 75 பணக்காரக் குடும்பங்களும் தங்கள் பணத்தொந்திகளை நிரப்பிக் கொண்டன. மக்களாட்சி என்பது மண்வெட்டி களையும், ஆலைக் கரும் புகையையும் மறந்து 'குளுகுளு' அறைகளில் தஞ்சம் கொண்டது. வரலாற்றில் அழிக்க முடியாத கறை ஏற்பட்டுக்கொண்டு வருகிற இந்நிலையை எந்த மகாகவிதான் பொறுப்பான்? தம் மிஞ்சிய உழைப்பால் முதலாளிகளின் உல்லாசங்களை, கேளிக்கைகளைத் தொழிலாளர் உயர்த்தினாரே ஒழிய, தங்கள் வாழ்வில் ஒரு பயனும் கண்டார் இல்லை. நாட்டு விடுதலைக்குப் பின்னும் அவர் ஒரு அடிமை நாட்டில்,வாழ்வதாகவே கண்டனர்; உணர்ந்தனர்.

கொடி மாற்றமோ, அவர்கள்மேல் ஆதிக்கம் செலுத்திய மனிதர்கள் நிறமாற்றமோ அவர்கள் வாழ்வில் எந்தவிதமான சிறுமாற்றத்தையும் அளிக்காததோடு, இன்னும் ஏமாற்றத்தையே அளித்தன. ஏமாற்றத்தோடு இல்லாமல் இந்த அவலநிலைகளே நியாயங்களாகவும், நிலையான அமைப்புகளாகவும் உறுதி செய்யப்பட்டன.

அரசியல் சட்டத்தில் இருந்த 'தீண்டாமை'யை யாரும் தீண்டுவதே இல்லை. சொத்துரிமை அரசியல் சட்டத்தில் அங்கீகாரம் பெற்ற பின்பு காங்கிரசின் சோசலிசப்பூ ஆகாயப் பூவே என்பதை உணரத்தலைப்பட்டனர். அது மட்டுமல்ல! சில தொழிற்சாலை முதலாளிகளைவிட அதைக் கவனிக்கும் மேலாளன் மிகக் கயவனாகவும் கொடுமையானவனாகவும் இருப்பான். அதுபோல ஆங்கிலப் பிரபுக்களைவிட உள்ளூர் 'கறுப்புப்பிரபு' தன் கோர அதிகாரக் கைகளால், பற்களால் தொழிலார்களின் வாழ்வைக் கசக்கி மென்று துப்பினான்.

இந்திய விடுதலை வேர்க்கு எவன் தண்ணீராய் இருந்தானோ அவன் வேர்ப்புழுவாக, எச்சிலாய், எச்சில் இலையாய்க் கருதப்பட்டான். அவன் நம்பிய கடவுளர், விடுதலை, உள்நாட்டு 'தர்மகர்த்தா' அனைவருமே அவனைக் கைவிட்டனர். கொடுங்காற்றுச் சருகுகளாய் அலைபாய்ந்த அவனை - அந்தத் தோழமை வலிமையை இழுத்துப் பிடித்து, நிலைநிறுத்தி மீண்டும் அவன் வாழ்வு மலரப் பொதுவுடைமைச் சிந்தனைகள் விதைக்கப்பட்டன. இந்தக் கால கட்டத்தில்தான் மகாகவி பட்டுக்கோட்டை பாடுகிறார். இந்தியப் பேராற்றலைக் கட்டிக்காக்கும், இந்திய தேசப்படத்தின் வரிக்கோடுகளான தொழிலாளர்களுக்கு - அவர்கள் எந்த நிலைமையில் இருந்தார்கள் என்பதைச் சரியாக உணர்த்தினார்.

ஊரைச் சுரண்டி உயர்ந்த மனிதரின்
உல்லாச வாழ்க்கை யெல்லாம் - தின்னச்
சோறு மின்றித் தினம் கோயில் துஞ்சிடும்
தோழர் உதிர்த்த வியர்வை யன்றோ''
கைப்பு நிலத்தையும் செப்பனிட்டுப் பயிர்
காத்துக் கதிர் வளர்த்தோர் - அதன்
கண்ட பலனைப் பறிகொடுத்து நின்று
கண்ணீர் வடிப்பதை நாம் சகியோம் (59)

என்றார். வியர்வையும் கண்ணீரும்! - இந்த முத்துக்களைத் தவிர ஏழையர் வாழ்வில் வேறு சொத்துக்களென்ன?

இதற்காகத்தானா மண்வெட்டினான்? வரப்புக்கட்டினான்? வாய்க்கால் வடித்தான்? விதை கொட்டினான்? வேதனைகள் தான் உழைப்பின் சாதனையா? துடித்த தோழர்களின் பெருத்த தோள்களுக்குப் பொருத்தமான அறைகூவல் விடுக்கின்றார் மகாகவி பட்டுக்கோட்டை!

பொங்கும் தொழிலாளர்க் கின்னல் புரிந்திடும்
பன்மனப் போக்கிரிகள் - மங்கி
எங்கோ மறைந்தனர் என்றோ ஒழிந்தனர்
என்னுங் குரல்கள் எழுப்பிடுவோம்

பித்தேறிக் கத்தும் பெருநிலப் பேயரின்
சொத்தை முயற்சியெல்லாம் - மக்கள்
சக்தியைக் கண்டு சரிந்து விழிப்பறை
சாற்றிக் கிளர்ந்து நிறைந்தெழுவோம் (60)

இந்த எழுச்சிக்காகத்தான் பட்டுக்கோட்டை பாடினார்.

என்ன நடந்தாலும் ஊரை
ஏச்சிப் பொழைக்க மாட்டோம் - நாங்க
இதயமுள்ள கூட்டம்

என்று தங்கள் தூய வாழ்க்கையைப்பற்றித் தொழிலாளர்கள் பெருமைப்பட்டுக் கொள்ளலாம். ஆனால் இதயம் எப்போது வாழும்!

மலை பிளந்தவன், கல்லுடைத்தவன், மரஞ்சாய்த்து வழி சமைத்தவன் வாழ்வில் 'எல்லோரும் சேர்ந்து ஏமாத்தும்போது முன்னேறும் பாதை ஏது? இதயம் வாழ்வது எப்போது?' இந்த வினாக்களை மட்டும் கவி எழுப்பவில்லை; விடைகளையும் தருகின்றார்; அவரது விடைகள், அவர் காலச் சமூகத்தின் அழுக்குச் சிந்தனை களை - அதை அழகுபடுத்தத் துடிக்கும் பொருளாதாரப் புனுகுச்சட்டங்களை - எல்லாவற்றிற்கும் அரசியல் சட்ட அங்கீகாரம் கொடுக்கத் துடிக்கும் ஆதிக்கக் கனவுகளைகத் தகர்க்கின்றன! மக்கள் முன் சில கோரிக்கைகளை வைக்கின்றன.

ஜாதிகள் பேசி நம்மைத் தள்ளிவச்சி வாழ்ந்தவங்க
சாக்கடைப் பூச்சிகளாய் ஏழைகளை நினைச்சவங்க
தனக்கே ஊர் முழுதும் சொந்தமென்று வளைச்சவங்க
சட்டங்கள் மாறிவரும் நேரம் என்ன ஆனாங்க - எல்லாம்
சரிசமமாய்ப் போனாங்க (78)

என்கிறார் கவி. ஆனால் பட்டுக்கோட்டை சமூக விடிவுகளை வெறும் சட்ட மாற்றங்களில் அடக்கிவிடவில்லை. சீர்திருந்திய சமூக அமைப்பைச் சட்டங்கள் காக்க முடியுமே தவிர அடிப்படை மாற்றங்களை ஏற்படுத்த முடியாது. அதற்குப் புரட்சிதான் வேண்டும். இதை உணர்ந்து பட்டுக்கோட்டை.

கொத்தும் பணக்கழுகு கொள்ளைப் பெருச்சாளி
எத்திப் பிழைக்கவே சுத்தும் நரிக்கூட்டம்
ரத்தவெறி கொண்டலையும் யுத்தப் பெரும்முதலை
பித்தம் பிடித்தலையும் பேதக் குரங்குகள்
திட்டம் உடைந்தது சித்தம் தெளிந்தது
உலகம் விடிந்தது, கலகம் ஒழிந்தது - சோர்ந்த
கைகள் உயர்ந்தது (79)

என்று புரட்சி கொம்பூதுகின்றார். ஒரு வர்க்கத்தின் அழிவில்தான் இன்னொரு வர்க்கம் வாழமுடியும் என்ற வரலாற்றுண்மையைச் சரியாகப் பாடுகிறார். புரட்சிகளால் அமைந்த சட்ட மாற்றங்களுக்காகக் கவிச்சாட்டை வீசுகிறார். நிலப்பிரபு, பெருமுதலாளி, அவனை அண்டி வாழும் அரசியல், பத்திரிகை, தேசங்களைக் கூறுபோடத் துடிக்கும் ஆதிக்க வல்லரசுகள் ஆகிய அனைத்துமே அவர் பாடல்களில், பதைபதைத்து விழுகின்றன.

V

பட்டுக்கோட்டை இந்தப்பொருளியல் புரட்சியை ஏன் அதிக அழுத்தம் கொடுத்துப் பாடினார்? அவர் வாழ்ந்த சமூகம் அப்படி அவரைப் பாடச்செய்தது எனலாம்!

'திண்ணைப் பேச்சு வீரர்கள்' மண்டிக் கிடந்த சமூகம்: அவர்கள் பொதுநலம் பேசும் வெளிவேடப் 'புண்ணிய வான்கள்!' 'ஏனென்று கேட்க ஆளில்லை என்பதாலே, தானென்ற அகங்காரம் தலைவிரித்து ஆடிய' சமூகம். மேல்பூச்சை, வெற்று வாய்ப்பேச்சை நம்பிய காலம்.

'ஆயிரம் குற்றவாளிகள் விடுவிக்கப்பட்டாலும் ஒரு நிரபராதி தண்டிக்கப்படக்கூடாது. என்பதுதான் சட்டத் துறையின் முதல் மொழி என்கிறார்கள் அத்துறை அறிஞர்கள். ஆனால் நடப்பதென்ன? திருடன் திரிகிறான், பஞ்சை தண்டிக்கப்படுகிறான். இந்தத் திருட்டு அவமானம் சாமி சிலைகளின் வழியே வெளிநாடுகளுக்கெல்லாம்கூட இப்போது ஏற்றுமதி செய்யப்படுகிறதல்லவா! இந்த நிலைமைக்காகத்தான் கண்ணீர் விடுகிறார் கவி.

''பட்டப்பகல் திருடர்களைப்
பட்டாடைகள் மறைக்குது - ஒரு
பஞ்சையைத்தான் எல்லாஞ்சேர்ந்து
திருடனென்னறே உதைக்குது'' (111)

என்கிறார். 'காதோரம் நரைச்சமுடி கதை முடிவைக் காட்டினாலும்' மனிதன் கணக்குப் புரியாமல் காசைத் தேடிப் பூட்டுகிறானாம்.

பட்டுக்கோட்டையின் 'குறுக்கு வழியில்' என்ற பாடல் தலை சிறந்த பாடல்களுள் ஒன்றெனலாம். குறுக்கு வழியில் வாழ்வு தேடுவோன், கொள்ளையடிப்பதில் வல்லமை காட்டுவோன், இருக்கும் அறிவை மடமையால் இருட்டாக்கி உலகையும் இருட்டாக்கினோன். முரடன், பொய்யன், புரட்டன் - அப்பப்பா சமூகமே 'கிரிமினல்' குற்றவாளிகளின் சிறைக்கூடமாகக் காட்சி தருகிறது! இந்தச் சமூகத்தில்தான் பட்டுக்கோட்டை வாழ்ந்தார்! இந்தச் சமூக அறியாமை என்னும் பல்வேறு கிளைகளை வெட்டி வீழ்த்துவதைவிட அதற்கெல்லாம் அடிப்படையாய் ஆணிவேராய் கிடக்கும் பொருளியல் ஆதிக்க வெறியை அடியோடு பிடுங்கி எறியத் துடித்தவரின் பாடல்களில், பொதுவுடைமைச் சிந்தனை பூத்துக் குலுங்குவதில் வியப்பென்ன இருக்கிறது?

VI

'சின்னப் பயலே' என்றும், 'குறுக்கு வழியில்' என்றும் தொடங்கும் இரு பாடல்களைப்போலவே இன்னொரு ஒப்பற்ற பாடல், 'சும்மா கெடந்த நிலத்தைக் கொத்தி...' என்று தொடங்கும் பாடல் எனலாம். இந்தப் பாடலில் இலக்கியம் இருக்கிறது! கருத்தும் இருக்கிறது! கருத்துப் பரப்பல் கலையாகிவிட முடியுமா என்று கத்துகிறார்கள். ஏதோ அவர்கள் படைக்கும் கலைகளில் கருத்துப் பரப்பிலே இல்லாததுபோல!

இக்கட்டுரையாளரின், கருத்துப் பரப்பலைப் பற்றிய கருத்து இதுதான்.

மனிதனைச் சிந்திக்கச் செய்து, அந்தச் சிந்தனையின் அடிப்படையில் செயல் ஊக்கம் பெற்று, அச்செயல் ஊக்கத்தால் இயக்கப்படுத்திக்கொள்ள கருத்து தேவை. அந்தக் கருத்து அதன் நோக்கத்தை மனிதனில் ஏற்படுத்தக் கலையும் நயமும் தேவை. சிந்திக்கச் செய்யாத கலையும், நயமாகச் சொல்லப்படாத கருத்தும் வீணாகத்தான் போகும்.

இந்த வகையில் 'சும்மா கெடந்த நிலத்தைக் கொத்தி...' என்ற பாடல் ஓர் உயர்ந்த கலைப்படைப்பாய்த் திகழ்கிறது எனலாம்.

ஓர் உழத்தி எண்ணிப்பார்க்கிறாள்: கொத்துகிறாள். ஏர் நடத்துகிறாள், கரை உயர்த்துகிறாள், வாய்க்கால் வெட்டுகிறாள், களைபறித்து நீர் பாய்ச்சுகிறாள். இதனால் நெல் விளைகிறது. விளைவின் உள்ளே வரப்பு மறைகிறது. ஆனால்... ஆனால்... மிச்சம் மீதி கையும் காலும்தானே. அதை அவள் அலட்சியமாக வெளிப்படுத்துகிறாள். அதற்குக் கவி பயன்படுத்தும் அந்த 'அட' என்ற சொல்லில்தான் எத்தனைக் கலைகள் புகுந்துவிடுகின்றன.!

ஓ! அத்தான்! நிலைமைகள் மாறும், நாட்டில் நேர்மைகள் சேரும், உடமைகள் பொதுவாகும், உள்ளங்கள்

இதமாகும், வாழ்க்கை உயரும், உழைப்பு மதிக்கப்படும் என்றெல்லாம் அளந்தீரே என்ன ஆயிற்று? 'அட -'

அவள் அலட்சிய முகத்தின் அபிநயத்தை, சோர்ந்த மனத்தின் விம்மலை, நம்பிக்கை வீழ்ச்சியை இந்த ஒரு 'அட - 'வில் அடக்கிவிடுகிறாரே கவி!

>"சும்மா கெடந்த நிலத்தைக் கொத்தி
> சோம்ப லில்லாம ஏர் நடத்தி
> கம்மாக் கரையை ஒசத்திக் கட்டிக்
> கரும்புக் கொல்லையில் வாய்க்கால் வெட்டிச்
> சம்பாப் பயிரைப் பறிச்சு நட்டுத்
> தகுந்த முறையில் தண்ணீர் விட்டு
> நெல்லு வெளைஞ்சிருக்கு - வரப்பும்
> உள்ளே மறைஞ்சிருக்கு...." (92)

என்று இதுவரை ஓடிவரும் சிற்றாறாய்க் கவி ஓடி வருகிறார். ஆனால்... இத்தனை இருந்தும் ஏற்றம் இல்லையே என்ற உழத்தியின் ஏக்கத்தை, பெருமூச்சை, கனவுகளின் வீழ்ச்சியை, உழைப்பின் மேலிருந்த நம்பிக்கை வீழ்வதை, வாழ்வின் அவமானத்தைச் சொல்லில் கொட்ட முடியாத கவிஞர்....

> ... அட
> காடு வெளைஞ்சென்ன மச்சான் - நமக்குக்
> கையும் காலுந்தானே மிச்சம்
> கையும் காலுந்தானே மிச்சம் (92)

என்று அந்த ஒரு சொல்லில் ஓராயிரம் அவலத்தை அழகாக அடைத்துவிடுகிறார். கவி பட்டுக்கோட்டை உழவனைப் பாடவிடுகிறார். - 'பெண்ணே! காலம் மாறும் என்ற நினைவுதான் நம்மை முன்னேற்றும். நம்பிக்கைத் தளர்ச்சி நம்மைப் படுகுழியில் வீழ்த்திவிடும்' என்கிறான் உழவன்.

காடுவெட்டி, சுரங்கத்தொழிலாளி, கொத்தன், செம்படவன் என்று பல்வகைப்பட்ட,

வழிகாட்டி மரமான
தொழிலாளர் வாழ்க்கையிலே
பட்ட துயரினிமாறும் - ரொம்பக்
கிட்ட நெருங்குது நேரம் (92)

என்று ஆறுதல் கூறுகிறான் உழவன். ஆறுதல் கூறுவதற்கு அவனுக்கு ஒரு அடிப்படையும் இருக்கிறது. அவனே ஆட்சிப் பொறுப்பை ஏற்கத் தயாராகிறான். இதைத்தான் நாம் கவனிக்க வேண்டும்.

உழைப்பாளர்கள், தங்களுக்காகப் பிறர் போராடுவார்கள் என்ற எண்ணத்தை விட்டுவிட்டுத் தங்களுக்காகத் தாங்களே போராடவேண்டும்: போராடுவது மட்டுமின்றிப் புரட்சிகரமான சமூக அரசை நிறுவவேண்டும்; சட்டங்கள் இயற்றவேண்டும் என்பதைக் கவிஞர் பட்டுக் கோட்டை தெளிவாகச் சொல்கிறார். உழத்தியின் பற்பல வினாக்களுக்கு விடையளித்துக் கொண்டே வரும் உழவன் முடிவில்.

நானே போடப்போறேன் சட்டம் - பொதுவில்
நன்மை புரிந்திடும் திட்டம்
நாடு நலம்பெறும் திட்டம்
நன்மை புரிந்திடும் திட்டம்
நாடு நலம்பெறும் திட்டம்

என்று திட்டவட்டமாகச் சொல்கிறான். எனவேதான் இந்தக் கவிதை ஒரு ஒப்பற்ற இலக்கியமாய் விளங்குகிறது எனலாம். சிந்திக்க வைக்கிற கருத்தும், சிந்தையைச் சிலிர்க்கச் செய்கிற நயமும் இருப்பதால் இக்கவிதை உயர்ந்த இலக்கியமாகிறது.

VII

பட்டுக்கோட்டையின் கவிதை உத்திகள், வடிவச் சிறப்பு, சொல்லாட்சி, உவமை, உருவக நயங்கள் ஆகியன பற்றி இந்தக்கட்டுரை ஆராயவில்லை. பட்டுக்கோட்டை எடுத்தாண்டுள்ள பொருள் பற்றிய ஆய்வே இந்தக் கட்டுரை.

"இலக்கியமானது ஸ்தாபனரீதியான, திட்டமிட்ட, இணைப்பான, சமூக ஜனநாயகக் கட்சிப்பணியின் அங்கப்பகுதியாக வேண்டும். சார்பற்ற எழுத்தாளர்கள் ஒழிக! இலக்கிய அதிமனிதர்கள் ஒழிக" என்கிறார் வி.இ. லெனின்.

லெனினின் மேற்கண்ட கருத்துப்படி, கட்சிப் பணியின் அங்கப் பகுதியாகப் பட்டுக்கோட்டை விளங்கினார் என்பதைவிடச் சார்புள்ள எழுத்தாளராக விளங்கினார் என்பதே சாலப் பொருத்தம்.

முடிவாகச் சொல்லப் போனால் பட்டுக்கோட்டை.

1. நாட்டுப்புற இசையில், பெரும்பாலும் நாட்டுப்புறத் தொழிலாளர்களை வைத்து, ஏழைத் தொழிலாளத் தோழர்களுக்காகப் பாடினார்.

2. கவிதையைப் போர்க் கருவியாகவே பயன் படுத்தினார்.

3. பகுத்தறிவு பொதுவுடைமை ஆகிய இரண்டையும் தனித்தனியே பிரிக்காது ஒன்றாகவே பாடினார்.

4. தான் வாழ்ந்த காலத்தைச் சரியாகப் படம்பிடித்துக் காட்டியதோடு நில்லாமல், எதிர்காலப் படம் எப்படியிருக்க வேண்டும் என்பதையும் காட்டினார்.

5. கலைநயம் மிக்க கருத்துப் பரப்பலைச் செய்தார்.

6. இன்னமும் 'தெய்வாதீன'க் கவிகளும், புராணங்கள், புதுமை என்ற இலக்கியப் புரட்டுகளும் நடந்து கொண்டிருக்க, ஐம்பதுகளிலேயே பொருளாதாரச் சமூகப் புரட்சியைப் பாடிய மகாகவி யாவார்.

7. குறிப்பிட்ட சமூகத்தின் மறைமுக ஆதிக்கத்தை எதிர்த்து, உழவரின், தொழிலாளரின் புரட்சிமிக்க அரசைக் கவிதைகளால் பிரகடனப்படுத்திய சமூகவியல் கவிஞர் ஆவார்.

குறிப்புகள்

* இக்கட்டுரையில் பயன்படுத்தப்பட்டிருக்கும் பட்டுக் கோட்டையின் பாடல்கள் யாவும் - 'மக்கள் கவிஞர் பட்டுக்கோட்டை கல்யாணசுந்தரம் பாடல்கள்' (தொகுப்பாசிரியர் பி.இ. பாலகிருஷ்ணன், நியூ செஞ்சுரி புக் ஹவுஸ் பிரைவேட் லிமிடெட், சென்னை - 600002, 1976) என்ற புத்தகத்தில் இருந்து எடுக்கப்பட்டுள்ளன.
* பாடல்களுக்குப் பக்கத்தில் அடைப்புக் குறியில் இருக்கும் எண்கள் மேற்கண்ட நூலில் அப்பாடல்கள் இடம் பெற்றுள்ள பக்கத்தைக் குறிப்பன.
* இக்கட்டுரையை நன்கு படித்துத் திருத்தங்கள் செய்துதவிய நட்புசான்ற திரு இரா. இராகவன் அவர்கட்கு நன்றி.

பயன்பட்ட நூல்கள்

1. சர்மா (சாமிநாத, வெ.) ரூஸ்ஸோ, பிரபஞ்சசோதி பிரசுராலயம், சென்னை. 1955, பக். 46.
2. தமிழொளி, வீராயி, தமிழர் பதிப்பகம், 81, லிங்கிசெட்டித் தெரு, சென்னை - 600001, 1947 முன்னுரை.
3. அளகேசன் (ஓ.வி.) பண்டிதநேருவின் உலக சரித்திரம் - இரண்டாம் தொகுதி (மொ.பெ.), புக்ஸ் இன்டியா பிரைவேட் லிமிடெட், சென்னை. கடித எண். 147.
4. பாரதிதாசன், பாண்டியன் பரிசு, செந்தமிழ் நிலையம், இராமச்சந்திரபுரம், திருச்சிமாவட்டம்,1962, பதி. 7 பக். 99.
5. பாரதிதாசனின் பாடல். நூல் தெரியவில்லை.
6. பாரதிதாசன், பாரதிதாசன் கவிதைகள் (முதல் தொகுதி) செந்தமிழ் நிலையம், இராமச்சந்திரபுரம், திருச்சி மாவட்டம். 1968, பதி.15, பக். 78.
7. மணி (சி), வரும்போகும், க்ரியா, சென்னை-600034, 1974.
8. இராமநாதன்(கே.) கலை இலக்கியம் பற்றி வி.இ.லெனின் (மொ.பெ.), நியூ செஞ்சுரி புக் ஹவுஸ் பிரைவேட் லிமிடெட். சென்னை-600002, 1974, பக். 19.

⑤

நா. காமராசனின் 'கறுப்பு மலர்கள்'

1965ஆம் ஆண்டு சனவரித் திங்கள் நடந்த இந்தி எதிர்ப்புப் போரில் அரசியல் சட்டத்தைக் கொளுத்திய அடலேறாக அறிமுகமானவர் தோழர் நா. காமராசன். தொடர்ந்து தமிழகத்தின் பெரிய சிறிய இலக்கிய ஏடுகளில் தன் பேராண்மை மிக்கக் கவிதைகளால் இவர் கவிஞராகப் புகழ் பெற்றார்.

வழக்கம்போல கடல், வானவில், வானம்பாடி, புல், மலர் ஆகியவற்றைப் பற்றிப் பாடினாலும், அதிலும் ஒரு புதிய நோக்கத்தோடு வேகத்தோடு பாடினார். இவருடைய கவிதைகள் அலிகள், பிச்சைக்காரர்கள், அனாதைகள், மலைவாழ் பளியர், குடிகாரர், தபால்காரர், ஊமைகள் ஆகியோரை அரவணைத்துச் செல்கின்றன. விண்ணுலகம் பற்றியே கவி பாடிக்கொண்டிருந்த காலத்தை மாற்றி மண்ணுலகில் மானுடம் பாடும் கவிஞராகக் காட்சி யளிக்கிறார் காமராசன்.

"வெறும் இலக்கண எருவுக்குள் புழுத்த புழுக்களாய் ஆக்கியோனுக்கும் படிப்போனுக்கும் பயனின்றி வெறும் எழுத்துக் கோர்வையாய் வெளிவந்த நூல்கள் சில தமிழில் உண்டு. அந்நிலையின்றி இலட்சிய வேலியையே இலக்கண வேலியாகக் கொண்டு புள்ளிமான்கள் போலத் துள்ளிஓடும் கவிதைகளை இதில் நாம் காண்கிறோம்" எனக் 'கறுப்புமலர்கள்' - ஒரு விமரிசனம் என்ற பகுதியில் எழுதியுள்ளார் கவியரசு கண்ணதாசன். இலக்கணத்தோடு

வெளிவருவதுதான் கவிதை என்றால், காமராசனின் பாட்டிலும் இலக்கணம் இருக்கிறது. அது என்ன? ஆம்! இலட்சிய இலக்கணம். மரக்கட்டைத் துண்டுகளை அடுக்கி வைத்து வீடு கட்டி மகிழும் விளையாட்டுச் சிறுவர்கள் போல, வெறும் சொற்களை அடுக்கி வைத்துக் கவிஞன் எனச் சொந்தம் கொண்டாடும் இரக்கத்திற்குரியவர்களும் இருக்கத்தான் செய்கிறார்கள். ஆனால், சமுதாயத்தின் மேலும் சமுதாயப் பொருள்கள் மேலும் உள்ளார்ந்த காதலுடன் பார்வை செலுத்தி, பெற்ற அடைவுகளைப் பாக்களாக்கும் இந்தப்பாவலனைப் பாராட்டத்தான் வேண்டியிருக்கிறது.

II

புழுதிக் கட்டில்களாக மாறி எங்களுடைய ஏழைத் தோழர்களை உறங்கவைக்கும் கோடானுகோடி நடைபாதைகளுக்குக் காணிக்கை செலுத்தும் இந்தக் கவிஞர், "பகுத்தறிவு, சோசலிசம் என்கிற அடிப்படை இலட்சியங்கள் எனக்குண்டு. அவற்றைக் கலாபோதையோடு நான் பாடுவேன்" எனத் தன் இலட்சியத்தை விளக்குகிறார். நடைபாதை அவலங்கள் மாறி, நடைபாதைகள் நடப்பதற்கு மட்டும்தான் என்ற நிலை உருவாக வேண்டுமென்றால் பகுத்தறிவும் சோசலிசமும் இன்றியமையாத் தேவைகளாகத்தான் இருக்கின்றன. காளான்கள் முளைப்பதைப்போல நித்தம் நித்தம் முளைத்துக் கொண்டிருக்கும் கடவுள் கூண்டுகளும்; மாடி வீடுகளை எழுப்புவோரும், வெயிலிலும் மழையிலும் வேதனையைத் தாங்கிக் கொண்டு மனிதனை (சைக்கிள் ரிக்ஷாவானாலும்) இழுத்துச் செல்லும் மனித மாடுகளும், மொத்தத்தில் ஒரு நாளைக்குப் பதினெட்டு மணிநேரம் உழைக்கும் பாட்டாளத் தோழர்களும் நடைபாதையில் இருந்து நீங்கி நல்வாழ்வுப் பாதையில் காலெடுத்து வைக்க வேண்டுமென்றால் பகுத்தறிவும் சோசலிசமும்தான் தேவை.

இந்தியாவைப் பொறுத்தவரை இரண்டு முரண்பாடுகள் தொடர்ந்து வருகின்றன. பகுத்தறிவைப் பற்றிப் பேசும் இயக்கங்கள் சோசலிசத்தைப் பற்றியோ, சோசலிசத்தைப் பற்றி பேசும் இயக்கங்கள் பகுத்தறிவு பற்றியோ பேசுவதில்லை. ஆனால் இவை இரண்டும் ஒன்று சேர்ந்து போராடத் தக்கன. இவ்விரு இலட்சியங்களையும் அடிப்படை இலட்சியங்களாகக் கொண்டிருக்கும் காமராசன் உழைக்கும் மக்களைப் பற்றிப்பாடுவதில் வியப்பில்லை.

ஆனால் கம்யூனிஸ்டுகளைப் பொறுத்தவரை இலக்கியம் என்பது ஒரு கூர்மையான ஆயுதம். பகுத்தறிவும் சோசலிசமும் கம்யூனிசத்தின் படிகள். தன்னைப் பகுத்தறிவு சோசலிசக் கவியாகப் பறைசாற்றும் தோழர் காமராசனின், "கறுப்பு மலர்கள்" ஆயுதமாகப் பயன்படாமல் சோகங்களின் தொகுப்பாகக் காட்சியளிக்கிறது.

கவிஞர்கள் சோகங்களால் தாக்கப்படுவதில் வியப் பென்ன இருக்கிறது? ஆனால் நான் சோசலிசக் கவிஞன். இழப்புகளுக்குப் பிறகும் பயணம் செய்பவன்.

எனத் தன் "சுய புராணத்தை"க் கூறும் இக்கவிஞர், தன் பாடல்களில்சில இடங்களில்சோசலிசக்கவிஞராகக்காட்சி தந்தாலும் பெரும்பாலும் சோகக் கவிஞராகவே காட்சி தருகிறார்.

சமுதாயத்தின் துயரம் காவியங்களில் ஒலிக்கலாம். அந்தத் துயர ஒலி எதிர்காலத்தின் விடிவுக்கு அழைப்பு மணியாக இருக்க வேண்டுமேயொழிய துயரத்தையே நியாயப்படுத்துவதாக இருக்கக்கூடாது. கவிஞர்கள், தனி மனித வாழ்வின் துயரங்கள் பெரும்பாலும் சமுதாயத்தின் பொதுவான அமைப்பு முறைகளால்தான் ஏற்படுகின்றன என்பதை உணர வேண்டும். இல்லையெனில் தன் துயரத்தைப்பற்றியே பெரிதுபடுத்திப் பாடிக் கொண்டிருக்கும் கையறு நிலைக் கவிஞர்களாகிவிடுவர். இக் கவிதைத் தொகுப்பில் தோழர் காமராசன் சமூகத்தின்

சிக்கல்களுக்குத் தீர்வு சொல்ல முனைவது தெரிகிறது. ஆனால் முடிவோ சோகமாய் நடக்கிறது. இந்த முரண்பாடு கவிஞர்களிடம் காணப்படுவது இயற்கையே!

III

கற்பனைப் பாத்தியில் சத்திய வேர்விடும்
காவியப் பூச்செடி நான் - உயிர்ப்
பொற்கொடி மீதொரு பொக்கிச மாகவே
காய்த்துக் கனிந்தவன் நான்

பொய்மனக் கோட்டை பொடிபட நின்றொரு
போரில் ஜெயித்தவன் நான் - கொடும்
ஐம்புலக் காட்டை அழித்தொரு ஞான
ஆற்றில் குளித்தவன் நான்

காமராசனின் "ஞானக்குளியல்" இவ்விதமாக நடை பெறுகிறது. இந்த உலகைப் பற்றி விளக்கத் தொடங்கிய போது ஆன்மாவை (எண்ணம்) அடிப்படையாக வைத்து ஒரு சிலரும் பொருள்களை அடிப்படையாக வைத்து ஒரு சிலரும் விளக்கம் தந்தார்கள். ஆன்மாவை வைத்து விளக்கம் தந்தவர்கள் இந்த உலகம் மாயை உடம்பு மாயை என்றும், உடம்பு அனைத்து துன்பங்களுக்கும் அடிப்படை என்றும், உடம்பின் ஐம்புலன்களையும் அடக்க வேண்டும் என்றும் கூறினர். இதற்கு எதிர்மறையாக விளக்கம் தந்தவர்களே பின்னவர்கள்.

உடம்பைக் 'கொடும் ஐம்புலக்காடு' என விளக்கும் காமராசன் உடம்பை அடிப்படையாகக வைத்து உழலும் நடைபாதையினர்க்கு எவ்வாறு வழிகாட்ட இயலும்? உடம்பு என்பது அழிக்கப்பட வேண்டிய காடல்ல. அது வளர்க்கப்பட வேண்டிய பூந்தோட்டம். இந்தத் தத்துவக் குழப்பம் கவிஞரிடம் இருப்பதால்தான் இவர் கவிதைகளில் சோகம் தலைவிரித்தாடுகிறது எனலாம்.

இவர் மிகுதியாகப் பயன்படுத்தும் சொற்களைக் காண்போம்: தேவ வேளை, தேவ வசந்தம், தேவதினம்,

கண்ணீர், கல்லறை, சருகு, சொர்க்கம், சொப்பனம், அஸ்தமனம், மௌனம், ஊமை, சூனியம், ஆன்மா, பிரும்மா, விரக்தி, அழுகுரல்கள், நுரைமலர், அடிமனம் போன்றவையாகும். சமுதாயத்தின் கண்ணீரை மாற்றி மனித வசந்தத்தை— — வேளையை உருவாக்கப் போராட வேண்டிய சோசலிச் கவிஞன், தேவ வசந்தத்தைப் பற்றியோ, தினத்தைப் பற்றியோ வேளையைப் பற்றியோ கவலைப்படவே மாட்டான்.

"நான் மரணத்தைப் பற்றிச் சிந்திக்கின்றேன்" என்ற கவிதையில்,

சூரியாஸ்தமனம் கழிந்தபிறகு
சாம்பல் இரவில்
யுகங்களாக விசுவரூபமெடுக்கும்
இந்த நிமிடங்களில்
நான் மரணத்தைப் பற்றிச் சிந்திக்கின்றேன்

எனத் தொடங்குகிறார் இக்கவிஞர். திடுக்கிட வைக்கும் மர்ம நாவல்கள் "இரவு பன்னிரண்டு மணி கறுப்பிருட்டின் கன்னத்தில்… " எனத் தொடங்குவதுபோல இவர் கவிதை "சாம்பல் இரவின் யுக விஸ்வரூபத்தில்" தொடங்குகிறது.

இந்தப்
படகு துறைக்கு
நான் துடுப்புகளோடுதான் வந்தேன்
ஆனால்
எனக்குக் காகித ஓடங்களே கிடைத்தன
இந்த
இசை மண்டபத்திற்கு
நான் பாடல்களோடுதான் வந்தேன்
ஆனால் இங்கே
செவிடர்கள் மட்டுமே இருந்தார்கள்
இந்தப் பாதைக்கு
நான்
ஒருநல்ல வழிப்போக்கனாகவே வந்தேன்
ஆனால்

இது ஒற்றையடிப்பாதை
எல்லாம் முடிந்துவிட்டது
இந்த மண்ணில்
இனி நான் நேசிப்பதற்கு
'ஆஸ்த்மா' மாத்திரையைத் தவிர
வேறு என்ன இருக்கிறது?

"ஆஸ்த்மா மாத்திரைகள்" — இது இவர் சொல்லும் முடிவு. காகித ஓடங்களைக் கட்டுமரங்களாக்குவது எப்படி? அவர்கள் ஏன் செவிடர்களாக இருக்கிறார்கள் அல்லது ஆக்கப்பட்டார்கள்? இந்த ஒற்றையடிப் பாதையை அரச வீதியாக்குவது எப்போது? போன்ற வினாக்களை எழுப்பி விடை தந்திருந்தால் "வேறு என்ன இருக்கிறது?" என்பதற்கு இடமேயில்லை. 'விதி', 'விதி' என அரற்றும் பக்த கோடிகளுக்கும், "எல்லாம் முடிந்துவிட்டது, இந்த மண்ணில் ஆஸ்த்மா மாத்திரையே வழி" எனத்தீர்வு சொல்லும் — தன் கவலைகளையே பெரிதென எண்ணும் இவருக்கும் வேறுபாடு ஒன்றுமில்லை. வாழ்வின் எந்தத் துன்பத்திலும், எந்தச் சூழலிலும் நாம் அன்பு செய்ய இந்த உலகமும், உலகின் தோழர்களும் இருக்கிறார்கள் என்று எண்ணுபவனே உண்மையான சோசலிசக் கவியாக இருக்க முடியும்.

எனக்குப் பிறகு
உங்களைத் தேடிவருகிற கவிகளைத்
தயவு செய்து
கல்யாணப் பந்தலில் மட்டும்
உட்காரவைத்து விடாதீர்கள்

என்னும் இவருக்கும் 'காயமே இது பொய்யடா, காற்றடைத்த பையடா' எனப் பாடியவருக்கும் வேறுபாடு தான் என்ன? ஒன்றுமில்லை. மேலும் இவர்,

"மிகச் சின்ன வயதிலேயே
ஒரு ஞானியைப் போல எழுதியவன்
மிகச் சின்ன வயதிலேயே
ஒரு கிழவனைப்போல மரணமாகி விட்டான்"

என்ற முடிவுக்கு வருவதில் வியப்பில்லை.

ஞானிகளைவிட இந்த உலகத்திற்கு மனிதர்களே தேவைப்படுகிறார்கள். சிறு பையன் நெற்றியிலிருந்து திருநீறு கொட்டுகிறது. சிறு குழந்தை கடந்தகால அனுபவங்களை உரைக்கிறது என்பன போன்ற கற்பனைகளுக்கும் சின்ன வயதைக் கிழவனைப் போல உருவகப்படுத்திப் பார்ப்பதற்கும் வேறுபாடே இல்லை.

நீக்ரோக்களையும் கறுப்பு மலர்களாக்கிக் காட்டும் இந்தக் கவிஞன் சமுதாயத்தின் துன்பங்களுக்கு தீர்வு சொல்லி ஒடுக்கப்பட்ட மக்களின் போர்க்குணத்தைத் தூண்டாமல் தன் துன்பங்களையே நியாயப்படுத்துவது சோசலிசக் கவியின் செயலாக இருக்க முடியாது.

இந்தக் கட்டுரையாளர் இந்தத் தொகுப்பு நூலைத் திறனாய எடுத்துக்கொண்டது ‘சோக முடிவு களை’ வெளிச்சம் போட்டுக் காட்ட அல்ல. சோசலிசத்தை நோக்கிச் செல்ல விழையும் கவிஞன் வீணாகி விடக்கூடாதே என்பதற்காக! தத்துவத்தில் குழப்பம் இருந்தாலும் கவிதைகள் பல இடங்களில் தரமாக அமைந்திருக்கின்றன. காமராசனின் கற்பனை ஆற்றலை, உருவகக் கவிதைத் திறனை ஒதுக்கிச் செல்ல இயலவில்லை. நா. காமராசன் உயர்ந்து நிற்கு இட மெல்லாம் பொருள்களை உருவகப்படுத்துவதில்தான்; கற்பனையைக் கட்டவிழ்த்துவிடும்போதும் சமூகம் பற்றிய சிந்தனைகளிலும் ஒரு புதிய மரபை உருவாக்குபவராக விளங்குவதால்தான்! அமாவாசையை ‘நரைத்த நிலாக் கல்லறை நாள்’ என்றும், பாலையை ‘பூமிச் சருகு’ என்றும், ‘மின்னல் நரம்பு மேகம்‘ என்றும், ‘விண்மீன் முள்வெளி மேக வீதி’ என்றும் கவிதை ஆற்றலைக் காட்டும் இந்தக் கவிஞரைப் பாராட்டத்தான் வேண்டியிருக்கிறது. இதோ இன்னும் சில.

1. மது

ராஜ திரவம்
மகா கவிகளின் தாய்ப்பால்

2. நடைபாதை
    மழைக்கால நரகம்
    மாலைநேரச் சொர்க்கம்
    ஏழைகள் உறங்கிட இயற்கையால்
    ஏற்படுத்தப்பட்ட புழுதிக் கட்டில்

3. புழுதி
    ஏழை உழவனின் மேலாடை
    நாடோடி மண்

4. மலர்கள்
    வசந்த புத்திரிகள்
    கொடியில் ஊமைச் சதங்கைகள்
    மரத்தில் காற்றுவெளிப் புன்னகைகள்
    தண்ணீரில் ஜுவாலைகள்
    கனிகளின் சமிக்ஞைகள்

5. கடல்
    முத்துக்களின் பள்ளம்
    கப்பலின் சமவெளி
    நதிகளின் கல்லறை
    புயலின் வேட்டைநாய்

6. புல்
    பனித்துளிகளின் படுக்கையறை
    பால்தரும் கால்நடையின் தின்பண்டம்

7. தளிர்
    இலைப்பிஞ்சு
    சருகின் முளை முளையின் சருகு

8. செம்மண்
    சிவப்பின் தவம்
    பவளக் கல்லறை

9. ஊமை

வார்த்தைக் கனிகளை எச்சில் படுத்தாத
அழகின் ரசிகன்

10. வானவில்

அழகின் ஒற்றையடிப்பாதை
வானம் பறவைகளுக்கு அமைத்த
வரவேற்பு வளையம்

இவ்வாறு அழகிய உருவகங்களால் உள்ளத்தில் நிற்கிறார் காமராசன். அழகிய உருவகத்தின் மறுபுறம் இதோ இவர் "சபதம்".

''சபதம் ஏற்றுக் கொள்கிறேன் - நான்
சாவை ஏற்றுக் கொள்கிறேன்
சமஉடைமைப் பூக்களின் - மண்
சாரமாகச் செல்கிறேன்''

''நெருப்பு சிரித்ததுபோல் - இயற்கையின்
நாக்கு நீண்டதுபோல்
இருட்டு அழிந்ததுபோல் - எங்கும்
இரத்த புஷ்பமுலாம்''

முதலாளித்துவக் கொடுங்கோலின் முதுகுடைக்க, சம உடைமைப் பூக்களின் மண்சாரமாகச் செல்ல, கவி உறுதி ஏற்கிறார். 'ஆஸ்த்துமா மாத்திரைகள்தான்' 'கதி' என்ற கவி, இங்கே போராட்டச் சாவைத் துணிந்து ஏற்கிறார்.

காமராசன் கையாண்டுள்ள சில உத்திகள் புதியன. நடைமுறைச் சமுதாயத்தால் குற்றவாளியாக்கப்பட்டசிலர் நீதிமன்றத்தையே விசாரிக்கின்றார்களாம். "நீதிமன்றங்களின் உயர்ந்த கட்டடங்களைப் பார்த்துவிட்டுத் தெருவோரத்துப் பிச்சைக்காரிகளையும், அனாதைகளையும், வாழத்துடித்த சில மாஜிக் கைதிகளையும் சந்தித்த போது எனது கண்ணீரின் வெப்பநிலை அதிகரித்திருக்கிறது. என் கவிக் கோபம் நீதிமன்றத்தையே கூண்டிலேற்றியிருக்கிறது" என மொழியும் இவர் வழக்கு, வழக்கமான வழக்கல்ல!

இதோ ஒரு 'பிச்சைக்காரி' நீதிமன்றத்தை விசாரிக்
கிறாள்:

"தர்மத்தால் என் பிச்சைப்பாத்திரம்
நிறையும் முன்னால்
கைதிகளால் உனது சிறைச்சாலைகள்
நிரம்பி வழிகிறது
என் தொட்டில் பருவத்திலேயே
நீ
என் கைவிலங்குகளைச் செய்தனையோ?
இரவுகூட விடியலில் மன்னிக்கப்படுகிறது
இன்னும் நாங்கள் மன்னிக்கப்படவில்லை"

இரவும் பகலும் இயற்கையின் நிகழ்ச்சிகள். ஆனால் இவள் இரவுகள் இன்னும் விடியவில்லை. குழந்தைப் பருவத்திலேயே கைதாகின்றாள்.

இதோ ஒரு குடிகாரன் வழக்காடுகின்றான்.

"மதுவே.... இராஜ திரவமே!
இந்தியாவில்
கங்கை வற்றிப் போனாலும்
மதுவெள்ளம் பாய்ந்துகொண்டுதான் இருக்கும்
நீதிமன்றமே! நீ...
குற்றங்களை மட்டும் தண்டித்துவிட்டுக்
குற்றவாளிகளைக் காப்பாற்றுவாயா?''

"மது மன்மதனின் வெறிநாயா?
மௌனமா? புலம்பலா?
மனக்குரலின் ஏகாந்த லாவணியா?
மனமுதுகில் கற்பனை விரல்களின்
கையெழுத்து ஸ்பரிசமா?

எது என்றால் என்ன?
மாளிகைக்குப் "பெர்மிட்டு"
சேரிக்கு மட்டும் கைவிலங்கு
காந்திவழி நீதியிலே
இன்னும்
பிரார்த்தனை மட்டும் சேரியிலா?
தூக்கம் "பிர்லா" மாளிகையில் தானா"

இந்த வினாக்களுக்கு விடைகள் தரப்படவில்லை. ஆம்! நீதிமன்றமே கூண்டிலேற்றப்பட்டுள்ளதல்லவா? இதற்கான தீர்ப்பை மக்கள் மன்றம் வழங்கும் - எதிர்காலத்தில்!

ஒரு கிராமத்துச் சேரி மக்கள் தங்கள் தபால்காரரின் மரணத்திற்காக வருந்துகிறார்கள்.

''எழுத்துச் சுமைகாரர்
எங்கஊரு தபால்காரர்
எழுத்து மங்கும் சாயங்காலம்
எமனோடு போனதென்ன?
ஊர்க்கோடிச் சாவடியில்
ஒளிவிளக்கு எரிஞ்சாலும்
விழிவிளக்கு எரியலையே
வியாசர்கதை முடியலையே

என அழுகிறார்கள். வியாசர் கதையைச் சொல்லிமுடிக்கும் வரையிலாவது அஞ்சல்காரர் உயிரோடு இருக்கக்கூடாதா என ஏங்கு இம்மக்களின் ஏக்கம், "காலன் எமராஜன் கைநாட்டுப் பேர்வழியோ" எனக் கவிதையாக வெளிப் படுகிறது.

"விலைமகளிர் - இது நா.கா.வின் மிக உயர்ந்த கவிதை. பொதுவாகவே 'விலைமகளிர்' பற்றிப் பாடாத புதுக் கவிஞர்கள் இல்லை எனலாம். அதற்கேற்ப அவர்கள் வாழ்க்கையும், சோகமும் சுவையும் நிறைந்ததாகத்தான் இருக்கிறது.

"நாங்கள் மன்மத அச்சகத்தின் மலிவுப் பதிப்புகள்" என அறிமுகம் செய்துகொள்கிறாள் ஒரு விலைமகள் 'கற்புச் சிறையை உடைப்பதால் கைது செய்ய'ப்படுகிறாளாம்.

''நாங்கள் ரோஜாப்பூக்கள்
ஆனால் எங்களைப் பறிப்பவர்களின்
கைகளில்தான் முள் முளைத்திருக்கிறது''

விலைமகளிரைச் 'சமுதாய முள்கள்' என முனகு வோர்க்கு, முள்கள் எங்கு முளைத்துள்ளன என்பதைத் தெளிவாகக் காட்டுகிறார் கவிஞர்.

''நாங்கள் பசியின் குழந்தைகள்
எங்கள் முதலிரவிலும்கூட
வேர்வைப் பன்னீர்தான் தெளிக்கப்படுகிறது''

கேவலப்படுத்தப்படும் இவர்கள் வாழ்க்கைக்கு யார் பொறுப்பு?

"நாங்கள் விளம்பரப் பலகைகள்
விளம்பர வரி இதுதான்
    வாத்சாயனத்திற்கு
    இன்னும்
    உரையாசிரியர்கள் தேவை

உணவு தேடி அலையும் இவர்கள் யாருக்கு உணவாகிறார்கள்?
"உணவுக் கொழுப்பில் பசி கொண்டவர்களுக்குப்
பசிக்கிறக்கத்தில் உணவானவர்கள் நாங்கள்"

இதோ இங்கே கவிஞர் நா.கா. உயர்ந்து நிற்கிறார். உண்மையை விளக்குகிறார்.

நாங்கள் நிர்வாணத்தை விற்பனை செய்கிறோம் ஆடை வாங்குவதற்காக!" 'கிருட்டின பரமாத்மாக்கள்' புரிந்து கொள்ள வேண்டும். நாட்டிலே ஆயிரக்கணக்கான 'திரௌபதைகள்' இருக்கிறார்கள்.

முடிவுரையாக

இக்கட்டுரையாளர் சொல்ல விழைவன இவையே:

1. நா. காமராசன் சிறந்த உருவகக் கவிஞர்.
2. பகுத்தறிவிலும் சோசலிசத்திலும் நம்பிக்கை வைத்துள்ளார். கவிதை வழியாக அந்தக் கொள்கைகளை வெளிப்படுத்தும்போது தவறிவிடுகிறார்.
3. தவறிவிடுவது மட்டுமின்றி, 'வாழ்க்கையின் முடிவு சோகம்தான்' எனத் தவறான பாதையையும் காட்டி விடுகின்றார்.
4. தேவவேளை', 'வசந்த ருது' ... இன்னும் இவை போன்ற சில சொற்களுக்காகவே தனித்தமிழ் எதிர்ப்பாளர் போல (இந்தி எதிர்ப்பாளராக இருந்தும்) வட சொற்களுக்காகவே கவிதை எழுதுவதுபோலத் தெரிகிறது.
5. வருங்காலத்தில், நா.கா.வின் 'கறுப்பு மலர்' களின் மணம் சிவப்பு மலர்களின் தேனாக மாற வேண்டும்.
6. கவிதையென்பது 'போதை'க்குரியதல்ல; வாழ்க்கைக் களத்தின் போர்வாள்!

⑥

மு. மேத்தாவின் 'கண்ணீர்ப்பூக்கள்'

தமிழ்நாட்டின் எல்லா இளைஞரும் காதல், சமுதாயச் சீர்திருத்தம், காந்தியம் என்ற மூன்றைப் பற்றியும் சில கருத்துகளை உடையவர்களாக இருக்கிறார்கள். இந்த மூன்றையும் இவர்கள் விரும்பவே செய்கிறார்கள். காதல் இளமையின் உயிராக இருப்பதைப் போல சமுதாயச் சீர்திருத்தம் இவர்கள் இதயத்தின் வேட்கையாக இருக்கிறது. காந்தியமோ வாழ்க்கையாகவே இருக்கிறது.

கால வளர்ச்சியில் - அடைவுகளின் முதிர்ச்சியில் காந்தியம் பற்றிய கருத்துக்களும் சீர்திருத்தம் பற்றிய கருத்து களும் மாறத்தான் செய்கின்றன. ஆனால் காதலைப் பற்றிய எண்ணங்கள்...!

ஆம்! மாறுவதே இல்லை. மாற இவர்கள் அனுமதிப்பதும் இல்லை. காரணம், காதல் என்பதை இவர்கள் சமுதாய நிலைமைகளுக்கு அப்பாற்பட்ட ஒரு தூய்மையான நிகழ்ச்சியாகக் கருதிக் கொள்கிறார்கள். காந்தியம், சீர்திருத்தம் போன்ற எண்ணங்களின்பலன்களை நடைமுறையிலேயே இவர்கள் அனுபவிப்பதால் அவற்றைப் பற்றிய கருத்துகளை மாற்றிக் கொள்ளமுடிகிறது. ஆனால், காதலை நடைமுறைச் சமுதாய வாழ்வில் இருந்து தனியே பிரித்தே நோக்குவதால் இவர்கள் அதன் பலன்களைக் காண முடியாமல் தவிக்கிறார்கள். ஆனால் காதலும் மற்ற இரண்டைப் போலவே ஒரு சமுதாய நிகழ்ச்சிதான். "காதல் என்பது புரட்சியின் மறுபெயர்" என்கிறார் வி.ச.

காண்டேகர். "கொடி என்றால் மலர் இருக்கத்தான் வேண்டும். காதல் என்றால் அதில் ஸ்பரிச உணர்ச்சி இருக்கத்தான் வேண்டும்" என்பதும் அவர் கருத்தே. இப்படித் தொடு உணர்ச்சி இன்பத்தை அடிப்படையாகக் கொண்டு தொடங்கும் இந்தக் காதலை, இன்றைய இளைஞர்கள் தவறாகப் புரிந்துகொள்வதோடு - அதைப் பற்றிய தங்கள் கருத்தையும் மாற்ற மறுக்கிறார்கள்.

காதல் கைகூடாவிடின் வாழ்க்கையையே இழந்து விட்டதாக மூளைக்குள் தாங்களாகவே கற்பித்துக்கொண்டு துன்புறுகின்றனர். சிலர், பெண்கள் சமுதாயத்தையே பழிக்கத் தொடங்குகின்றனர். சிலர், பெண்களை அடிமைப் படுத்துவதைக் குறிக்கோளாகக் கொள்கின்றனர். இது காதலைப் பற்றிய நிலை.

காந்தியம்: "காந்தியைவிடப் பெரியது காந்தியம்" என்கிறார் வெ. சாமிநாத சர்மா (நூல்: 'அரசியல் வரலாறு'; கட்டுரைத் தலைப்பு: காந்தியம்'). இது உண்மையாகவும் இருக்கலாம். ஆனால் காந்தியத்தைவிட மானுடம் பெரியது. எனவே மானுடமும் காந்தியமும் போராடும்போது நாம் கண்டிப்பாக மானுடத்தின் பக்கமாகத்தான் நிற்கவேண்டு. மானுடத்தின் வெற்றிக்காகக் காந்தியத்தை ஒதுக்கிவைக்க வேண்டி வந்தாலும், அல்லது வேறு 'இய'க்கத்தின் துணை யோடு போராட வேண்டி வந்தாலும் நாம் ஏற்கத்தான் வேண்டும்.

ஆனால், இன்றைய இளைஞர்களோ காந்தியத்தைப் புரிந்து கொள்ளவும் முயற்சி செய்யாமல் வழிபடுவற்கு மட்டும் ஆயத்தமாக இருக்கிறார்கள். வெறும் வழிபாடு, சமுதாய நல்வாழ்க்கைக்கு வழிகாட்ட முடியுமா? முடியாது. எனவே எவ்வளவு பெரியதாக அல்லது பெரியரவாக இருப்பினும் காந்தியும் சமுதாய உரைகல்லில் உரைக்கப்படவேண்டியவரே!

சீர்திருத்தம்: நெடுஞ்சாலையில் ஓரிடத்தில் சிறுமேடு தென்பட்டால் அதைச் சமன் செய்வது சீர்திருத்தம். நெடுஞ்

சாலையே மேடுபள்ளமாக இருந்தால்?! இங்குச் சீர்திருத்தம் என்பது செல்லாக்காசு. இதற்கு வழி புரட்சி ஒன்றே! ஆடை கசங்காமல் அழுக்குப்பட அனுமதியாமல் சேரிப் பையனைக் குளிப்பாட்டுவதாய்க் 'காட்சி' கொடுக்கும் திரைப்படத் தோழியர்போல், சிலர் சீர்திருத்தம் என்பதை அலங்காரமாகக் கருதிக்கொண்டிருக்கிறார்கள். ஆனால் சீர்திருத்தம் என்பது அலங்காரமல்ல! ஆர்ப்பாட்டத்தின் முதலடி! போர்ப்பாட்டின் பல்லவி!!

மேற்கண்ட பல்லவிக் கருத்துக்களுடன் மு. மேத்தா'வின் "கண்ணீர்ப் பூக்களை" அணுகவேண்டியதாயிருக்கிறது. காரணம் இந்தக்கண்ணீர்ப்பூக்கள் காதல், காந்தியம், சீர்திருத்தம் என்ற மூன்று இதழ்களை உடைய பூக்களாகவே பெரும்பாலும் இருக்கின்றன.

குண்டுவீசும் போட்டியில், தொலைவில் குண்டு வீசும் நோக்கோடு குண்டைக் கையாளும்போது, எதிரே வீசுவதற்குப் பதிலாகத் தனக்குப் பின்னாலே குண்டை நழுவ விட்டுவிடுவது போல இன்றைய புதிய கவிஞர்கள் இருக்கிறார்கள். இவர்கள் சமுதாயத்தை, உலகை வேறு கோணங்களில் இருந்து பார்க்கிறார்கள். சமுதாயக் கோணல்களைச் சரிசெய்யும் விழைவோடு துடிக்கிறார்கள். ஆனால், தங்கள் பார்வையையும் துடிப்பையும் கவிதையாகப் பதிய வைக்கும்போது புதிய சில கோணல்களை உருவாக்கி விடுகிறார்கள்.

இன்றைய நடைமுறைத் தேவைகளின் அளவிற்கு இவர்களால் பழமையில் இருந்து முற்றிலும் மாற இயலவில்லை. பழமை என்பது ஆயிரம் ஆண்டுகளுக்க முற்பட்ட காலமல்ல. இந்த மணித்துளிகளுக்குப் பயன்படாத முந்தைய மணித்துளியும் பழமைதான்.

இந்தவகையில் தோழர் மேத்தா வானிலே புதிய உலகைப் பார்த்துக் கொண்டு, மண்ணிலே பழைய பாதையில் - வழிகாட்டுப் பாதையில் நடந்து கொண்டிருக்கிறார்.

II

காதல்:

> "இந்த
> பூமி உருண்டையைப்
> புரட்டிவிடக் கூடிய
> நெம்புகோல் கவிதையை
> உங்களில்
> யார் பாடப்போகிறீர்கள்?"

என வினாவுடன் அறிமுகமாகும் இந்தக் 'கண்ணீர்ப் பூக்கள்' அப்படிப்பட்ட 'நெம்புகோல் கவிதை'யைப் பாடும் கவிஞரின் கைகளில் ஒப்படைக்கப்படும் போலிருக்கிறது என்ற வேட்கையைத் தூண்டுகிறது. ஆனால் -

> "கல்யாணமேடையை
> அலங்கரிப்பதற்காகக்
> கனவுகள் கண்ட
> கன்னிப் பூக்கள்
> சவப்பெட்டியின் மேனியில்
> சரிந்து விழுந்தன"

நெம்புகோல் கவிஞரின் கைகளைத் தேடப்போய் சவப்பெட்டியின் மேனியைச் சந்திக்க வேண்டியிருக்கிறது.

> "வாசனையில்லாத
> இந்தப் பூக்கள்தான்
> இதயமுள்ள
> எந்த மனிதனையும்
> இன்னொருவருக்காக
> ஈரப்படுத்தும்"

என்று மணங்கமழும் ஈர உணர்ச்சி, சமுதாயம் காரணமாகத் தன்னோடு கூடவராத காதலியை நோக்கும்போது -

> "கரையைப் பற்றிக் கொள்ளாமல்
> நதிமகளே உன்னால்
> நடக்க முடியுமா?
> உன்னை நேசித்ததற்குப் பதிலாக

நான்
மதுவை நேசித்திருக்கலாம்.''

காதல் கைகூடாதபோது இரக்க உணர்ச்சியோ, ஈர உணர்ச்சியோ தோன்றவில்லை. ஆதிக்க உணர்ச்சியும் கேவலப்படுத்தும் உணர்ச்சியுமே தோன்றுகிறது. இங்கே தான் கவிஞர் வீழ்கிறார். கற்பு தவறி உன்னால் வாழவே முடியாது என்ற பழைய பல்லவியையே, இந்தக் கவிஞரும், "கரையைப் பற்றிக் கொள்ளாமல் நதிமகளே உன்னால் நடக்க முடியுமா?" என்று புதிய பண்ணில் பாடுகின்றார்.

காதல் என்பதை ஒரு துன்ப உணர்ச்சியாகவும், துன்பத்தில் முடியக்கூடிய கோட்பாடாகவும் ஏனோ இந்தக் கவிஞர் கருதிக் கொள்கிறார். 'ஒரு கடிதம் அனாதையாகி விட்டது' என்ற தலைப்பில் இவர், தன் தவறுகளுக்கு நியாயம் தேடுகிறார்.

"சேரும் முகவரி சரியில்லை
அனுப்பிய முகவரி அதில் இல்லை
ஒரு கடிதம் அனாதையாகிவிட்டது
ஒரு கடிதம் அனாதையாகிவிட்டது''

என்று தொடங்கி இதே வரிகளுடன் முடிகிறது. இந்தத் தலைப்பு. இது யார் தவறு? முகவரி எழுதாத கைகள் மட்டுமல்ல; கைகளை இயக்கும் மூளையும் இந்தத் தவறுக்குப் பொறுப்பாகும். முகவரி சரியில்லாததால், அஞ்சல் நிலையங்கள் ஆராய்ச்சி செய்தனவாம். அதனுள்ளே...

"ஒரு வாரத்திற்குள்
உங்கள்
பதில் வரவேண்டும்
இல்லாவிட்டால்
உயிர்ப் பறவை சிறகடிக்கும்.
கடைசி முத்தமிட
என்
கல்லறைக்கு வரலாம்''

என்று எழுதியிருந்ததாம்.

இரக்க உணர்ச்சியை ஏற்படுத்தி விடுவதாலேயே முகவரிகளைச் சரியாக எழுதாத மூளையின் தவறுகள் நியாயங்கள் ஆகிவிடுமா? காதல் என்பது இதயம் பற்றிய உணர்ச்சியாக இவர் கருதிக் கொண்டிருப்பதால்தான் இந்தக் கோளாறுகள். காதல் உடலைப் பற்றியது, உடலை இயக்கும் மூளையைப் பற்றியது; அடுத்த நிலையில்தான் இதயம் இடம் பெற வாய்ப்பிருக்கலாம்!

"முகம் தெரியாத அவளுக்காக" என்ற தலைப்பில் இவருடைய உண்மையான காதல் உள்ளம் - அல்ல - காழ்ப்பு உள்ளம் நன்கு வெளிப்படுகிறது. இவர் போன்ற கவிஞர்கள் காதலைச் சூனியமாக்கிப் பார்ப்பதிலேயே மகிழ்ச்சியடைகிறார்கள். அவளுடைய முகமே இவருக்குத் தெரியாதபோது அவளைக் காதலித்துக் கைகூடாதது போலவும், பின்னர் கண்டனம் தெரிவிப்பதும் எதற்காக? உண்மையாகக் காதலித்திருந்தால் 'முகம் தெரியாத அவளுக்காக' என்ற சொற்கள் வந்திருக்காது. இந்த சொற்கள்தான் உண்மையானவை என்றால், அவர் காதல் பொய்யானதுதான்.

''தேசங்களையெல்லாம் சுற்றிவந்தாலும்
என்கால்கள் உன் தெருவிற்கே வந்து சேருகின்றன''

என்ற வரிகளைப் படிக்கும் போது இதமாகத்தான் இருக்கிறது.

''என்செய்தியை நான்எழுதத் துடிப்பது
உன்இதயத்தில்தான்
அறிந்தும் அறியாதவள் போல் - நீஏன்
ஆட்டோஃகிராபை நீட்டுகிறாய்''

இவை போன்ற வரிகள் வருத்தத்தைத் தரத்தான் செய்கின்றன.

''இந்தச்சோக வீணையைத் தூக்கிச்
சுமக்க வேண்டியிருக்காது
நீமட்டும் என் தோளிலிருந்தால்''

என்ற வரிகளால் நம்பிக்கை பிறக்கிறது.

"நீ நீயாகத்தான் இருக்கிறாய். நான்தான் நானாக இல்லை" என்ற வரி ஒரு தெளிவை ஏற்படுத்துகிறது. அவள் போக்கில் குற்றம் இல்லை. இவர்தான் குழம்பியிருக்கிறார். ஆனால்... இறுதியில்...

"தொடமுடியாத தொலைவில் இருப்பதாகக்
கனவு காணாதே
இந்தப் பூமியின் விளிம்பையே தீண்டிவிடும் அளவிற்கு
என்விரல்கள் நீளமானவை
ஏனென்றால் என்கைகள் வெறும் கைகளல்ல
கவிதைகள்..."

இந்த வரிகள் இவர் கவிதையின் ஆண்மையைக் காட்டலாம். ஆனால் குற்றமில்லாத இன்னொரு உயிரை - காதலியை மிரட்டும் தொனியில் அல்லவா அமைந்து விட்டது. இவர் இவரா இருக்க முடியாமல் அவளாகவே இருக்கும். அவளை "கனவு காணாதே" என்று கண்டிப்பது ஆதிக்க உணர்ச்சிதானே!

புதுக்கவிதை படைக்கும் கவிஞர்கள் ஏன் இப்படி வீழ்கிறார்கள்? இவர்கள் சமுதாயத்தைப் பார்க்கும் பார்வையில் தவறுகள் இல்லை. பொதுவாக மற்றவர்களைவிட வேறுபட்டே பார்க்கிறார்கள். ஆனால், பார்வையில்படும் காட்சிகளை உணர்ந்து கொள்வதில் தான் தவறுகள் ஏற்பட்டுவிடுகின்றன. முதலில் இவர்கள் காதலைச் சமுதாய நிகழ்ச்சியாக எண்ண வேண்டும். சமுதாயத்தில் இயங்கும் உயிர், உயிரில் பொருள்களின் தாக்கத்தால் காதல் வளரலாம். அழியலாம் என்பதை உணர வேண்டும். அது மட்டுமல்ல! இன்றைய சமுதாயத்தில் பெண்களுக்கான உரிமைகள் சட்டங்களிலேதான் வாழ்கின்றன. வேண்டுமானால் நகரப்பெண்கள் இவற்றை அனுபவிக்கலாம். வறுமையில் வாடும் வயல் வெளிப் பெண்களுக்கோ, போலி கௌரவங்களுக்காக அலையும் நடுத்தரக் குடும்பப் பெண்களுக்கோ உரிமை என்பது எங்கே புரியப் போகிறது? இப்படிப்பட்ட நிலைமையில், புதுக்கவிதை பாடும் கவிஞர்கள் நடுத்தரக் குடும்பத்தினராக

இருந்து விடுகிறார்கள். இவர்களால், உழைக்கும் மக்களை உருக்குலைக்கும் சுரண்டல் அமைப்பை எதிர்க்கவும் முடியவில்லை. ஆதரிக்கவும் முடியவில்லை. எனவே தவிக்கிறார்கள், குழம்புகிறார்கள். பிதற்றுகிறார்கள். இந்தக் குழப்பத்தையே கவிதையாகவும் தந்து விடுகிறார்கள். அழகாக இருக்கிறது என்பதற்காக இரசிக்கலாம். வெறும் இரசனை என்பது எவ்வளவுக் காலம்? முடிவில் இந்த வெறும் இரசனை என்பது, உழைக்கும் முகாமைச் சுரண்டும் முதலாளித்துவ முகாமிற்கு அடிவருடலாய் சரணங்களாய்ப் போய்விடும். இது வரலாறு கற்பித்த உண்மையன்றோ?

III

காந்தியம்: 1947ஆம் ஆண்டு ஆகஸ்டு திங்கள் 15ஆம் தேதி முதல் காந்தியம் வீழத்தொடங்கியது எனலாம். அப்படி வீழத் தொடங்கியதில் வியப்பொன்றுமில்லை. காந்தியம் என்பது வேறொன்றுமில்லை. இந்து மதத்தின் வேறு வடிவம். இதில் 'காந்தி' என்ற ஒரு தனி மனிதர் நல்லவராக இருந்திருக்கலாம். தனிமனிதர் நல்லவராக இருப்பது அல்ல சிக்கல்! அந்தத் தனி மனிதர் எந்தச் சமுதாயத்திற்காக - எந்தச் சமுதாயத்தோடு கைகோத்துக் கொண்டு போராடுகின்றார் என்பதே ஆராயப்பட வேண்டியதாகும்.

காந்தி விடுதலைக்காகப் போரடினார், எளிமையாக இருந்தார், இன்னாசெய்யாமை உயிரென ஓம்பினார் என்பதெல்லாம். ஒருபுறம் இருக்கட்டும். உண்மைகள்தான் இவை. அதே சமயத்தில் அவர் முதலாளிகள் கடவுளால் அமர்த்தப்பெற்ற அறங்காவலர்கள் (தர்மகர்த்தாக்கள்) என்று சொன்னதையும் நால்வருண வேறுபாடு இருக்கத்தான் வேண்டும் என்று சொன்னதையும் மறந்து விடலாகாது. இவைகளும் உண்மைகளே! காந்தி மதவழிப்பட்ட அரசியல்வாதி என்ற அடிப்படை உண்மையோடு, இந்தப்

புதுக்கவிதையாளர் காந்தியையும் காந்தியத்தையும் எப்படி அணுகுகின்றார் எனக் காண்போம்.

"மாம்பழ ஊரில் மனக்குயில்கள் அழுகின்றன" என்ற தலைப்பின் கீழ், சேலத்தில் காந்தி சிலைக்குச் செருப்பு மாலை போடப்பட்டதற்காக வருந்தி அழுகின்றார். இந்த அழுகைக் கவிதை அழகாகவும் இருக்கிறது.

உன்னுடைய கழுத்தில் செருப்புமாலை
விழுந்தபோது - உன்
பாதச்செருப்புகள் பட்ட இடமெலாம்
பூந்தோட்டங்களாய்ப் புலம்பத் தொடங்கின

என்ற வரிகள் கவிதை ஆற்றலைக் காட்டினாலும், ஒரு பெரிய சமுதாய மாற்றத்தை, உண்மையை மறைத்து விடுவதாக அமைகிறது. வ.உ.சி., பெரியார், திரு.வி.க., திலகர், பகத்சிங்கு போன்ற மாபெரும் வீரர்களின் தியாக வரலாறு அடங்கிய காங்கிரசு இயக்கத்தின் தலைமையைக் காந்தி ஏற்று விடுலைக்குப் போராடினார். அவர் தலைமையில் போராடியபோது விடுதலையும் கிட்டியது. அவர் இறப்புக்குப் பின் அவர் தத்துவங்களைப் பரப்பக் கோடிகோடியாய்ப் பணம் செலவழிக்கப்பட்டது. நூற்றாண்டு விழாவின் சிறப்பு விண் முட்டியது. இதற்குப் பின்னரும் ஒரு கூட்டம் காந்தி சிலையை உடைத்தது என்றால் காந்தி சிலைக்குச் செருப்பு மாலை போட்டது என்றால் - ஏன்?

மகாத்மா, அடிகள், பாபுஜீ, மகான் என்றெல்லாம் கடவுளாக்கப்பட்டார் காந்தி. ஆனால் காந்திசிலை உடைக்கப்பட்டது. இதற்காக மனக்குயில்கள் அழுகின்றன. அது அழவேண்டிய நேரமல்ல - நிகழ்ச்சியல்ல! ஆராய வேண்டிய நேரம் - நிகழ்ச்சி!

இருபத்தெட்டு ஆண்டுகளுக்குப் பின்னால் பலவித சமுதாயப் பொருளாதார அறிவியல் முன்னேற்ற காலத்தில் அழும் இப்புதுக்கவிஞர், கோட்சே காலத்திலேயே இருக்கிறார். விடுதலை பெற்ற பல ஆண்டுகளுக்குப் பின்னால் சிலைகள் உடைக்கப்பட்டன. இது ஒரு சமூக

அரசியல் மாற்றம். இதற்காக அழாமல், ஆராய வேண்டும். காந்தியம் காலத்திற்கு ஒவ்வாத கருத்து என்ற முடிவில்தான் அவர் சிலைகள் அவமானப்படுத்தப்பட்டிருக்கலாம். அதற்காக இக்கட்டுரையாளன் இந்த நிகழ்ச்சிகளை அங்கீகரிக்கிறான் என்பதல்ல பொருள். இந்த நிகழ்ச்சிக்குப் பின்னால் சமுதாயத்தின் வயிற்றெரிச்சல் இருக்கலாம் என்ற காரணத்தால் இதுபோன்ற நிகழ்ச்சிகளை ஆராய அனுமதிக்கின்றான் - அவ்வளவே!

    உடைந்து கிடந்த பிரதேசத் துண்டுகளை
    ஒட்ட வைத்தவன் நீ...
    தீண்டப் படாததாய் ஒதுக்கப் பட்டவர்க்கு
    தெய்வ மகத்துவம் தேடிக் கொடுத்தவன்...

போன்ற வரிகள் வரலாற்றை பிறழ உணர்ந்ததால் பிறந்தன போலும். முதலிரண்டு வரிகள் வல்லபாய் பட்டேலுக்குப் போய்ச் சேரவேண்டும். பின்னிரண்டு வரிகள் பெரியாருக்கும் அம்பேத்காருக்கும் போய்ச்சேரும்.

    "காந்தியை மறந்தாலும்
    காந்தியின் கைத்தடியையாவது
    ஞாபகப்படுத்தும் காலம் வந்துவிட்டது"

எனக் கனல்கிறார் இந்தக் கவி. இதுதான் உண்மை. காந்தியைவிட காந்தியத்தைவிட அவரது கைத்தடியே வலிமை வாய்ந்தது. உழைக்கும் தோழர் ஒவ்வொருவரும் 'கைத்தடிகளை' எடுக்கும் காலமே. இந்திய வானில் வறுமையில்லா விடியல் பூக்கும் நாளாகும்.

    "தேசப்பிதாவுக்கு ஒரு தெருப்பாடகனின் அஞ்சலி" என்ற தலைப்பில் போலி அரசியல் தலைவர்களை இவர் கிண்டல் செய்யும் விதம் பாராட்டிற்குரியது. அதே சமயத்தில் தேசப்பிதாவின் அஞ்சலியில் தெரிந்தோ தெரியாமலோ ஒரு வரலாற்று உண்மையை வெளியிட்டுள்ளார்.

    "சரித்திர மாளிகையில் அகிம்சைப் பேரொளியில்
    பகத்சிங்குகள் மறைக்கப்பட்டதால்தானா
    சுதந்திர மாளிகையை எலிகள் சுரண்டுகின்றன"

என்பதே அது! உண்மை. இந்தியா விடுதலை வரலாற்றில் பகத்சிங்கு போன்ற தொழிலாள நாத்திகத் தோழர்களின் வரலாறு மறைக்கப்பட்டு விட்டது. இதற்கு, இந்த அஞ்சலிக் கவிதைக்குரிய தேசப்பிதாவும் பொறுப்பாவார்.

இலட்சக்கணக்கான இளம் நெஞ்சங்களின் கோரிக்கையை ஏற்று, காந்தி அன்றைய வைசிராயிடம் போராடி இருப்பாரேயானால், பகத்சிங்கு தூக்கு தண்டனையில் இருந்து தப்பிப்பார். 1931-ஆம் ஆண்டு கராச்சியில் நடந்த காங்கிரச மாநாடு முடியும் வரை தண்டனையை நிறுத்திவைப்பதாகக் காந்தியிடம் சொல்லி யிருக்கிறார் அன்றைய வைசிராய்! ஆனால், காந்தியோ, 'அப்படியொன்றும் நிறுத்திவைக்கத் தேவையில்லை. தண்டனையை நிறைவேற்றலாம்' எனப் பதிலளித்தார். 'அகிம்சைப் பேரொளியில் பகத்சிங் மறைக்கப்பட்டதற்கு யார் காரணம்? இதய உணர்ச்சி பெருக்கெடுக்கும்போது, இயக்கங்களின் வரலாற்று உண்மைகள் அடித்துக்கொண்டு போகக்கூடாது.

IV

சீர்திருத்தம்: மதம் வாழ்நாள் முழுதும் அபினாக இருக்கக்கூடியது. இந்தச் சீர்திருத்தம் என்பது இளமைக்கு அபின் ஆகும். கருவுற்ற பெண்டிர்க்குப் பிராந்தியை மருத்துவர் பரிந்துரை செய்வதைப்போல, இளமைக்குச் சீர்திருத்த அபின் தேவையாகத்தான் இருக்கிறது. ஆனால் அது எந்த அளவிற்கு எந்த முறையில் என்பதே வினா.

"ஒரு மக்கள் கவிஞனின் இறுதிக் கேள்வி" என்பது இந்தப் புத்தகத்தின் இறுதிப் பாடலாகும். கவிதை உயர்ந்து நிற்கிறது. "உங்களுக்காக உங்களைப் பற்றி ஒரு பாடல் பாடினேன். பாடலுக்காக என்மீது ஒரு விசாரணை வந்தது. அதிகாரத்தின் கைகள் அர்த்தராத்திரியில் வந்து என்னை அழைத்தபோது..."

"இந்தக் குற்றக் கூண்டில்...
சிறைவாசல் முற்றத்தில்
சிந்தனையின் புழுக்கறையில்...
ஓ! என் தோழர்களே!
என் பாடலைப் பத்திரப்படுத்தினீர்களே
இப்போது என்னை என்ன செய்யப்போகிறீர்கள்?"

- ஓ! மேத்தாவே! இப்போது நீ என்ன செய்யப் போகிறாய்? இது காலத்தின் வினா. இந்தநிலை கவிஞனுக்கு மட்டுமல்ல, அக்கவிஞனால் உணர்வுபெற்ற, உயிர் பெற்ற ஆயிரக்கணக்கான தோழர்களுக்கும்தான். ஓ! கவிஞனே! என்ன செய்யப்போகிறாய்?

புழுங்கும் புழுதித் துகள்களாய், சப்பிப் போடப் பட்ட ஐஸ்கிரீம் குச்சிகளாய், வீசியெறியப்பட்ட கேக் மேலுறைகளாய், 'கணிங்' என்று அலறும் வெறும் காலி மதுப்புட்டிகளாய் தங்கள் வாழ்வை ஓட்டிக் கொண்டிருக்கும் இலட்சக்கணக்கான, கோடிக்கணக்கான உழைக்கும் மக்களின் உயர்வுக்கு அடிப்படைத் தேவை களுக்கு ஓ! கவிஞனே! நீ என்ன செய்யப் போகிறாய்? உன் தீர்வுகள் யாவை? நீ எந்த முகாமில் நின்று எந்த முறையில் போரிடப் போகிறாய்? உன் கண்ணீர்ப் பூக்கள், துப்பாக்கிக் குண்டுகளாய் மாறுவது எப்போது? குழந்தைகூட அழுகிறது - அதற்குக் கவிஞன் தான் உரியவ னல்லன்.

காலத்தின்போக்கை, கைகளைக் கட்டியிருக்கும் முதலாளித்துவச் சங்கிலியை உடைத்தெறியக் கவிதைகள் சம்மட்டிகளாக மாற வேண்டும். மாறுமா? அப்படிப் பட்ட அறிகுறிகள் இந்தக் கண்ணீர்ப்பூக்களில் காணப்பட வில்லையே?

"தாலாட்டுக் கேட்காத தொட்டில்கள்" என்ற கவிதையில் குப்பைத் தொட்டியில் வீசியெறியப்பட்ட குழந்தைகளின் அலறலைக் கேட்கிறோம். 'ஆசைகளின் வான்வெளியில், ஆயிரமாய்ப் பூ மலர, ஓசைகளால்

வீடு கட்டி, உயிர்த்தோட்டம் போட்டவள்; பருவத்தின் ஊர்வலத்தால், சேவல் சிறகடிப்பால், மடியில் கனம் வளர, நம்பிக்கை வானில் நட்சத்திரம் உதிர... தன்னந் தனிப்பறவை, தாய்ப்பறவை ஆகிவிட...''

"ஆல மரத்தடியில்
ஆளுயரக் குப்பைத்தொட்டி
ஆளுயரக் குப்பைத்தொட்டி
அழுகின்ற குரல் கேட்கும்''
இதயம் சலனமடைகிறதல்லவா?

புதுக்கவிதைக்காரர்களும் ஒரு மரபை வைத்துக் கொள்கிறார்கள். வியட்நாமை வாழ்த்தி ஒரு பாடல்; சிலி புரட்சியைப் பற்றி ஒன்று; அமெரிக்காவை வைது ஒன்று; வெண்மணிபற்றி ஒன்று; என இப்படிச் சில பொருள் மரபுகள் இவர்களிடம் காணப்படுகின்றன. இது தவிர்க்க முடியாதது மட்டுமல்ல, ஏற்க வேண்டியதுங்கூட! அண்மையில் உலகை உலுக்கிய நிகழ்ச்சிகளை, காலை விழிப்புணர்வோடு எத்தனைக் கவிஞர்கள் பாடினாலும் ஏற்றுக்கொள்ள வேண்டியதுதான். மேத்தாவும் விதிவிலக்கு அல்ல. சிலியைப் பற்றியும், வங்காள தேசத்தைப் பற்றியும் பாடிச் செல்கிறார்.

மு.மேத்தா. சீர்திருத்தம் என்ற பாதையில் இருந்து மாறி புரட்சி என்ற பாதையில் முன்னேற வேண்டும். அப்போதுதான் இப்போது சென்ற சீர்திருத்தப் பாதைசரிதானா என முடிவு செய்ய முடியும்.

V

இக்கவிஞர் 'சுயதரிசனம்', 'கலைந்த கனவுகள்' என்ற இரு பாடல்களைத் தந்துள்ளார். இவர் எதிர்காலத்தைப் பற்றி இவ்விரு கவிதைகளும் நமக்கு நம்பிக்கை அளிப்பதாக உள்ளன.

"நான் சுதந்திரமானவன்
என்னைக் கட்டுப்படுத்த முடியாது
கட்டிப்போட முயன்றவர்கள்

தங்கள் காயங்களுக்குக்
கட்டுப் போட்டுக் கொண்டிருக்கிறார்கள்''

"தோன்றிய நாள்தொட்டே பூமி அனைத்தையும்
தன் தலையில் தாங்கி வருவதாகச் சொல்லப்படும்
ஆதிசேசனுக்கு என் கால்நடை ஒன்றே
கழுத்து வலியை உண்டாக்கி விடும்''

"ஒன்று திரண்ட உழைக்கும் இனத்தின்
ஆற்றலுக்கு - அடையாளம் நான்!"
இது இவர் கொடுக்கும் 'சுய தரிசனம்'.

"பூமியைப் புரட்டும் புழுதியின் கீதங்கள்
புறப்பட்டு வருகிறபோது -
புல்லின் நுனியிலும் புதுமை சிலிர்க்கும்
புல்லாங் குழலிலும் புரட்சி வெடிக்கும்!"

இது இவர் 'கலைந்த கனவின்' ஒரு காட்சி!

இதுபோன்ற கவிதைகள், இவர் எதிர்காலத்தில் ஒரு தெளிவான பாதையை வகுத்துக் கொள்வார் என்ற நம்பிக்கையை அளிக்கின்றன.

VI

வேண்டுமென்றே தமிழில் பிறமொழிச் சொற்களைக் கலந்து எழுத வேண்டும் அதுதான் உயர்ந்தது, தேவையானது என்றெல்லாம் சொல்லிக்கொண்டிருந்தபோது மறைமலை அடிகள் ஓர் இயக்கமாகச் செயல்பட்டு இக்கருத்தை உடைத்தெறிந்தார். நல்ல தமிழுக்கு வித்திட்டார் (மறைமலை அடிகளின் மற்ற பிற கருத்துக்களுக்கும் இந்தக் கட்டுரையாளனுக்கும் முரண்பாடுகள் பல உள.)

வெறும் புராணங்களை மனப்பாடம் செய்வதற்கும், மடத்துச் சோற்றை வயிறார தின்றுவிட்டு, உரைகள் செய்வதற்கும்தான் தமிழ்ப்புலவர்கள் தகுதியானவர்கள் என்ற கருத்தை திரு.வி.க. தகர்த்தெறிந்தார். விடுதலை மறவராய், முதன் முதலில் தென்னிந்தியாவில் தொழிலாளர் சங்கத்தை ஏற்படுத்தியவராய் சிறந்த அரசியல்வாதியாய்த் திகழ்ந்தார்.

புரட்சிக்கவிஞர் பாரதிதாசனும் வெறும் புலவராய் இல்லாமல், சுவைக்காக மட்டுமே எழுதாமல். ஏற்ற கொள்கைக்காக வலிமையான போர்க்கருவியாய்க் கவிதையைப் பயன்படுத்தினார். இப்படிப் புலவர்கள் ஆங்காங்கே உலகுக்குத் தெரிந்தும் - தெரியாமலும் போராடி வந்திருக்கிறார்கள். இதன் பயனாய் இன்றைய தமிழாசிரியர் உலகில் ஒரு மாற்றம் ஏற்பட்டிருப்பது வரவேற்கக்கூடியதே. மனப்பாடம் செய்வதையே பெரிய புலமையாயும், சங்க இலக்கியங்களுக்குச் சற்று அப்பால் வந்தாலும் தமிழ் இலக்கியம் கெட்டுவிட்டது என்றும், புராணங்களை விட புதியதோர் கருத்து உளதோ என்றும் சொல்லிச் சொல்லியே தமிழிலக்கிய உலகை விரிவுபட விடாமல் தடுத்து வந்த தடைகளை உடைத்துச் சில தமிழாசிரியர்கள் வெளிவந்திருப்பது பாராட்டத்தக்கது.

ஏற்றுக் கொள்கிறோமோ இல்லையோ, தமிழ் இலக்கியக் கருத்துகள் மாறக்கூடியதே என்ற கருத்தை ஒப்புக் கொண்டு, புதிய சிந்னைகளால் தமிழ்க் கவிதை உலகை வளப்படுத்தும் பல தமிழாசிரியர்களுள் மு. மேத்தாவிற்கும் கண்டிப்பாக இடம் உண்டு எனலாம்.

“சமூகமே! இக்கவிஞரின் தரிசன ஆலயம். அதன் சிக்கல்களே இவர் கவிதைகளின் கீதாலயம்” என்று பின் அட்டையின் பின்புறத்தில் அச்சிடப்பட்டிருக்கிறது.

ஓ! கவிஞ! ‘லயங்கள்’ வேண்டும் என்பதற்காகச் சிக்கல்களைக் காப்பாற்றிக் கொண்டிராதே! சமூகத்தை ஆலயமாகப் பார்ப்பதைவிடச் சந்தைக் கடையாய்ப் பார்.

‘கல்லூரி சந்தைக் கடையல்ல! கலைமகளின் கோயில்’
- அப்பண்ணா.

‘சந்தைக் கடையிலாவது மக்களுக்கு உணவு கிடைக்கும். கோயில் குருக்களுக்குப் பிரசாதம் கிடைப்பதைத்தவிர, வேறு என்ன கிடைக்கப்போகிறது?’

- திலீபன். வி.ச. காண்டேகர். (நூல்: கிரௌஞ்ச வதம்)

7

ஏ.ஜெ. கனகரத்னாவின் 'முறையீடு'

I

இரண்டாவது உலகப்போருக்குப் பின்னால் இங்கிலாந்து தன் ஆதிக்கத்தின் கீழிருந்த பெரும்பான்மை யான நாடுகளுக்கு விடுதலை வழங்க வேண்டிய கட்டாயத்திற்கு உள்ளாகியது. கனன்றெழுந்த விடுதலை தீயாலும், இங்கிலாந்தின் அரசியல் பொருளாதாரச் சூழலாலும் 1947ஆம் ஆண்டிலேயே விடுதலை ஒளிபெற்ற இந்தியாவின் தொழில் தலைமையும் ஓரளவு மாறியது. தொழில் தலைமை அயலவரிடம் இருந்து நம்மவரிடம் மாறியதேயொழிய, அந்தத் தொழில் தலைமையின் தன்மைகள் மாறவில்லை. தெளிவாகச் சொன்னால், ஆங்கிலேயே முதலாளித்துவச் சுரண்டலுக்குப் பதிலாக இந்திய முதலாளித்துவச் சுரண்டல் தொடங்கியது எனலாம்.

விடுதலையையே தலைமைக் குறிக்கோளாகக் கொண்டிருந்த இந்திய தேசிய காங்கிரசு, விடுதலைக்குப் பின்னால் இந்தியப் பொருளாதார நிலைமைகள் எப்படியிருக்கும் என்பதைப் பற்றியோ, இதன் கிளைகளாக சாதி, சமயம், கல்வி, மொழி போன்ற சிக்கல்கள் எழும்புமே என்பதைப் பற்றியோ எண்ணமறுத்தது. சாதி, சமயம், கடவுள் போன்ற பிரச்சனைகளுக்காகப் போராடிய

இயக்கங்களோ, இவற்றிற்கெல்லாம் அடிப்படைக் காரணமான பொருளாதார அமைப்பைப் பற்றிக் கவலைப்படவே இல்லை.

இப்படிப்பட்டதொரு குழப்பமான நிலைமையில்தான் இந்தியா விடுதலை பெற்றது. இந்தக் குழப்பங்கள் இந்திய இலக்கிய வரலாற்றையும் பல்வேறு வகையில் பல்வேறு உருவங்களில் தாக்கியுள்ளன. இந்த மோதல்களின் கடுமையான வளர்ச்சி 1967க்குப் பின்பு ஒரு தெளிவை ஏற்படுத்தத் தொடங்கியது. அந்தத் தெளிவு இன்று சில தீர்வுகளையும் ஏற்படுத்தியுள்ளது. அந்த தீர்வுகளில் ஒன்றான 'உலகத் தொழிலாளர்களே ஒன்றுபடுங்கள்' என்பதை முழக்குவதே தோழர் ஏ.தெ. சுப்பையனின் "முறையீடு" என்ற கவிதை நூல் எனலாம்.

இந்த நூலைப் பற்றிய திறனாய்வுக்கு முன்னால் இதுபோன்ற புதுக்கவிதை நூல்களின் வரலாற்றையும் அறியவேண்டும். இவ்வரலாற்று ஒளியில்தான் இம் "முறையீடு" விளக்கம் பெறும்.

II

காலம்தோறும் பலவித வடிவ மாற்றங்களுடன் வளர்ந்து வரும் தமிழ்க் கவிதை வரலாற்றில் புதுக்கவிதைத் தோற்றமும் வரலாற்று நிகழ்ச்சியே ஆகும். வடிவங்கள் மாறிக்கொண்டே வந்தது போலவே கவிதையின் உள்ள டக்கமும் மாறிக்கொண்டே வந்துள்ளது என்பது தெளிவு.

பொதுவாக இருபதாம் நூற்றாண்டின் இந்தப் பிற்பகுதி முரண்பட்ட இரண்டு கொள்கை முகாம்களுக்கு இடையே நடக்கும் போராட்டமாக இருக்கிறது. அவை உழைக்கும் தொழிலாளர் முகாம், அந்த உழைப்பைச் சுரண்டும் முதலாளிகள் முகாம். இந்த முகாம்களின் கொள்கைப் போராட்டங்களே இன்றைய இலக்கியங்களையும் ஆட்சி செய்கின்றன. இதற்கிடையில் முதலாளித்துவ முகாமிற்குத்

தெரிந்தும் தெரியாமலும் உதவி செய்கின்ற இன்னொரு பிரிவு உள்ளது. அதுதான் நடுத்தர மக்கள் பிரிவாகும்.

மிகுதியான அளவில் கல்வி பெற்று சிற்றூர், பேரூர் நடுத்தர வர்க்க இளைஞர்கள் நகரங்களை நோக்கி நகரத் தொடங்கினர். இவர்களின் இடப்பெயர்ச்சி உழவையும் பிறஉள்நாட்டுக் கைத்தொழில்களையும் நசுக்கியது. நகரங்களில் எழுத்தர்களாக இருப்பதிலேயே நிறைவு பெற்று விட்ட இந்த இளைஞர்கள், படித்தும் படிக்காமலும் வேலையில்லாத் திண்டாட்டத்தின் காரணமாகத் தொழிற்சாலை அடிமைகளாய்ப் போன தம்மைப் போன்ற இளைஞர்களை மறந்தனர். இதனால் உழைக்கும் மக்களுக்கு உறுதுணையாய் இருக்க வேண்டிய நடுத்தர வர்க்கம், கல்லூரி ஆசிரியர், மேலாளர், மருத்துவர், வழக்குரைஞர், காவல் அதிகாரி எனத் தன்னையே பல வடிவமாகப் பிளவுபடுத்திக் கொண்டது.

இந்தப் பிளவு வாழ்க்கையில் ஒருவித நிலையான சோகச் சுவையையே நியாயப்படுத்தியது. இந்தச் சோகங்களே இலக்கியத்தின் கொள்கைகள் ஆயின. உலக வெறுப்பு, பெண் வெறுப்பு, சாவு விருப்பம், மாயை, மகளிரிடம் இன்பம் அனுபவிப்பதாகக் கற்பனை செய்து கொள்ளுதல் ஆகிய இவைபோன்ற வெறும் எண்ண இன்பங்களே கவிதைக் கொள்கைகளாயின. இவற்றை எதிர்த்து உலக உண்மை, வாழ்க்கை உண்மை, பொருள்களின் உண்மை ஆகியவற்றை அறிவியல் துணை கொண்டு விளக்கும் பொருள் அடிப்படைக் கொள்கைகள் கடுமையாகப் போரிட்டு வருகின்றன.

தோழர் சுப்பையனின் இந்த நூல் இரண்டாவது வகையைச் சார்ந்ததாகும்.

முறையீடு சில முழக்கங்களை முன் வைக்கிறது. அவை யாவை? அவற்றின் பின்னணி எத்தன்மையது? இவை எதை நோக்கி இப்படி அமைந்தன? போன்ற வினாக்களுக்கு விடையிறுப்பதாக இத்திறனாய்வு

அமைகிறது. இதற்கான அனைத்துச்சான்றுகளும் இந் நூலிலிருந்து கையாளப்படும்.

இந்தியனுக்குத் தாம்பத்தியக் காதலிலேயும் சுகமில்லை. சமூகக் காதலிலேயும் சுகமில்லை. அவனுடைய உடல் உழைப்பும் மூளை உழைப்பும் யாருடைய சௌகரியத்துக்காகவோ, எவருடைய சுகபோகத்துக் காகவோ விரயம் செய்யப்படுகிறது.

- முறையீட்டின், 'முன்னுரை' முழக்கமிது. இந்த முழக்கத்தின் பின்னணி எது? இந்தியனில் இருவித உழைப்பும் வேறு யாருக்காகவோ 'விரயம்' செய்யப் படுகிறதாம். அவர்கள் யாவர்? அவர்களின் தன்மைகள் யாவை? இந்த வினாக்களின் விடைகள் மேற்கண்ட முழக்கத்தின் பின்னணியாகும். அவரே சொல்லுகிறார்.

'ஜனநாயக' மணலிலே 'சோசலிச'க் கயிற்றைத் திரித்துக் காட்டுவதாக இருபத்தெட்டு வருஷங்களாய்ச் சவடாலடிக்கிறவர்கள்...'

திராவிடப் பொதுவுடைமைப் பூங்காவுக்குத் தண்ணீர் இறைக்கப் புறப்பட்டு மலையாள எதிர்ப்புச் சேற்றை வாரி யிறைத்துக் கொண்டிருக்கிறவர்கள்.

தொழிலாள வர்க்க தேகத்தைத் துண்டாடி அதிலே தொழில் பண்ண நினைக்கிற கசாப்புக்காரர்கள் ஆகிய இந்த மூன்றுவகையினரும்தான் உடலால் மூளையால் உழைப்பவர்களை ஏய்ப்பதாக முறையீடு முழங்குகிறது. இம்முறையீடு எதை நோக்கி அமைந்தது?

வாழ்க்கையில் இருந்ததை - இருக்கிறதை - இருக்க வேண்டுமென்று எதிர்பார்க்கிறதை வர்க்க ஞானத்தோடும் கலைநயத்தோடும் மனசிலே வார்த்தெடுத்துத் தருவதுதானே இலக்கியம்! அந்த இலக்கியம் மனிதனுக்குச் சிலுவையாகி விடவேண்டாம்; அவனின் சிறகுகளாகட்டும்! என இலக்கிய இலக்கை எடுத்தியம்பும் இம்முறையீடு 'மார்க் சிச'த்தை நோக்கியே அமைகிறது. இந்தக் கவிஞரே, 'நீங்கள் என்னை மார்க்சிஸ்ட் ஆக்கினீர்கள்' என்ற

கவிதையில், அவர் எங்கு எப்படியிருந்தார் என்பதையும், எங்கு எப்படியிருக்க விழைகிறார் என்பதையும் விளக்கு கிறார்.

உதயகுமாரின் சடலம் ஒதுங்கியதே நீர்த்துறையில்
பல்கலைக் கழகப் பாடநூல் பலவற்றில்
அமெரிக்க ஏகாதிபத்திய அழுகல் சித்தாந்தங்கள்
சிம்சன் வாயிலிலே திரளான கூட்டம்
வேர்வை பேரிங்குகளை வெளியே உதிர்த்துவிட்டுத்
தேய்ந்துபோகும் அந்தத் தொழிலாளர் எந்திரங்கள்

ஒரு வர்க்க விசுவாசம் - மறுவர்க்க சுகவாசம்
இருவர்க்க சகவாசம் இயல்பில்லை வெளிவேஷம்
புரையோடிப்போன சமூகத்தின் புண்களுக்குச்
சீர்திருத்தப் புனுகுதான் சிறந்த மருந்தாகும்
ஆயுதங்களால் செய்யும் அறுவை சிகிச்சையெல்லாம்
தேவையே இல்லை இந்த திராவிடஸ்தான் தேகத்தில்
இப்படியே நம்பிநம்பி இருந்தவன் நான் வெகுகாலம்
மாணவரே! போராடும் மார்க்கத்தில் துடிப்புடைய
வாலிபரே! நீங்கள் என்னை மார்க்சிஸ்ட் ஆக்கினீர்கள்

ஆம்! கலைஞனைச் சமுதாயம்தான் விழிப்புறச் செய்கிறது. விழிப்புற்ற அவன் தன் விழிகளை அகலத் திறந்து சமுதாயத்தைக் கூர்ந்து ஆழ்ந்து பார்க்கின்றான். அவனது நோக்கு எங்கெங்கே பட்டு, எப்படிப்பட்ட அடைவுகளைச் சேர்த்துக் கொள்கிறதோ அதற்கேற்பத்தான் அவன் படைப்புகளும் அமைகின்றன. அவன் மூளைக்குள் முட்டி மோதிய கருத்துகள் இதயத்தின் வழியாக வெளிப்படுவதால் அவை கலையாக அல்லது கவிதையாக அமைகின்றன.

விடுதலை வெள்ளிவிழா கொண்டாடிய இந்தியாவில் விடுதலை கேட்டபோது இருந்த வேதனைகள் இன்னும் விடியாமலேதான் இருக்கின்றன. அந்தப் புதிய விடியல் பூப்பது எந்நாள்—? புலம்புகின்றார் இந்தப்பாவலர்.

இந்தியத் தாய் உன் மடியில் ஏங்குகிறோம் பால் குடிக்க
பிர்லாக்களும் டாட்டாக்களும் பால் குடிக்கும் மூல 'தனம்'
இல்லாருக்கு விஷம் வடித்தல் நீதியோ?''

என இந்தியத் தாயிடம் முறையிடுகின்றார். இந்தியத் தாய்,

எல்லோருக்கும் சரிசமமாய் இருப்பதற்கே நான் முயன்றேன்
பிர்லா போன்ற பிள்ளைகள் என் பார்வையை - மறைத்துப்
பிணைத்த பின்பு விஷத்தை வைத்தார் மார்பிலே
வறுமைப்பட்ட பாலகரே..மனம்வெதும்பும் மழலைகளே
பொறுமை விட்டுச் சிறைக்கதவை உடையுங்கள் - வறுமை
புகுந்திடாத புதிய வீட்டைப் படையுங்கள்

என விடையிறுக்கின்றாள்.

இந்தியாவின் சிக்களுக்கு விடை கிடைத்த பின், வழியைத் தேடி ஓடுகின்றார் கவிஞர். 'பாலராய்', 'மழலை' களாய் இருந்த சக்தி ஆணாய் பெண்ணாய் உருவெடுத்து வளருகிறது. தொழிலாளத் தோழராய் மாறுகிறது. அவர்களின் போர்க்குரல் -.

காலில் போட்ட விலங்குடைக்கச்
சுத்தியலோடு - புதுமைக்
கதிரறுத்துத் தலைசொமக்கக்
கருக்கரிவாளும்
இரண்டு பேரும் எடுத்துக்கொள்வோம்
எழுந்துவா புள்ளெ - நம்மெ
எதுத்து நிக்க இந்த மண்ணில்
துணிஞ்ச ஆளில்லே

சுத்தியலும் அரிவாளும்! ஆம். இந்திய நாட்டின் விடியலுக்கு முளைத்த 'வெள்ளி' அப்படியானால் நம் அரசியல் சட்டம்—'வாந்தி!'

''பக்கத்து ஊர்களைப்
பார்த்துத் திரும்பியதும்
பஜனை மடத்தில்
பூஞ்சைக்காளான்
பூத்துப் போன
ரொட்டித் துண்டுகளை
விழுங்கிவிட்டு
ஏழு பிச்சைக்காரர்கள்
எடுத்த வாந்தி

'வாந்தி' வயிற்றை நிரப்புமா? முடியவே முடியாது.

புரட்சி ஒன்றுதான் புதிய சமுதாயத்தைப் படைக்க முடியும். புரட்சி என்பது வாழ்க்கையை அலங்கோலப் படுத்துவதல்ல, அழகுபடுத்துவதும்கூட! வாழ்க்கையின் அடிப்படைத் தேவைகளை அனைவர்க்கும் அளிக்கக் கூடிய அருமருந்து! ஆனால் அந்தப் புரட்சி பல்வேறு வகையில் திரித்துக் கூறப்பட்டது. பயங்கரம் எனப் பறைசாற்றப்பட்டது. இந்தத் திரிபுவேலை செய்யும் சிறியோர்களைப் பார்த்து முழங்குகிறார் இக்கவிஞர்.

ரத்தம் சிந்தாத யுத்தத்தைப் பற்றி
கற்பனைச் சுகத்தில் காலம் கழித்தவர்
ரத்தக் கசிவினை நினைத்து வருந்தி
சாந்தி முகூர்த்தத்தைத் தவிர்க்கச் சொன்னாரா?

போராடும் மக்கள் புரட்சிச் செயல்களை
வன்முறை என்று வர்ணனை செய்தவர்
வயிற்றைக் கிழித்துப் பிறக்கும் குழந்தையை
வேண்டாமென்று விலக்கச் சொன்னாரா?

என்று கணைகள் கனல் கக்குகின்றன. காரணம், வறுமையும் வேலையில்லாத் திண்டாட்டமும் கொழுந்து விட்டெரியும் சமூக அமைப்பில் உழைக்கும் மக்கள் ஒற்றுமையாக ஒரே அணியில் திரண்டு போராட வேண்டியது இன்றியமையாததாகும். இந்தப் புரட்சி ஏற்பட்டுவிடக் கூடாதே என்று துடிக்கும் கூட்டம் தடுத்து நிறுத்த எத்தனையோ வழிகளில் ஈடுபடுகின்றது.

சொத்துரிமை தந்த சுரண்டலமைப்பைத்
தூள் தூளாக உடைத்தெறியாமல்
சட்டம் என்ற செருப்புக்காக நம்
குதிகால்களையே இழந்து நிற்பதா?

எனக் குமுறும் இக்கொள்கைக் கவிஞர், 'வானத்தாயின் முதுகை நிமிர்த்தும் வலிமை என்னில் உருவாகி, உதயமாகின்ற உயர் புரட்சிக்கு இப்போதே ஆயுதம் எடுத்து, பிரபஞ்ச வெளியிலே சிவந்த கிரகமாய் பூமியை மாற்றப் புறப்படுவேன்' என முழங்குகின்றார்.

"சொத்துரிமை" - உலகின் அனைத்துச் சிக்கல்களுக்கும் அடிப்படை! திறமைக்கேற்ப உழைத்தும் உழைப்புக்கேற்ற கூலி பெற முடியாமல் மனித இனத்தைத் தவிர்க்கச் செய்யும் தன்னதிகாரச் சின்னம். இதைச் சின்னாபின்னப் படுத்தவேண்டும் என்பதே இந்நூலின் முழக்கம்! இது முடியுமா என்பதல்ல வினா! எப்படியெல்லாம் இதை முடிக்க வேண்டும் என்பதே வினா! சொத்துரிமையின் கொடுங்கோலைத் தூள் தூளாக்கப் புறப்பட்டுவிட்ட தமிழினத்தில் புதிய மாறுபட்ட புறப்பாட்டே இந்நூல் எனலாம்.

*ச*முதாயத்தில் கொடுமைகள் தலைவிரித்தாடும் எக்காலத்தும் மூன்று நிகழ்ச்சிகள் தவறாமல் நடக்கின்றன. அவை: எண்ணம், சொல், செயல்.

வெறும் எண்ணவாதிகள் (வறட்டுத் தத்துவ மேதைகள்) தாங்கள் பெரும் அறிவாளிகள் என்ற அகந்தையிலே தானும் பயன்படாமல் தனக்கும் பயனில்லாமல் அழிகின்றனர். இவர்கள் சமுதாயம் தீப்பற்றி எரியும்போது தீயை அணைக்க முயலாமல் தீயின் தன்மைகளை விளக்கிக் கொண்டிருப்பார்கள். இவர்களுடைய அறிவு வறட்சியானது. இரண்டாவது நிலையினர் -இவர்களைக் கண்ணீர் வாதிகள் எனலாம் - காவியத்தையும் கவிதைகளையும் தந்துவிட்டுச் செல்வர். காவியமும் கலையும் வயிற்றை நிரப்புமா? நிரப்பாது. மூன்றாவது வகைத் தோழர்களே - செயல்வாதிகளே - தங்கள் தீர்வுகளின் மூலம் தீயசமுதாயத்தைத் தீர்த்துக் கட்டுவதோடு - புதிய வள மனைகளையும் கட்டித் தருகிறார்கள். இச்சமயம் முறையீடு என்ற இந்நூலின் மூலம் இரண்டாவது நிலையில் நிற்கும் இந்தக்கவிஞர் மூன்றாவது நிலைக்கும் செல்வார் என்பதை இந்நூல் தெளிவாக்குகிறது.

நாத்திகம் சோசலிசத்தின் முதல் படி. ஒரு நாத்திகன் தான் உண்மையான கம்யூனிஸ்டாக உருவாக முடியும்.

காரணம், நாத்திகம் என்பது வெறும் கடவுள் மறுப்பு பஜனை அல்ல. இந்த உலகின் நிகழ்ச்சிகளுக்கு, உலகின் இயக்கங்களுக்கு அறிவியல் வழியில் காரண காரிய முறையில் தீர்வு சொல்வதாகும். அவ்வகையில் இக்கவிஞர் நாத்திகராகவே விளங்குகின்றார். எண்ணமும் சொல்லும் இதயத்தின் வழியாகப் பெருக்கெடுப்பதால் பெரும்பாலும் கவிஞர்கள் வலிவீனர்களாகவே இருக்கிறார்கள். ஆனால் இவரோ எண்ணம் சொல் என்ற மேற்கண்ட இருநிலையிலும் அறிவுவாதியாகவே (நாத்திகராக) இருக்கிறார். இவருடைய தாக்குதல்களினால் கோயில், சர்ச்சு, மசூதி ஆகிய மூன்றுமே தகர்க்கப்படுகின்றன.

'சைவர்களின் நெற்றிக்குச் சாம்பல் வேண்டும் என்பதற்காக ஆலயப் பிரவேச உரிமை கேட்ட நந்தன் தீயிலிறக்கப்பட்டானாம். அதுபோல, பணக்காரர்களின் படுக்கையறைக் கட்டில்களில் இழைப்பதற்காகவும் சாய்வு நாற்காலிகளில் பதிப்பதற்காகவும் அரியின் சனங்கள் எரியின் சனங்களாக்கப்பட்டார்களாம். வெண்மணி செம்மணி ஆயிற்றாம்.

ஐம்பூதங்களில் நிலமங்கை மட்டுமே
சுரண்டும் வர்க்கத்துக்குச் சோரம் போயிருந்தாள்
அந்த இரவிலோ -
அக்கினிதேவன்கூடத் தஞ்சைப் பிரபுக்களின்
கைக்கூலியானான்.

ஆம்! காந்தி நாட்டில்தான் கருணைவான்களின் தஞ்சைப் பெருநாட்டில்தான் அரிசனங்கள் உயிரோடு எரிக்கப்பட்டனர். ஆந்திராவில் கம்பில் கட்டிவைத்துச் சாகும்வரை அடிக்கப்பட்டனர். உத்திரப்பிரதேசத்தில் அம்மணமாக்கப்பட்டு அலங்கோலப்படுத்தப்பட்டனர். 'திரௌபதை' ஒருத்திக்காக ஓடி வந்த கிருஷ்ண பரமாத்மா அக்கினி தேவனை அனுமதித்தேன்? பாற்கடலில் பாம்புப் படுக்கையில் இருந்து எழமுடியாத அளவுக்குப் பக்கவாத நோயோ? இருக்கலாம்.

"பரமண்டலத்தில் இருக்கும் எங்கள் பிதாவே! ஒவ்வொரு நாளும் உண்ணும் அப்பத்தை, இன்று போல... என்றும் வழங்குமாறு நாங்கள், உம்முடைய நாமத்தை சபிக்கிறோம்.' என 'ஜபம்' செய்யும் இந்த 'பாக்கியவான்' காலை முதல் உழைத்துக் கூலி கேட்க வந்தால் விரட்டச் சொல்லி வேலைக்காரியை அனுப்புவதை, 'அப்பம் வழங்கும் ஆண்டவர்' அனுமதித்தேன்.

திருஞான சம்பந்தனைத்
தேடிப்பிடித்து
பால் புகட்டிய
பராசக்தி
சென்னைநகரத்
தெருவாழும் கிம்பந்தன்
பசித்தழும்போது
கைப்புறம் ஏந்திக்
கச்சவிழ்ப்பாளா?
ஆமினாவின் மாதவிலக்கில்
அவதரித்த நபிதானே
அல்லாவுக்குத் தூதுவந்தார்
மாதவிலக்காகிறோம் என்பதற்காக
மசூதிகள் எங்களை மறுத்தன.

"ஓ! புரோகித, குருக்கள், மௌல்விகள், பாதிரிகள் கூட்டமே பதில் சொல்!" இந்தத் திறனாய்வாளன் இவ் வினாவையே கேட்க விழைகிறான். காரணம், அவர்களால் விடை சொல்ல முடியாது என்பதும், அவர்களின் அழிவு தான் இதற்கு விடை என்பதும் இந்தக் கவிஞருக்கும் தெரிந்திருக்கிறது; திறனாய்வாளனுக்கும் தெரிந்திருக்கிறது; நாட்டிற்கு தேவையாய் இருக்கிறது.

உருசியப் புரட்சியின்போது பெண்கள் எந்த அளவிற்கு ஆண்களுக்கு இணையாய்ப் பங்கெடுத்துக் கொண்டனர் என்பதை மார்க்கசிம் கார்க்கியின் 'தாய்' என்ற புதினம் தெளிவுபடுத்துகிறது. உலகம் ஆண் பெண்ணின் இயக்கம் என்றால் உலகின் அனைத்து இன்ப துன்பங்களும்

அனைவர்க்கும் பொதுதானே. ஆனால் பெண்கள் காலந்தோறும் அடிமைப்படுத்தப்பட்டே வந்திருக் கிறார்கள். இதற்குத் தமிழ் இலக்கிய வரலாறும் சரியான சான்றாய் விளங்குகிறது. இந்த அடிமைத் தளையை வர்க்க உணர்வோடு உடைத்தெறிகின்றார் இவர். இதோ இவர் படைத்த புரட்சிக்காரியின் போர்க்குரல்.

பச்சிளங்குந்தையைப் பத்து நிமிஷம்
தோளில் கூடச் சுமக்க முடியாத
சோம்பேறிகள்
வயிற்றிலே சுமக்கும் எங்களை
வல்லிகள் என்றும் மெல்லியர் என்றும்
வர்ணனை செய்கிறார்
புரோகித வர்க்கமே! புலவர் கூட்டமே!!
பூங்கொடிகளல்ல நாங்கள்....
போர்க் கொடிகள்!''

ஆம்! பெண்கள் பூங்கொடிகளல்ல. உடலமைப்பில் சில வேறுபாடுகளை உடைய, ஆனால் எந்த நிலையிலும் தாழ்த்தப்படக்கூடாத சமுதாய உறுப்பினர்கள். இந்தக் கவிஞர் புறப்பாட்டிலே ஓர் அகப்பாட்டையும் அமைத் திருக்கிறார். பழம்பண்டித சிரோன்மணிகள் அகமா புறமா என வெட்டி மடிவதற்கு முன்னே இந்தக் கட்டுரையாளன் தெளிவுபடுத்த விரும்புவது இதுதான்,

பண மதிப்பீட்டுச் சமுதாயத்தில் காதல் என்பது ஒரு வணிகமே! உடற்கவர்ச்சி என்னும் உண்மையை ஒப்புக்கொள்ள மறுத்து, இந்த உலகுக்கு, உடம்புக்கு, அறிவுக்க அப்பாறப்பட்டுத் தெய்வீகமாக இயங்கிக்கொண்டிருப்பது காதல் எனக் கதைக்கும் மூளைக் கோளறுடைய தோழர்களுக்கும் காதல் மிகப் பெரிய செய்தியாக இருக்கலாம். ஆனால் வாழ்வின் தேவைகளுக்காக உடற்கவர்ச்சியின் அடிப்படையில் இளமையின் தலைவாசலில் இலட்சியக் கனவுகளோடு எழுந்து நிற்பதுதான் காதல், இந்தக் கனவுகள் பண மதிப்பீட்டுச் சமுதாயத்தில் குப்பைக் காகிதங்களாக

ஒதுக்கப்பட்டாலும், நாளைய தோழமைச் சமூகத்தில் வாழ்வியல் உண்மைகளாக ஒப்புக்கொள்ளப்படும்.

காலம்தோறும் கருத்து வளர்ச்சி பெறவிழையும் சில தோழர்கள்கூட காதலைப் பொறுத்தவரை தங்கள் அறிவுப்பாதையை அடைத்து விடுகின்றனர். முறையீடு காதலை வரவேற்கிறது. பணமதிப்பீட்டுச் சமூகம் பல்வேறு காரணங்களால் (ஏழ்மை, சாதி, தாழ்வு மனப்பான்மை...) காதலைத் தீய்க்கிறது.

உன்னை மறக்க நினைத்தது உள்ளம்
ஓரக் கரைகளை உடைத்தது வெள்ளம்
தன்னை மறந்தேன், உன்னை மறக்கும்
சக்தியில்லாமல் தவித்துக் கிடந்தேன்
இன்னமும் இங்கே உன் நினைவாலே
இரவுகள் யாவும் எருமைகளாகும்

எனத் தவிக்கின்றான். இந்தக் காதலன். இந்தத்தவிப்பு அவனைத் தமிழ்த்திரைக் கதாநாயகனின் துன்ப முடிவுக்கு அழைத்துச் செல்லவில்லை.

காதல் இன்பத்தின் கூடல். அது தற்கொலையால் நிறைவேறும் என்பது அறியாமை அன்றோ சமுதாயத் திறனாய்வே அதனை நிறைவேற்றும். இந்தக் காதலனின் சமுதாயத் திறனாய்வின் முடிவு— -

“படை நடைப்பாட்டை பாடிய வண்ணம்
புதுமை விளைக்கப் புறப்படு தோழி!
பிரபஞ்ச வெளியில் சிவந்த கிரகமாய்
பூமியை மாற்றப் புறப்படு தோழி!”

என்பதுதான்.

இலக்கியம் அறிவை மழுங்கடிக்கும் ஆரவாரமல்ல! அது இதயத்தை வலிவாக்கும் வற்றாத உணவு! அறிவைத் தெளிவாக்கும் பேரொளி! போராடத் துணிவு கொடுக்கும் போர் முரசு!

பூமியின் இயக்கங்களுள் ஒன்றாக இருக்கும் மக்கள் வாழ்க்கையின் சிக்கல்களுக்கு, அவர்களின் வாழ்க்கை

அமைப்பு முறையில்தான் தீர்வுகளை உருவாக்கவேண்டும். அதைவிடுத்து, அவர்களுக்கு அப்பாற்பட்ட ஒன்று அவர்களை இயக்குகிறது என்பதும், அதனை வழிபடுவதும் வாழ்த்துவதுமே விடிவுக்க வழி என்பதும் ஏமாற்றுதலே ஆகும்.

எனவே, மக்கள் சிக்கல்களுக்கு மக்களை வைத்தே முடிவு கூறும் இந்நூலை மக்கள் இலக்கியம் எனலாம். இவரை மக்கள் கவிஞர் எனலாம்.

வற்றாத வளத்தால் வயிறார மாந்திப் பாடியவர்கள் - வழி இருந்தும் வாழ்த்துப் பாடியே வயிறு வளர்த்தவர்கள் - நிலையாமையை நிலைநிறுத்த அரசிளங்குமரிகளை மணந்துகொண்டே சென்றவனின் செயல்களைச் சிந்தாமணியாக்கிய துறவிகள் - 'பிரானின்' காடுவாழ் கதைகளைப் பாடியவர்கள் - ஞானப் பாலுண்டு பாடிய 'குழந்தைக் கவிஞன்' - கதவுகள் திறக்கவும் மூடவும் பாடிய திறவுகோல் கவிஞர்கள் - உலாப் பாடியே உவந்தவர்கள் - அடியேனுங்க, அடியேனுக்கடியேனுங்க, தொண்டரப்பொடியேனுங்க எனத் தாழ்த்திக்கொள்வதையே தலை சிறந்ததெனப் பாடியவர்கள் எனப் பல்வகைப் பாவலர்களைப் பார்த்து வரும் தமிழிலக்கிய வரலாறு, நாத்திகக் கருத்துக்களால், பொருள் அடிப்படைக் கருத்துக்களால் இன்று மக்களை நோக்கி வெகு விரைவில் முன்னேறிச் செல்கிறது எனலாம். தோழர் ஏ.தெ. சுப்பையனின் முறையீடு என்னும் இந்நூல் அப்பாதையில் ஒரு மைல் கல்லாகும்.

"எப்படி, போராட்டம் என்பது வாழ்க்கையின் ஜீவனாய் இருக்கிறதோ... எப்படி, அரசியல் என்பது நாகரிகத்தின் தேவையாய் இருக்கிறதோ— - அப்படியே, பிரச்சாரம் என்பது இலக்கியத்தின் இலட்சியமாய் இருக்கிறது" என முழங்கும் இம்முழக்கம் நிலைத்து ஒலிக்கட்டும்!

மைல்கற்கள் தொடரட்டும்!!

8
பாரதியின் தத்துவவியல் கோட்பாடுகள்

I

பாரதி புரிதலுக்கான அறிமுகம்: பாரதியைப் பற்றிய விவாதம் தொடர்ந்து நடைபெற்று வருகின்றது; இது தொடரும். காரணம், பாரதியை எவ்வாறு பயன்படுத்திக் கொள்வது என்ற தன்மையில் நடைபெறும் விவாதம் எப்போதும் முடிவுபெற வாய்ப்பில்லை. அது மட்டுமல்ல, பாரதியைப் போன்றதொரு மகத்தான கலைஞன் தன் வாழ்நாளில், எப்படிப்பட்ட தத்துவப் புரிதலில் செயல்பட்டிருக்கிறான் என்பதும் அவனைப் பற்றிய விவாதங்களில் அடியிழையாய் அமையும். கார்த்திக்கும் சோல்ஜெனிட்சனுக்கும் உள்ள வேறுபாடும் புதுமைப் பித்தனுக்கும் ஜெயகாந்தனுக்கும் உள்ள வேறுபாடு வெறும் அரசியல் செயல்பாடுகளால் உண்டான வேறுபாடுகள் மட்டுமல்லவே! எனவே, பாரதியின் தத்துவவியல் கோட்பாட்டைப் புரிந்து கொள்வதற்கு வசதியாக, பொதுவாக பாரதி என்ற கவிஞனை எப்படிப் புரிந்து கொள்வது என்பதற்கான அறிமுகச் சில குறிப்புகளைத் தொகுக்க முயல்கிறேன்.

பாரதியைப் பற்றி மட்டுமல்ல, எந்தக் கவிஞனைப் பற்றித் திறனாய்வது என்றாலும் கீழ்க்கண்ட செய்திகள் கவனத்தில் கொள்ளப்பட வேண்டும்.

அ) கவிஞன் வாழ்ந்த காலம்

ஆ) கவிஞனுக்கு இருந்த சூழல்

இ) கவிஞனுக்கு இருந்த இயக்க ஈடுபாடுகள் அல்லது கோட்பாடுகள்

ஈ) அவன் சமூகத்தோடு வைத்துக்கொண்டிருந்த உறவு (நிகழ்காலச் சமூகத்தோடு வைத்துக்கொண்டிருந்த உடன்பாடு அல்லது முரண்பாடு, அல்லது சமரசப் போக்கு, தனிமனிதன்—சமூக மனிதன் என்ற இரண்டு நிலைகள்)

இந்தச்செய்திகளைக் கவனத்தில் கொள்ளவில்லை என்றால், கவிஞனின ஆளுமையைச் (Poetic Personality) சரியாக அடையாளம் கண்டுகொள்ள முடியாததோடு, தவறாகவும் விமர்சனம் செய்ய நேரிடும்.

பாரதி வாழ்ந்த காலம்: பாரதி வாழ்ந்த காலம், நிலவுடைமை உற்பத்தி முறைகள் அழிந்தொழிய வழி யின்றி, அவை காலனியத் தேவைகளுக்கு ஏற்ப மாற்றி அமைக்கப்பட்ட காலம். இதன் விளைவாக உற்பத்திச் சக்திகளில் ஏற்பட்ட மாற்றம், உற்பத்தி உறவுகளிலும் அனுகூலமான மாற்றங்களை உண்டாக்கியிருக்க வேண்டும். ஆனால், காலனிய உற்பத்தியோ பழைய சமுதாய உறவுகளில் புதியதொரு வர்க்கத்தையே உண்டாக்கியது. நடுத்தர வர்க்கம் என்ற, காலனியப் படிப்பாளிகளின் வர்க்கம், இந்திய உழைக்கும் வெகுமக்களுக்கும் அன்னிய சக்திகளுக்கும் நடுவே நின்ற தன் நலன்களுக்காகப் பேரம்பேசத் தொடங்கியது. அதிக லாபம் கிட்டியபோதெல்லாம் அது காலனியத்தின் பூட்ஸாகவும் லாபம் குறைந்தபோதெல்லாம் அது தன்னைத் தேசியவாதியாகவும் காட்டிக்கொண்டது. இத்தகு நடுத்தர வர்க்கத்தினின்று தோன்றிய சமூக உணர்வுள்ள படிப்பாளிகள், கலைஞர்கள், செயல்வீரர்கள் ஆகியோரின் வாழ்வுதான் எப்போதும் சிக்கலுக்கும் விவாதத்திற்கும் உரியதாக அமைந்தது. அன்னிய ஆதிக்கம்,

நிலவுடைமை இந்தியா, படிப்பாளிகளின் துரோகமும் கடமை உணர்வும் என்ற பொதுவான தன்மைகளில்,

பாரதியின் காலம்

1. நிலப்பிரபுத்துவ சமூக உறவுகள் மேலும்மேலும் இறுகியமை, நிலப்பிரபுத்துவ உறவுகள் தகர்வதற்கான தேவைகள்.
2. படிப்பாளிகளின் துரோகம், புரட்சியின் முளை
3. இந்திய ஆக்கம், இனங்களின் விடுதலை

என்ற முரண்பாடுகளின் வெளிப்பாடுகளாக இருந்தது. இரட்டை அடையாளம் என்பது, இக்கால முன்னோடி மற்றும் பின்னோடிகளின் பொதுவான பண்பாக இருந்தது.

பாரதிக்கு இருந்த சூழல் காலச் சூழலைவிடக் கொடுமையானதாகும். பிறந்த சாதி, சனாதனக் குடும்பம், அரசர் தயவில் வாழ்ந்த தந்தை எனத் தனிவாழ்க்கைச் சங்கிலியின் இறுக்கம் மிகுதி.

பாரதியின் இயக்க ஈடுபாடுகள் அல்லது கோட்பாடுகள் என்பன பல வினாக்களை எழுப்பக்கூடியன:

அ) பாரதி, பகத்சிங் போன்று, தீவிரவாதி அல்ல; அது போன்ற இயக்கத்தோடு அவனுக்கு எந்தவிதத் தொடர்பும் இருந்ததாகத் தெரியவில்லை.

ஆ) பாரதிகாலத்தில் பொதுவுடைமை இயக்கம் இங்கே நன்கு வளர்ச்சி பெற்றிருக்கவில்லை. ரஷியப் புரட்சியின் வெற்றியின் தாக்கம் இருந்த காலம். முறையான, இயக்கப்படுத்தப்பட்ட தொழிலாளர் அமைப்பும் இல்லை. பாரதிக்கு அப்படி ஓர் இயக்கம் காணவேண்டும் என்ற எண்ணம் இருந்ததாகவும் தெரியவில்லை.

இ) தேசிய இயக்கம். கட்டுப்பாடான அதேசமயம் நாடு தழுவிய இயக்கமாக மலரத் தொடங்கியது;

அவ்வளவே! திலகரே தேசிய இயக்கத்தின் உந்து சக்தியாக விளங்கிய நேரம்; காந்தி ஒரு பெரும் தலைவராக உருவாகாத நேரம். பாரதி போன்ற இளைஞர்கள் திலகரைச் சார்ந்து நின்றனர்.

ஈ) மொழி இழிவும் (தமிழ், சமஸ்கிருதத்தைவிடக் கீழானது) சாதிக் கொடுமையும் தமிழகத்தின் அச்சாணிகளாக இருந்தன. தமிழ் கற்றோர் இழிவாக நடத்தப்பட்டனர். தேசிய இயக்கம் ஆங்கில மூளைகளால் வழி நடத்தப் பட்டது.

தேசியமுகாம்,

1) பார்ப்பனத் தலைமை + ஆங்கிலம் + தேசியம்

2) மக்கள் + விடுதலை வேட்கை + தேசியம்

என்றும் இரண்டு குழுக்களுக்கான முரண்களைக் கொண்டிருந்தமைக்கு மேற்கண்ட பின்புலம் அடிப்படையாக அமைந்தது.

பாரதி அவன் வாழ்ந்த காலத்தின் சமூகத்தோடு நடை முறை அமைப்புகளோடு முரண்பாடுகளையே கொண்டிருந்தான். ஆனால் அவன் எதிர்ப்பில் பல்வேறு ஏற்ற இறக்கங்கள் இருந்தன. பாரதியின் போராட்ட வாழ்வில் இருந்த ஏற்ற இறக்கங்களின் (சமரசம் அன்று) விளக்கமாகவே, இக்கட்டுரையின் மையப்பகுதி அமைகிறது. மேற்கண்ட இந்தப் பின்னணிகள் பாரதியை எடையிட அவசியமானவை.

பாரதியின் விமர்சகர்கள் இன்று மூன்று வகையாக உள்ளனர்.

1) பாரதியை ஆகா, ஓகோ என்று வானளாவப் புகழ்வோர் ......

   a) இந்துத்வா' கூட்டத்தினர் (ஆர்.எஸ்.எஸ். இந்து முன்னணி)

   b) பொதுவுடைமையாளர்!

2) பாரதியை சீசீ என்று இகழ்வோர் .....
   a) பாரதி ஒரு பார்ப்பான் என்பதாலேயே இகழ்வோர்
   b) பழம் பண்டிதக் கூட்டம்
   c) பாரதியின் தமிழின உணர்வை ஐயுறுவோர்
3) பாரதியைச் சரியான அடிப்படையில் மதிப்பிடுவோர்......
   c) கவிதைகளின் அழகிற்காகவும் தமிழ் நேசத்திற்காகவும் மட்டும்
   b) உள்ளடக்கத்தின் முற்போக்குத் தேசியக் கூறுகளுக்காக மட்டும்
   c) பாரதியை மார்க்சியக் கண்ணோட்டத்தில் (இயங்கியல் பார்வையில்) விமர்சிப்போர்.

பாரதியின்புகழ்பரப்பிகளாகியபொதுவுடைமையாளர் இரண்டு காரணங்களுக்காக அப்படிச் செய்கின்றனர். ஒன்று, தண்ணீரைவிட இரத்தம் அடர்த்தியானது என்பதை நிருபிக்கும் வகையில் திராவிட இயக்கப் பாரதிதாசனை இருட்டடிப்புச் செய்வதற்காகப் பாரதியைப் பிடித்துத் தொங்குதல்; மற்றொன்று பாரதியின் ஏகாதிபத்திய எதிர்ப்பின் சிறப்பு.

பாரதியின் தேசிய எழுச்சி

பாரதியின் தேசிய விடுதலை முழக்கங்களே இன்றும் அவரைச் சிறந்த கவிஞராக வாழ்வித்துக் கொண்டிருக்கின்றன. அதே சமயம், தேச விடுதலை பற்றிய அவரது புரிதல்களும் இருபதாம் நூற்றாண்டின் புரிதல்களும் விமர்சனங்களை விரிக்கின்றன. பாரதியின் தேசிய விடுதலைகூடப் பல்வேறு நிலைகளை உடையது— - திலகர் தலைமையும், காந்தி தலைமையும்!

வீர, சுதந்திரம் வேண்டி நின்றார் - பின்னர்
வே றொன்று கொள்வாரோ - என்றும்

ஆரமுது உண்ணுதற்கு ஆசைகொண்டார் - கள்ளில்
அறிவைச் செலுத்துவாரோ (200)

தண்ணீர் விட்டோ வளர்த்தோம்? சர்வேசா! இப்பயிரை
கண்ணீரால் காத்தோம் (201)

இது பாரதியின், சுதந்திரத்திற்கான கண்ணீர் இரங்கல்! பாரதி, கடவுள், மதம் என்ற இரண்டில் உறுதியாக நின்றவன்; ஆனால், அவற்றின் பிளவுச் சக்திகளால் ஆங்கிலேய எதிர்ப்பு மங்கிவிடக் கூடாது என்று போராடியவன். இந்தியாவின் முரண்பாடுகளைப் பின்னுக்குத்தள்ளி, இந்தியாவுக்கும் இங்கிலாந்திற்திகும் இருந்த காலனி முரண்பாட்டை முன்னுக்கு வைத்தவன். ஆனால் - ஆம், காலும் மூளையும் எதிர் எதிர் திசையில் வேலை செய்தால் பயணம் போவது. எப்படி? சமூக வாழ்வில், திலகரைப் போலப், பழமையில் புகலிடம் கொண்ட பாரதி, அரசியல் வாழ்வில் இந்திய தேசிய விடுதலையை விரும்பினான் அவ்வளவே! இந்தியாவில் அரசியல் விடுதலை என்பது, அரசியல் அடிமைத் தனத்திற்கான காரணிகளை அகற்றுவதில் இருந்து தொடங்கப்படவில்லை; குறைந்தபட்சம் இதுவொரு முதலாளித்துவப் (பூர்ஷ்வா) புரட்சியாகவாவது கருதப்பட்டிருக்க வேண்டும். காலனியின் வேர்களும், நிலவுடமையின் வேர்களும் இணைந்து இறுகிப் புதிய சுரண்டல் வர்க்கமே உருவாகிவிட்டது. இதைப் பாரதி யாரால் உணரமுடியவில்லை என்றுதான் கூறவேண்டும்.

இதை விடுத்து, பாரதியை பாட்டாளி வர்க்கக் கவி என்பதோ , பழமைவாத எதிர்ப்புக்கவி என்பதோ சரியன்று. மதத்தின், இந்தியப் பழங்கலாச்சார மரபுகளின் பிடிகளை முற்றாக விலக்கி, பாரதி தேசிய விடுதலையைப் பாடியதாகச் சான்றுகள் காட்ட இயலாது. பாரதியைச் சோசலிஸ்டாகக் காட்ட நினைப்பது ஒரு சிலர் விருப்பம்; ஆனால் அப்படி அவன் விளையவில்லை.

பாரதியின் சமுதாயம்

பாரதி சமுதாயம், தேசிய விடுதலைக் கருத்துகளில் இருந்து பிரித்துப் பார்க்கும் நிலையில், தனியாக எதுவும் இல்லை. பார்ப்பன எதிர்ப்பு, தமிழ்நேசம், பெண்ணடிமை வெறுப்பு அல்லது பெண்கள் முன்னேற்றம், சாதி வெறுப்பு, மனிதநேயம் ஆகியவை பாரதியின் - அந்தக்கால நிலையில் - தனித்த சிறப்புக் கூறுகளாகும்.

சாதி வெறுப்பு என்பது வேறு; சாதி ஒழிப்பும் அதற்கான போராட்டமும் என்பது வேறு. பாரதியின் சமுதாயத்தில்.

1) பார்ப்பன வெறுப்பு × ஆரிய மோகம்
2) சாதிகள் இல்லையடி பாப்பா × ஆயிரம் உண்டிங்கு சாதி எனில்
3) இந்துமத (வர்ணாசிரம) வழிபாடு × சாதி வெறுப்பு

இந்த முரண்பாடுகள், பாரதியை, நிலப்பிரபுத்துவ சமூக அமைப்பில் சில சீர்த்திருத்தங்களைச் செய்ய விரும்பிய கவியாகக் காட்டுகின்றனவே ஒழிய, அமைப்பையே அடியோடு மாற்ற விரும்பிய புரட்சிக்காரனாக காட்ட வில்லை.

இந்தக் கட்டுரை முன்பே குறிப்பிடப்பட்டுள்ள இரட்டை அடையாளப் பிரச்சனையில் இருந்து பாரதி யால் ஏன் தப்பிக்க இயலவில்லை? இந்தக் கேள்விக்கு மட்டுமன்று, பாரதியை இன்று நாம் பயன்படுத்த முடியுமா என்பதற்கும் சேர்த்து, அவருடைய தத்துவவியல் கோட் பாடுகள், விடைகள் மற்றும் விளக்கங்கள் அளிப்பனவாக உள்ளன.

தத்துவம்

இயற்கைப் பொருள்களைக் கருவியாகப் பயன் படுத்தவும் புதிய புதிய கருவிகளைப் படைக்கவும் தொடங்கிய நாள் முதல், இயற்கையின் ஒரு பகுதியாக

விளங்கிய உயிர்த்தொகுதியுள், மனிதமூளை எப்போது இயற்கையின் வினைகளுக்கு எதிர்வினை ஆற்றத் தொடங்கியதோ, அப்போது முதல் மனிதன் பிற உயிரினத் தொகுதியில் இருந்து முற்றாக வேறுபட்டு வளரத் தொடங்கினான். இயற்கையை அறிதலும் ஆராய்தலும் "பேரண்டம் - இயற்கை - மனிதன் - சிந்தனை" என்ற ஆராய்ச்சி நிலைகளை ஏற்படுத்தின. வயிற்றுக்கும் மூளைக்கும் இயற்கைக்கும் நடந்த தொடர் போராட்டத்தில், மனிதனின் முதல் வெற்றி இயற்கையை வெல்ல முடியும் எனத் தெரிந்து கொண்டதே ஆகும்!

வேட்டைச் சமுதாயம், உணவு தேடும் சமுதாயத்தைக் கடந்து, உற்பத்திச் சமுதாயமாக வளர்ந்த நிலையில் மனிதனுக்குக் கிட்டிய முதல் வெற்றி, 'தானாக விளைதல் என்பதில் இருந்து "குறிப்பிட்ட இடத்தில் குறிப்பிட்ட பொருளை விளைவித்தல்" என்ற கட்டத்தை உருவாக்கியது தான். இந்தக் கட்டத்தில்தான் 'பேரண்டம்' மனிதனின் முதல் பிரச்சனைக்குரியதாயிற்று. உழவுச் சமுதாயத்தின் தோற்றம் வானமண்டலம் பற்றிய ஆராய்ச்சியையும் தோற்றுவித்தது. நிலத்திற்கும் பேரண்டத்திற்கும் உள்ள உறவும் இவற்றிற்கிடையே உள்ள 'தானும்' (Self), மனிதனின் தீராத பிரச்சனைகளாயின. அதாவது அறிவியல் என்பது இயற்கை - மனிதன் - சிந்தனை ஆகியவற்றிற்கிடையிலான உறவுகளை அறிவதாகவும் மாற்றுவதாகவும் அமைந்தது. இந்த நிலையில்தான் ஆராய்ச்சி, மொழி, இலக்கியம், தத்துவம் அதாவது சமுதாயத்தின் மொத்த இயக்கமும் உருவாயிற்று. பூமியின் மேற்பரப்பில், தொடக்கத்தில் ஆங்காங்கே உருவான அனைத்து உழவு - உற்பத்திச் சமுதாயங்களிலும் வானமண்டலம் பற்றிய ஆராய்ச்சியும் மொழியும் மிக விரைவாக வளர்ந்தன.

பூமியின்மீது தொழிற்படும் ஒளி, காற்று, ஒலி, மழை, வெப்பம் முதலியவற்றால் பெரிதும் பாதிப்புக்கும் தாக்கத்திற்கும் உள்ளான மனிதக்கூட்டம், இருத்தலுக்கும் வாழ்வுக்குமான போராட்டத்தில், மொழியை நன்கு

வளப்படுத்திக் கொண்டது. பேரண்டம் - இயற்கை - மனிதன் - சிந்தனை மூளை - உற்பத்தி - மொழி - வான மண்டல ஆராய்ச்சி என்ற இந்தப் பரிணாமத்தின் இயற்கை யான விளைவே - பொதுமையாக்கமே (Generalisation) தத்துவமாக அமைந்தது. அதாவது மனிதனுக்கு வெளியே இருந்த பொருள்கள் (பேரண்டம் முதல் சிறு மணல் வரை) மனிதனில் ஏற்படுத்திய தாக்கமும் இந்த தாக்கத்தினால் மனிதன் வெளிப்பொருள்கள் மீது தொழிற்பட்ட விதமும் தொடர்ந்து இவ்வுலகை இயக்கி வந்தன; இவ்வுயிர் இயக்கத்தைப் - பேரண்ட மனித இயக்கத்தைப் பற்றிய அறிவின் பொதுமை ஆக்கங்களே தத்துவம் ஆகும். வேறு சொற்களில் சொல்வதென்றால், பொருளுக்கும் (Matter) கருத்துக்கும் (சிந்தனைக்கும்) (idea) உள்ள உறவுகள் பற்றிய வினாக்களே தத்துவத்தின் மூலங்களாயின. அதாவது பொருளுக்கும் கருத்துக்கும் ஏற்பட்ட உறவில், பொருளைப் புரிந்து கொள்ள முடியும் என்ற நிலை எல்லா அறிவியலுக்கும் (தத்துவம் உட்பட) அடைப்படையாயிற்று.

"இப்ப டைம் என்ன?" என்பது சாதாரண ஒரு வினா வாகும். மாறாக, 'டைம் - 'காலம்' என்றால் என்ன? 'நேரம்' என்றால் என்ன? 'நேரங்காலம்' என்றால் என்ன என்பனவெல்லாம் தத்துவ விசாரணையாகும். அப்படியானால் தத்துவம் என்பது ஏற்கனவே உள்ளன வற்றின் தெளிவு நோக்கிய வினாக்களும் விடைகளும் என்றாகின்றது. 'பருவக் காற்றின் வருகையால் கோடை நீங்கி கார்காலம் தொடங்கியது' என்பது ஒரு செய்தி வாக்கியம்; 'பெரியாரின் வருகையால் காலமே மாறிவிட்டது என்பதும் ஒரு செய்தி வாக்கியம். ஆனால் இவ்விரு வாக்கியங்களின் செய்திகளுக்கும் இடையே உள்ள கனபரிமாணங்கள் எவ்வளவோ வேறுபட்டவை. எனவே தத்துவம் என்பது 'உள்ளனவற்றின் தெளிவு - விளக்கம் என்பதோடு அமையாமல், உள்ளனவற்றின் பண்பு மாற்றங்கள் பற்றிய பதிவுமாம்' என்றாகிறது!

"பௌத்த சங்கங்கள், ஆதிசங்கரரிலிருந்து தொடங்கும் மடங்கள், கம்யூனிஸ்ட் கட்சி, திராவிடர் இயக்கம்" ஆகிய இவை குறிப்பிட்ட ஒவ்வொரு கால கட்டங்களில் உண்டான நிறுவனங்களின் பெயர்கள் மட்டுமல்ல, தமிழ்ச் சமுதாயம் தன்னை நிறுவனப்படுத்திக் கொண்டு, உணர்வு பூர்வமாக, குறிப்பிட்ட காலகட்டங்களை உண்டாக்க முடியும் என்பதன் குறியீடுகளும் ஆகும்; இவை அனைத்திற்கும் குறிப்பிட்ட தத்துவங்கள் அடிப்படையாக இருந்தன என்பது வெளிப்படை. அப்படியாயின் தத்துவம் என்பது 'உணர்வுபூர்வமாக, மாற்றம் உண்டாக்க மனிதன் கைக்கொள்ளும் அறிவுக்கருவி' என்றாகிறது. இந்தக் கருத்துக்களைத் தொகுத்துச் சொல்வதென்றால், 'தத்துவம் என்பதை உள்ளனவற்றின் தெளிவு, மாற்றம், மாற்றத்திற்கு உணர்வுபூர்வமாக மனிதன் கையாளும் கருவி என நெறிப்படுத்தலாம். 'பாரதியின் தத்துவவியல் கோட்பாடுகள்' என்னும் தலைப்பினுள் நுழைவதற்கு முன்னால் 'தத்துவம்' பற்றிய தன் தெளிவை - புரிதலைக் கட்டுரையாளர் மேற்கண்டவாறே முன்வைக்கின்றார்.

III

பாரதியின் தத்துவக் கண்ணோட்டம்: தத்துவம் குறித்த மேலே கூறப்பட்ட பொதுக் கருத்துகள் உள்ளனவற்றின் தெளிவு, மாற்றம், மாற்றத்திற்காக மனிதன் கருவி வயப்படல் -இவை அனைத்தும் தத்துவவாதிகள் அனைவர்க்கும் உடன் பாடானவை அல்ல! இம்மூன்று நிலைகளில், யார் யார் எந்தெந்த நிலைகளில் நின்றனர் என்பதைப் பொறுத்தே அவர் தம் தத்துவக் கண்ணோட்டங்கள் அமைந்தன. கோட்பாட்டளவில் வறட்சியாக இவற்றை விளக்காமல் பாரதியின் தத்துவக் கண்ணோட்டத்தைக் கணிப்பதின் வழி., தத்துவம் - தத்துவக் கண்ணோட்டம் - பாரதியின் தத்துவக் கண்ணோட்டம்' ஆகிய மூன்றையும் விளங்கிக் கொள்ள முயல்வோம்.

பாரதியின் வசனகவிதைகள் அவர் தம் தத்துவக் கண்ணோட்டத்திற்கான நூற்பாக்கள். வாய்பாடுகள் போல அமைந்துள்ளன. 'சக்தி'யைப் பாரதி விளக்க முற்படுகின்றார்: ஒரு பஞ்சுத் தலையணையை - அதற்கு ஒரு வடிவம், ஓரளவு ஒரு நியமம் ஏற்பட்டிருக்கின்றது. மனித ஜாதி இருக்குமளவும் இதே தலையணை அழி வெய்தாதபடி காக்கலாம். அதனை அடிக்கடி புதுப்பித்துக் கொண்டிருந்தால் அந்த வடிவத்திலே சக்தி நீடித்து நிற்கும். புதுப்பிக்காவிட்டால் அவ்வடிவம் மாறும்" (604) என விளக்குகிறார் பாரதி! 'ஸ்பிரிட்டும்(Spirit) அதன் வடிவமும்; அல்லது 'ஸ்பிரிட்' வடிவத்திற்குள் தங்கி யிருக்குமாறு' என்பதையே பாரதி விளக்க வருகிறார். தத்துவ விசாரணையின் மூலமான செய்தி இதுவாகும். பாரதி தொடர்கிறார்,

வடிவத்தைக் காத்தால்
சக்தியைக் காக்கலாம்
அதாவது சக்தியை, அவ்வடிவத்திலே காக்கலாம்
வடிவம் மாறினும் சக்தி மாறுவதில்லை
வடிவத்தைக் காப்பது நன்று, சக்தியின் பொருட்டாக
சக்தியைப் போற்றுதல் நன்று, வடிவத்தைக்
காக்குமாறு, ஆனால் வடிவத்தை மாத்திரம் போற்று
வோர், சக்தியை இழந்துவிடுவர். (604 - 605)

உடனடியாகப் புரிந்துகொள்ள முடியாதபடிக் சொற்களைப் போட்டு உழப்புவதுதான் தத்துவமோ எனத் தவறாகக் குழம்ப வேண்டாம். சொல்லவரும் பொருளுக்கு எற்பவே வடிவமும் அமைகின்றது. 'வடிவம் மாறினும் சக்தி மாறுவதில்லை! வடிவத்தை மாத்திரம் போற்றுவோர் சக்திை ய இழந்து விடுவர்' என்ற வரிகள் மையமான வரிகளாகும். 'எனர்ஜி என்னும் சக்தியை உண்டாக்கவோ அழிக்கவோ முடியாது' என்னும் அறிவியல் கருத்தைப் பாரதி கூறவருவதாக மயங்கக் கூடாது. 'சக்தி மாறும்போது வடிவமும் மாறிவிடுகிறது' என்பதுதான் உண்மை! குறிப்பிட்ட சக்தியை இழந்துவிட்டு அதற்குரிய குறிப்பிட்ட

வடிவத்தை மாத்திரம் போற்றவோ - காக்கவோ முடியாது என்பதுதான் உண்மை!

இந்தக் குழப்பங்கள் தொடங்குகின்றன? பாரதி சக்தி வேறு, வடிவம் வேறு என்று கருதுகிறார். அதாவது பொருளில் - Matter இல் - சக்தியும் வடிவமும் இருக்கின்றது; இவற்றைப் பொருளில் இருந்து பிரிக்கவே முடியாது; பிரிப்பது என்பதன் பொருள், பொருள்கள் மாறிக்கொண்டிருக்கின்றன, அவ்வாறு மாறும் ஒவ்வொரு நிலையிலும் - ஒவ்வொரு பொருள் நிலைக்கும் ஒவ்வொரு சக்தியும் வடிவமும் இருக்கின்றன என்பதுதான் உண்மை! பாரதியின் குழப்பத்திற்கு அல்லது தவறான முடிவிற்குக் காரணம், பொருள் என்றவொன்று இல்லை, சக்தியும் - ஸ்பிரிட்டும் வடிவமும் தான் உள்ளன. சக்தி, வடிவத்திற்கு அப்பாற்பட்டுப் - புறத்தில் தனியே சுயமாக இருக்கிறது; அது ஒரு வடிவம் கொள்ளும்போது ஒரு பொருள் உண்டாகிறது என்று அவர் கருதியதே ஆகும். சக்தி என்ற சொல்லுக்குப் பதிலாக ஆன்மா, பிரம்மம், ஈஸ்வரன், உயர்பேராற்றல் முதலிய சொற்களை அமைத்துப் பார்த்ததால் பாரதியின் தத்துவக் கண்ணோட்டம் தெளிவாக விளங்கிவிடும். பாரதி தொடர்கின்றார்.

> பாம்புப் பிடாரன் குழலூதுகின்றான்
> உள்ளம் தனியே ஒலிக்காது. குழல் தனியே இசைபுரியாது.
> உள்ளம் குழலிலே ஒட்டாது
> உள்ளம் மூச்சிலே ஒட்டும், மூச்சுக் குழலிலே ஒட்டும்,
> குழல்பாடும்
> இஃது சக்தியின் லீலை
> அவள் உள்ளத்திலே பாடுகின்றாள். அது குழலின்
> தொளையிலே கேட்கிறது (606)

உள்ளம் என்பது தனி; சக்தி அதற்கு வெளியே நின்றும் இயங்க வல்லது; அது உள்ளத்தினுள்ளே புகுந்து ஊதும்போது இசை உண்டாகிறது. பாரதியின் ஸ்பிரிட், மூளையின் பாத்திரத்தை அறவே ஒதுக்கிவிடுகின்றது. சாவு வேண்டுமானால் கண்ணுக்குத் தெரியக் கூடியதாகலாம்.

ஆனால் படைப்பும் சாவும் அறிவுக்குத் தெரியவே தெரியாது; படைப்போ கண்ணுக்கும் தெரியாது (607) என பாரதி நம்பினார். அதாவது அறிவுக்கு அப்பாற்பட்ட சக்தி, அறிவையும் இயக்குவதால் அறிவு இயங்குமே தவிர, தன் இயக்குமூலத்தை அறியாது என்பது அவர் கண்ணோட்டமாகும்.

நீ காற்று, நீ தீ, நீ நிலம். நீ நீர், நீ வானம்
தோன்றும் பொருள்களின் தோற்ற நெறி நீ
மாறுவனவற்றை மாற்றுவிப்பது நின் தொழில்
மஹத் - அதனின்றும் பெரிய மஹத் - அதனினும் பெரிது
— அதனிலும் பெரிது
அணு - அதனிலும் சிறிய அணு - அதனிலும் சிறிது
— அதனிலும் சிறிது
இருவழியிலும் முடிவில்லை. இருபுறத்திலும் அநந்தம் (622 - 623)

ஒரு மைதானத்தில் கண்ணைக் கட்டிய நிலையில் பறப்பது போல இருக்கிறதல்லவா? இதுவே இந்தப் பேரண்ட - உயிர் உறவின் இயல்பு என்பது பாரதியின் கருத்து. "முடிவில்லாத இருவழிகள்; இவ்விரு வழிகளிலும் அநந்தம்" -அப்படியானால் வெறும் தோற்றமாக மட்டுமே தோன்றும் இந்த வெற்றுத் தோற்றத்தை விளங்கிக் கொள்வது எப்படி? 'பிரம்மம்' - பிரம்ம ஞானம் - முதற் பொருள் - அதை விளங்கிக் கொள்ளும்போதே, பிற யாவும் வெறும் தோற்றம் என்பது தானாக விளங்கும்.

சக்தி முதற்பொருள்
பொருளிலாப் பொருளின் விளைவிலா விளைவு   (601)
உள்ளதும் இல்லாததும் நீ
அறிவதும் அறியாததும் நீ   (590)

இவை ஒரு பொருளின் பல தோற்றம்
உள்ளதெல்லாம் ஒரேபொருள், ஒன்று
இந்த ஒன்றின் பெயர் 'தான்'
'தானே' தெய்வம்
'தான்' அமுதம். இறவாதது   (589)

பாழ்வெளியின் ஒளியில் மிதக்கும் இப்பேரண்டம் இவ்வொளியைக் கடந்த ஒரு பெரும் பேராற்றல்; அது மட்டுமே இறவாதது; காரணம், அதற்குத் தோற்றமும் இல்லை முடிவும் இல்லை. அதன் வெற்றுத் தோற்றக் களங்களே பேரண்டமும் உலகமும். அதாவது இந்தப் பேரண்டத்தையும் உலகத்தையும் இயக்குவது "அது" வே. "அதை" அறியாமல், பிறவற்றை அறிதல் மயக்கமே தவிர தெளிவல்ல! இதுவே பாரதியின் தத்துவக் கண்ணோட்டமாகும். அரும்பாடுபட்டுத் தத்துவக் கண்ணோட்டத்தை விளக்குவதாக நினைத்துக் கொண்டிருக்கும் இந்த செய்தியை மிகச் சுருக்கமாக விளங்குவனென்றால் - "ஸ்பிரிட் சக்தியே முலம்; அது பொருளுக்கு வெளியே சுயம்புவாக இருக்கிறது; அதுவே பொருளை உண்டாக்கியது; இயக்குகிறது" என முடிக்க முயலலாம். இந்தத் தத்துவ விசாரணை, அது தோன்றிய நாளில் இருந்து இன்றுவரை நடந்துவரும் - இனியும் நடக்கும் தொடர் போராட்டமாகும்.

பாரதியின் இந்தத் தத்துவக் கண்ணோட்டத்தைத் துல்லியமாக விளங்கிக் கொள்ளவேண்டும் என்றால், அதற்கு நேர் எதிரான மற்றொரு கண்ணோட்டத்தைச் சுருக்கமாகவாவது தெளிந்து கொள்ள வேண்டும்.

இந்தப் பேரண்டத்தை - இயற்கையை - மனிதனை விளங்கிக்கொள்ள முற்பட்ட எல்லா தத்துவவாதிகளுக்கும் முன்னின்ற ஒரே கேள்வி; எது முந்தியது - பொருளா? கருத்தா? (அதாவது சக்தி ஆன்மா பெரும்பேர் ஆற்றல்) அதாவது வாழ்வா? உணர்வா?

இந்தப் பேரண்டப் பொருள்கள் அனைத்திற்கும் அப்பால் நின்ற சக்தி சுயம்புவாக விளங்கி, அதுவே பொருள்களை உருவாக்குகிறது / அழிக்கிறது. அதாவது ஆன்மாவாகிய கருத்துதான் Soul-idea முதலானது; அதுவே பொருள்களை, வாழ்வைத் தீர்மானிக்கிறது என்றவர்கள் 'பொருளே முதல்' என வாதிட்டவர்கள்

பொருள் முதல்வாதிகள் எனப்பட்டனர். இவ்விரு நேர் எதிர்மறையான தத்துவக் கண்ணோட்டங்களே, இன்றுவரை எல்லாத் தத்துவப் போராட்டங்களுக்கும் காரணிகளாக அமைந்துள்ளன. பாரதி மேற்கண்ட விளக்கத்தின் அடிப்படையில் அப்பட்டமான கருத்து முதல்வாதி (Idealist) என்பது வெளிப்படை. பாரதியின் தத்துவவியல் கோட்பாடுகளுக்கு, இந்தக் கருத்து முதல்வாதக் கண்ணோட்டமே அடிப்படை.

பாரதி அடிப்படையில் அரசியல் ஊழியராக இருந்து கவிதைத் துறையில் பணியாற்றியவர். ஆனால் அதே சமயம் தனக்குள் இருந்த மதவாதியை - ஆன்மவாதியைக் கவனமாகக் காப்பாற்றி வந்தவர். பாரதி இறுதிக்கால அரசியல் வீழ்ச்சிகளுக்குக்கூட அவருள் இருந்த கருத்து முதல் வாதமே அடிப்படை எனலாம். அனைத்து மதங்களையும் அவர் போற்றினார் என்பதாலேயே அவர் தன் சொந்த மதத்திற்கு அப்பாற்பட்டவர் என்றாகிவிட முடியாது. மேலும். "ஈசன் வந்து சிலுவையில் மாண்டான்" (120) என்ற வரியை மிகக் கவனமாக ஆராய வேண்டியிருக்கிறது. பாரதியின் ஆன்ம உலகம் பற்றிய சிந்தனைகள் 'பொருள் - ஆன்ம (கருத்து, ஆற்றல், சக்தி)' உறவில் எப்பகுதியைச் சார்ந்திருந்தன என்பதே அவர்தம் தத்துவவியல் கோட்பாடுகளாக அமையும். பாரதியின் கவிதைகளை மட்டும் மூலங்களாகக் கொண்டு ஆராயும் நிலையில், அவர் தம் தத்துவவியல் கோட்பாடுகளை மூன்று நிலைகளில் விளக்கலாம்.

1) பேரண்டவியல் பற்றிய கோட்பாடுகள் (Concept of Cosmology)
2) ஆன்மா மாயை பற்றிய கோட்பாடுகள் (Doctrine of Anma and Maya)
3) உலக உண்மைக் கருத்துகள்

முதலில் பாரதியின் கவிதைகளை அடிப்படையாகக் கொண்டு சில அளவு கோல்களை உருவாக்குவதன் மூலம்,

ஒட்டு மொத்த அவரது ஆக்கங்களை அளந்து ஓர் இறுதி முடிவுக்கு வர இயலும்.

பேரண்டவியல் பற்றிய பாரதியின் கோட்பாடுகள்

பேரண்டவியல் பற்றிய தத்துவ ஆய்வு, பேரண்டத்தைப் போலவே பெரியது; சிக்கலானது. பேரண்டத்தின் தோற்றம், இயற்கை மற்றும் இவையிரண்டின் உறவு நிலைகள் பற்றிய ஆய்வு மட்டுமல்லாது, தோற்றக் காரணிகள் மற்றும் மனித உயிர்கள் இயங்கும் சார்பு நிலை பற்றிய ஆய்வும் பேரண்டவியல் பற்றிய ஆய்வில் அடங்குவனவாகும்.

'குயவன் - மண் முதலிய துணைக்காரணங்கள் - குடம், என்ற உவமை, 'பிரம்மம் - பேரண்டம் - உயிர் ஆன்மா' என்பதற்கு இணையாகக் கூறப்படுவது உண்டு. ஆனால் வேதாந்தம் இதைத் தவறு என நிராகரிக்கிறது. குடம் உடைந்தாலும் அது மீண்டும் தன்னைப் படைத்த குயவனுக்குள் சென்று சேர்வதில்லை. ஆனால் ஆத்மா பிரம்மத்தினுள் கலந்துவிடுகிறது. எனவே, பிரம்மம் தனியாக நின்று, தன்னினின்றும் வேறான பொருள்கள் கொண்டு ஆத்மாவைப் படைத்தது என்பது தவறு என வேதாந்தம் வாதிடுகிறது. பின்னர், சிலந்தி எவ்வாறு இயல்பாக வலைகட்டுகிறதோ அவ்வாறே, பிரம்மம், மிக இயற்கையாகப் பேரண்டத்தையும் உயிர்களையும் உருவாக்கிக் கொண்டது என விளக்கம் அளிக்கப்பட்டது. அத்வைதம் - அத்வைத வேதாந்தம் இதையும் நிராகரித்தது. சிலந்தியின் செயலுக்கு உள்நோக்கம் எதுவும் இல்லை யென்றாலும் அதன் இருத்தலுக்கும் வாழ்வுக்கும் அதன் இயல்பான செயல் அவசியமாகிறது. பிரம்மத்திற்கோ அப்படிப்பட்ட அவசியங்கள் எதுவுமில்லை. முடிவும் முதலும் இல்லாத - திகழ்தல் மட்டுமே உள்ள ஒன்றுக்கு வாழ்வு அவசியங்கள் இருக்க முடியாதல்லவா! மேலும் பிரம்மம், பூரண சுத்த ஞானமாகும். அது ஒரு உள் நோக்கத்துடன் ஒன்றை உருவாக்கியது என்றால் உலகின் தீமைகள் - அறியாமை ஆகிய அனைத்தும் பிரம்மத்தின்

உருவாக்கமே என்றாகிவிடும். பிரம்மத்தின் சுத்த ஞானநிலைப்பண்புக்கு இது எதிரானதாகும்.

பூமிக்கு வேண்டுமானால் கிழக்கு மேற்கு இருக்கலாம். சூரியனுக்கு அவ்வாறு திசை இருக்க முடியுமா? சூரியன் ஒளியை உமிழ்கிறதா? ஒளியுடன் திகழ்கிறதா? பேரண்டவெளியின் ஒளி வெள்ளத்திற்கு அப்பால் அதைக் கடந்து உள்ளதைப் பற்றிய அறிவு இல்லாத நிலையில், 'பிரம்மம் விகசிக்கின்றது' - அந்த விகசிப்பின் துகள்களே பேரண்டமும் ஆன்மாக்களும் என்பதே அத்வைத வேதாந்தத்தின் பேரண்டவியலாகும். முழுமையின் துகள், தான் முழுமையின் ஒரு துகள் என அறிய முடியாத வகையில் அதன் புலன்கள் (அதாவது அந்தத் துகள்களின் உட்கூறுகள்) பிற துகள்களை மாற்றிக்காட்டுகின்றன; இது கருத்துமாறு தோற்றப் பிழையாகும் - இப்பிழையின் மறுபெயரே 'மாயை' எனப்படும். எனவே, கருத்துமாறு தோற்றப் பிழையால், தன்னை உணரமுடியாத ஆன்மா, தன்னைப் போன்ற பிற துகள்களை முழுமை எனப் பற்றி நிற்கும் ஆன்மா, தன்னுள்ளேயும் நிறைந்து நிற்கும் முழுமையின் ஆற்றலால், அம்முழுமையை உணரும் போது, மாயை அகல்வதும் எல்லையிலாப் பேரின்பம் விளங்குவதும் சம நிகழ்ச்சியாக அமைகிறது; பிரம்ம விகசிப்பே இப்பேரண்டம் என்பதும் பிரம்மமே ஆத்மா என்பதும் அத்வைத வேதாந்தத்தின் இரு முக்கிய கருத்துக்களாகும். பாரதியின் கவிதைகளில் காணப்படும் பேரண்டவியல் பற்றிய கருத்துகள் "அதுவே அனைத்தும், அது நீயாக இருக்கிறது" என்பதன் விளக்கங்களே ஆகும்.

ஈஸ்வரனாகிய ஸ்பிரிட், பொருளாகவும் திகழ்வதைப் பற்றிய அறிவே அத்வைத வேதாந்தமாகும். பொருளை உதிரச் செய்து ஸ்பிரிட் மெல்ல மெல்ல விடுபடும் நிகழ்ச்சிப் போக்கே ஆன்மாவின் பரிபக்குவ விடுதலை நிலைகளாகும். இவ்விடத்தில் சில நுட்பச் சொற்களை அறிமுகம் செய்து கொள்வோம்: பேரண்டத் 'தான்' (Cosmic Self) மனிதத் 'தான்' (Human self). பிரம்மம் - முடிவில்லாத்

'தான்' (Infinite self) முடிவுடைத் 'தான்' (Finite Self) இவற்றின் சார்புகளே (ஒன்றை ஒன்று சார்ந்து இயங்கும்தன்மை) பேரண்டவியலாகும்.

The self is not only highest truth but also the highest Value and ma's progress in any sphere is strictly to be measured in terms of this Supreme end. The highest Value is not something that gradually takes shape of emerges suddenly at a certain stage of material evaluation, but its is something ever present. ever realised beyond seeking and finding. beyond pursuit and attainment என்னும் அத்வைத வேதாந்தத்தின் சாரக் கருத்து இங்கே குறிப்பிடத்தக்கது. பாரதியின் பேரண்டவியல் கருத்துகள் முற்றிலும் மேற்கண்ட அடிப்படைகளைச் சார்ந்தனவாகும்.

பாரதியின் வசன கவிதைப்பகுதி பேரண்டவியலின் பிழிவாக அமைந்துள்ளது. காட்சி, சக்தி, காற்று என்ற தலைப்புகளில் பேரின்பம் (Eternal Bliss) பற்றியும் ஞாயிறு, வைகறை, ஒளி, வெளி, வெப்பம், மழை (குளுமை), மின்னல், சக்தி, பிராணன் ஆகிய காற்று, கடல் ஆகிய தலைப்புகளில் பேரண்ட ஒருமை நிலை (Cosmic unity or Bliss) பற்றியும் ஆன்மா பற்றியும் விரிவாக விளக்குகின்றார்.

> இவ்வுலகம் இனியது, இதிலுள்ள வான் இனிமை யுடைத்து.
> காற்றும் இனியது, தீ இனிது. நீர் இனிது. நிலம் இனிது
> ஞாயிறு நன்று. திங்கள் நன்று (587)

எனத் தொடங்கும் பேரின்பம் பற்றிய வசனகவிதை,

> இளமை இனிமை முதுமை நன்று, உயிர் நன்று
> இனிது என பாரதி கூறவில்லை) சாதல் இனிது...
> மனம் தேன். அறிவு தேன். உணர்வு அமுதம்.
> உணர்வே அமுதம். உணர்வு தெய்வம் (588)

என்ற முத்தாய்ப்பான வரிகளுடன்

> நன்றும், தீதும் நீ, நீ அமுதம், நீ சுவை
> நீ நன்று, நீ இன்பம் (590)

என முடிகின்றது.

பேரண்டப் பெருவெளிக்கு அப்பாலும் அதே சமயம் அதைத் தழுவியும் நிற்கும் பேரின்பத்திற்கு அடுத்த நிலையில், ஞாயிறு - ஒளி - வெப்பம் - வெளி என்ற இன்ப விகசிப்பு பாரதியின் கண்களில் படுகின்றது. பேரின்பமாம் அறிவுத் தெய்வத்தின் கோயிலாக விளங்கும் ஞாயிறு, கண் என்னும் வீட்டிலும் குடியிருப்பதாக் (590 - 591) கூறுகின்றார் பாரதி. இது, பேரின்ப - பேரண்ட ஒருமை - ஆன்மத் துகள் மூன்றையும் ஒன்றாக (Eternal Bliss + Cosmic Bliss + Sell) ஒன்றின் பலவாகக் காட்டும் முயற்சியே ஆகும்.

"வானவெளி என்னும் பெண்ணை ஒளியென்னும் தேவன் மணந்திருக்கிறான்" (595) என்ற வரி ஆழ்ந்த பொருளுடையது. பேரண்டப் பெருவெளியின் சேர்க்கை - பிரிக்க முடியாத இணைப்பு (dynamic interaction between universe and light) பிரம்மத்தை அறிய நுழைவாயிலைப் போல அமைந்திருக்கிறன்றது. இங்கே காற்று - பிராணன் - பற்றிக் கூறும் கருத்துகள், வெளி - ஒளிச் சேர்க்கைக்கும் பூமிக்கும் இடையில் நிற்கும் ஒரு தடையைப் பற்றிய பாரதியின் கருத்துகளாக அமைந்துள்ளன.

காற்று வலிமையுடையவன். இவன் வானவெளியைக்
கலக்க விரும்பினான். ஒளியை விரும்புவதுபோல
வானவெளி இவனை விரும்பவில்லை. இவன் தனது
பெருமையை ஊதிப் பறையடிக்கின்றான். வெளியும்
ஒளியும் இரண்டு உயிர்கள் கலப்பது போல் கலந்தன...
வெளியும் ஒளியும் மோனத்திலே கலந்து நகைசெய்
கின்றன. காற்றுத் தேவன் வலிமையுடையவன்,

அவன் புகழ் பெரிது. அப்புகழ் நன்று. ஆனால்
வானவெளியும் ஒளியும் அவனிலும் சிறந்தன. அவை
மோனத்திலே கலந்து நித்தம் இன்புறுவன (595)

பூமண்டலத்தைச் சுற்றி மட்டுமே காற்று மண்டலம் இருக்கிறது. இங்கே காற்று என்பது 'பிராண' ஆகும். பூமியின் உயிர்கள், பேரண்டவெளி - ஒளி இன்பத்தைக் கடந்து செல்ல முடியாதபடி காற்று ஒரு தடை - உபாதை என்பதே பாரதி சொல்ல விழையும் கருத்தாகும். ஆக,

'வானவெளி, ஞாயிறு, சக்தி என்ற மூன்றின் விளக்கமே - இயங்கும் சக்தி விளக்கமே பாரதியின் பேரண்டவியல் தத்துவமாகும்.

பேரண்டவியல் கோட்பாட்டின் இருமுனைகளான - பிரம்மம் படைத்தது (Creation); பிரம்மம் அண்டமாய் அமைந்து விகசிக்கின்றது என்ற இரு கருத்து நிலைகளிலும் பாரதி கவிதை படைத்திருக்கின்றார். இதை அவர் உணர்வு பூர்வமாக வேறுபடுத்திப் பார்த்தாரா என்று விளக்க வழியில்லை. ஆனால் இவ்விரு நிலைகளிலும் கவிதைகள் உள:

வையந் தனையும் வெளியினையும் (2)
வானத் தையுமுன் படைத்தவனே
படர்வான் வெளியிற் பலகோடி
கோடி கோடிப் பல்கோடி
இடராதோடு மண்டலங்க
ளிசைத்தார், வாழி இறைவனே (8)

சித்தினை அசித்துடன் இணைத்தாய் - அங்கு
சேருமைம் பூதத்து வியனுல அமைத்தாய்
அத்தனை யுலகமும் வர்ணக் களஞ்சிய
மாகப் பலப்பல நல் லழகுகள் சமைத்தாய் (69)

இவ்வாறு, பிரம்மம் இப்பேரண்டத்தை அமைத்த தாகவும் படைத்ததாகவும் சமைத்ததாகவும் கூறும் பாரதியே, அத்வைத வேதாந்தத்தின் உயிராய் நிற்கும் - பிரம்மத்தின் தோற்றக் களங்கள் பற்றியும் மிக விரிவாகப் பேசுகின்றார்.

ஒளி தருகின்ற வானமோர் கடல் போலாம்
அக்கட லதனுக்கே - எங்கும்
அக்கரை இக்கரை யொன்றில்லையாம்
இக்கட லதனகத்தே - அங்கங்
கிடையிடை தோன்றும்புன் குமிழிகள்போல்
தொக்கன உலகங்கள் - திசைந்
தூவெளி யதனிடை விரைந்தோடும் (78)

என்பதும் பாரதியின் படப்பிடிப்பாகும். ஒளியறிவினைக் கடந்த மெய்ப்பொருள்.

காலமாம் வனத்திலண்டக் கோலமா மரத்தின்மீது
காளிசக்தி யென்ற பெயர் கொண்டு - ரீங்
காரமிட் டுலவுமொரு வண்டு...
மேலுமாகித் கீழுமாகி வேறுள திசையுமாகி
விண்ணு மண்ணு மான சக்தி வெள்ளம்..பழ
வேதமா யதனமுன்னுள நாதமாய் விளங்கும் (73)

எனக் கூறுகின்றார். பாரதி 'சூரியன் - வெளி - ஒளி— - சக்தி என்பனவற்றின், தன்னிச்சை இயக்கமாகவே இப் பேரண்டத்தைக் காண்கின்றார்.

காலம் என்பது எப்போதும் சுயவிளக்கமாக (Self-explanatory) அமைந்திருக்கவில்லை. 'தோற்றமும் முடிவும் இல்லாத' ஒரு வெளியில் காலம் என்பது எது? அதன் அளவு கோல்கள்தான் என்ன? பேரண்டத்தின் இடை விடாத இயக்கத்தில் - ஒளி, இருள் தன்மைகளின் மயக்கமே காலம் எனக் கருதுகிறோம். ஆனால் உண்மையில் அப்படி எந்த மயக்கமும் பேரண்டத்தில் இல்லை. அவை யாவும் அவ்வவ்வாறு அங்கங்கே திகழ்கின்றன. ஒளி, இருள் தோற்றம் இடப்பொருண்மை (Place Value) கொண்டு அமையும்போது மட்டுமே காலம் என்ற கருத்து உண்டாக முடியும். இடத்தை நீக்கிவிட்டால், அதாவது இடம் என்பதே கிடையாது எனக் கூறிவிட்டால் காலக் கோட்பாடும் இயற்கையாகவே இல்லையாகிவிடுகிறது. காலம் என்ற ஒன்றின் - வெறுந்தோற்றத்தின் விளைவே உலக அழிவுச் சிந்தனைகளுக்குக் காரணமாக அமைந் துள்ளன. காலம் என்ற ஒன்று பேரண்டத்தின்மீது தொழிற்பட்டதால் உண்டான விளைவு பற்றிப் பாரதி கூறுவதோடு இப்பகுதியை முடிக்கலாம்.

இவையெல்லாம் ஞாயிற்றிலிருந்து வெடித்து
வெளிப்பட்டன வென்பர்
இவற்றைக் காலம் என்னும் கள்வன் மருவினான்
இவை ஒளி குன்றிப் போயின

ஒளியிழந்தவனல்ல; குறைந்த ஒளியுடையன
ஒளியற்ற பொருள் சகத்திலே இல்லை
இருளென்பது குறைந்த ஒளி (596)

ஆக, காலம் நீங்கும் போது - அல்லது நீக்கப்படும்போது பேரொளியின் தரிசனம் கிட்டுகின்றது. இவற்றை மாயை பற்றிய கோட்பாட்டுப் பகுதியில் விளக்கமாகக் காணலாம். பேரண்டவியல் 'பற்றிய பாரதியின் கருத்துகளை ஓரிரு வரிகளில் சுட்டுவதென்றால் கீழ்க்கண்ட வரிகளைக் சுட்டலாம்.

சுகத்தின் விதிகளைத் தனித்தனி யறிவாய்
பொதுநிலை யறியாய், பொருளையுங் காணாய்! (132)

V

பாரதி ஆன்மா பற்றியும் மாயை பற்றியும் மிகுதியான பாடல்களைப் பாடியுள்ளார். அத்வைத வேதாந்தத்தில் இந்த இவ்விரண்டும் மிக அடிப்படையான கருத்தாக்கங்களாகும்.

பொருளுக்கு வெளியில்- உள்ளில் தனித்து இயங்கும் ஆன்மாவின் தன்மைதான் யாது? பிரம்மத்திற்கும் ஆன்மாவிற்கும் உள்ள உறவுதான் என்ன? இந்தக் கேள்விகளுக்கு விடையளிக்க முன்வந்த ஆதிசங்கரர், சாமவேதத்தின் அந்தமாகிய சாந்தோக்கிய உபநிடதத்தின் மகா வாக்கியத்தை - தத்துவமசி 'அது நீயாக இருக்கிறாய்' - தன் தத்துவத்தின் வழிகாட்டியாகக் கொண்டார்; பிரம்மமும் ஆன்மாவும் வெவ்வேறானதல்ல; இரண்டும் ஒன்றே என்றார்.

அகம் பிரம்மாஸ்மி 'உள்ளமே பிரம்மம்' (யஜுர்-பிரஹதாரண்யம்) என்ற மகா வாக்கியத்தின் வளர்ச்சியாக அது நீயாக இருக்கிறாய் என்பதைக் கருதலாம். 'உள்ளமே பிரம்மம்' என்ற நிலையில் அகம்— - உள்ளம் தவிர்த்த பிற என்ற கேள்வி இயல்பாக எழுந்து விடுகிறது. சங்கரர் இதன்

தீர்வாகவே 'அது நீயாக இருக்கிறாய்' என விளக்கினார். முழுமைப் பெரும் பொருளான பிரம்மம்தான் (அது) 'நீ' எனும்போது, இந்த 'நீ' யில் உள்ளும்- வெளியும் ஆகிய அனைத்தும் அடங்கிவிடுகின்றன. "சடத்தை, 'தான் (Self) என எண்ணி மயங்கும் மனிதா, உள்வெளிகளின் பேரியக்கமான நீ, ஆத்மாவாகிய நீ சடமல்ல; பிரம்மம்" -இதுவே அத்வைதமாகும்.

'கங்கைப் பெருவெள்ளத்திற்குள் குடம் இருக்கிறது என்று வைத்துக் கொள்வோம். கங்கைவெள்ளம் குடத்திற் குள்ளும் இருக்கிறது குடத்திற்கு வெளியேயும் இருக்கிறது. குடம் உடையும்போது இரண்டும் ஒரு வெள்ளமே என்பது நிருபணமாகிறது! அவ்வாறே பிரம்மப் பெரு வெள்ளத்துள் உயிர்க் குடங்கள் அமிழ்ந்துள்ளன. இதன் ஓடு உடையும்போது, உள்ளிருக்கும் ஆன்மா, பிரம்மமாகிறது'- இது கபீர்தாசர் அளித்த அத்வைத விளக்கமாகும்.

பாரதியின் கவிதைகளில் 'அகம்பிரம்மாஸி' என்பதற்குச் சான்றாக 'நான்' என்னும் கவிதையைக் காட்டலாம். விண்ணில் பறக்கும் புள், மண்ணில் திரியும் விலங்கு, காட்டின் மரம், காற்று, புனல், கடல், விண்மீன், வெட்டவெளி, மண்ணின் புழு, கம்பன் கவி, ஓவியர் உரு, மாடகூடம், எழில்நகர், கோபுரம், இன்னிசை, இன்பத்திரள், புன்னிலை மாந்தர்தம் பொய், துன்பப் புணர்ப்பு ஆகிய அனைத்துமே "நான்" என்கிறார் பாரதி (144 - 145) இப்படி அகம் பிரம்மாஸி என்பதை விளக்கும் பாரதி, 'நான்' இன்னின்னவாறாகவெல்லாம் இருக்கிறேனே - இந்தத் தன்மைகளான பிரம்மம் என்பது,

> நானெனும் பொய்யை நடத்துவோன் (நான்)
> ஞானச் சுடர்வானிற் செல்லுவோன் (நான்)
> ஆனபொருள்க ளனைத்தினு மொன்றாய்
> அறிவாய் விளங்கும் முதற்சோதி (நான்) (145)

என விளக்குகின்றார். அத்வைத ஞானத்தின் பிழிவைச் சொற்களிலே செதுக்க முயன்றவரைப் போல,

புதியதிற் புதுமையாய் முதியதில் முதுமையாய்
உயிரிலே உயிராய் இறப்பிலு முயிராய்
உண்டெனும் பொருளி லுண்மையாய்; என்னுள்ளே
நானெனும் பொருளாய், நானையே பெருக்கித்
தானெனும் மாற்றுஞ் சாகாச் சுடராய்
யானென தின்றி யிருக்குநல் யோகியர்
ஞானமா மகுட நடுத்திகழ் மணியாய்
செய்கையாய், ஊக்கமாய், சித்தமாய், அறிவாய்
நின்றிடுந் தாயே (82 - 83)

எனக் கவிதை படைத்துள்ளார்.

பிரம்மமும் ஆத்மாவும்

மனித உயிர்களுக்கு உள்ளே இருக்கும் "தான் Human self" *அதாவது* finit self - *முடிவுள்ள 'தான்' - எல்லையிலா "தானை"* (Infinite /cosmic self) *அதாவது 'பேரண்டத்தின் ஒருமைநிலை' யைக் கடந்து செல்லும் போது (குடம் உடையும் போது) பெருவெளிப் பேரின்பமான பிரம்மத்தை* (Eternal Bliss) *அடைகிறது; அதாவது "தான்" தான் "அது" என்பதை உணர்கிறது. பாரதியின் பாடல்கள் இதனை நன்கு விளக்குகின்றன: 'ஆன்மாவான கணபதி" (10) என்னும் பாரதி.*

உள்ளத னைத்தினு முள்ளொளி யாகி
யொளிர்ந்திடு மான்மாவே - இங்குக்
கொள்ளற் கரிய பிரமமென் றேமறை
கூவுதல் கேளீரோ (116)

என வெளிப்படையாக அறிவிக்கின்றார். பாரதி 'அழகுத் தெய்வத்'தோடு பேசுகிறார்

ஏகமோ பொருளன்றி இரண்டாமோ என்றேன்
இரண்டுமாம் ஒன்றுமாம் பலவுமாம் என்றாள்...
மூலத்தைச் சொல்லவோ வேண்டாமோ என்றேன்
முகத்திலருள் காட்டினாள் மோகமது தீர்ந்தேன் (117)

பிரம்மம், பிரம்மமாகவும் (ஒன்று), ஆன்மாவாகவும் (இரண்டு) பேரண்டமாகவும் (பல) இருக்கிறது என்பதே

இதன் பொருள் ஆகும். பாரதியின் புகழ்பெற்ற பாடலான 'காக்கைக் குருவி எங்கள் சாதி' (119) என்பதுங்கூட, அவர் தம் இரக்கத்தை அல்லது அளவுக்கு மீறிய மனிதாபி மனத்தைக் காட்டுகிறது என்பதைவிட பிரம்மத்தின் விளக்கமாக அமைந்திருக்கிறது என்பதே சாலப் பொருத்தமாகும்.

'கழுதை, கீழான பன்றி, தேள் ஆகிய இவற்றின்பாதங்கள், கூளம், மலம்' ஆகிய அனைத்துமே, இரு கரமும் தலைமேல் குவித்து வணங்கத் தக்க இறைவடிவம் (281 - 282) எனக் கூறும் பாரதி.

கூடிநின்ற பொருளனைத்தின் கூட்டம் தெய்வம்
மீளத்தா னிதைத்தெளிவாய் விரித்துச் சொல்வேன்
விண்மட்டும் கடவுளன்று மண்ணு மஃதே (282)

என விளக்குகின்றார்.

சுத்தஅறி வேசிவமென் றுரைத்தார் மேலோர்
சுத்தமண்ணும் சிவமென்றே யுரைக்கும் வேதம்
வித்தகனாங் குருசிவமென் றுரைத்தார் மேலோர்
வித்தையிலாப் புலையெனுமஃ தென்னும் வேதம்...
உயிர்களெலாந் தெய்வமன்றிப் பிறவொன்றில்லை
ஊர்வனவும் பறப்பனவு நேரே தெய்வம்
பயிலுமுயிர் வகைமட்டு மின்றி யிங்குப்
பார்க்கின்ற பொருளெல்லாந் தெய்வங் கண்டீர் (282)

என்பன போன்ற வரிகள் அத்வைதத்தின் சாரமாகவே அமைகின்றன. பிரம்மமே எங்கும் எதிலும் நிறைந்திருக்கிறது என்பதை,

தீக்குள் விரலை வைத்தால் நந்தலாலா - உன்னைத்
தீண்டுமின்பந் தோன்றுதடா நந்தலாலா (123)

என்னும் வரிகள் பிரகடனம் செய்வது போல அமைந்திருக் கின்றன!

உலகின் எந்தப்பொருளும் ஒரு நேர்க்கூறையும் (+ பாஸிடிவ்) ஒரு எதிர்க்கூறையும் (- நெகடிவ்) கொண்ட தாக இருக்கிறது என்பது அறிவுத்துறை அனைத்தும்

ஒப்புக்கொண்ட உண்மையாகும். அதாவது எந்தவொரு பொருளும் இரண்டு எதிர்மறைக் கூறுகளைக் கொண்டதாக உள்ளது. பிரம்மம்(+), தானே இயலாதே என்ற கேள்வி இயல்பாய் எழுகின்றது. இங்குதான் மாயை என்ற நெகடிவ் தோன்றுகின்றது. பிரம்மம்,தன் விகசிப்பை உணர்த்த, மாயையும் தன்னுள் கொண்டிருக்கிறது என்பதே இதன் பொருளாகும். தத்துவமசியும் மாயையும் இங்கேதான் இரண்டறக் கலக்கின்றன.

பூமியிலே வழங்கிவரு மதத்துக் கெல்லாம்
பொருளினைநா மிங்கெடுத்துப் புகலக் கேளாய்
சாமிநீ; சாமிநீ; கடவுள் நீயே;
தத்வமஸி; தத்வமஸி; நீயே யஃதாம்:
பூமியிலே 'நீ' கடவுளில்லை யென்று
புகல்வதுநின் மனத்துள்ளே புகுந்த மாயை,
சாமிநீ அம்மாயை தன்னை நீக்கி
ஸதா காலம் 'சிவோஹ மென்று ஸாதிப் பாயே' (297)

என்ற பாரதியில் வரிகள், அத்வைதக் கட்சியாரின் கொள்ளை அறிக்கை போலத் திகழ்கின்றது.

மாயை

'மதிமூடும் பொய்மையிருள்' என மாயையைப் பழிக்கின்றார் (82) பாரதி. இங்கே கவனிக்கப்பட வேண்டியது, 'மாயை உண்மையான இருள்கூட அன்று, அது 'பொய்மை இருள்' என்பதாகும். 'பொய்மை இருள்' என்ற இச்சொற்சேர்க்கை, அத்வைதத்தின் ஆழமான பொருள் கொண்டது. 'ஒளியும் இருளும் குறித்த பாரதியின் கவிதை ஆன்மாவைக் கவ்வியுள்ள மாயையின் பொய்த்தோற்ற இயல்பை விளக்குவதாகும்.

வானம், மலைகள், கடல், தரை, தரு, கானகம், ஆறு ஆகிய அனைத்தும் பரிதியின் சோதியால் பளிச்சிட்டுக் கிடக்கின்றன. ஆனால், மாணவன்தன் உள்ளத்தில் மட்டும் இருள் வந்து நிற்கின்றது'! சோதி கடல், சோதிச் சூறை, சோதிவெளி இந்தவுலகைச் சூழ்ந்து நிற்கிறது.

இந்த நிலையிலும்
    ஒரு தனி நெஞ்சம்
    சோதி யற்றதோர் சிற்றிருள் சேரக்
    குமைந்து சோரும் கொடுமையினதென்னே

எனக் கவல்கின்றார் பாரதி. அமுதச்சோதி, வாழ்த்திடும் சோதி இன்புறசோதி,

    தரணி முற்றுந் ததும்பி யிருப்ப
    தீமைகொண்ட புலையிருள் சேர்ந்தோர்
    சிறிய நெஞ்சந் தியங்குவ தென்னே!   (126 - 127)

என நெஞ்சம் மறுகுகின்றார் பாரதி.

    ஆத்மாவைக் கவ்வியிருக்கும் பொய் இருள் - மாயை! 'ஒன்றே பல - பலவே ஒன்று' என்ற அத்வைதத்தின் பிரிக்க முடியாத தத்துவப்படைப்பே மாயை என்ற கோட்பாடாகும். மாயை என்ற இக்கோட்பாடு 'பொருள் - சக்தி - பேரண்டம் - பெருவெளிப் பேரின்ப' உறவில் மிகவும் சிக்கலான படைப்பாகும். இது சாத்தானைப் போல பிரம்மத்திற்கு எதிராக இருப்பது அன்று. மாறாக இது பிரம்மத்திற்கும் ஆத்மாவிற்கும் இடையில் உள்ள பிரம்மத்திரையாகும்.

    மாயை என்பது அறிவின் அழிவு அன்று; புலன்கள் ஆத்மாவிற்கு உருவாக்கும் கருத்துமாறு / காட்சிமாறு தோற்றப் பிழைகளாகும். பிரம்மத்திற்கு அப்பாற்பட்டு, அது இல்லாததாகி ஒன்று இருக்க முடியாது என்ற தத்துவநிலைப்பாட்டில் மாயையும் பிரம்மத்தின் ஒரு சோபையே எனச் சொல்லவேண்டி வந்தது. ஆத்மாவாக இருக்கும் பிரம்மம், புலன்களின் வழி இயங்குகிறது. புலன்களின் இணைவான அறிவு, பேரறிவோடு ஒப்பிடப்படும் நிலையில் சிற்றறிவாகவே இருக்க முடியும். அல்லது பேரறிவையும் சிற்றறிவையும் அறிவின் இரு, மேல்-கீழ் நிலைகளாகக் கூறலாம். பேரண்ட ஒருமையாம் பேரறிவு பிரம்மத்தின் நுழைவாயிலாகும். புலன்களின் அறிவு பிரம்மத்தை அறியமுடியாத மாயை ஆகும்.

பிரம்மமாகிய ஆத்மா, எதனாலும் கட்டுப்படுத்தப் படுவதில்லை; ஆனால் அது தான் கட்டுண்டது போலக் கருதும்வகையில், பொய்யறிவால் சூழப்பட்டு நிற்கிறது எப்படி?

மரத்தின் விழுதைப் பேய் என்று புலனறிவு, மனத்திற்குச் சொல்கிறது; ஒளி வந்த நிலையிலோ, விழுதை மிக நெருங்கிய நிலையிலோ அது பேயல்ல, விழுதே என்ற பேரறிவு தோன்றுகின்றது. பாம்பெனத் தோன்றிய கயிற்றைக் கயிறுதான் என இறுதியில் அறிவு தெளிந்து கொள்கின்றது. இதன் விளக்கங்கள் தான் என்ன? அதாவது, உண்மையில் அவ்விடத்தில் பேயா, பாம்போ இருந்து, ஞானஒளி வரவால், அது விழுதாகவும் கயிறாகவும் மாறிவிடுவதில்லை. சிற்றறிவாம் புலனறிவு, எப்போதும் பொருள்களின் தன்மையைச் சிதைத்தே மனத்திற்குக் காட்டுகிறது. இந்தச் சிதைவு நிலையே மாயை! எனவே இது பொய் இருள், பொருள்களின் ஒழுங்காமவை உடைத்தும் (Differentiation) வேறாகச் சேர்த்தும் (disintegration) இயங்கக்கூடிய மனம், 1) நடப்பை மறைத்தும் 2) நடப்பிலா நடப்பை (unreal) முன்னிறுத்தியும் காட்டும் தன்மை வாய்ந்தது. எனவே மாயை என்பது அறிவின் அழிவல்ல; மயக்கம்.

ஞாயிறே, இருளை என்ன செய்துவிட்டாய்?
ஓட்டினாயா? கொன்றாயா? விழுங்கிவிட்டாயா?
இரவெல்லாம் நினைக்கக் காணாத மயக்கத்தால்
இருண்டிருந்ததா
நின்னைக் கண்டவுடன் நின்னொளி தானுங்கொண்டு
நின்னைக் கலந்து விட்டதா?
நீங்கள் இருவரும் ஒரு தாய் வயிற்றுக் குழந்தைகளா?
முன்னும்பின்னுமாக வந்து உலகத்தைக் காக்கும்படி
உங்கள் தாய் ஏவியிருக்கிறாளா? (592)

என்பது பாரதியின் மாயை விளக்கமாகும். ‘காற்று’ பற்றிய அவரது வசனகவிதை மாயையின் தன்மையை விளக்குவதாகும். பேரண்டப் பெருவெளி எங்கும் ஒளி

திகழ்கிறது; காற்றோ அவ்வெளியை எட்ட முடியாமல், பூமண்டலத்திலேயே இருக்கின்றது. இத்திரையை மீறி அல்லது இத்திரையையே வாகனமாகக் கொண்டு ஏறி, ஆத்மா, பெருவெளிப் பேரின்பத்தில் கலக்க வேண்டும் என்பது அத்வைத தத்துவத்தின் உட்பொருளாகும்.

காற்று தன் பெருமையை ஊதிப் பறையடிப்பதால் பேரண்டப் பெருவெளி, ஒளியை விரும்புவது போலக் காற்றை விரும்புவதில்லை என்ற பாரதி,

காற்றுத் தேவன் பொறாமை கொண்டவன்
அவன் அமைதி இன்றி உழலுகின்றான்
அவன் சீறுகின்றான், புடைக்கின்றான் குமுறுகின்றான்,
ஒலமிடுகின்றான், சுழலுகின்றான், துடிக்கின்றான்,
ஒடுகின்றான், எழுகின்றான், நிலையின்றிக் கலங்குகின்றான்

எனக் காற்றின் தன்மையை விளக்குகின்றார். மாயையையே காற்றாக விளக்குகின்றார் எனக்கொள்வதில் பிழையில்லை. இந்த மாயையில் இருந்து விடுபடுதலே - ஆத்ம பிரம்மக் கலத்தல், பெருவெளிப் பேரின்பமாதல் என்பதே அத்வைத தத்துவத்தின் இறுதி நிலையாகும். பிரம்மமான ஆத்மா உண்மையிலேயே எந்தக் கட்டுக்குள்ளும் இல்லையென்றாலும் நீங்குதல் ஆன்ம விடுதலையாகும். இது அவ்வளவு எளிதான காரியமன்று; ஆன்ம விடுதலையும் சரி, அதைப்பற்றி எழுதி விளக்குவதும் சரி, அவ்வளவு எளிதான காரியமன்று.

ஆன்மா

பிரம்மமாக இருக்கும் ஆத்மா, தன்னை உணர்ந்து கொள்ள இயலாவகையில், புலன்களின் அறிவு, மனத்திற்குப் பொய்த் தோற்றங்களையே உண்டாக்கிக் காட்டுகின்றது. ஆத்மாவும், இல்லாத பொருளுலகை இருப்பதாய்க் கருதி, இருக்கும் அருளுலகில் இருந்து விலகிச் செல்கிறது. இந்தப் போராட்டமே லௌகீக வாழ்க்கைக் கேடுகளாகவும் ஆன்மவிடுதலை - பெருவெளிப் பேரின்பமாகவும் முடிகிறது,

எளியனேன் யானெனலை எப்போது
போக்கிடுவாய், இறைவ னேயிவ்
வளியிலே பறவையிலே மரத்தினிலே
முகிலினிலே வரம்பில் வான
வெளியிலே கடலிடையே மண்ணகத்தே
வீதியிலே வீட்டிலெல்லாம்
களியிலே கோவிந்தா, நினைக்கண்டு
நின்னொட நான்கலப்ப தென்றோ (68

இது ஆன்ம விடுதலைக்காக ஏங்கித் தவிக்கும் பாரதியின் குரல் மட்டுமன்று; ஆன்மாவின் இன்பப் பேற்றிற்கான படி நிலைகளுமாகும். "எளியனேன் 'யான்' என்பது "யான் ஐ" உணர்ந்த நிலையிலேயே, அதைத்தாங்கும் மனிதன் எளியனாதலைக் குறிக்கின்றது. இது முடிவுள்ள 'தான்' (Human self) ஆகும். வளி முதல் வீடு வரையில் கோவிந்தனைக் காணுதல் என்பது பேரண்ட ஒருமை நிலையான infinite/ cosmic self ஐக் கண்டுகொள்வதாகும். இதைக் கண்ட நிலையிலேயே பெருவெளிப் பேரின்பத்தோடு (Eternal Bliss) ஆத்மா கலந்துவிடுகின்றது. அத்வைத வேதாந்தக் கூறுகளில் 'ஆன்ம விடுதலை' குறித்தே பாரதி அதிகப் பாடல்களைப் பாடியுள்ளார் எனக் கருதத்தக்க வகையில் அவர் தம் பாடல்கள் அமைந்துள்ளன.

"மாயையைப் பழித்தல்" என்னும் அவருடைய பாடல், மாயைக்கு விடும் அறைகூவலையும் மாயையை உணர்ந்த ஆன்மாவின் உறுதி நிலையையும் அதாவது பிரம்மத்தின் தெளிவு நிலையையும் காட்டுவதாக அமைந்துள்ளது.

உண்மை யிந்தவ ருன்னைக்க ணிப்பாரோ
மாயையே - மனத்
திண்மையுள் ளாரைநீ செய்வது
மொன்றுண்டோ - மாயையே

என்பது ஒரு பொதுவான கேள்வியாய் அமைந்துள்ளது. 'சித்தத் தெளிவெனும் தீயின்முன் நிற்பாயோ' என்ற கேள்வி மாயை பொய்யிருள் என்றால், அது தீ இருக்கும்

இடத்தில் இருக்காது; மாயை திட திரவப் பொருள் வழி வரும்போது அது தீயால் அழியும் என்ற விடைகளைக் கொண்டிருப்பதாகும். 'தேகம் பொய்யென்றுணர் தீரரை என்செய்வாய்' என்ற கேள்வி மாயையின் அழிவை உறுதியாக்குகிறது.

இருமை யழிந்தபின் எங்கிருப் பாயற்ப
மாயையே - தெளிந்
தொருமைகண் டார்முன்ன மோடாது
நிற்பையோ - மாயையே   (112)

என்பது அத்வைதத்தின் பிழிவாகும். செய்யும் காரியங் களைத் "தாம"ன்றிச் செய்யும் சித்தர் (114) வேடம் பல்கோடி ஓர் உண்மைக்கு இருந்தாலும் நாமம் பல்கோடி ஓர் உண்மைக்கு இருந்தாலும் அந்த வேடங்களையோ, நாமங்களையோ 'உண்மை'யென்று ஒருக்காலும் கொள்ள மாட்டார் (115) என்பது பாரதியின் துணிபு. 'தானை' வென்றவனே 'தாம்' அன்றிக் காரிய மாற்ற முடியும் என்ற விடையை நோக்கி,

என்ன வரங்கள் பெருமைகள் வெற்றிகள்
எத்தனை மேன்மைகளோ
தன்னைவென்றதாலவை யாவும் பெறுவது
சத்திய மாகுமென்றே
முன்னை முனிவர் உரைத்த மறைப்பொருள்
முற்று முணர்ந்த பின்னும்
தன்னைவென் றாளும் திறமை பெறாதிங்குத்
தாழ்வுற்று நிற்போமா?   (13')

என்ற கேள்வியைத் தொடுக்கின்றார் பாரதி. வானவெளி ஒளியை விரும்புவதுபோலக் காற்றை விரும்பவில்லை என்ற கூற்றை முன்பே கண்டோம். இக்காற்று - மாயை - தான் இல்லாமல் இருக்கும் நிலையை மனம் உணர்ந்த அக்கணமே இல்லாமல் ஆகிவிடுகிறது. ஆக மாயை, ஆத்மாவை பிரம்மத்தோடு சேர்க்கும் ஒரு விசையைப் போலச் செயலாற்றுகிறது. மனத்தின் பேராட்ட முயற்சி - வலிமையைப் பொறுத்து மாயையின் செயல்கள்

அமைகின்றன. இதைக் 'காற்று' கவிதை வழி பாரதி தெளிவுபடுத்துகின்றார்: "நொய்ந்த வீடு, நொய்ந்த கதவு, நொய்ந்த கூரை, நொய்ந்த மரம், நொய்ந்த உடல், நொய்ந்த உயிர், நொய்ந்த உள்ளம் - இவற்றைக் காற்றுத் தேவன் புடைத்து நொறுக்கிவிடுவான்; சொன்னாலும் கேட்கமாட்டான். ஆதலாலே, மானிடரே வாருங்கள், வீடுகளைத் திண்மையுறக் கட்டுவோம், கதவுகளை வலிமையுறச் சேர்ப்போம், உடலை உறுதி கொள்ளப் பழகுவோம், உயிரை வலிமையுற நிறுத்துவோம், உள்ளத்தை உறுதி செய்வோம். இங்ஙனம் செய்தால், காற்று நமக்கு தோழனாகிவிடுவான்"*(618)* என மாயை - உள்ளப் போராட்டங்களை மிக எளிய முறையில் விளக்கும் பாரதி,

> காற்று மெலிய தீயை அவித்துவிடுவான்
> வலிய தீயை வளர்ப்பான்
> அவன் தோழமை நன்று
> அவனை நித்தமும் வாழ்த்துகின்றோம் **(618)**

எனப் புகழ்கின்றார். மாயையையும் பிரம்மத்தின் ஒரு சாயையே என்ற அத்வைதக் கருத்தை இதன்வழி பாரதி விளக்க முற்படுகின்றாரோ என எண்ணத்தோன்றுகிறது.

ஆன்ம விடுதலை

நைந்து கிழிந்த பழம் பாயைக்கூட வீசியெறிய விரும்பாத மனித மனம், அதற்கொரு போகிப் பண்டிகை வராதா எனக் காத்திருக்கும் தமிழ் மனம், ஆன்ம விடுதலைக்குப் போராடுவது அவ்வளவு எளிதான காரியமல்ல. வறண்டு தணலாய்த் தகிக்கும் தமிழ்க் காவிரி போல, ஆன்ம விடுதலை அனலுகிறது. இதன் மூலத்தைக் கண்டறிந்து - அதாவது பேரின்ப அமுதம் தேங்கி நிற்கும் 'கிருஷ்ணராஜ சாகரத்தின்' கதவுகள் திறக்கப்படும் போது, அமுதம் பொங்கித் ததும்பி அனைவரையும் அடைக்கிறது. அந்தக் கதவைத் திறப்பது - மன அணையை உடைப்பது கடும் போராட்டத்திற்குரியதாகும். இந்த வகையில்

வேதாந்தம் ஆன்ம விடுதலையின் களங்களை மூன்றாய்ப் பிரிக்கிறது; ஒவ்வொன்றிற்கும் இடையே உள்ள கனமான திரைகளையும் சுட்டி அவற்றை விலக்கவுமான வழிகளையும் உணர்த்துகிறது.

பிரம்மமாகிய ஆத்மா, பிரம்மத்தைக் கலப்பதற்கு மூன்று நிலைகளில் இருந்து விடுதலை பெற வேண்டியிருக்கிறது: மனிதன், பரம், பரப்பரம். இந்த மூன்று நிலைகளிலுமே, ஆத்மா பல்வேறு தேகங்களில் வாழவேண்டியுள்ளது. மனிதன் மற்றும் பரநிலையில் இருந்து ஆத்மாவின் தேகங்கள் விடுபட பல்வேறு உபாதைகளை - தடைகளைக் கடந்து செல்ல வேண்டியிருக்கிறது. இந்த உபாதைகள் மொத்தம் ஏழு ஆகும். மெய், வாய், கண், காது, மூக்கு ஆகிய ஞானேந்திரியத்தடை (1); இவை புலன்கள் மனத்தில் உண்டாக்கும் அறிவுத் தடையாகும். வாக்கு, பாதம், பாணி, பாயுறு, உபத்தம் ஆகிய கர்மேந்திரிய - செயல் தடை (1); மனம், புத்தி அகங்காரம், சித்தம் எனப்படும் அந்தக் காரணங்களாகிய தடைகள் (4) பிராணன் என்னும் மூச்சு (1) - ஆக ஏழு உபாதைகள் மனித நிலையில் எதிர்ப்படுகின்றன.

மனிதன் - ஆத்மா மனித நிலையில் - ஸ்தூலம், சூக்குமம், காரணம் ஆகிய மூன்று தேகங்களைக் கடந்து வர வேண்டியவனாக இருக்கிறான். மனிதனின் ஸ்தூல தேகத்தில் மேற்கூறப்பட்ட ஏழு உபாதைகளும் நிறைந்துள்ளன. அறிவு மற்றும் செயல் தடைகள் நீங்கும் போது, ஸ்தூல தேகம், சூக்கும தேகத்தை அடைகின்றது. அதாவது அந்தக்கரணம் நான்கும் பிராணன் ஒன்றுமாக ஐந்து தடைகளே தற்போது உள்ளன. அந்தக் கரணங்களும் அழிந்து பிராணன் மட்டுமே நிற்கும் நிலையில் சூக்குமம், காரண தேக நிலையை அடைகிறது. காரணமும் அழியும் நிலையில், மனிதன் பரநிலையை அடைகிறான். மேற்கண்ட வேதாந்த நெறிகளின்படி ஒன்றன் பின் ஒன்றாகப் பாரதி கவிதை படைக்கவில்லை. ஆனால் உபாதைகளின் - தேகங்களின் அழிவு குறித்து அவர் பாடல்களில் போதுமான சான்றுகள் உள:

'சக்திக்கு ஆத்ம சமர்ப்பணம்' என்னும் பாடல் (93) மனிதனின் ஸ்தூல, சூக்கும தேகங்களின் அழிவைக் கூறுகின்றன. இப்பாட்டில், பாரதி, கை, கண், செவி, வாய், நாக்கு, மெய், கண்டம், தோள், மார்பு, வயிறு, இடை, கால் ஆகிய ஞான - கர்மேந்திரயங்களைச் சக்தி தனக்குக் கருவியாக்கினால், என்னென்ன பயன்கள் கிடடும் எனப் பலவாறாக அடுக்குகின்றார். இதைத் தொடர்ந்து மனம், சித்தம், மதி (புத்தி), அகம் (அகங்காரம்) ஆகிய சூக்கும தேக உபாதைகளையும் விட்டொழிக்க வேண்டும் என்கிறார் (93 - 100) இப்பாடலிலேயே, காரண தேக விடுதலை பற்றி எதுவும் காணப்படவில்லை யென்றாலும் 'காற்று' வசன கவிதையில், இதை உய்த்துணர இடம் இருக்கிறது. காரண தேகம் அழிதல் என்பது சாதல் அன்று; மூச்சின் ஒடுக்கம்! வசன கவிதையில், கயிறோடு உறவு கொண்ட காற்று பேசுகிறது:

என்னுடனே உறவு கொண்ட உடல் இயங்கும். என்னுறவில்லாதது சவம். நான் ப்ராணன். என்னாலே தான் அச்சிறு கயிறு உயிர்த்திருந்தது. சுகம் பெற்றது. சிறிது களைப்பெய்தியவுடனே அதை உறங்க - இறக்க விட்டுவிட்டேன். துயிலும் சாவுதான்; சாவும் துயிலே. நான் விளக்கும் இடத்தே அவ்விரண்டும் இல்லை (612) என்பது பாரதியின் வரிகள்.

மனித தேகங்கள் அழிந்த பின்னர், அதாவது பிராணன் ஆத்மாவில் ஒடுங்கிய இறுதி நிலையில் பரநிலை உண்டாகிறது. இப்பரநிலைக்கும் மேற்கூறிய மூன்று தேகங்கள் உள்ளன. பரநிலையின் உபாதைகளும் ஏழு வகைப்படும். 1) எல்லாவற்றையும் நான் அறிதல் (சர்வஞ்ஞன்); 2) எல்லாம் அழிந்துவிடத்தும் தான் அழியாமல் நித்தனாய் இருத்தல் (சர்வகாரணன்) 3) எல்லா வற்றிலும் உள்ளீடாக இருப்பவன் (சர்வேந்திரியாமி); 4) எல்லாவற்றிற்கும் மேலான அதிபதியாய் இருத்தல் (சர்வேஸ்வரன்); 5) எல்லாவற்றையும் தோற்றுவித்தல் (சர்வசிருஷ்டி); 6) எல்லாவற்றையும் பிரதிபலித்தல்

(சர்வநிதி); 7) எல்லாம் தன்னுள் ஒடுங்குதல் (சர்வசங்காரம்). பரநிலையில் இவ்வேழு உபாதைகளும் இருக்கும்போது அது ஸ்தூல தேகமாக இருக்கும். அறிதல், நித்தியம், உள்ளீடு, அதிபதி (இவை புருஷ தத்துவம் எனப்படும்) என்ற இவை நான்கும் அறிய, பரத்தின் சூக்கும தேகம் உண்டாகும். தோற்றுவித்தல், பரிபாலத்தில், ஒடுங்குதல் (இவை கால தத்துவம் எனப்படும்) ஆகியவற்றில் இறுதி 'ஒடுக்குதல்' மட்டுமே இருக்கும் போது பரத்தின் காரணதேகம் உண்டாகிறது' பரத்தின் இம்மூன்று தேகங்களுள் (கால தத்துவமாகிய) சூக்கும - மற்றும் (வியோமமாகிய) காரண தேகத்தின் அழிவு குறித்து மட்டுமே பாரதியின் பாடல்களில் சான்றுகள் காட்டுகின்றன.

கண்ணன் பாட்டினுள், கண்ணனைச் சீடனாகக் கருதி -ஏற்று அவனை எப்படியாவது கடைத்தேற்றிவிடுவது என பாரதி முயல்கிறார். பாரதியாத்மா, கண்ணபிரம்மத்திற்குப் பாடம் சொல்ல விரும்புகிறது. கண்ணனை எவ்வகையிலும் பணிய வைக்க முடியாத பாரதி அவனை 'வெளியே போ' என விரட்டுகிறார். பின்பு மனம் தெளிந்து விடை தருகிறார் -.

மகனே போகுதி, வாழ்கநீ, நின்னைத்
தேவர் காத்திடுக! நின்றனைச் செம்மை
செய்திடக் கருதி ஏதேதோ செய்தேன்
தோற்றுவிட்டேனடா! சூழ்ச்சிக ளழிந்தேன்
மறித்தினி வாராய், சொல்லுதி, வாழி நீ! (382)

எனச் சரணடைந்து -ஒடுங்கி -பாரதி அமைதிபெறும் நிலையில், கண்ணன் மீண்டும் தோன்றிப் பணிகளை முடித்து மறைகிறான். இவ்வாறு பணி முடித்து மறைந்த கண்ணன், பாரதியின் நெஞ்சில் தோன்றி உரை நிகழ்த்து கிறான்.

மகனே, ஒன்றை யாக்குதல், மாற்றுதல்
அழித்திட லெல்லாம் நின்செய லன்றுகாண்;
தோற்றே னெனநீ உரைத்திடும் பொழுதிலே
வென்றாய் (383)

இப்பாடலை, பரநிலையின் சூக்கும, காரண தேகங்களின் அழிவுக்குச் சான்றாகக் கொள்வதில் பிழையில்லை. இப்பரநிலை அழித்து தோன்றுவதே 'பரப்பரம்' ஆகும்.

பரப்பரம் சிவனின் முதல் தேகமாக அமைந்துள்ளது. இதில் 'காண்பானும் காட்சிப் பொருளும் தானே என்ற பரிபூரண நினைவு / நிறைவு' இருக்கும். இந்த நிறைவும் -காண்பான் காட்சிப் பொருள் என்ற எந்த -எல்லா நினைவும் அழிந்து அண்டபேரண்டங்கள் அனைத்தும் விழுங்கித் தானே சகரூபமாய் (சூரியன் -கதிர், மணி -ஒளி) இருத்தல் சிவத்தின், விசுவக்கிராகம் எனப்படும் இரண்டாவது தேகமாகும். பரப்பரம், எல்லாம் தானே -சகரூபி -என்பதையும் மறந்து, தன்னை மறந்து, தன்னை இறக்கச் செய்யும்போது சிவம் முழுமை அடைகிறது. இதில் எந்த ஒரு கருத்தையும் பிரதிபலிப்பது போல பாரதியின் பாடல் கட்டுரையாளரின் அறிவுக்குப் புலப்படவில்லை.

பிரம்மமாகிய ஆத்மா, மனித -பர -பரப்பர நிலையைக் கடந்து விட்டாலே பெருவெளிப் பேரின்பத்தைச் -சிவசொரூபத்தை அதாவது அபின்னா சக்தியாம் சுத்த பிரம்மத்தை அடைந்து விடும் என்று பொருள் கொள்ளக்கூடாது. ஆத்மா சிவத்தை அடையலாம்; சிவசொரூபத்தை அடைவது அவ்வளவு எளிதன்று. எனவே சிவம் வேறு சிவசொரூபம் வேறு என்பது வெளிப்படை. இதுவரை விளக்கப்பட்ட அனைத்து தேகங்களும் -உபாதைகளும் கழன்ற நிலையில் சிவசொரூபம் மவுன நிலை யாகவும் மகாமவுன நிலையாகவும் கிடக்கிறது. பாரதியின் இரு கவிதைகள் இந்தமவுன நிலைகளைச் சுட்டுவது போல அமைந்துள்ளன. எல்லாமே கழன்ற -அழிந்த, அதாவது 'இது, இது தான்' எனச் சுட்ட முடியாத, கடந்து செல்வதற்கு இனி எதுவுமில்லாத ஒரு நிலையே மவுன நிலை.

கடமை புரிவா ரின்புறுவார்
என்னும் பண்டைக் கதைபேணோம்
கடமை யறியோம் தொழிலறியோம்
கட்டென் பதனை வெட்டென்போம்

மடமை, சிறுமை, துன்பம், பொய்
வருத்தம், நோவு மற்றிவைபோல்
கடமை நினைவுந் தொலைந்திங்குக்
களியுற் றென்றும் வாழ்குவமே (127 - 128)

என்ற கவிதையை மவுன நிலைக்கு எடுத்துக்காட்டாக அறிஞர் முன் பரிந்துரைக்கலாம். இவ்வாறு கடத்தற்கு இனி எதுவுமில்லை என்ற - இந்தக் கருத்தாகிய எண்ணத்தையும் விட்டுச் சும்மா இருந்தபடி இருத்தலே மகாமவுன நிலையாகும்.

மூடநெஞ்சே, முப்பது கோடி
முறையுனக் குரைத்தேன்; இன்னுமொழிவேன்
தலையிலிடி விழுந்தால் 'சஞ்சலப் படாதே
ஏது நிகழினு 'நமக்கேன்' என்றிரு
பராசக்தி யுளத்தின் படியுலக நிகழும்
நமக்கேன் பொறுப்பு -
இனியெப் பொழுது முரைத்திடேன், இதைநீ...
மறவாதிருப்பாய், மடமை நெஞ்சே
கவலைப் படுதலே கருநர கம்மா
கவலையற் றிருத்தலே முக்தி (16)

என்னும் கவிதைப் பகுதிகளை மகாமவுன நிலைக்கு எடுத்துக்காட்டாகப் பரிந்துரைக்கலாம். மவுன - மகாமவுன நிலைகளான சிவசொரூபத்திற்கு அப்பாற்பட்டுப் பிரம்மமாகிய சிவானுபவம் - அருட்பெருஞ்சோதி - பரம் பொருள் அமைந்திருக்கிறது. இதைப் பற்றி இதுவரை யாரும் எதுவும் சொன்னதில்லை; அப்படிச் சொல்லப்படக் கூடுமேயானால் அது பரம் பொருளுமில்லை. எனவேதான் பாரதியும் அதைப்பற்றி எதுவும் சொல்லவில்லை போலும்!

VI

உலக உண்மைக் கருத்துகள்

பொதுநிலையில் நோக்கும்போது "பாரதியின் தத்துவவியல் கோட்பாடு' என்னும் இந்தக் கட்டுரை, மேற்கண்ட நிலையிலேயே முடிந்திருக்க வேண்டும். சிறிய

முடிவுரையோடு இந்தக் கட்டுரை முடிக்கப்படுவதில் கல்விசார் (Academic) பிழைகள் உண்டாக வாய்ப் பில்லை. ஆனால், இந்தக் கட்டுரை இந்நிலையில் முடிக்கப் படுமேயானால், பாரதியின் கவிதைகளில் உள்ள சில பாடல்களுக்குத் தத்துவவியல் கோட்பாட்டு நியாயம் வழங்கியதாக ஆகாது.

சிவசொரூப நிலைவரை விளக்கிய பாரதி, ஆன்ம / மாயைக் கோட்பாடுகளை, அத்வைத வேதாந்தத்தின் சாரத்தைப் பிழிந்து தந்த பாரதி 'உலக உண்மைக் கோட்பாட்டுடன்' ஒத்துப்பாடும் போதுதான் - அப்படிப் பட்ட பாடல்களைக் காணும் போதுதான் - 'ஆராய்ச்சி மனத்திற்கு முடிவு நோக்கிச் செல்லுவதில் 'உபாதைகள்' ஏற்பட்டுவிடுகின்றன. பாரதியின் பிரார்த்தனைப் பாடல்களில் குறிப்பாக 'வேண்டுதல்களில்' காணப்படும் செய்திகளைக் காண்போம். "இல்லையென்ற கொடுமை இல்லையாக வைப்பேன்" *(29)* என்ற சூளுரை, காணி நிலம் வேண்டும், பத்துப் பன்னிரண்டு தென்னை மரம் வேணும், பத்தினிப் பெண் வேணும், இவ்வையத்தைப் பாலித்திட வேண்டும் *(83 - 84)* நலங்கெடப் புழுதியில் எறியப்படாமல், இந்த மாநிலம் பயனுற வாழ்வதற்கான வகையில் உள்ளம், உடல், உயிர், அகம் ஆகிய அனைத்தும் வேண்டும்" *(83, 84, 86)* என்ற கோரிக்கைகள் 'உலகம் பொய்', பிரம்மமே ஆத்மா, மாயை, ஆன்மவிடுதலை என்ற அனைத்து அத்வைத வேதாந்தக் கருத்துக்களையும் அசைத்து விடுகின்றன. 'பராசக்தி துதி, மரணத்தை வெல்லும் வழி, அசுரர்கள் பெயர்கள், சினத்தின் கேடு, தேம்பாமை, பொறுமையின் பெருமை, குள்ளச்சாமி புகழ், குரு தரிசனம், உபதேசம், கோவிந்தசாமி புகழ், யாழ்ப்பாணத்துச் சுவாமி புகழ், சர்வமத சமரசம்' என விரிந்து செல்லும் 'பாரதி அறுபத்தாறி'ன் இடையில் குவளைக் கண்ணன் புகழ், பெண் விடுதலை, தாய் மாண்பு, காதலின் புகழ், விடுதலைக் காதல்' என வரும் பகுதிகளை எந்த தத்துவத்திற்குள் எப்படி அடக்குவது

என்ற சிக்கல் தோன்றிவிடுகின்றது. குவளைக் கண்ணன், பெண் விடுதலை, தாய் மாண்பு முதலியவற்றைச் சிவத் தோழமை சக்தி போற்றல் எனக்கூற - நியாயப்படுத்த அவற்றுள் வரும் வரிகள் சில வழிவிடுகின்றன. ஆனால் காதலின் புகழ் - விடுதலைக் காதல் ஆகியவற்றை எப்படி விளக்குவது?

காதலினால் மானிடர்க்குக் கலவி யுண்டாம்
கலவியிலே மானுடர்க்குக் கவலை தீரும்
காதலினால் மானுடர்க்குக் கவிதை யுண்டாம்
கானமுண்டாம்; சிற்பமுதற் கலைக ளுண்டாம்
ஆதலினாற் காதல் செய்வீர், உலகத் தீரே
அஃதன்றோ இவ்வுலகத் தலைமை யின்பம்
காதலினால் சாகாமல் இருத்தல் கூடும்
கவலைபோம், அதனாலே மரணம் பொய்யாம் (292)

இந்த அற்புதமான வாழ்க்கையுண்மைக் கவிதையை, மாயையோடும் அத்வைதத்தோடும் எப்படிப் பொருத்த முடியும்? பொருத்த முடியாது என்பது மட்டுமல்ல அதற்கு நேரெதிரானதும் ஆகும்! 'பராசக்திக் காதல்' என எதையாவது கூறி இந்தப்பாட்டைச் சரி செய்தாலும், 'நாடகத்தில் காவியத்தில் காதலென்றால்,' (293) எனத் தொடங்கும் விருத்தத்தை ஒன்றும் செய்ய முடியாது. ஆண்களெல்லாம் களவின்பம் விரும்புவதால்தான் பெண்ணுக்கு - மனைவிக்கு மட்டும் கற்பு கூறப்பட்டது எனக் கன்னத்தில் அறையும் பாரதியின் கனல் துண்டு, (294) உலகமும் வாழ்க்கையும் உண்மை உண்மை உண்மை யென்று பறைசாற்றுகின்றது.

'பொய்யோ? மெய்யோ?' என உலகத்தை நோக்கி வினவுகின்றார் பாரதி.

நிற்பதுவே நடப்பதுவே பறப்பதுவே நீங்களெல்லாம்
சொப்பனந்தானா? - பலதோற்ற மயக்கங்களா?
கற்பதுவே, கருதுவதே நீங்களெல்லாம்
அற்ப மாயைகளோ? - உம்முள் ஆழ்ந்த பொருளில்லையோ? (142)

எனத் தொடங்கும் பாரதி,

வான், இளவெயில், மரச்செறிவு முதலியன கானலா? காட்சிப் பிழையா? நான் என்பது கனவா? ஞாலமும் பொய்யா? - எனக் கேள்விகளை அடுக்குகின்றார். இதற்கு 'ஆம்' என விடைகூறி அத்வைதத்தை நிலைக்க வைக்க முடியாதபடிக்கு, இந்தப் பாடலின் இறுதிப்பகுதி அமைந்துள்ளது.

சோலையிலே மரங்களெல்லாம் தோன்றுவதோர் விதையிலென்றால்
சோலை பொய்யாமோ? - இதைச் சொல்லொடு சேர்ப்பாரோ? (143)

- எனக் கடிந்து கொள்ளும் பாரதி.

காண்பவெல்லா மறையுமென்றால் மறைந்ததெல்லாம் காண்பமன்றோ?
வீண்பட பொய்யிலே - நித்தம் விதி தொடர்ந்திடுமோ?
காண்பதுவே யுறுதிகண்டோம் - காண்பதல்லா லுறுதியில்லை
காண்பது சக்தியாம் - இந்தக் காட்சி நித்தியமாம் (143)

என அறைகின்றார். இந்த உலகவுண்மைக் கோட்பாட்டு நிலையை முரண்பாடு என்பதா? தத்துவக் குழப்பம் என்பதா? ஒன்று உறுதி: இதை இடைச் செருகல் என்று மட்டும் தள்ளிவிட முடியாது. மேற்கண்ட இந்தப் பாடலுக்குப் பாரதி உரை நடையில் எழுதியுள்ள முன்னுரைப் பின்னுரைக் குறிப்புகள் நம்மை அதிர வைக்கின்றன.

இந்த உலகமே பொய் என்று நமது தேசத்தில் ஒரு சாஸ்திரம் வழங்கி வருகிறது. ஸந்யாஸிகள் இதை ஓயாமல் சொல்லிக் கொண்டிருக்கட்டும். அதைப் பற்றி இந்த நிமிஷம் எனக்கு வருத்தமில்லை. குடும்பத்திலிருப்போர்க்கு அந்த வார்த்தை பொருந்துமா? நடுவீட்டில் உச்சரிக்கலாமா? அவச்சொல்லன்றோ?(142) எனக் கடுமையாகச் சாடு கின்றார் பாரதி! இந்தப் பாடலுக்கு அமைந்துள்ள பின்னுரைக் குறிப்பு, உலகம் உண்மையானது என்பதைக் கன்னத்தில் அறைவது போல விளக்கிக் கூறுகிறது.

முதற்பாட்டிலே 'நிற்பது', 'நடப்பது' முதலியன உலகத்தில் தோன்றும் வடிவங்கள்; 'கற்பது', 'கேட்பது', முதலியன செய்கைகள்; மூன்றாம் பாட்டிலே, 'கோலமும்

பொய்களோ, அங்குக் குணங்களும் பொய்களோ' என்பது தெளிவாகச் சொன்னால், 'தேளின் உருவம் மாத்திரம் பொய்யோச?அது கொட்டுவதும் பொய்தானோ' என்ற கேள்வி *(144)* உலகை, மாயை என்ற பாரதிக்கும் உலகம் உண்மை என்ற பாரதிக்கும் இடையில் நின்ற திரைதான் எது?

இங்குதான் விசிஷ்டாத்வைதத்தின் துணை - தேவை - தானாக எழுகிறது. பாரதி இறை மறுப்பாளரல்லர்; நாத்திகரல்லர்; சக்திதாசன் - உபாசகன். வீடுபேற்றைப் பற்றிப் பாடியவர். உலகவுண்மையையும் பாடியுள்ளார்.

ஆதிசங்கரர் பிரம்மமே ஆத்மா என்றார். அப்படிச் சொன்னதால் ஆத்ம அல்லல்களுக்குக் காரணம் கற்பிக்க மாயை தேவையாயிற்று. ஆத்மாவே பிரம்மமானபோது, மாயையைப் புலனறிவின் கருத்துமாறு காட்சிமாறு தோற்றப் பிழை என்றார். இந்தத் தோற்றப் பிழைகளின் களமான உலகம் பொய் என்றார். இவருக்குப் பின்வந்த இராமானுசர் அத்வைதத்தை விசிஷ்டாத்வைதமாக்கினார்.

பிரம்மம் என்பது பரிசுத்தப் பரிபூரணம் ஆகும். ஆத்மா, பிரமத்தில் ஒட்டிக் கொண்டுள்ள ஒரு சிறுகூறு; ஆனால் தத்துவமசி அல்ல! எனவே ஆத்மாவிற்கும் பிரம்மத்திற்கும் இடையில் வெற்றுப் பொய்த்தோற்றமாகக்கூட, பிரம்மத்தைச் சார்ந்து மாயை இருக்க முடியாது. அதாவது ஆத்மாவே பிரம்மம் எனும்போது மாயையும் பிரம்மமாகிவிடும். மெய்யறிவு பொய்யறிவின் நீட்சியல்ல; பால் என்றால் தண்ணீர் கலக்காத பாலே; வெண்ணிலவு என்பதால் கருநிலா இருப்பதாகப் பொருளாகாது. எனவே பிரம்மம் வேறு, மாயை வேறு என்றது விசிஷ்டாத்வைதம். அத்வைதம் மாயையை, பிரம்மத்தின் ஒரு பகுதியாகக் காண, விசிஷ்டாத்வைதம், மாயையும், இவ்வுலகைப் போலவே பிரம்மத்தின் ஒரு படைப்பாகும் என்றது. 'புருஷன், பிரகிருதி (பெண்) ' என்பது சாங்கியம்! 'பிரம்மம், மாயை (பெண்)' என்பது அத்வைதம்! 'பிரம்மம் - லக்ஷ்மி'

என்பது விசிஷ்டாத்வைதம். இதுவே லக்ஷ்மி நாராயண உலகப் படைப்புத் தத்துவம்.

லக்ஷ்மி நாராயண தத்துவத்தால் படைக்கப்பட்ட இந்தவுலகம் நித்தியமானது, உண்மையானது. தனது கர்மவினைகளுக்கு ஏற்ப ஆத்மா மாயையில் இருந்து விடுபடும்போது, பிரம்மத்தைச் சென்று சேரவேண்டிய ஒரு பகுதிதான் 'தான்' என்பதை உணர்ந்து கொள்கிறது. 'அதுவே நீ' என்றதால் உலகம் பொய்யாயிற்று அத்வைத சங்கரவாதிக்கு! உடம்பில் ஒட்டியுள்ள கை கால்களைப் போல 'நீ - ஆத்மா - பிரம்மத்தின் ஒரு கூறு', அதனோடு சேரத்தக்க அதன் பகுதி என்றதால், விசிஷ்டாத்வைதிக்கு 'உலகம் உண்மை' எனக் கூற வேண்டியதாயிற்று. 'பாரதி, இப்படி விசிஷ்டாத்வைதத்தின் தாக்கத்தால் உலகம் உண்மை எனக் கூறினாரா என்பது ஆய்வுக்குரியது.

VII

பாரதி: 1947 முன்னும் இன்றும்

பாரதியின் தத்துவவியல் கோட்பாட்டில் ஏற்பட்டுள்ள மேற்கண்ட சிக்கலை விளக்குவது அல்லது விடுவிப்பது எப்படி? இங்குதான் பாரதி என்ற அரசியல் ஊழியனின் பாத்திரம் — தத்துவப் பாத்திரம் விளக்கம் வேண்டி நிற்கிறது.

பாரதி அடிப்படையில் தத்துவ ஞானியல்ல — அவனோர் அரசியல் ஊழியன். காலனி ஆதிக்கத்தின் சங்கிலிகளைக் கடுமையாக எதிர்த்தவன். தேசப்படத்தை எதிரில் மாட்டிவிட்டுச் சாய்வு நாற்காலியில் அமர்ந்தவாறே அரசியல் அருள்வாக்கு மட்டும் பொழிந்த அரசியல் ஞானி அல்லன்; தேசம் முழுக்கச் சுற்றி, கட்டுகளை உடைத்தெறிய கவிதைத் - திலகக் - குண்டுகளை வீசியவன்! திருத்தசாங்கம், பள்ளியெழுச்சி போன்ற மரபுகளில் கூடப்

புதுக் குருதி பாய்ச்சியவன். “பொய்மைப் பார்ப்பார் ஏது செய்துங் காசு பெறப் பார்ப்பார்” (584) எனப்பாடிய, அக்ரகாரத்தில் இருந்து வீசியெறியப்பட்ட மீசை அவன். இப்படிப்பட்ட பாரதிக்குள் ஏனிந்த தத்துவக் குழப்பம்? அதுவும் உலகம் பொய்யா உண்மையா என்பதில் தடுமாற்றம் ஏன்?

ஒரு கவிஞனைப் போற்றுதல் என்பது அவனை எல்லாக் காலத்திற்கும் பொருத்தமானவன் என வலிந்து பொருத்திக் காட்டுவது அன்று; ஒரு பழைய கவிஞனை முற்றாக நிராகரித்து விடுவதாலேயே யாரும் முற்போக் காகவும் ஆகிவிட முடியாது. வரலாற்று வளர்ச்சியின் குறிப்பிட்ட கட்டத்தில் ஒரு கவிஞன் எத்தகைய சக்திகளோடு தொடர்பு கொண்டிருந்தான், எப்படித் தன் செயலுக்குக் கவிதையை ஊடகமாக்கினான் என வரையறுப்பதே தேவை; பொருத்தமானது.

தத்துவத்தில் மட்டுமின்றி, பாரதியின் அரசியல் வாழ்விலும் எவ்வளவோ முரண்பாடுகள், அதிர்ச்சிகள், குழப்பங்கள் இருக்கின்றன. “ஆனந்த சுதந்திரம் அடைந்து விட்டோம்” என்ற பாரதிதான், வேல்ஸ் இளவரசர்க்கு வரவேற்பு எழுதினான்; விஞ்சு துரையைப் பார்த்துச் சுடுகணைக் கவிதை எழுதியவன்தான், காசு வேண்டிச் சீட்டுக் கவியும் எழுதினான்! வீர சுதந்திரம் வேண்டி நின்றார் வேறொன்றும் கொள்வாரோ என்ற பாரதிக்கும் தண்ணீர் விட்டே வளர்த்தோம் என்ற பாரதிக்கும் எவ்வளவோ வேறுபாடுகள்! எல்லாவற்றிற்கும் மணி முடியாக விளங்கும் செய்தி ஒன்று உண்டு: ‘வெள்ளைப் பரங்கியரைத் துரை என்ற காலமும் போச்சே’ என்ற விடுதலை பாரதிதான், பாண்டிச்சேரியில் இருந்து தமிழகம் வந்தபோது, கடலூர் கைதுக்குப் பின்பு, ‘தீவிர அரசியலில் இருந்து விலகிவிடுவதாகவும், இனிமேல் எழுதும் கவிதைகளை - படைப்புகளை - ஆங்கிலேயே அரசின் தணிக்கைக்கு உட்படுத்தி வெளியிடுவதாகவும் உறுதி மொழி அளித்தார்.[15] இந்தத் தடுமாற்றங்களுக்கும்,

ஆத்ம விசாரத் தடுமாற்றங்களுக்கும், 'உலகம் பொய்தான் - உண்மைதான்' என்ற குழப்பத்திற்கும் மூலமான காரணம் ஒன்று உண்டு. அதுதான் அவர் கொண்டிருந்த உலகத் தத்துவக் கண்ணோட்டமும் - கருத்து முதல் வாதமும் அவர் சார்ந்திருந்த அரசியல் இயக்கமும் ஆகும்.

தண்ணீர், கூம்பு வடிவப் பாத்திரத்தில் இருக்கும் போது, சதுர வடிவப் பாத்திரத்தின் வடிவைப் பெறவே முடியாது. நாம் எதன் உள்ளடக்கமாக இருக்கிறோமோ அதற்கான வடிவத்தையே கொள்ள முடியும். இது முரண் படும்போது பாத்திரம் உடைந்து விடுகிறது. காலனி ஆதிக்கத்தைத் தூக்கி எறியத் துடித்த பாரதியின் திலகர் கட்டம் வேறு; காந்தி கட்டம் வேறு; இறுதிக் கட்டம் வேறு! புரட்சியை விரும்பியவன் அதற்கான தத்துவம், நிறுவனம், போராட்ட வடிவம் என எதனோடும் தன்னை இணைத்துக் கொள்ளவில்லை; அப்படி முயலவில்லை. ஏன்? மதத்தில் காலூன்றி நின்ற ஒருவனால் மானுட விடுதலையை அதன் முழுப் பொருளில் அறியவும் உணரவும் அதற்காகப் போராடவும் இயலாது.

'கேள்வி கேட்காதே, நம்பு, நேற்றும் இன்றும் என்றும் உலகம் ஒன்றே, மாற்றம் இல்லாதது, இயலாதது, இது இப்படித்தான் இருக்கும், ஒப்புக்கொள், விசுவாசி' என்ற கருத்து முதல் வாதம் எப்படிப்பட்ட தியாகியையும் புரட்சிக்காரனையும் 'சும்மா இருக்கும் சுகத்'தில்தான் தள்ளும். 'கேள்விகேள், ஆராய், தெளிவுகொள், நிறுவன மாகு, போராடு, மாற்று, வெற்றிகொள், வளர்' என்ற பொருள் முதல்வாதி இந்தக் கண்ணோட்டத்தில் உறுதியாக நிற்கும்வரை, சமூக மாற்றப் போராட்டத்திலேயே இருப்பான்! 'உலகம் பொய்' என்று கூறிய பின்பு 'மாற்றம்' என்ற கேள்வியே எழுவதில்லை.

மனித உறவில் சுயத்தை இணைத்தல் (De-personalisation of human relations) [16] என்பதற்கும், சுயம் அழிதல் [17] (non-personalisation) என்பதற்கும் எவ்வளவோ வேறுபாடுகள்

உள. சமூகத்தோடு சாரச்சார - அதன் உட்பிணைப்பில் ஒரு கூறாய் மாற, தனி மனித ஆளுமை அழிவதில்லை; ஆனால் சமுதாய ஆளுமையின் ஒரு அங்கமாகமாறி விளங்குகிறது. அதே சமயம் தனித்தும் இயங்குகிறது. ஆனால் இதற்கு நேர் எதிராகச் சமூகத்தில் இருந்து விலக விலக, ஆளுமை என்ற ஒன்றே அழிகிறது. இருத்தலின் சமூகச் சாவு (Civil Death) [18] ஏற்பட்டுவிடுகின்றது. இதற்குச் சிவசொரூபம், முக்தி, பேரின்பம் என எந்தப்பெயர் கொடுத்தாலும் பயன் எதுவுமில்லை! எவ்வளவு நாளைக்குப் பாதுகாக்கப்பட்டாலும், பதப்படுத்தப்பட்ட பிணம் உயிர் ஆக முடியாதல்லவா? எனவே தான், உலகை மாற்ற விரும்பிய பாரதியும், உலகம் பொய் எனக் கண்ணோட்டம் கொண்ட பாரதியும் ஒன்று கலந்தபோது குள்ளச்சாமி - குரு ஆனார்; திலகர் மறைந்தார். இதுவே பாரதியின் அனைத்துத் தத்துவவியல் கோட்பாட்டுக் குழப்பங்களுக்கும் அடிப்படைக் காரணமாகும்.

இன்றயை மாறிவரும் சூழல்களில், மேற்குறிப்பிட்ட பாரதி, வளர்ந்துவரும் சமுதாயத்திற்கும் நாட்டிற்கும் பொருத்தமானவர்தானா, பயன்படக் கூடியவர்தானா என்பது பெரிய கேள்வி. பாரதியின் தத்துவவியல் கோட்பாடுகள், கண்ணோட்டம், இன்றைய கட்டத்தில் மக்களின் எதிரிகளுக்கு மட்டுமே பயன்படும் என்பதும், அவருடைய கவிதைகள், 'காலச்சாற்றை' (Essence of time) இழந்துவிட்டன என்பதும் என் மேன்மையான கருத்துகள் (தாழ்மையான அபிப்பிராயம் அன்று!).

பாரதியைப் பார்ப்பான் என்றவொரு காரணத்திற்காக மட்டம் தட்டிய மூடர்கள், 'எங்கே இனி நாம் உதைபட்டுச் சாக நேருமோ' என அஞ்சி ஒதுங்கிவிட்டனர். பாரதிதாசனுக்கு எதிராக ஒரு கவிஞனைத் தூக்கிப் பிடிப்பதாகக் கருதி, பாரதியைப் பாட்டாளி வர்க்கக் கவியாகக் கூறிக் குதித்தவர்கள் பிரைவேட் லிமிடெட் கம்பெனியாக முடங்கிவிட்டார்கள். பழக்கத்தின் காரணமாக திதியன்று மாரடித்து ஒப்பாரி வைக்கும் சில

தாய்மார்களைப் போலச் சில பழந்தேசபக்தச் சிங்கங்கள் ஜனன - மரண ஒப்பாரிகள் வைக்கின்றன. ஆனால், உண்மையில் இன்று பாரதியைப் பயன்படுத்தும் - தூக்கிப் பிடிக்கும் கூட்டத்தார் இந்து மத வெறியர்களே ஆவர். அப்படியானால் பாரதியின் இன்றைய பாத்திரம் என்ன? அவருக்காகக் கருத்தரங்கம் நடத்தும் அறிவாளிகள் எந்த முகாமைச் சார்ந்தவர்கள்.

பாதகம் செய்பவரைக் கண்டால் - நாம்
பயங்கொள்ள லாகாது பாப்பா
மோதி மிதித்துவிடு பாப்பா - அவர்
முகத்தில் உமிழ்ந்துவிடு பாப்பா   (308)

என்பன போன்ற வரிகளே இன்றய பாரதி! காயில் புளிப்பதும் கனியில் இனிப்பதுமான பாரதி வெறும் கண்கட்டு வித்தையே ஆகும். 'சாதிகள் இல்லையடி பாப்பா' என்ற பாரதியே இன்றைய பாரதி!

அறிவாளிகளின் முயற்சி அல்லது பாரதி பற்றிய ஆய்வு என்பது இன்றைய காலத்துப் பாரதியும் எது என்பதைக் கோடிட்டுச் சுட்டிக் காட்டுவதில் முடியும்போது மட்டுமே, அவர்கள், 1947க்கு முந்திய பாரதியை உணர்ந்ததாகப் பொருள்; அதற்குப் பிந்தி, பாரதியின் பொருத்தத்தைத் - தேவையைத் தெரிந்ததாகப் பொருள்.

ஆயிர முண்டிங்கு ஜாதி - எனில்
அன்னியர் வந்து புகலென்ன நீதி?   (153)

என்ற கேள்வி, காலனிச் சுரண்டலுக்கு முன்னால், தட்டி எழுப்பப்பட்ட மக்கள் சக்தியின் குறியீடாகும். 1947-க்குப் பிறகும் இதன் உள்ளடக்கம் இப்படியே பொருந்த முடியாது.

ஆயிரம் உண்டிங்கு சாதி - எனில்
அன்னியர் வந்துபுகுவார்; இது நீதி!

என்றுதான் இருக்க முடியும். 'அன்னியச் சக்திகள்' தன்னார்வக் குழுக்கள் இந்தியச் சாதி மத அமைப்பைப் பயன்படுத்தவில்லை என யாரேனும் கூற முடியுமா?

'ஒன்று பட்டால் உண்டு வாழ்வே', 'கங்கை நீர் - காவிரி வெற்றிலைப் பரிமாற்றம்' - ஆகிய இவையெல்லாம், இன்றைய கட்டத்தில், ஆட்சிக்கு வரும் புதிய குடியரசுத் தலைவர் பொதுவாக, 'கல்வித் திட்டத்தில் சீர்திருத்த வேண்டும்' 'வாழ்க்கைக்குப் பயன்படும் கல்வி வேண்டும்' எனத் தொலைக்காட்சியில் ஆற்றும் முதல் சொற்பொழிவைப் போன்றதாகும்.

'வந்தனை நிந்தனைகளை' விட்டெறிந்து, "உழவர் - தொழிலாளர் தலைமை ஏற்போம்; வீணில் உண்டு களித்திருப்போர்க்குத் தண்டனை தருவோம்" என்ற புதிய பாரதியம் தான் தேவைப்படுகிறது.

"என்பது கோடி முகமுடையாள், உத்திரப் பிரதேசத்தில் உயிர் உடையாள்; எண்பது கோடி வாயுடையாள், ஐ.எம்.எப்., உலக வங்கி என்ற இரண்டே வயிறுடையாள்; செப்புமொழி இருபத்திரண்டுடையாள், சிந்தனையில் இந்தி மட்டும் உடையாள் என்றுதான் பாரதியை, இன்றைய மாறிவரும் சூழலுக்கேற்ப வலிவுள்ளதாக்கிக் கொள்ள முடியும்.

இவை தேவையற்ற முயற்சிகள்.

பாரதி யுகம் முடிந்தது. நமக்கு இன்றும் ஊக்கம் தரும் அறிவை முறுக்கேற்றும், பாரதியின் நினைவுகளைப் போற்றுவோம். பாரதியின் ஒப்பற்ற சீடரான பாரதி தாசனின் யுகம் குற்றுயிரும் குலையுயிருமாக, அவர் தம் சீடர்களாலும், சீடர்கள் எனச் சொல்லிக் கொண்டவர்களாலும், முடிக்கப்பட்டுவிட்டது. இன்றைய தமிழ்க் கவிதை தடதடவென்று தலை தெறிக்கச் சமவெளியில் பாய்ந்துவரும் வண்டிகளைப் போலக் காட்சியளிக்கிறது. எந்தத் தடத்திலும் ஓடாத வண்டிகள் ஊர் போய்ச் சேராததோடு, உள்ளே இருப்பவரின் உயிர்க்கும் உறுதி யில்லாமல் செய்து விடுகின்றன. எதை நோக்கிக் கவிதைத் தடம் இனி செல்ல வேண்டும்?

VIII

பாரதியை எவ்வளவுச் செதுக்கினாலும் 'காலனிய எதிர்ப்பாளன்' என்ற நிலையில் இருந்து அவரை இறக்கிவிட முடியாது. காலனியம், ஏகாதிபத்தியம் முதலிய வற்றின் கோட்பாட்டு விவாதங்களைத் தொடர்ந்து நடத்த வேண்டிய அதே நிலையில், இன்றைய இந்தியா ஏகாதிபத்தியங்களின் வெளிப்படையான வேட்டைக் காடாக ஆக்கப்பட்டுவிட்டது என்பதைச் சமூகக் கடப்பாடு உள்ள அனைவரும் ஒப்புவர். ஏகாதிபத்தியங்களின் 'வணிகச் சுரண்டல்' என்பது எப்போதும் உலகப் பாதுகாப்பு, அமைதிப்படை, நல்லெண்ணத் தூதுக் குழு, கலாச்சாரப் பரிவர்த்தனை, பொதுச்சேவை நிதி முதலான வண்ணப்பூச்சுக்களால் தன் உண்மை முகத்தை மறைத்துக் கொண்டு உள்ளே நுழையும்.

இந்தியாவில், தமிழகத்தில், சமூகம் தன்னுள் புதைந்துள்ள தன் சக்தியை உணர்ந்து தன்னைக் கட்டமைத்துக்கொள்ள முடியாதபடிக்கு, அதன் அறிவு கொள்திறம் சிதைக்கப்பட்டு வருகிறது. மனிதனைத் தனிமைப்படுத்துதல், அந்நியப்படுத்துதல், எந்த இழிவையும் நியாயப்படுத்துதல், நுகர்வு வெறி, பிறர் பங்கைத் திருடும் வெறி, எதை அழித்தும் தான் மட்டுமே இருத்தல் முதலான பண்பாட்டுச் சீரழிவுகள் பார்த்தினியம் போலப் பரவி வருகின்றன. அரசும் அதன் அனைத்து ஆதரவுச் சக்திகளும் இதற்கான வேலைகளைத் துடிப்பாய்ச் செய்து வருகின்றன.

சமூகக் கடப்பாடும் பற்றுறுதியும் உள்ள கவிஞனின் வேலை, ஏகாதிபத்திய வலைப்பின்னல், நுகர்வுப் பண்பாடு, நிலவுடைமை ஆகியவற்றிற்கு எதிராகக் கடுமையாகப் போராட வேண்டியதாயுள்ளது. புரட்சியின் எல்லாக் கட்டத்திலும் வெறும் எதிர் (anti) குரல்கள் மட்டும் போதுமானவை ஆகா; சார்புக் (pro...for) குரல்களோடு கவிதை இணையும்போது மட்டுமே மக்களின் பாதை அமைக்கப்பட முடியும். 'அம்பலப்படுத்தல்' மட்டும்

நடைபெறும்போது, அறிமுகப்படுத்தல் ஆக்கப்படுத்துதல் என்பன உடன் நிகழ்வு போல நடைபெறாதபோது, அத்தகைய அம்பலப்படுத்தல் 'நடப்புகளே நியாயங்கள்' என்ற சுய ஆறுதல் நிலைமைக்கு இட்டுச் செல்லும்.

இன்றைய கவிஞனின் வேலை ஒரு புரட்சிகரக் கட்சியின் தலைமறைவுப் போராளியின் வேலையைப் போன்றதன்று! வெகு மக்கள் இயக்க ஊழியனின் வேலையைப் போன்றதும் அன்று! புரட்சிக்கும் வெகுமக்கள் இயக்கப் பணிகளுக்கும் இடையிலான அமைப்பாளனின் பணியைப் போன்றதாகும்.

சமுதாய மனத்தை விழிக்கச் செய்யும் இந்தப் போராட்டம் ஓர் தொடர் ஓட்டம். தீப்பந்தத்தைக் கீழே போடுவது துரோகம்! ஓடாமல் நிற்பது சமரசம்! களைத்துச் சோர்வது தேக்கம்... சமரசமற்ற மக்கள் போராட்டத்தில் இருந்து தான் அறிவின் தர்மமும் கலையின் அழகும் பிறக்கின்றன. [19]

குறிப்புகள்

இந்தக் கட்டுரை, 11-9-1991 அன்று பாரதியார் பல்கலைக் கழகத்தில் நடைபெற்ற, "பாரதி கோட்பாடுகள்" என்னும் கருத்தரங்கில் படிக்கப் பெற்ற கட்டுரையின் திருந்திய வடிவமாகும். கட்டுரை படிக்க வாய்ப்பளித்த, பாரதியார் பல்கலைக் கழக மொழியியல் துறைப் பேராசிரியர் கி. கருணாகரன் அவர்கட்கு என் நன்றி. விவாதத்தில் பங்கு கொண்டு கட்டுரையைச் செழுமைப்படுத்த கருத்துகள் கூறிய டாக்டர் ஆர்.இ. சந்திரசேகரன், டாக்டர் கே. எஸ். கமலேசுவரன் ஆகியோர்க்கும், திருந்திய வடிவத்தைப் படித்துக் கருத்துகள் கூறி உதவிய டாக்டர் ந. தெய்வசுந்தரம் அவர்கட்கும் என் நன்றி.

இந்தக் கட்டுரையில் பிறைக் குறிக்குள் உள்ள எண்கள், மணிவாசகர் பதிப்பக வெளியீடான பாரதியார் கவிதைகள் (1990) என்னும் நூலின் பக்க எண்களைக் குறிப்பனவாகும்.

பயன்பட்ட நூல்கள்

1. பிற உயிரினங்கள் இயற்கையின் மீது தொழிற்படும் ஆற்றல் இல்லாம லிருக்க, மனிதன் இயற்கையின் மீது தொழிற்பட்டதோடு, தன் உழைப்புச் சக்தியின் வளர்ச்சிக்கேற்ப அதை மாற்றியும் அமைத்தான். சமுதாய வளர்ச்சி, இயற்கை × மனித உழைப்புச் சக்தியின் வளர்ச்சி' என்பதன் தொடர் இயக்கமாக அமைந்திருப்பது வெளிப்படை.

2. Cornforth.M. Communism and Human Values (Bombay P.P./ House, 1973),PP.7- - 10

3. உலகைப் பற்றிய அறிவும், விளக்கமும் மாற்றத்திற்கான வழி வகைகளுமே தத்துவவியல் என்ற கருத்தின் முழுமையை நன்கு அறிந்து கொள்ள, மார்க்சிய மூலவர்களான மார்க்ஸ, எங்கெல்ஸ், லெனின் ஆகியோரின் தத்துவம் பற்றிய நூல்கள் படிக்கத் தக்கன. ஜார்ஜ் பொலிட்சரின் 'மார்க்சிய மெய்ஞானம்' என்ற நூலும் Maurice Cornforth-இன் Dialectical Materialism என்னும் நூலும் படிக்கத்தக்க பாடப்புத்தகங்கள்.

4. உலகை விளக்க முயன்றவர்கள் உலகைப் புரிந்து கொள்ள மேற்கண்ட நோக்கை (View) தத்துவக் கண்ணோட்டம் என்கிறோம். அதன் அடிப்படையில் உலக இயக்கத்தை விளக்க முயன்ற தன்மையை அணுகுமுறை (Approach) என்கிறோம்.

5. "வாழ்வே உணர்வைத் தீர்மானிக்கிறது" என்பதை அறிவியல் பூர்வமாக விளக்கி, அதனடிப்படையில் இயங்கியல் பொருள் முதல் வாதத்தை வடித்தளித்த மார்க்சின் மாபெரும் அறிவுக் கொடையாகும்.

6. ஆத்மா பற்றிய ஆய்வு, பரமாத்மா, ஜீவாத்மா என்ற நிலைகளில் விரிந்து செல்வதாகும். கட்டுரையில் இந்தப் பகுதியில் குறிப்பாக மாயையால் பீடிக்கப்படும் ஜீவாத்மா பற்றிய பாரதியின் கருத்துக்கள் தொகுத்து விளக்கப்பட்டுள்ளன.

7. Venkatearama Iyer M.K. Advaita Vedanta (Bombay Asia Publishing House. 1964) PP.100 - 101

8. பேராசிரியர் டாக்டர் டி.எஸ். வரதன் அவர்களோடு 4-9-91 அன்று நடத்திய விவாதத்தின்போது கிட்டிய செய்தி. டாக்டர் டி.எஸ். வரதன் வழியாக 'அத்வைதம் - விசிஷ்டாத்வைதம்' தொடர்பாகத் திரட்டிய செய்திகள் இக்கட்டுரையாக்கத்திற்கு பெரிதும் பயன்பட்டன. நன்றி.

9. "பாரதியின் குறிப்பிட்ட சில வரிகளே, எல்லாக் கருத்துக்களுக்கும் சான்றாதாரமாகக் கொள்ளப்படுவதால், பாரதி ஆய்வுகள் பெரும்பாலும் பேரியல் (Macro) ஆய்வுகளாகவே அமைகின்றன. குறிப்பிட்ட வரியே பல்வேறுகோட்பாட்டு விளக்கங்களுக்கும் பயன்படுத்தப்படுவதால், பாரதி ஆய்வுகள் ஆழமான நுண்ணியல்

(Micro) ஆய்வாக அமையவில்லை" 11-9-1991 அன்று பாரதியார் பல்கலைக் கழகத்தில் நடைபெற்ற பாரதி கோட்பாடுகள்' கருத்தரங்கில் பேராசிரியர் கே.எஸ். கமலேசுவரன் கூறிய இந்தக் கருத்து நன்றியுடன் இவ்விடத்தில் பதிவு செய்யப்படுகிறது.

10. Venkatarama Iyer, M.K., Op. Cit., P. 70

11. IBID.. P. 68

12. கோவிந்தசாமி, பொன்., வள்ளலாரும் வேதாந்தமும் (கடலூர் சமரச சுத்த சன்மார்க்க சங்கம், 1977) பக். 24 - 29.

13. இந்தப் பாடல்களில் பாரதி உடல், உள்ளம் தொடர்பான மானிடக் காதல் செய்திகளையே கூறுகிறார். காதல் திருமணத் தடைகளைச் சாடுகின்றார். மணமுறிவைக் கண்டிக்கின்றார்.

14. தனியே ஓர் ஆய்வுக் கட்டுரை எழுதும் அளவிற்கு பாரதியின் இந்த நீண்ட முன்னுரை அமைந்திருக்கின்றது.

15. தெய்வசுந்தரம் ந., இன்றைய தமிழ் (திருநெல்வேலி, நயினார் பதிப்பகம். 1985), பக். 50 - 51.

16. மனித உறவில் அல்லது மனித உறவிற்காகச் சுயத்தை இணைத்தல் என்று இதற்குப் பொருள்கொள்ளலாம். தனி மனித ஆளுமை, தன் அடையாளத்தை இழக்காத வகையில் பொதுச் சமுதாய ஆளுமையோடு இணைந்து நிற்றல். இணைதல் என்பது இருத்தலுக்கும் வாழ்வுக்குமான உறவுச் சார்பு.

17. 'மனித உறவில் — உறவிற்காக ஈயம் அழிதல்' என இதற்குப் பொருள் கொள்ளலாம்.

18. கை, கால், கண் முதலிய உறுப்புகள் தனித்தனியே கிடக்கும் நிலையில் அவை உடல் எனப்படுவதில்லை. இவை அனைத்தின் சேர்க்கையும் இயக்கமுமே உடல் ஆகும். கண், தான் இயங்கவும், தன்னை இழக்காமல் இருக்கவும் உடலின் ஒரு பகுதியாக இருந்தால்தான் முடியும். சங்கிலியைச் சமுதாயம் என்றால் ஒவ்வொரு வளையமும், தனித்தனி மனிதர்களும் நிறுவனங்களும் ஆகும். தனித்தன்மை உணரப்படுவதே பிறவற்றின் சேர்க்கையால் மட்டுமே. எனவே, தனித்தன்மை என்ற பெயரால் முற்றாகச் சமூகத்தைவிட்டு விலகி நிற்றல் சமூகச் சாவுக்கே (Civil death) வழிவகுக்கும்.

19. மூர்த்தி, து., அச்சத்திினின்று விடுதலை (சென்னை : சமூக ஆராய்ச்சி நிறுவனம், 1993) ப. 40.

9

பாரதிதாசன்: மைல்கற்களும் இன்றைய பாதையும்

வரலாற்றில் செய்தித் தொடர்பு - கலை - ஊடகங்கள் எத்தனை தோன்றினாலும் வளர்ச்சி அடைந்தாலும் கவிதையும் கவிஞனும் கடைக்காலாகவும் சிகரமாகவும் நிலைபெறுகிறார்களே அது எதனால்? வாழ்த்துப் பாவும் இரங்கற்பாவும் எப்போதும் தயாராக வைத்துக் கொண்டிருக்கும் எழுத்து வணிகர்கள் 'கவிஞன்' என்ற எல்லைக்குள் வரமுடியாது என்பதை நாம் அறிவோம்! "நற்றிறம் படராக் கொற்கை வேந்தே!" என அரசனையே, அவன் சபையிலேயே கேள்விக்குள்ளாக்கிய கண்ணகியைப் - பெண்ணைப் படைத்த ஆதிகவி இளங்கோவடிகள் முதல், கரடுதட்டிப் போன நிறுவனங் களைக் கேள்விக்குள்ளாக்கும் கம்யூனிஸ்ட் கவி இன்குலாப் வரை இலக்கிய உலகில் இடம் பெற்றிருப்பது அரச பரம்பரை என்பதாலோ, ஆண்டி பரம்பரை என்பதாலோ அல்ல! எந்தவொரு காலத்திலும் மக்களின் மனசாட்சிக் குரலாய் அதிர்பவர்கள், காலத்தின் சுவடுகளாய் நிலைக்கிறார்கள். தனியொரு கலைஞனின் பல்வேறு கவிதைகளுக்குள்ளும், நிறுவன எதிர்ப்புக் கவிதைகள் சமூகத்தின் தனி ஒப்புதலைப் பெறுகின்றன. அப்படி அங்கீகரிக்கப்பட்ட பெரியார் இயக்கக் கவிஞர்களுள் தலைமையானவர் புரட்சிக்கவிஞர் பாரதிதாசன்.

ஒரு புதிய சமுதாயத்தின் உருவாக்கத்தின்போது, தத்துவம், தலைவன், கலைஞன் என்ற மூன்று நிகழ்வுகள்,

பிரிக்கமுடியா உடன் நிகழ்வுகளாய் அமைகின்றன: நாத்திகம் என்னும் அறிதல் நெறி, பெரியார் என்ற தலைவன், புரட்சிக் கவிஞர் என்ற கவிஞன் தமிழ்ச் சமுதாய வரலாற்றில் உடன் நிகழ்வுகளாய் ஒன்றுடன் ஒன்று சேர்ந்து இயங்கியவர்களாவர். இதில் யாரைப் பிரித்தாலும் வரலாறு அழிந்துவிட்டது என்று பொருள்.

மொழிப்பற்று, தமிழினப்பற்று, நாத்திகநெறி, இன - நாட்டு விடுதலை, பெண் விடுதலை, பொதுவுடைமைச் சமுதாயம் எனப் பரந்த பொருள் எல்லைக்குள், பாரதிதாசன் மொழி, பெண் விடுதலை, நாத்திகநெறி என்ற மூன்றின் பிணைப்பாவார். பெரியார் மானிட வளர்ச்சிக்குத் தடையாய் அமையும் எதையும்- மொழிப் பற்றையும்- எதிர்த்தார். பாரதிதாசன் மொழியை மானிட வளர்ச்சியின் அடையாளமாய், அடிப்படை அலகாய், உரைகல்லாய்க் கண்டார். மொழி வெறும் கருத்தறிவிக்கும் கருவி (Instrument for Communication) என்ற இயந்திரமயமான எதிர்வாதத்தை முறியடித்து, மொழி ஒரு கருவி மட்டுமன்று, அது பண்பாட்டுப் போர்வாள் என்பதை மெய்ப்பித்துக் காட்டியவர் பாரதிதாசன்.

வரலாற்றில், மொழி, சமுதாய வளர்ச்சியின் அடித் தளமாய் அமைகின்றது. மனிதக்குழுக்கள் தோன்றிய காலந்தொட்டு, அக்குழுக்களுக்கு இடையேயும், உள்ளேயும் நடைபெற்ற கருத்துப் பரிமாற்றம்தான் அக்குழுவை ஒரு சமுதாயமாக மாற்றமடையச் செய்தது; அத்துடன், அதன் நிலையான வாழிடத்தில், உற்பத்தி, மனித உறவு மற்றும் எல்லா அறிவுத்துறை வளர்ச்சி ஆகியவற்றின் கொள்கலமாகவும், வளர்ச்சியின் தொடர்பாதையாகவும் அமைந்தது. இன்றுகூட மொழியின் எல்லா வடிவங்களும் திடீரென்று மறைந்துவிடுவதாக எண்ணிப்பார்த்தால், உலகின் அறிவுச்சுவடுகள் அனைத்தும் அழிந்துபோன உணர்வே ஏற்படும்; பின்னர் மனிதன் பொருள்களின் இடையில் மூச்சுவிடும் இயந்திரம் போல மட்டுமே வாழ முடியும். எனவே மொழி, மனிதகுலம் உணர்வுபூர்வமாக

தன் உருவாக்கத்திற்காகப் படைத்துக்கொண்ட அறிவு மற்றும் பண்பாட்டுக் கருவியும் அடையாளமும் ஆகும்.

உலகில் மொழிவளர்ச்சியைப் பற்றி பேசிய எல்லா அறிஞர்களும், கல்வி வளர்ச்சியினூடே அதை இணைத்துப் பார்த்திருக்கிறார்கள். கல்வியை வளர்க்காமல், மொழியை மட்டும் தனியே வளர்க்க முடியா என்பதை உணர்ந் திருந்தார்கள். மொழி, கல்வி, அறிவு, மொழி என்று வளர்ச்சியின் காரணமாகவே ஐரோப்பிய, சீன, ஜப்பானிய மொழிகள் வளர்ந்தன; வெறும் இலக்கியத்தால் மட்டுமன்று! தமிழோ வெறும் இலக்கிய மொழியாக மட்டுமே தேய்ந்தது. இந்தச் சூழலில்தான், 'தமிழர்களை அடிப்படைக் கல்விவளர்ச்சி குறித்தும், அறிவியல் வளர்ச்சி குறித்தும்' பெரியார் எண்ணினார். துறைதோறும் துறைதோறும் தமிழைக் கொண்டு போக வேண்டியதன் அவசியத்தைப் பாரதிதாசன் உணர்த்தினார். தமிழனை வளர்க்காமல், அறிவுத் துறைகளை வளர்க்காமல், தமிழ் மட்டும் தானே வளராது என உறுதியாக நம்பினார். தெருவில், வணிகத்தில், நீதியில், ஆட்சியில், கல்வியில், கடவுளில் தமிழ் வேண்டும் என நாத்திகக் கவிஞன் பாரதிதாசன் படைத்த 'தமிழியக்கத்தின்' பொருளைத் தமிழர்கள் இப்போதேனும் உணரவேண்டும். இப்போது எண்ணிப் பாருங்கள்.

எல்லார்க்கு மெல்லாமென் றிருப்ப தான
இடம் நோக்கி நடக்கின்ற திந்த வையம்
கல்லாரைக் காணுங்கால் கல்வி நல்காக்
கசடர்க்குத் தூக்குமரம் அங்கே உண்டாம்

என்ற வரிகளின் உண்மைப் பொருளை உணரமுடிகிற தல்லவா?

கல்வியும் மொழியும் வளர்ந்தால் அது தமிழரின் வளர்ச்சி அடையாளமாய் இருக்கும் என நம்பிய, தெளிந்த பாரதிதாசன் நாத்திகத்தைத் தன் அறிதல் நெறியாய் மேற்கொண்டார். 'ஆஸ்திகம்க' என்ற சொல்லின் எதிர்ப்பதமாய் மட்டும் நாஸ்திகம் இயங்கவில்லை.

கடவுள் உண்டு × இல்லை என்ற இணைகளில் மட்டும் நாத்திகத்தின் பொருள் அடங்கிவிடவில்லை. அப்படி அடக்கத் துடித்தவர்கள் திராவிடர் கழகமாயும், சாதி அரசியலாகவும், முதலாளித்துவ வெறியராயும் உருப் பெற்றனர். ஆனால் பெரியாரோ, பாரதிதாசனோ நாத்திகத்தைச் சமுதாய உருவாக்கம், மாற்றம், வளர்ச்சி என்பதன் அறிதல்/விளக்குதல் நெறியாகக் (Instrument for Knowlededge) கையாண்டனர். கடவுளைக் கிண்டல் செய்வது, புராணங்களை இழிவுபடுத்துவது என்பதுடன் நிறுத்திக் கொள்ளாமல், சமதர்மச் சமுதாயத்தின் ஆணிவேராக நாத்திகத்தைக் காட்ட முயன்றனர். பெரியார் நாத்திகத்தைப் பற்றிப் பேசிய எல்லா இடங்களிலும் சமதர்மத்தை இணைத்தே பேசியுள்ளதின் பொருளை, தேவையை நாம் இப்போதாவது உணர வேண்டும். எனவேதான் பாரதிதாசனின் ‘சஞ்சீவி பர்வதத்தின் சாரல்’, ‘பாண்டியன் பரிசு’, ‘அழகின் சிரிப்பு’ என எந்த நூலாக இருப்பினும் நாத்திகமும் பொதுவுடைமையும் கைகோர்த்துச் செல்கின்றன.

சிறீரங்க நாதனையும் தில்லை நடராசனையும்
பீரங்கி வாயில்வைத்துப் பிளப்பதுதான் எந்நாளோ?
இல்லை என்பேன் நானடா - அட
தில்லை சென்று தானடா

என்ற வரிகளை முழக்கி வாய்கிழிந்த திராவிடங்கள் இவற்றின் உண்மைப் பொருளை உணர்ந்திருந்தால், ‘திராவிடத் தாய்கள்’ உருவாகியிருக்க முடியாதல்லவா? சீறீரங்கமும் தில்லையும் இடங்களோ சிலைகளோ அல்ல! அக்டோபர் புரட்சியில் ரஷிய கம்யூனிஸ்ட் புரட்சி யாளர்கள் தகர்த்த மாரிக்கால அரண்மனைக்கு ஒப்பான தத்துவ அரண்கள் ஆகும்.

தமிழனாய், தமிழன் என்று மட்டும் தன்னை அடையாளப்படுத்திக் கொள்வதில் பெருமை கண்டவராய் விளங்கிய பாரதிதாசனின் ஒப்பற்ற சொல்லாட்சிகளில் ‘உலகப்பன்’ என்பது கலச் சொல் ஆகும். உலகப்பன்

பாட்டில் வரும் மனிதன் நிறம், மொழி, சாதி, மதம், இனம், நாடு என எந்த அடையாளமும் இல்லாதவனாக இருக்கிறான். இதன் பொருள், மொழியும் இனமும் சாதியைப் போல ஒழிக்கப்பட வேண்டியவை என்பதல்ல! மொழியின் -இனத்தின் வெற்றி 'மனிதனைப் படைப்பதே' என்பதாகும்! ஓடப்பர், உயரப்பர், உதையப்பராயிருக்கும் ஓடப்பர், பின்னர் அனைவரும் 'ஒப்பப்பர்' ஆதல் என்ற உலகப்பன் பாட்டின் செய்திதான் பாரதிதாசன் படைத்த நாத்திகக் கவிதைகளின் சாரமும் சத்தும் ஆகும்.!

ஒரு சமுதாயம் பொதுநலச் சமுதாயமாக விளங்குகிறது (Welfare State) என்பதற்கு எத்தனையோ அடையாளங்களைக் கூறலாம். கம்யூனிஸ்டுகள் கூறும் அடையாளம், 'ஒரு சமுதாயம் தன் குழந்தைகளை, பெண்களை, முதியோரை எப்படி நடத்துகிறது' என்பதுதான். இந்தக் கண்ணோட்டத்தில் பாரதிதாசனின் மழலையர் பாடல்களையும், முதியோர் காதலையும் படித்துப் பார்க்க வேண்டும். இளமையின் பொன்னொளி மறைந்து, காலத்தின் குண்டும் குழியுமாய் வறண்டு கிடக்கும் தன் கிழ மனைவியின் முகத்தை வருணிக்கும் ஒரு கிழக்கணவன் (குடும்ப விளக்கு) கடைசியில் ஒரு கேள்வி கேட்கிறான்: நான் எதனால் இன்னும் இருக்கிறேன் எனக் கேட்கிறீர்களா?'' அவள் இருக்கின்றாள் என்பதால் இருக்கின்றேன்" என விடை கூறி முடிக்கின்றான். இது தான் காதல் வாழ்வின் செழுமை. எல்லாரும் எண்ணிக் கொண்டிருப்பதுபோல, காதல் வாழ்வின் வித்தோ - தொடக்கமோ அன்று! அது வாழ்வின் கனி - இறுதி விளைவு! ரஷிய சோசலிச சமுதாயம் வீழ்த்தப்பட்டபின் நடந்த உடனடி - தடாலடி நடவடிக்கைதான் என்ன? தொழிற்சாலைகளில், வேலை நிறுவனங்களில் இயங்கிவந்த குழந்தைகள் காப்பகங்கள் இழுத்து மூடப்பட்டன; எல்லா முதியோர் இல்லங்களும் மூடப்பட்டன. இதன் உண்மைப் பொருள் என்ன? பெண் வீட்டுக்குள் மீண்டும் 'எஜமானி' ஆக்கப்பட்டாள்! ரஷியப் பெண்கள், பெண் விடுதலையின்

உண்மைப் பொருளை இப்போது உணர்கின்றனர். பாரதிதாசன் பெரியாரியத்தின் அடிப்படைப் பகுதியான பெண்விடுதலையைச் சமூக விடுதலையின் பிரிக்க முடியாத இணை அங்கமாக தூக்கிப் பிடித்தார்.

'பட்டங்கள் பெறுவதும் சட்டங்களை ஆள்வதும்' மட்டுமே பெண் விடுதலை ஆகிவிட முடியாது! பெண்மை என்ற கருத்துருவாக்கத்தின்- நடைமுறையின் மீது உருவாக்கப்பட்டிருக்கும் பெண்ணின் சதைசார்ந்த விழுமியங்கள் (Values based on the skin and the flush of the body of a woman) தகர்க்கப்பட வேண்டும். 'கற்பை இருவர்க்கும் பொதுவாக்குவது' மென்மையான ஆண் இதயத்தின் அழகிய வலுவற்ற கற்பனை. கற்பு என்ற சதைசார் பாலியல் கோட்பாடே வன்மையாகத் தகர்க்கப்பட வேண்டியதே கசப்பான உண்மை. அதாவது, பெண் தன் உடல்சார்ந்த மதிப்புகளையும், பொருளியல் நடவடிக்கைகளையும், தானே தீர்மானிக்கும் அதிகாரம் பெற்றவளாக இருக்க வேண்டும் என்பதுதான் இதன் உட்பொருள். இந்தக் கண்ணோட்டத்தில் "காதலுக்கு வழிவைத்துக் கருப்பாதை சாத்துவதில் தவறென்ன கண்டீர்" என்ற பாரதிதாசனின் வரியை நாம் ஆராய வேண்டும். இது ஏதோ கர்ப்பத்தடை அல்லது குடும்பக் கட்டுப்பாடு விளம்பரத்திற்காக எழுதப்பட்ட கவிதையன்று.

காதல் மனத்திறப்பும், கருப்பாதை அடைப்பும் ஆணின் பாலியல் உறவு குறித்த கண்ணோட்டங்களையே (attitude of men towards sex and sexual relationship) உடைத்தெறிவதாகும். பெண், பிள்ளை பெறும் இயந்திரமன்று என்றார் பெரியார்; மேலும் உடலுறவு இன்பநுகர்வுக்காக அமையவேண்டுமே தவிர பிள்ளை பெறுவதற்காக மட்டுமே நின்றிருக்கக்கூடாது என்றார் அவர்.

பெண்ணுறவு தனக்கு ஆண்வாரிசு உண்டாக்கித் தருவதற்கான ஓர் வழிவாய்க்கால்; தேவைப்பட்ட போதெல்லாம் தன் புணர்ச்சி வெறியைத் தணிக்க வேண்டிய ஓர் சதை இயந்திரம் -என்ற இவ்விரண்டு

மட்டுமே பொதுவாக எல்லா ஆண்களின் அணுகுமுறை யாக இருக்கிறது. இதில் பெண்ணின் உடல், மனம், உள்ளுணர்வு என அனைத்துமே அழிக்கப்பட்டு விடுகிறது. பெண்ணின் உடலுக்குள்ளும் வேட்கைகள், ஆர்வங்கள் முதலியன இருக்கின்றன என்பதே அடியோடு மறக்கப்படுகிறது, புறக்கணிக்கப்படுகிறது. இந்த நிலையில்தான் பெரியாரின் 'சோதனைக் குழாய்க் குழந்தை' (கட்டுரை - இனிவரும் உலகம்) கருத்து தோன்றுகிறது. ஆணின் கண்ணோட்டத்திலான பெண் விழுமியங்கள் அனைத்தும் கருப்பாதை சாத்துவதால் ஒழிக்கப்படுகின்றன. பெண்ணின் கண்ணோட்டத்திலான இன்பநுகர்வுகள் 'காதலுக்கு வழிவைப்பதால்' அங்கீகரிக்கப் படுகின்றன. இப்படித் தான் இந்த வரியை நாம் வாசிக்க வேண்டும்.

பெரியாரியம் என்பது தற்போதைய திராவிட இயக்கங்களின் அரசியலில் இருந்து முற்றிலும் வேறுபட்ட தாகும். மனித குலத்தின் பொதுவான விடுதலையை முன்னிறுத்திய பெரியார், தான் வாழ்ந்த காலம் மற்றும் சூழல்களைக் குறிப்பாகக் கொண்டு, தமிழரின் கல்வி மற்றும் வேலைவாய்ப்பு உரிமைகள், பெண் விடுதலை, சோசலிச சமூக அமைப்பு என்ற மூன்றையும் முன் மொழிந்தார். இக்கொள்கைகளுக்கான அணி திரட்டலில் பாரதிதாசன் இலக்கியத்தளத்தில் இருந்து பணியாற்றினார். பெரியாரும் பாரதிதாசனும் வென்றனரா என்பது காலம் கேட்கும் வினா? இன்றும் இன்னும் இது வினா நிலையில் இருப்பதாலேயே, வெல்லவில்லை என்பது வெளிப்படை! வெல்லுவார்கள் என்பது நம்பிக்கை. இன்றைய தமிழ்ச் சமுதாய அமைப்பில் நாளைய உலகில் கண்டிப்பாக இது நிறைவேறிவிடும் என்பதற்கான அறிகுறிகள் இன்றைய அரசியல் வானில் தென்படவே இல்லை. அப்படியானால் பாரதிதாசனின் இன்றைய பொருத்தப்பாடுதான் என்ன? இதை வெறும் கல்விசார் (academic) வினாவாகப் பார்க்கக்கூடாது. இது அரசியல் வினா ஆகும்.

பழங்காலத்து, மத்திய காலத்து அறிவாளிகள் (புத்தர், நபி) எவ்வளவு புரட்சிகரமானவர்களாக இருந்தாலும், அவர்தம் காலம் ஜனநாயகத்திற்கும் சோசலிசத்திற்குமான காலங்கள் அல்ல. புரட்சிகர கொள்கையும், கட்சியும் உருவாக்கப்பட்டிருந்த மார்க்சின் ஐரோப்பாவில் (ஜெர்மனி- இங்கிலாந்து) கூட இவை உருவாகவில்லை. எனவே, புரட்சிகரமான கொள்கையோ, நிறுவனமோ மட்டுமே புரட்சியைக் கொண்டுவந்துவிட முடியாது. இதைக் குறிப்பிட்ட காலத்தின் பருண்மையான நடை முறைகளோடு எவ்வாறு ஒன்றிணைக்கப்படுகின்றன என்பதே தத்துவத்தின், தலைமையின், கட்சியின், கலைஞனின், பொருத்தமும் வெற்றியும் ஆகும். இந்த வகையில் பாரதிதாசனின் கருத்துகள் முதல் மூன்று தேவைகளின் அவசியத்தையொட்டி பொருத்தப்பாடு பெறக்கூடும்! இந்தியாவின் கிழக்குக் கடற்கரை சாலையின் செயின்ட் ஜார்ஜ் கோட்டையைத் தில்லி ராஜபாட்டையின் வட்ட மாமண்டபத்தோடு இணைப்பதில் பாரதிதாசன் மட்டுமன்று; பகத்சிங், அம்பேட்கர், பெரியார், புலே என யாவருமே வெற்றி பெற முடியாது என்பது மட்டும் இன்றைய தலைமுறை புரிந்து கொள்ள வேண்டிய உண்மை யாகும்.

10

ஜெயகாந்தனின் 'ஜயஜய சங்கர' - திறனாய்வு

இத்திறனாய்வின் போக்கு: 'இலக்கியத் திறனாய்வு' என்னும் தொடர், ஆராயும் கோணங்கட்கு ஏற்ப, பல்வேறு வரையறைகளையுடையது. எனினும், அறிவியல் சார்ந்த சமூகவியல் நோக்கில், திறனாய்வு என்பது இலக்கியத்தின் சமூகத் தன்மையை அம்பலப்படுத்துவதாகும். அவ்வாறு அம்பலப்படுத்துகின்ற நிலையில், சமுதாயத்தின் புரட்சிகரமான எதிர்கால மாறுதலுக்கு அனுசரணையாக இருக்கும் தன்மைகளை ஊக்கப்படுத்துவதோடு சமுதாயத்தைப் பின்னுக்கு இழுக்க முயற்சி செய்யும் அனைத்துத் தன்மைகளையும் - முயற்சிகளையும் தாக்கி - தகர்க்க வேண்டியதாகவும் இருக்கின்றது. திறனாய்வின் இவ்வடிப்படைப் பண்பை (மூர்த்தி. து. 1978) மனத்தில் கொண்டே "ஜயஜய சங்ர' அணுகப்படுகின்றது.

"ஒரு பிரச்சினையை விவாதிப்பதில் நாம் வரை விலக்கணங்களில் இருந்து அல்லாமல் யதார்த்தத்தில் இருந்தே ஆரம்பிக்க வேண்டும். நாம் மார்க்சீய வாதிகள். நாம் ஒரு பிரச்சினையை அணுகும்போது புறநிலையான உண்மைகளில் இருந்தே ஆரம்பிக்க வேண்டுமேயன்றி, வெறும் வரைவிலக்கணங்களில் இருந்து அல்ல" என்ற மாஓவின் (1976. பக். 67) கருத்துப்படி நம்முன் போராடிக் கொண்டிருக்கும் சமூக அமைப்புகளை, இலக்கியத்தின் வழி விமர்சித்திருக்கும் ஜெயகாந்தனின் கண்ணோட்டங்களைப் புறநிலைத் தகவல்களாக வைத்து - இத்தகவல்களின் பொருத்தத்தையே இந்தக் கட்டுரை ஆராய்கின்றது.

நம்முன் போராடிக் கொண்டிருக்கும் சமூக அமைப்புகள்' என்பதனை விளக்கிக் கொள்ளாவிடின் ஜெயகாந்தனின் சமூக விமர்சனமான இந்தப் புதிய படைப்பைப் புரிந்து கொள்ள முடியாது; வர்க்கத் தத்மையையும் அடையாளம் கண்டுகொள்ள முடியாது.

போராடிக் கொண்டிருக்கும் சமூக அமைப்புகள்

இந்தச் சமுதாயத்தை அன்பினாலும், ஆன்மீக அரசியல் வழியினாலும், சமுதாயத்தின் எல்லாப் பிரிவினரையும் கடவுளின் குழந்தைகளாக ஏற்றுக் கொள்வதினாலும்--மனப் புரட்சியினால்--மாற்றிச் சீர்திருத்தி அமைக்க முடியும் என்போர் ஒரு புறம்.

இன்றைய சமூகம் என்பது ஒன்றுபட முடியா, ஒரு அழிவில் இன்னொன்று வாழக்கூடியதான--நேருக்கு நேர் முரணான இரு முகாம்களாக பிளவுபட்டு நிற்கின்றது. இதனுள் உழைப்பை மட்டுமே மூலதனமாகக் கொண்ட வர்க்கத்தை ஒன்று சேர்த்து இந்த வர்க்கத்திற்கு மட்டுமே நன்மை செய்யக்கூடிய ஓர் அரசை நிறுவிக் கொள்வதன் மூலமே சமுதாயத்தை மாற்றி அமைக்க முடியும் என்போர் இன்னொரு புறம்.

இரண்டாவது வகையினருள், உழைக்கும் மக்களுக்கான அரசை நிறுவுதல் என்பதற்கான போராட்ட வடிவங்களை முன்வைப்போர் மூன்று வகையாகப் பிரிக்கின்றனர்:

1. இன்றைய பாராளுமன்ற முறையை அப்படியே ஏற்றல்.
2. பாராளுமன்றத்திற்கு உள்ளிருந்தும் வெளியிலிருந்தும் போராடுதல்.
3. பாராளுமன்றத்தை முற்றாக நிராகரித்தல்.

மேற்கண்ட இம்மூன்று வகையினரை முறையே திருத்தல் வாதிகள் நவீன திருத்தல்வாதிகள் புரட்சிக் காரர்கள் அல்லது கம்யூனிஸ்டுகள் என்றழைக்கும் சமூக விஞ்ஞானம்.

ஜயஜயசங்கர

முரண்பாடுகள் கூர்மையடைந்து கொண்டிருக்கும் இன்றைய உலகில், உழைக்கும் மக்களின் நேர் எதிர்ப் பவர்களைவிட, அல்லது அதற்கு இணையாக உழைக்கும் மக்களின் துரோகிகளான திருத்தல்வாதிகள் மற்றும் நவீன திருத்தல்வாதிகள் அமைகின்றனர். பிழிவில் ஒன்றாக இருந்தாலும், பிரிவுபடுத்திப் பார்க்கின்ற நிலையில் 'ஜெயகாந்தன் சரியான திருத்தல் வாதியாக அமைகின்றார். போராட்டங்கள் எவ்வளவுக் கொடூரமாகக் கடினமடைகின்றதோ, அந்த வேகத்திற்கு நேர் எதிர்த் திசையில், மிக வேகமாக ஓடுகின்றார்; ஒளிகின்றார்; பிரச்சினைகளை - போராட்டங்களை - நீர்த்துப் போகச் செய்கின்றார். இவ்வகையில், இவருடைய 'ஜயஜய சங்கர' என்ற நாவல், ஒரு முதலாளித்துவப் புரட்சிக்குக்கூட தயாராகாமல், பழைய நிலப்பிரபுத்துவத் தளைகளை நியாயப்படுத்துவதாகவும், அத்தன்மைகளை மீண்டும் கொண்டுவரத் துடிப்பதாகவும், கம்யூனிசப் புரட்சியைக் கொச்சைப்படுத்துவதாகவும் அமைந்துள்ளது.

கதையின் சாரம்

காந்தியம் கைவிடப்பட்டதாலும், வேத ஒழுக்கங்கள் மற்றும் பார்ப்பன தர்மங்கள் கைவிடப்பட்டதாலும், மூட நாத்திக வாதத்தாலும், அரசியல் ஆன்மீகம் அற்றிருப்பதாலும் - சமுதாய வாழ்வு நாறிக்கிடக்கின்றது. இதைத் தூய்மைப்படுத்த கோயிலையும் காந்திய ஆசிரமத்தையும் இணைப்பதே உரிய உயரிய வழியாகும். இதுவே ஜெயகாந்தனின் 'ஜெய' கோஷமாகும். இதை விளக்குவதற்காக இவர் படைத்திருக்கும் பாத்திரங்களே பறையன் ஆதி, பகவான் சங்கரன், பழம்பெரும் தேச பக்தர் சிங்கராயர். புரட்சிக்காரர்கள் எனச் சொல்லிக் கொள்ளும் சத்திய மூர்த்தி, உமா, மகாலிங்கம் போன்றோர் ஆவர். இவர்களுடைய போராட்ட வடிவங்கள்: ஆசிரமம் அமைப்பது புரட்சியைப் பற்றிப் புத்தகம் எழுதுவது, மற்றும் இயக்க வழிப்படாமல் தனியே போராடுவது.

அக்கிரகாரமும் சேரியும்

சங்கராபுரம் என்னும் சிற்றூரில், பிறந்து, வளர்ந்து பகவான் ஆகின்றவன் சங்கரன். இந்தச் சிற்றூரில் ஓடும் சங்கராபரண ஆற்றுக்கு எதிர்கரையில் உள்ள மூங்கில் குடி என்னும் சேரியில் பிறந்தவன் ஆதி என்னும் பறையன். இவர்களிடையே ஆத்துமிக - சாத்வீக நட்பு இழையோடுகின்றது,

சங்கரனின் சித்தப்பா - காந்திய புரட்சிக்காரர் - பறையர்தம் கோயில் நழைவுப் போராட்டத்தைத் தொடங்குகின்றார். அது தொடர்பாகப் பறைச்சிறுவன் ஆதியும், பகத் சிறுவன் சங்கரனும் உரையாடுகிறார்கள்.

அப்படித்தான் வெச்சுக்கேயன் சாமி... நம்மை வரவேணாம்னு சொல்ற இடத்துக்கு நாம் போலாமோ சாமி? என்னெத் தொடாதேங்கிறவங்களை நாம்ப தொடலாமா சாமி? என்னைத் தொடறதுக்க உனக்கு எவ்வளவு கூச்சம் இருக்கோ அதே மாதிரி உன்னைத் தொடறதுக்கும் எனக்குக் கூசுது சாமி. சாமி கோயிலுக் குள்ளே மட்டுமா இருக்கிறது. எல்லோரும் வேணாம்ன சொல்ற இடத்துக்கு எதுக்கு சாமி நாம்ப போவணும் (1976, பக்.26) என்பது ஆதியின்பேச்சு.

எவ்வளவுக் கூசாமல் சமூகப் பிளவுகளைத் திரையிட்டு மறைக்க- நியாயப்படுத்த எண்ணுகின்றார். நாவலாசிரியர். இருவர் கூச்சமும் ஒன்றா? நிலப்பிரபுத்துவச் சுரண்டலின் தலைமைத் தத்துவ ஆதிக்கமான பார்ப்பனத் தன்மையின் கூசுதலையும், ஆண்டுகள் பலவாய்ப் பண்ணை அடிமை யாய் இருந்தவனின் தாழ்வு மனப்பான்மையுடன் கூடிய— - நிர்ப்பந்திக்கப்பட்டுள்ள கூசுதலையும் ஒன்றாக்க முடியுமா? இரண்டையும் ஒன்றாக்க எண்ணுவதின் மூலம் படைப்பாளர் என்ன எதிர்பார்க்கின்றார்:

"ஒரு கிராமத்தின் நதிப்புறத்தில் அந்த இரண்டு குழந்தைகள் தம் நடுவே காலம் காலமாய்க் கிழிக்கப்

பட்டிருக்கும் கோடுகளைத் 'தாண்டாமலேயே' ஒரு நதியின் இரண்டு கரைகளிலும் விலகி உறவு கொண்டு நிற்கும் அக்கிரகாரத்தையும் சேரியும் போல் விலகி நின்றே விளையாடினர்" (மேற்படி. பக். 20).

விலகி நின்றே விளையாடவேண்டும் - விலகி இருக்கின்ற சமூக வாழ்வே, மீண்டும் நிலைபெற வேண்டும் என்ற நிலப்பிரபுத்துவ வேட்கைதானே தொனிக்கிறது. சங்கரனின் சித்தப்பா சதாசிவ ஐயர் மாட்டுத்தோல் வார் போட்ட தமுக்கை மார்பில் மாட்டிக் கொண்டு ஆலயப் பிரவேசத்தை அறிவிப்பது. நாகரீகத்தின் இதயத்திலேயே அடிப்பது மாதிரி (மேற்படி.பக்.15) ஓசை எழுப்பியதாம். இது பாத்திரத்தின் கூற்றன்று; படைப்பாளனின் கூற்று. நிலப் பிரபுத்துவச் சாதிப் பிளவுகளை. நாகரிகத்தின் பெயரால் நியாயப்படுத்தத் துடிக்கும் ஆசிரியர் ஜெயகாந்தன், அரிசன மக்களைச் சமூக விலக்கம் செய்த வரலாற்றுக் கொடுமையைத் தன் வார்த்தை வண்ணங்களால் பூசிமெழுகப் பார்க்கின்றார்.

காதி சமரசம்

ஊரைப் பிரிக்கின்ற 'நதிதான்' கரைகளை ஏற்படுத்தி எல்லா வரம்புகளையும் கட்டிப் பாதுகாக்கின்றது என்னும் கண்ணோட்டம் (மேற்படி.பக்.17) எதைக் காட்டுகின்றது? இந்தப் பிரிவுகள் பேதங்கள் இயற்கையாகவே உள்ளன; பாதுகாக்கப்பட வேண்டியன என்றல்லவா பறை சாற்றுகின்றார் ஜெயகாந்தன். உற்பத்தியின் வரலாற்றில் ஏதோ ஒரு குறிப்பிட்ட காலக் கட்டத்தில் தோன்றிய—-பொளாதார ஆதிக்கத்தின் மேல் தளமான சாதியை, இயற்கையாகவே இருப்பது என்பதும் ஊரைப் பிரிக்கும் நதியைப் போல், மனித சமுதாயத்தைப் பிரித்துவைக்கும் இயற்கைப் படைப்பு என்பதும் மோசடியாகும்; திருத்தல் வாதமாகும். இலக்கியத்தில் இதைச் சாதிக்க முயல்வது, இலக்கியப் பிரபுத்துவம் ஆகும்.

இந்தக் கொடுமைகளை இன்னும் கொடுமையாக்கிக் காட்டுகின்றார் ஜெயகாந்தன்! பறையன் ஆதியும் பகத்சங்கரனும் வளர்ந்துவிடுகின்றனர். சங்கரன் 'பெரியவாள்' ஆகின்றான். ஆதி, காந்தி பக்த ஆசிரமவாதி யாகின்றான். பட்டினப் பிரவேசம் செய்து வரும் பெரியவாள் ஒரு காரில் ஆதியைக் கண்டு அவனை அழைத்துவரச் சொல்கின்றார். அழைக்க வந்தவனிடம் ஆதி கூறுகின்றார்.

சாமி! ஒரு சேரிக்குள் நுழைவதற்கு எப்படிக் கூசுமோ. அதைப் போலவே. இம்மாதிரியான இடங்களுக்கும் சனாதனிகள் கூடியிருக்கும் சபைக்கும் போக என் உடலும் என் ஆத்மாவும் கூசுகிறதே (மேற்படி. பக். 51).

தான் தாழ்ந்தவன் தாழ்ந்தவன்தான்; காந்தியார் எப்படித்தான் மாற்றியமைத்தாலும் அழைத்தாலும் தான் தீண்டத் தகாதவனே என்று பறைசாற்றும் ஆதியின் பண்பு- படைப்பு -ஜெயகாந்தனின் வர்க்க பாசத்தை - சமுதாயத்தின் வக்கிர ஆய்வை நன்கு காட்டுகின்றது. இதற்கு, ஸ்ரீ மடத்திற்கு அழைக்க வந்தவன் பதில் கூறுகின்றான்:

சிவ, சிவா! நீங்கள் தீண்டத் தகாதவர் அல்லர்!
தீண்ட முடியாத அளவுக்கு உயர்ந்துவிட்டவர் (மேற்படி. பக்.51)

இது மிக சாமர்த்தியமான சமரச வேலை. அதைத் தன் சாதுர்யமான சொற்களால் திரையிடுகின்றார் ஆசிரியர். ஜெயகாந்தனின் இந்தக்கூற்று. இன்றைய நடைமுறையில் உண்மையானதா?

பெரியவாளும் சரி, சின்னவாளும் சரி, நகர்வலம் வரும்போது ஆராய்ந்து, ஆராய்ந்து, தேர்ந்து தேர்ந்து பார்ப்பனர் இருக்கின்ற வீதி வழிதான் போகின்றனரே தவிர அயோத்தியா குப்பத்தை அதை ஒட்டிய (இது சென்னை, மீனவர் காலனியுள் ஒன்று) வீதியைப் பார்க்கவும் மறுக்கின்ற நிலையில், ஜெயகாந்தனின் படபபிடிப்பு கோழைத்தனமும், கையாலாகாத்தனமும். சீரழிந்த

நிலைமையை நியாயப்படுத்தத் துடிக்கும் சமரச புத்தியும் தானே! அடி பணிந்து கிடக்கும் வர்க்கம், ஆர்த்தெழுந்தால் ஆதிக்க வர்க்கத்தின் உல்லாச ஊர்வலங்கள், தெய்வீகத் திருக்கோலங்கள் தவிடுபொடியாவதைத் தடுக்க முடியாது என்ற அச்சந்தானே சனாதன ஆதரவுதானே இந்த சமரசத்தின் அடிப்படை!

தீண்டாமைக்கான தீர்வு

பழைய நிலப்பிரபுத்துவ வேர்களுக்கு நீர் விடும் படைப் பாளர், அதன் முள் பூவாம் 'தீண்டாமை' மட்டும் தீயதாம், தீய்க்கப்பட வேண்டியதாம் என்று அங்கலாய்க்கின்றார்; வழி காட்டுகின்றார். என்ன வழி? பகவான் சங்கரனை - பெரியவாளை - ஸ்ரீ மடத்தில் சந்திக்க ஒப்பாத ஆதி, புறக்கடை வழியாய் வேலி ஓரத்தில் வந்து நிற்கின்றான் 'சாஸ்டாங்கமாக நமஸ்கரிக்கின்றான்! வேலிக்கு இப்பால் இருக்கின்ற பெரியவர் ஆசீர்வதிக்கின்றார். ஆதி ஒரு சமூக விஷயம் குறித்து வாதிக்கின்றான்; அல்ல முறை யிடுகின்றான்.

ஜன்ம ஜன்மாந்திரங்களாகவே புலையராய்ப் பிறக்கச் சபிக்கவோ அல்லது அநுக்கிரகிக்கவோ பட்டிருக் கின்றார்கள் பலர். சமஸ்கிருதம் என்ற தேவ பாஷையின் பரிச்சயத்தால் புலையனாய்ப் பிறந்த எனக்குத் தேவ அந்தஸ்தே ஏற்பட்டது. தங்கள் காலத்தில் தீண்டாமைக் கொடுமை முற்றாகத் தொலைந்தது என்றாக வேண்டும். இதுவே என் அபிலாஷை... (மேற்படி. பக். 61)

புதிய பிராமணனைத் தாருங்கள். அந்த முயற்சியால் தீண்டாமை என்னும் சமூகத் தீயை அழியுங்கள். வேதம் ஓதுவதைக் கடமையாகக் கொண்டவன் அதைக் கைவிட்டால் அந்தக் கர்மாவின் பலனை அனுபவிக் கின்றான். இனி இருக்கப் போகின்றவர்களையும் என்றுமுள வேதத்தையும் இணைத்து லோகக்ஷேமதிற்கு வழியும் வெளிச்சமும் காட்ட வேண்டும். ஆலயத்தில் அரிசனப்

பிரவேசமும், சேரியில் ஆஸ்ரமும் என்று ஏற்படுத்தியதால் தான் இரண்டும் அழிந்ததோ... (மேற்படி. பக். 62).

ஆலயங்களையும் ஆஸ்ரமங்களையும் ஒன்று சேர்த்து விட வேண்டும். அதாவது ஒவ்வொரு ஆலயத்தையும் சார்ந்து ஒரு ஆஸ்ரமம் ஏற்படுத்திவிட வேண்டும். அதுவே பிராமணர்களை உருவாக்கும் பட்டறையாக வேண்டும். (மேற்படி, பக். 63)

இதுதான் தீண்டாமை ஒழிய ஜெயகாந்தன் வழங்கும் தீர்ப்பு. புதிய பிராமணன்! பட்டறை உருவாக்கும் புதிய பார்ப்பனன்!! படிப்போர்க்கு, மேலேட்டமாகப் பார்ப்போர்க்கு ஆரியனின் 'சாதி பிரமோஷன்' திட்டம் எவ்வளவோ உயர்வாகத்தான் தெரியும். ஆனால் உண்மை என்ன?

நடைமுறையும் நிர்ப்பந்தமும்

இந்தியாவில், மனித சமுதாயத்தின் இந்தக் கொடுமையான நோயான சாதி என்பது ஒரு மனோ பாவமல்ல; அதாவது மனிதர்கள் தங்கள் மனத்தளவில் தற்காலிகமாகப் பாவித்துக் கொள்வதன்று! இந்திய சமூகத்தில் சாதி, கடுமையான நிலவுடைமை உற்பத்தியின் தத்துவப் பிடிப்பாகும். பண்ணை அடிமைத்தனத்தின் கொடூரத்தன்மை பல்வேறு நாடுகளில் பல வடிவங்களில் வெளிப்பட்டது. இந்தியாவில் அது சாதியாக வெளிப் பட்டது. மற்றும் இந்தியாவிற்கே உள்ள சிறப்புக்கூறு பிறப்பின் அடிப்படையில் இச்சாதி வேருன்றியதாகும். ரஷ்ய சமூகத்து அல்லது சீனச் சமூகத்துப் பண்ணை அடிமைத்தனத்தை வேறு பிரித்துப் பார்த்தாக வேண்டும். இந்தியாவில் பல காலம் தங்களைக் கம்யூனிஸ்டுகள் என்று சொல்லிக் கொண்டவர்கள் இந்தக் குறிப்பிட்ட கூறை வேறு பிரித்தறிய முடியாததால்தான், இங்கே கம்யூனிச இயக்கம் என்பது புரட்சி வேர் விட முடியாமல் போய்விட்டது. ஒரு மலையை அடிப்படையில்

தகர்த்தெறிய அதன் மேல் பாகத்தில் வெடி வைத்துத் தகர்க்க முயல்வது போல் உற்பத்தி உறவுகளாம் உடைமை உறவுகளாம் அடிப்படையைத் தகர்த்தெறிய அதன் மேல் கட்டுமானமான சாதியில் வெடி வைக்க வேண்டியுள்ளது. இதை மறுத்த கம்யூனிஸ்டுகள் தோற்றுப்போனார்கள்; கம்யூனிசப் போர்வைக்காரர்கள் 'சாதிப் பிரமோஷன்' திட்டம் தீட்டுகிறார்கள். முன்னேற்றம் என்பது உருமாற்ம் அன்று; அடையும் பொருள். அதன் பழைய தன்மைகளின் எச்சங்களிலிருந்து முற்றாக மாற்றம் பெற்றிருக்கும்; அதாவது பழைய உள் கூறுகளின் நிராகரிப்பும் புதிய உள்கூறுகளின் பரிணாமும் நடைபெற்றிருக்கும். எனவே சாதி ஒழிப்பு என்பது ஒன்றிலிருந்து ஒன்று நகாசு வேலை செய்யப்படுவதல்ல; ஒன்றை நசுக்கி அழித்துப் புதியதின் புறப்பாடு ஆகும்.

ஜெயகாந்தனின் இந்த 'ஜாதி மேம்பட' திட்ட மூன்று கூறுகளை உடையது.

1. அறிவுத்திமிர்

2. அதன் உருவாக்கமான இயக்க நிராகரிப்பு (அ) தனிமைப்படல்

3. ஆதிக்க வர்க்க சுகம் (அ) கொச்சை உணர்ச்சி

இந்த மூன்று கூறுகளால் உருவாகும் எந்தக் கருத்தும் கருத்து முதல்வாதம் அல்லது பொருள் முதல்வாதம் ஆகிய ஒன்றிலும் தன்னை இணைத்துக் கொள்ளாமல். இரண்டிற்கும் மேம்பட்ட உபதேசவாதமாகத் தன்னைக் காட்டிக்கொள்ளும். ஜெயகாந்தன் இதற்குச் சரியான சான்றாகின்றார். சாதாரண நடைமுறையில் ஒரு எல்.சி.யூ.டி.சி.யாக மாற, ஒரு டியூட்டர் லெக்சரராக உயர கொடூரமாகப் போராட்டம் நடத்த வேண்டியிருக்கின்றது. கல்லூரியின் பூட்டுகள் இரத்தத்தினால் இறுக்கம் செய்யப் பட்டனவே! ஆனால் பறையன் பார்ப்பானாக மாற - மிக எளிதான வழியைச் சொல்லிவிட்டார் ஜெயகாந்தன்.

> "பாட்டாளி வர்க்கம் கடந்துபோன சகாப்தங்களின் சிருஷ்டிகளைப் பிரித்தறியவும் மக்களைக் குறித்த அவற்றின் கண்ணோட்டத்தையும் அவை வரலாற்று ரீதியில் முற்போக்கான முக்கியத்துவம் எதுவும் கொண்டிருந்தனவா இல்லையா என்பதையும் பரிசீலித்த பின்பே அவற்றைக் குறித்துத் தன் கண்ணோட்டத்தை நிர்ணயிக்கவும் வேண்டும்.

(மா—சே—துங், 1967, பக். 89) என்ற கருத்து இங்கே பயன் படுத்திக் கொள்ளத்தக்கதாகும்.

'ஜயஜயசங்கர' வில் மக்களைக் குறித்த கண்ணோட்டம் மிகவும் பிற்போக்கானதாகவே காணப்படுகிறது. இங்குப் பார்ப்பனர்களே மக்களாகக் கருதப்பட்டுள்ளனர். மக்களாகிய அரிசனங்கள், பார்ப்பனர்களின் அநுக்கிரகத்தால் உயர்த்தப்பட வேண்டியவர்களாக உள்ளனர். தொழிலாளி வர்க்கம் அதன் மானம், பிச்சைப் பாத்திரமன்று; அது மலர்ச்சியை நோக்கி முன்னேறும் நெருப்புக்கோளம். அது சாதியைத் தீய்த்து - எரித்து முன்னேறும்; உருமாற்றத்தை உருவாக்காது.

ஆனால் ஜெயகாந்தனோ சுரண்டலின் ஒரு வடிவமான சாதிக்கு - தீண்டாமைக்குத் தீர்வாக சாதி மாற்றத்தைக் கூறுகிறார். சாதியின் அழிவுக்கு வழி கூறாமல், அனைவரையும் பார்ப்பனராக மாற்ற வேண்டும் என்பது, சாதி என்பதை மனம் பற்றிய பிரச்சனையாகக் கருதி கொண்டமையையே காட்டுகிறது. ஆனால் நடைமுறை இக்கருத்தைப் பொய்யாக்கியதோடு, இந்தக் கருத்தின் கீழ்மையையும் காட்டியுள்ளது.

கிறித்துவம் சாதிக்குப் பதிலாக மத மாற்றம் செய்து பார்த்தது. விளைவு நாடார் கிறித்துவர், தாழ்த்தப்பட்டோர் கிறித்துவர் என்று பேதங்கள் பெருகினதேயொழிய, அனைவரும் ஒரே கிறித்துவர்கள் என்று அங்கீகரிக்கப் படவில்லை. ஒப்புக் கொள்ளப்படவில்லை. எனவே, பட்டறை உருவாக்கம் பார்ப்பனத் திட்டம் பார்ப்பனன், பறைப் பார்ப்பனன் என்ற பிரிவில் நிறுத்தும். இது

தீர்வல்ல, தீமை! சாதி மாற்றமோ, மத மாற்றமோ, அந்தந்த எல்லைக்குள் இருக்கும் அரசு அதிகார விரும்பிகளுக்கு உதவுமே யொழிய மக்களுக்கு உதவமுடியாது.

உண்மை இப்படி இருக்கும்போது, இன்னும் தன்னை கம்யூனிஸ்டாகக் கூறிக்கொள்ளும் ஜெயகாந்தன் இம் முடிவுக்கு வந்ததற்கான காரணம் அல்லது நிர்ப்பந்தந் தான் என்ன?

> பாட்டாளி வர்க்கம் நடத்திய இந்த ஆரம்ப கால
> இயக்கங்களுடன் தோன்றிய புரட்சி இலக்கியம்.
> தவிர்க்க முடியாத வகையில், ஒரு பிற்போக்கான
> தன்மையைக் கொண்டிருந்தது. எல்லோரும்
> சந்நியாசிகள் மாதிரி வாழ வேண்டும் என்றும்,
> சமுதாயத்தின் ஏற்றத் தாழ்வுகளை மிகமிகக்
> கொச்சையான வகையில் சமாளிக்க வேண்டும்
> என்றும் அது வலியுறுத்திப் பதிய வைத்தது

என்ற கம்யூனிஸ்ட் அறிக்கையின் (மார்க்ஸ் - எங்கல்சு, 1975 ப,. 89) வரிகளை இங்கு நினைவுபடுத்திக் கொள்ள வேண்டியது அவசியமாகும். ஆசிரம வாழ்க்கையும் அதன் கூடவே பிராமண உருவாக்கத்தையும் காட்டுகின்ற ஜெயகாந்தன் இந்தக் கொச்சைப் பாதையில்தான் குதூகலம் அடைகின்றார். இவர் அல்லது இவரைப் போல நவீன நிலப்பிரபுத்துவத்திற்காகப் பேராடுபவர்களின் ஆதங்கம் என்ன? சமூகம் மாற வேண்டும் என்பதா? ஏற்றத் தாழ்வுகள், தீண்டாமை ஒழிய வேண்டும் என்பதா? இல்லவே இல்லை.

"பழைய சமுதாய அமைப்புமுறையைக் கிளை களோடும், வேரோடும் வெட்டி வீழ்த்தும் பணியைச் சாதிப்பதற்கான வர்க்கம் பூர்ஷ்வா ஆட்சியில் வளர்கிறது என்பதே, பூர்ஷ்வா வர்க்கத்தின் மீது அவர்கள் (நிலப்பிரபுத்துவ நவீன அடிவருடிகள்) சுமத்தும் முதன்மையான குற்றச்சாட்டு" என்னும் கம்யூனிஸ்ட் அறிக்கை (மேற்படி. பக். 79) வாசகத்தின் உட்பொருளையே ஜெயகாந்தன் விளக்குகின்றார்.

சீர்திருத்த இயக்கங்களின் பிற்போக்குத் தன்மை

பிராமண தர்மம் தழைக்க வேண்டும்; வேத அத்யயனம் செழிக்க வேண்டும்; வேத ஒழுக்கத்தைப் பிராமணன் தவறக்கூடாது; இதற்குக் குறுக்கே நிற்கும் தீண்டாமை ஒழிய அனைவரும் புதிய பிராமணர்களாக உருவாக்க வேண்டும். இந்தச் சாதி உயர்வுப் புரட்சி (Upgradation of Cast) *(ஜெயகாந்தன், 1976 பக். 60-63)* என்பது *அப்பட்டமான நிலப்பிரபுத்துவ உறவுகளுக்குப் புதிதாகப் பட்டை தீட்டுவதாகும். கம்யூனிஸ்ட் அறிக்கை (மார்க்ஸ் - எங்கல்சு, 1975, பக். 78) கூறுகின்றது.*

மக்களைத் தங்கள் பக்கம் திரட்டும் பொருட்டு
பிரபுக்கள் பாட்டாளிகளின் பிச்சைப் பையைத்
தங்கள் முன் கொடியாகக் கட்டினார்கள். ஆனால்
மக்களோ அவர்களோடு சேர்ந்த போதெல்லாம்
அவர்களுடைய பின் பக்கத்தில் பழைய நிலப்பிரபுத்துவப்
பட்டயங்களும் விருதுகளும் இருப்பதைக் கண்டும்
மரியாதை இன்றி உரக்கச் சிரித்துக் கொண்டே
அந்தப் பிரபுக்களைக் கைவிட்டு நழுவினர்

நாவலாசிரியர் ஜெயகாந்தன் 'சாதிக் கொடுமையை' கொடியாக்கியதும். தீண்டாமை ஒழிப்பு முழக்கம் கேட்கிறதே என மக்கள் காது கொடுப்பதும், பின்னர் வேத ஒழுக்கம், புதிய பிராமணன் போன்ற குளறுபடிகளை அடையாளம் கண்டு கொண்டு, இவர் ஒரு நாவல் வணிகர் என நக்கலாகப் பேசிக் கொள்வதும் இப்படிப்பட்ட கதைதான். எனவே, இவர்களின் சீர்திருத்த முயற்சிக்குக் காரணம் நிலப்பிரபுத்துவம் அழிகின்றது என்பதுதானே தவிர, சமூகம் புரட்சிகரமாக - வண்ணத்திலும் வடிவத்திலும் மட்டுமின்றி எண்ணத்திலும் இயக்கத்திலும் - மாற வேண்டும் என்பது அன்று!

தீர்வு தியானம்

'ஜயஜய சங்கர' வின் முதல்பாகமே, ஜெய காந்தனின் முழு வர்க்கத் தன்மையைக் காட்டிவிடுகின்றது. வியாபார நிர்ப்பந்தத்திற்காக தொடர்ந்து எழுதுகின்றார்.

ஆதியும் பெரியவாளும் சிந்தித்து - வேலியைத் தாண்டாமலேயே - பேசி பழைய நினைவுகளைப் பகிர்ந்து பிரிகின்றனர். கதையின் தன்மை அப்படியொன்றும் அதிகமாக மாறிவிடவில்லை.

நமது கடமை அதிகமாய் இருப்பதாய் நாம் கருதினால் அதிகபட்சம் அதற்காக நாம் தியானம்தான் செய்யலாம். மற்றபடி பிராமணனாக ஏற்றுக் கொள்வதினாலேயே, அல்லது ஏற்றுக் கொண்டதாக அவர்களே நினைத்துக் கொள்வதினாலேயே பிராமண தர்மம் தழைத்துவிடும் என்று நீயுமா நம்புகிறாய்? அப்படியெல்லாம் உருமாற்றம் செய்வதன் மூலம் ஏதோ சாதனை செய்துவிடுவதாக எண்ணிக் கொள்கிற பேதமை சீர்திருத்தக்காரர்களோடு நின்றுவிடட்டும். இல்லாததை உருவாக்க முடியுமா? அழிய வேண்டியதைத் தடுக்க முடியுமா? அதற்கெல்லாம் யத்தனிப்பது தானே நாஸ்திக முயற்சி லோகக்ஷேமத்திற்காக எல்லாவற்றிற்கும் மேலாக நாம் தியானம் செய்யலாம் (1977 பக். 11)

'கடமையைச் செய்! பயனை எதிர்பாராதே' என்றவன் எவ்வளவோ யோக்கியன் - ஜெயகாந்தனோடு ஒப்பிடும் போது! தியானம் - கோழைகளின் சமரச ஆயுதம். பாட்டாளி வர்க்க துரோகிகளின் மூடுபல்லக்க! பட்டுத்திரை. எந்த மாற்றமும் நடக்கத் தேவையில்லை; உலகை மாற்ற நினைப்பதே - முனைவதே தவறு; தெய்வநிந்தை என்னும் நிலையில் (Meta Physical) வாதந்தானே பெரியவாளின் பேச்சில் தலைவிரித்தாடுகின்றது. இதன் மூலம் மாற்றங்களே தேவையற்றவை; பழைய உறவுகளே புனிதமானவை. பேணப்படவேண்டியவை என்பனவே நிரூபிக்கப்படுகின்றன. ஜெயகாந்தன் கதையை வளர்த்துச் செல்கின்றார். சிங்கராயர் மகன் சத்தியமூர்த்தி புரட்சிக் காரனாம்.'பலாத்காரத்தைச் சந்திப்பது எப்படி என்ற நூலெழுதியதற்காகச் சிறையிடப்பட்டுள்ளானாம்; அவன் மாணவனும், ஆதியின் மகனுமான மகாலிங்கம் - சாதிச் சலுகையைப் பயன்படுத்தியதால் ஆதியால் விலக்கப்

பட்டவன் - சிங்கராயர் பொறுப்பில் இருக்கின்றான். உமா என்பவள் இவன் தோழி.

கதையை நடத்திச்செல்கின்றார் ஜெயகாந்தன். இதன் அடிப்படையில் இங்கே இனி விமர்சிக்கப்பட வேண்டியவை புரட்சி, வன்முறை, காந்தியும் புரட்சியும், ஆசிரமும் பெரியவாளும், அரசு அதிகாரியும் புரட்சிக் காரனும் போன்றவற்றின் தொடர்பான நாவலாசிரியன் கண்ணோட்டங்களே ஆகும். இவை பற்றிய ஆசிரியனின் கருத்துக்களே புதிய பாத்திரங்களான சத்தியமூர்த்தி, மகாலிங்கம், உமா, சிறையதிகாரி மூர்த்தி மூலம் வளர்க்கப் பட்டுள்ளன.

'மகாத்மா கொலையும் புரட்சியும்

பொதுவுடைமையாளர்களையும், புரட்சியையும் கொச்சைப்படுத்துவதற்கென்றே, இந்த நாவலை எழுதி யவர் போல, கருத்துகளைப் பொறுப்பின்றி வீசியெறி கின்றார் ஆசிரியர். சிங்கராயரும் ஆதியும் பேசிக் கொள்கின்றனர். சிங்கராயரின் புரட்சி வீரன் மகன் - சிறையில் இருக்கின்றான்.

மகாத்மா கொல்லப்பட்டதும் நான் ரொம்பவும் மனம் கலங்கிப் போயிருந்தேன். நமது தேசத்தில் பலாத்காரத்தை எதிர்த்துப் பெரிய அரணாய் நின்றவர் மகாத்மா, அவரை எதிர்க்கிற சக்திகள் - ஆமாம், அது ஒன்றும் முன்பின் தொடர்பில்லாத ஒரு மனிதனின் காரியம் அல்ல - அது ஒரு தீய சக்தி. அது துப்பாக்கியின் மூலம் முரண்பாடுகளுக்குத் தீர்வு காண வேண்டும் என்று முதல் மூன்று குண்டுகளை வெடித்து கட்டியதல்லவா? கம்யூனிஸ்டுகள் அதைத் தொடர்ந்து காந்தியையே கொன்று தீர்த்த அந்தக் கூட்டத்தை எதிர்த்துத் துப்பாக்கியைத் தூக்கினார்கள். அப்படித்தான் நான் அதைப் புரிந்து கொண்டேன். மகாத்மாவையே பலாத்காரம் பலி கொண்டுவிட்ட பிறகு, இந்தப் புரட்சிக்காரர்கள் ஆயுதம் ஏந்தத் தீர்மானம் செய்தார்கள் (மேற்படி. பக். 41 - 42) என்றார் சிங்கராயர்.

'அப்படித்தான் நான் அதைப் புரிந்து கொண்டேன்' என்றெழுதிவிட்டதன் மூலம், தன் தத்துவக் குழப்பத்தை மூடி மறைக்கப் பார்க்கின்றார் ஜெயகாந்தன். நாவலாசிரியனைச் சமூக விஞ்ஞானியாகப் பார்க்க வேண்டிய கட்டத்தில், ஓர் அப்பட்டமான பொய்யை. 'நான் அப்படித்தான் புரிந்து கொண்டேன்' என்று சாதாரணமாக சொல்வதால், ஒதுக்க முடியாதல்லவா? அதைவிட, நான் இதுபோன்றவற்றை இப்படித்தான் புரிந்துகொள்வேன், மக்களும் இப்படித்தான் புரிந்து கொள்ள வேண்டும் என்ற நிர்ப்பந்தமல்லவா இதில் இருக்கிறது. விடுதலைக்குப் பின்னால் உருவான மகத்தான உழவர் புரட்சியை ஒரே சமயத்தில் ஏகாதிபத்திய காலனி ஆதிக்கத்தையும், உள்நாட்டு நிலப்பிரபுத்துவத்தையும் ஒரு சேர ஒழிக்க எழுந்த உழைக்கும் வர்க்கப் புரட்சியை - காந்திக்காக எழுந்த புரட்சி என்பது தத்துவக் கயமை. அதை இலக்கியத்தில் ஏற்றுவது படைப்புப் போலிமை ஆகும். ஜெயகாந்தன் காந்தியைத் தூக்கிப் பிடிப்பதிலோ, கம்யூனிஸ்டுகளைக் காந்தி பக்தர்கள் ஆக்கத் துடிப்பதிலோ நமக்கு வியப்புமில்லை கவலைப்படுவது உண்மையான மார்க்சிய சமூக விஞ்ஞானிகளின் வேலையுமில்லை என்றாலும், பொதுவுடைமையாளர்கள் காந்தி பஜனையர் அல்ல என்பதும், நிலப்பிரபுத்துவத்தின் இருபதாம் நூற்றாண்டின் மோகன வடிவமே காந்தியம் என்பதும், அவர்களின் பகிரங்க கருத்தாகும். மேலும், காந்தியத்தை வீழ்த்துவதில் அவர்களுக்கு அனைத்துவிதமான அறிவுத்துறைப் பொறுப்புகளும் உண்டு. எனவேதான் ஜெயகாந்தனின் இந்த இலக்கிய மோசடி- புரட்சியைக் கொச்சைப் படுத்துதல் திசை திருப்பி விடுதல் ஆகியன வற்றில் கொடிகட்டிப் பறக்கிறது. கதை முழுவதற்குமான பிழிவும் மேற்கூறியவைதான்.

அகிம்சையும் வன்முறையும்

சத்தியமூர்த்தி பலாத்காரத்தைச் சந்திப்பது எப்படி என்ற புத்தகம் எழுதியதற்காகச் சிறை வைக்கப்

பட்டுள்ளான். "அகிம்சையை ஒரு சித்தாந்தமாக ஏற்றுக் கொண்டவர்கள், பலாத்காரவாதிகளை மட்டும், பலாத்காரமாகவே அடக்கிவிடலாம் என்று நினைக் கின்றார்கள்" என்று தன் மகனைப் பற்றிக் குறிப்பிடுகின்றார் சிங்கராயர். இங்கே பலாத்காரம் என்பதும் அகிம்சை என்பதும் குழப்பப்படுகின்றன.

'அகிம்சை' என்ற சொல் பொதுவாக, 'இம்சிக்காமல் இருத்தல்' என்று பொருள் தந்தாலும் அது ஒரு சித்தாந்தமாக - ஒரு குறிப்பிட்ட வர்க்கம் முன்னே வைக்கும் அரசியல் முழக்கமாக-ஒரு குறிப்பிட்ட வர்க்கத்தார்க்கு மட்டுமே பின்பற்றப்படுதவற்கான உபதேச முழக்கமாக இன்று எழுப்பப்படுகின்றது. எனவே 'அகிம்சை' யை விளங்கிக்கொள்ள 'காந்திய அகிம்சை' எனச் அச்சொல்லை விரிவுபடுத்திக் கொள்ள வேண்டும்.

ஜெயகாந்தன் போன்றோர் முன்னிறுத்தும் 'அகிம்சை' என்பதன் அடிப்படை என்ன—? ஆளும் வர்க்க நலன்களுக்கு எதிராக உழைக்கும் மக்கள் கிளம்பி விடக்கூடாது என்பதுதானே! இந்திய வரலாற்றில் அகிம்சை முதலாளிகளுக்கோ, அவர் தம் கூலிப்படைகளுக்கோ என்றுமே அறிவுறுத்தப்பட்டதில்லை; உழைக்கும் மக்களுக்கு மட்டுமே வற்புறுத்துப்படுகின்றது. உழைக்கும் மக்களைக் கொடூரமாக அழுத்தி வைத்திருக்கும் சமூக அமைப்பின் மேற்போர்வையே-தத்துவ வடிவமே- அகிம்சை என்பதாகும்! இது உழைக்கும் மக்களுக்கு புரிந்துவிடக்கூடாது என்பதே காந்திய பஜனைகளின் உள்ளீடாகும். வறுமை, வேலையில்லாத் திண்டாட்டம், சுரண்டல் ஆகியவை மறைமுகமான மிருகத்தனமான வன்முறையாகும். இதை எதிர்த்து ஒடுக்கப்படும் வர்க்கம் ஓங்கியெழும்போதெல்லாம், அவனைத் திசை திருப்பவே அகிம்சை பயன்படுத்தப்பட்டு வருகிறது. ஜீவகாருண்யம் என்பதும் அகிம்சை என்பதும் எதிரியின் கையில் உள்ள சாட்டைகளாகவே உள்ளன. ஜாலியன் வாலாபாக் படுகொலையின்போது மட்டும், மக்கள் கையினில்

ஆயுதம் இருந்திருந்தால் நாராயண்பூர், பிப்பிரா, பெல்சி ஆகிய இடங்களில் மக்கள் மேல் அடக்கு முறை ஏவிவிடப்பட்டபோது, மக்களின் கைகளில் ஆயுதம் இருந்திருந்தால், உண்மையாகவே பல ஜீவன்கள் காப்பாற்றப்பட்டிருக்கும் இன்று அகிம்சை என்பது மக்களுக்காக மக்கள் போராடத் திரள்வதேயாகும். எனவேதான் மார்க்சிய சமூக விஞ்ஞானிகள், 'மக்களை நேசிக்கும் எந்தப் பொதுவுடைமையாளனும் அகிம்சையை எதிரி வர்க்கப்போர் வடிவமாகக் காண்பான்' என்கிறார்கள். இதற்கு எதிர்வடிவமாக புரட்சியை முன்வைக்கும் போது வன்முறை தவிர்க்க முடியாததாகும். கும்பல்கள் (Gang) சேர்ந்து கொள்ளையடிக்கும் ரவுடித்தனத்தையும் (Rowdism) மக்கள் தங்கள் தோள்களை அழுத்தும் சுரண்டல் சுமையைத் தூக்கி எறியும் புரட்சியையும் (Revolutionary Violance) ஒன்றாகக் குழப்பிக் கொண்டு-அல்லது குழம்பி விட்டதுபோல் பாவித்துக் கொண்டு-போலி அகிம்சையை இலக்கியத்தின்வழி பரப்ப விழைவது துல்லியமான இலக்கிய ரவுடித்தனமாகும்.

போராட்டமும் தீர்வும்

கட்டாயப்படுத்தப்படுகின்ற உழைக்கும் வர்க்கம் ஒன்று சேர்கின்றது. அது அனைத்துத் திருத்தல்வாதிகளையும் ஒதுக்கித்தள்ளி, தன்னுள்ளேயே போராடிப் போராடி ஒற்றுமை அடைகின்றது. தங்களை இப்படிக் கீழான-இழிந்த நிலையில் வைத்துக் கொண்டிருக்கும் எதிரி வர்க்கத்தின் முன் பாதிக்கப்பட்ட மக்கள் அணியைத் திரட்டுகின்றது. சலுகைகளை நிராகரிக்கின்றது! சமரசங்களை முறியடிக்கின்றது!! எதிரிவர்க்கம் முடிவில் மூர்க்கத்தனமாக தன் பலாத்கார சக்தியை மக்கள் மேல் ஏவிவிடுகின்றது. அப்போது புரட்சி வர்க்கம் தன்னைப் பாதுகாத்துக்கொள்கின்றது. பாதுகாத்துக் கொள்வது என்பது ஓடி ஒளிவதன்று; காட்டிக் கொடுப்பதன்று; திருப்பித் தாக்குவது; போரற்ற உலகைப் படைக்க

இறுதியாகப் போராடுவது. எனவேதான் புரட்சியில் வன்முறை தவிர்க்க முடியாததாகின்றது. இன்றைய சுரண்டல் வர்க்க ஆதிக்க சமுதாயத்தில் 'சத்தியமூர்த்தி' என்ற 'புரட்சிக்காரன்' அகிம்சையையும் ஏற்கின்றான். பலாத்காரத்தையும் ஏற்கின்றான் என்பது திருத்தல் வாதம்: காந்தியப் புரட்டு!

கடவுளும் கம்யூனிஸப் புரட்சியும்

உமாஎன்றொருபாத்திரமும்கம்யூனிஸ்டாகப்படைக்கப் பட்டுள்ளது. நான் கடவுள் நம்பிக்கை அற்றவள்தான். கடவுள் நம்பிக்கை அற்றவர்கள் மனிதர்கள் மீதாவது நம்பிக்கை கொண்டவர்களாக இருக்க வேண்டும் அப்படி ஒரு நம்பிக்கை எனக்கு ஆச்சார்ய சுவாமிகளிடம் உண்டு. (1977b பக். 30) என்கிறாள் இவள்.

ஓ! எப்பேர்ப்பட்ட கம்யூனிஸ்ட் இவள்! உமாவின் இந்தப் பாத்திரப் படைப்பில் வியப்பு எதுவும் இல்லை. இந்தியக் கம்யூனிஸ்ட் கட்சி வரலாற்றில் ஏற்பட்டுள்ள பல தத்துவ 'வழுக்கல்' களில் ஒன்றாகிய 'கடவுள்' பற்றிய கருத்தையே இவள் பிரதிபலிக்கின்றாள். மாநாட்டிற்காகக் கூடும். கம்யூனிஸ்ட் கட்சி உறுப்பினர்கள் அப்படியே மதுரை மீனாட்சியம்மனையும் தரிசித்துவிட்டுச் செல்லும் பாராளுமன்ற புரட்சிக்காரர்கள் நிறைந்த இந்தியாவில், உமா சரியான படைப்புதான். மேலும், 'ஆஸ்திகர்கள் யார் வேண்டுமானாலும் கம்யூனிஸ்ட் கட்சியில் உறுப்பினர் ஆகலாம்' என்று 'வாக்குச் சீட்டு' களையே மனதில்கொண்டு, தத்துவ விளக்கம் தரும் மேதைகளே இன்றைய கம்யூனிஸ்ட் கட்சியின் பொதுச்செயலாளர்களாகவும் இருக்கிறார்கள். இந்தியாவின் புரட்சிக்குத் தடைக்கல் எங்கிருந்து வருகிறது என்பதையே இது காட்டுகின்றது.

கடவுளே எங்கள் முன் பிரசன்னமாகித் தடுப்பினும் அதை மறுத்து, எங்கள் காரியங்களை நாங்கள் செய்து முடிப்போம் என்று விரதம் ஏற்றுவிட்டோம் (மேற்படி.பக். 35) என்கிறாள் உமா.

லோகக்ஷேமத்திற்காகத் தங்களை அர்ப்பணித்துக் கொள்கிற மகான்கள் எவருடைய தூக்ஷணைகளையும், எவருடைய நிந்தனைகளையும் பொருட்படுத்த மாட்டார்கள் என்றுதானே நீ சொல்கின்றாய்? கடவுளை மறுத்து ஏதோ காரியம் ஆற்றுவதாகச் சொன்னாயே அந்தக் காரியம்தான் கடவுள் (மேற்படி. பக். 35, 36) என்று அளக்கின்றார் பெரியவாள்.

படைப்பாசிரியன் ஒன்று புரிந்துகொள்ள வேண்டும். தனி மனித ஆற்றல்கள் மட்டுமே. கால வரலாற்றைக் கட்டுப்படுத்தவும் முடியாத போது தடைப்படுத்தல் இயலுமா? பைபிளை, திருவாசகத்தை ஐயன்ஸ்டினின் கருத்தடங்கிய ஆய்வுப் பெட்டமாக ஆக்கிக்காட்டும் அறியாமையைவிட, பொதுவுடைமைப் புரட்சியைக் கடவுள் காரியம் என்னும் கயமை அஞ்சத்தக்கதாகும். ஆசிரியர் எவ்வளவுதான் கவிநயத்துடன் அழகாக எழுதினாலும், சமூக வரலாறு அதை வீழ்த்தியே தீரும். 'சரியான அரசியல் கண்ணோட்டமில்லாத ஒரு படைப்பு எவ்வளவுதான் அழகாக இருப்பினும், அது ஒதுக்கித் தள்ளப்பட வேண்டிய படைப்பு' என்றும் திறனாய்வு விழிப்புணர்வு உள்ளவர்களே உண்மையான பொதுவுடைமையாளர்கள் ஆவார்கள். 'என் பாஷையில் கடவுள், உன் பாஷையில் புரட்சி' என்று பெரியவாளைப் பேசவைக்கும் ஜெயகாந்தன் (மேற்படி பக். 37) தன் பேனாவின் வலிமையை அளவுக்கதிகமாக நம்புகின்றார். ஆனால், இன்றோ, கலைஞர்கள் சரியான கருத்துகளுக்குப் பழக்கப்பட்டு வருவதால் தவறான கருத்துகளை உடனடியாகத் தள்ளிவிடுகின்றார்கள்.

புதிய ஆசிரமம்

கடைசியாக ஆதி (பறையனாகப் பிறந்து, காந்தி பக்தராக வளர்ந்து, பெரியவாளோடு வேலிக்கு வெளியே நின்று, பேசி நிறைவெய்தியவர்) 'ஆசிரமம்' கட்ட திட்டம் தீட்டுகின்றார்.

நமது ஆஸ்ரமம் உடைமை மறுப்பு என்னும் கடைக்காலின் மீதே எழுப்பப்படுகின்றது...! "எல்லா அதிகாரங்களும் சோவியத்துக்கே" என்று லெனின் முழங்கியதற்கொப்ப எல்லாம் ஆஸ்ரமத்திற்கே என்பது நம் கோஷம். ஆனால் நாம் இதில் விசேஷமான திருத்தத்தையும் கொண்டுள்ளோம். எல்லா அதிகாரங்களும் சோவியத்துக்கே என்று லெனின் சொன்னது போல, நாம் எந்த அதிகாரங்களையும் சமூகத்தில் கேட்பதுமில்லை ஏற்பதுமில்லை. மேலும் எல்லாச் சமூக அதிகாரங்களுக்கும் உட்பட்டு இயங்குவது (அடிக்கோடு கட்டுரையாசிரியர் இட்டது) என்று உறுதி கொண்டுள்ளோம். (மேற்படி, பக். 51)

இதுதான் ஆதியின் திட்டம். தனி உடைமை அற்ற ஆசிரமம் சமூகத்தின் எல்லா அதிகாரங்களுக்கும் உட்படுதல்.

தனி உடைமைச் சமுதாயத்தின் அனைத்து அதிகாரங்களுக்கும் உட்படுதலும், அதே சமயத்தில். அதே சமுதாயத்தில் தனி உடைமை அற்ற ஆசிரமத்தில் வாழ்தலும் எப்படி முடியும்? ஆசிரியர் மிகப்பெரிய தத்துவத்தை ஆதியின் வாயிலாக உதிர்த்துவிட்டதாக மகிழலாம் ஆனால், குழப்பங்கள் கொள்கைகளா! இன்றைய உடைமைச் சமுதாய அமைப்புக்கு எந்தவித ஊறும் இன்றி, அதை மாற்ற முயற்சிகூட செய்ய வேண்டாம் என்ற வகையில், அந்தச் சமுதாயத்திற்குள்ளேயே ஒரு சிலர் சன்னியாசிகளாக, ஆசிரமவாசிகளாக ஒதுங்கி வாழ்வதே சிறந்தது என்று தீர்வு சொல்வது, இன்றைய ஆளும் வர்க்க அதிகாரத்தைத் தூக்கியெறியத் துடிப்பவர்களைப் பின்னோக்கி இழுக்கும். படுபிற்போக்கான முயற்சியாகும்.

அரசு அதிகாரியும், புரட்சிக்காரனும்

கதையின் இறுதியில் பெரும்பங்கு பெறுபவர்களான சத்தியமூர்த்தியும் சிறையதிகாரி மூர்த்தியும், இனி விமர்சிக்கப்பட வேண்டியவர்களாகின்றார்கள். இந்தியாவில் சட்டமுறையிலேயே அறிவிக்கப்பட்ட

நெருக்கடி நிலைமையைத் தொட்டுச்சென்று கதை முடிகின்றது. 'சிறையதிகாரி மூர்த்தி, சத்திய மூர்த்தியின் கல்லூரி நண்பன். நெருக்கடி நிலை நாட்டில் அறிவிக்கப்பட்டுவிட்டது. சிறையில் கொடுமைகள் ஏராளமாக நடக்கின்றன. சத்தியமூர்த்தி மூர்த்தியிடம் சிறைக் கொடுமைகளைத் தவிர்க்க வாதாடுகின்றான்; உண்ணாவிரதம் இருக்கின்றான். மூர்த்தியோ அன்பே உருவானவன்; வெளியில் இருந்துவரும் மிரட்டலுக்கப் பயந்து நெருக்கடி நிலையில் கைதிகளைக் கொடுமையாக நடத்துகின்றான். சத்தியமூர்த்தியிடம் தன்னை நம்பும்படி வாதாடுகின்றான்-இவை கதை நிகழ்ச்சிகள்.

நிகழ்ச்சிகளைத் தனிமைப்படுத்தி ஆராய்வது மார்க்சியம் அன்று! மூர்த்தி என்பவன் தனிமனிதன் அல்ல; அரசின் உறுப்புகளில் ஒன்றைப் பிரதிபலிப்பவன்; பிரதிநிதியானவன். உழைக்கும் மக்களை ஒடுக்க அரசின் மாதக் கூலிகளுள் ஒருவனாக இருப்பவன். அவனை உத்தமனாகக் காட்டிவிடுவதாலேயே அரசு அதிகாரிகளின் வர்க்கத்தன்மை மாறிவிட்டதாகப் பொருள் கொள்ள முடியாது.

எனது புரட்சிக்காரன் எவ்வளவு உத்தமமானவனோ அந்த உளவு உத்தமமானவனே எனது போலீஸ்காரனும். நான் தீயவர்களைப் பற்றிக் கேள்விப்பட்டிருக்கிறேனே ஒழிய அவர்களைக் கண்டதில்லை. அவர்களை இலக்கியக் கண்கொண்டு நான் கண்ட மாத்திரத்தில், அவர்கள் நல்லவர்களாக மாறுவார்கள் என்ற நம்பிக்கை எனக்குண்டு (1977. பக். 59) என்று பின்னுரையில் கூறுகின்றார் ஆசிரியர்.

படைப்பாளனின் 'இலக்கியக்கண்' எவ்வளவு கொடிய நோயுடையதாக உள்ளது என்பதையே இது காட்டுகின்றது. படைப்பாளனின் கண்ணோட்டத்தில் தீயவனும் நல்லவனே என்பதோ புரட்சிக்காரனும் போலீஸ்காரனும் ஒரே தன்மையானவரே என்பதோ

பிரச்சனை அல்ல. நடைமுறையிலிருந்து வீதிக்கு வர வேண்டும். ஒரு போலீஸ்காரனை நல்லவனாக்கிக் காட்டி விடுவதால், ஆளும் வர்க்கமோ, அரசோ நல்லதாகி விட்டது. அதைப்பற்றிப் புகழ்தல் என்பது திட்டமிட்ட பிற்போக்குத்தனம்.

எதிரி வர்க்க ஆயுதத்தைத் தாங்கள் பயன்படுத்தவே முடியாது என்று உணர்ந்த உழைக்கும் மக்கள், தங்களுக்கென்றே பணிபுரியும் ஓர் அரசை நிறுவிக்கொள்ள போராடுகிறார்கள். இவர்களைத் திசை திருப்ப, இவர்கள் குரலைக் கேட்கக்கூடத் தயாராக இல்லாத எதிரி வர்க்க ஆயுதத்திடமும், அதைப் பாதுகாக்கும் சட்டத்திடமும் சக்தியிடமும் விசுவாசம் காட்ட வேண்டும் என்பதும், வேண்டும் எனில் நாம் அதைப் பிடித்துக் கொண்டு பயன்படுத்த முடியும் எனத் தூண்டுவதும் திரிபுவாதமே! இதை உள் நோக்கமாகக் கொண்டே மூர்த்தி என்ற சிறையதிகாரி மிக நல்லவனாகப் படைக்கப்பட்டுள்ளான்.

நாவலாசிரியன் 'காந்தியப் பாடம்' நீள்கின்றது. சத்திய மூர்த்தியோ புரட்சிக்காரன். மகாலிங்கத்தைத் தன்னுடன் சேர்த்துக் கொண்டாலும், காந்தியத்தை வழிபடவும் அனுமதிக்கின்றான். காந்திய வழிபாடு என்பது நேர்முகமாகவும் எதிரி முகமாகவும் அனுசரணையாகவே காட்டப்படுவது, பழைய நிலவுடைமைச் சமூக உறவுகளை நியாயப்படுத்தும் முயற்சியே ஆகும்.

பகைவனும் துரோகியும்

காஞ்சி, காமகோடிப் பீடாதிபதி சங்கராச்சாரியாரின் சீடராக விளங்க விரும்பும் ஜெயகாந்தன். இறுதியில் மிகத் தெளிவாகத் தன்னை அடையாளம் காட்டுகின்றார். சத்தியமூர்த்தியின் தந்தையிடம், சத்தியமூர்த்தியைப் பற்றி கூறுகின்றார் மூர்த்தி.

எனக்கு அவர் விஷயத்தில் இருக்கிற ஒரு பெரிய ஆறுதல் நல்ல வேளையாக அவர் வெளியிலிருக்கிற எந்த

இயக்கத்தோடும் சம்பந்தமுடையவர் அல்ல என்பதுதான். சுதந்திரமான சிந்தனைகள் வளர்ந்துகொண்டிருக்கிற ஒரு காரணத்திற்காக ஏன்தான் அவரைச் சிறையில் அடைக்க வேண்டுமோ? (மேற்படி, பக்.25) என்கிறார் மூர்த்தி.

கறுப்பு மையை வெள்ளைப் பணமாக்கும் நாவல் வணிகராக ஜெயகாந்தன் கூசாமல் தன்னைப படம் பிடித்துக் காட்டியுள்ளார்.

நாவலாசிரியர் விரும்பும் சுயசிந்தனை-எந்தவிதமான இயக்கத்தின் வழியும் செல்லாத சுய சிந்தனை-என்பதே வாதத்திற்கு உரியது; புரட்சியாளர் நோக்கில் மறுப்பிற்குரியது. இத்தகைய சுய சிந்தனையாளர்களால், அதீத மனிதர்களால், சுய சிந்தனை-சுதந்திரச் சிந்தனை எனக் கூறிக்கொள்ளும் அதிசுதந்திர எழுத்தாளர்களால் என்ன செய்ய முடியும் என்பது ஒருபுறம் இருக்கட்டும். சுதந்திர சுய சிந்தனைதானே என்றுகூட விட்டுவிடாத ஆதிக்க முகாம், இயக்க வழிப்பட்ட, ஒரு புரட்சி பாதையை ஏற்றுக்கொண்ட உண்மையான கம்யூனிஸ்டுகளை என்னென்ன செய்யும்?

ஜெயகாந்தன் குறிப்பிடுகின்றார்

எனது நாவல்களில் வரும் பாத்திரங்கள் எல்லாம் என் மூலமாகப் பிறக்கின்றார்கள் என்பதால் அவர்களை நான் சாமானியர்களாகக் கருத முடிவதில்லை (மேற்படி. பக். 58).

உண்மைதான்! அவர்கள் சாமானியர்கள் அல்லவே அல்ல! வர்க்க விரோதிகளைவிட, வர்க்கத் துரோகிகள் படுபயங்கரமானவர்களே!

பயன்பட்ட நூல்கள்

1. மூர்த்திது. 1978
   'பாராட்டுமுறைத் திறனாய்வு,
   சென்னை: சங்கம். (வெளியிடப்படும்)

2. ஜெயகாந்தன் 1976
 ஜயஜயசங்கர - I
 சென்னை: மோதி பிரசுரம்,

3. மேலது, 1977a
 ஜயஜயசங்கர - II
 சென்னை: மோதி பிரசுரம்,

4. மேலது, 1977b
 ஜயஜயசங்கர - III
 சென்னை: மோதி பிரசுரம்,

5. மேலது, 1977c
 ஜயஜயசங்கர - IV
 சென்னை: மோதி பிரசுரம்.

6. Mao Tae Tung 1967,
 Selected works of Mao Tese
 Tung pekin Foreign Longuages press.

7. Marx. Karl and Engles 1975
 Frederic Manifesto of the Communist
 Party. Moscow Progress Publishers

11

சூரியதீபன்-அம்பை சிறுகதைகள்: மத்திய தர வர்க்கப்பெண்

I

வாழ்க்கையைத் தரிசிப்பதற்கு அதன் அனைத்து வர்க்க சாதிய நடைமுறைக் குணங்களோடு மூளையில் ‘பளீர்’ என்று உறைப்பதற்கு வெறும் கண்மட்டும் போது மானதாக இல்லை; ஒட்டுமொத்த நரம்புமண்டலமே வாழ்க்கையோடு மோதிப்பார்க்க வேண்டியிருக்கிறது. கொடும் வெள்ளம், புயல், பாலியல் வன்முறைகள், போர் இவற்றைத் தொலைக்காட்சியில் எந்தச் சிறு சலனமும் இன்றிப் பார்த்துக்கொண்டிருக்கும் மனிதக்கூட்டத்திற்கு— மத்தியதரவர்க்கத்திற்குத் தோலைக் கீறி மிளகாய்த்தூளை அப்பினால்தான் கொஞ்சமாவது உறைக்கிறது. தென் சென்னைக் குடிசைப்பகுதிகள், மத்திய தர வர்க்க அரசுக் குடியிருப்புகள் — இப்படியாவும் வெள்ளத்தால் அடித்துச் செல்லப்பட்ட நிலையிலும், தண்ணீ தேங்கிய ஸ்டேடியம் பற்றியும் அதனால் நடைபெறாமல் போன கிரிக்கெட் பற்றியும் காலை பத்திரிகைகளும், சென்னைக் கனதனவான்களும் கண்ணீர் வடித்துத் தீர்த்தனர். தமிழ்நாட்டின் இப்படிப்பட்ட மத்தியதர வர்க்க மனோ பாவங்களைக் கிழித்தெறியும் இரண்டு அற்புதப் படைப்புகளாக வெளிவந்திருப்பவைதான், சூரிய தீபனின் “இரவுகள் உடையும்”, அம்பையின் “வீட்டின் மூலையில் ஒரு சமையலறை” என்னும் சிறுகதைத் தொகுப்புகள் ஆகும்.

வடிவம், அழகியல், உத்தி முதலிய அறிவுச் சொல்லாடல் களைக் கொஞ்சம் அப்புறமாக வைத்து விட்டு, இவ்விரு தொகுப்புகளையும் நன்கு மனதால் படித்தால், கண் ணீரோடும் போலி ஒப்பனைகளோடும் மிதக்கும் மத்தியதர வர்க்கத்தையும், பிய்த்தெறியப்பட்ட பெண்மையின் துண்டுகளையும் காணலாம். வெள்ளைச் சட்டைக் கழுத்துப்பட்டையில் இவ்வளவு அழுக்குகளா என்ற நாம் அருவருப்படைகின்றோம். பெண்ணை வெறும் உடலாகவே பார்க்கும் ஒரு சமூக அமைப்பில், அதுவும் உடல்பண்டமாகப் பார்க்கும் நுகர்பொருள் சமுதாயத்தில் பெண்ணின் விடுதலை, குறிப்பாக மத்திய தர வர்க்கப் பெண்ணின் விடுதலைப் பாதை எது என்பதைச் சுட்டிக்காட்டும் முயற்சிகள் இவ்விரு தொகுப்புகளிலும் மேற்கொள்ளப்பட்டுள்ளன.

பெண்ணின் பிரச்சனைகளை எடுத்துச் சொல்லும் முறையில் தங்கள் தங்கள் இலக்கிய, வாழ்க்கை அனுபவங்கள் மற்றும் பயிற்சிகளுக்கு ஏற்ப சூரியதீபனும் அம்பையும் தனித்து நிற்கிறார்கள்; இத்தனித்து நிற்றல் எடுத்துச் சொல்லும் முறையில் மட்டுமல்ல, மத்தியதர வர்க்கத்துப் பெண்ணை எப்படி உருவகித்துக் கொள்கிறார்கள், அவர்தம் பிரச்சனைகளுள் எவற்றை முன்னிறுத்துகிறார்கள், எப்படி முடிவை அமைக்கிறார்கள் என்பதிலும் தனித்தே — வேறுபட்டே நிற்கிறார்கள். பெண்ணியல் வாதத்தை உருவாக்குவதில், சூரிய தீபனுக்கும் அம்பைக்கும் உள்ள வேறுபாடு ‘விபத்தில் மாட்டிக் கொண்டவன் அனுபவிக்கும் துன்பத்திற்கும், விபத்தைப் பார்த்து மிகவும் மனமுடைந்து நொந்தி வருந்துபவனுக்கும்’ உள்ள வேறுபாடாகும். இதில் விசித்திரம் சூரியதீபனுக்கும் அம்பைக்கும் உள்ள பால்வேற்றுமைதான்! தாய்மைக்குப் பால்வேற்றுமை இல்லை என்ற அம்பையின் கருத்தோடு நாம் உடன்படுகிறோம். அதனால்தான் புரட்சிகரத் தாயின் மனோசிலையில் இருந்து சூரியதீபனால் ‘இரவுகள் உடையும்’ “நந்தினியைப் படைக்க முடிந்திருக்கிறது

என்பதையும், அம்பையால் 'புனர்' என்ற சிறுகதையில் 'சபரி' யை — அம்பைக்குப் பிரியமான, அவர் அடிக்கடி பயன் படுத்தும் வார்த்தைகளில் சொல்வதென்றால் — வெறும் யோனியாகவும், கருப்பையாகவும், முலையாகவும் படைக்க முடிந்திருக்கிறது என்பதையும் புரிந்து கொள்கிறோம்.

II

சூரியதீபனின் 'இரவுகள் உடையும்' சிறுகதைத் தொகுப்பில் இடம் பெற்றுள்ள பெண்கள்: நெருக்கடிநிலை அறிவிக்கப்பட்ட காலத்தில் வேலை இழந்த — சிறையில் தள்ளப்பட்ட ஓர் அரசு ஊழியரின் மனைவி; கிராமப் புழுதிக்கு வந்துவிட்ட இவள், தன் குழந்தையின் கனவு களோடும் தேவைகளோடும் வாழ்க்கையை எதிர்கொள்ளும் தாய் ஆவாள்! மில் தொழிலாளர் போராட்டத்தில் தங்கள் தங்கள் குழந்தைகளோடு பங்குகொள்ளும் தாய்மார்கள்! ஒரு புரட்சியியக்கத் தோழரைப் போலீசில் இருந்து காப்பாற்றித்தரும் கிராம்புற விவசாயப் பெண் நடுத்தரவர்க்கக் குடும்பத்தின் அனைத்து ஆண்களாலும் ஒடுக்கப்பட்டு, பின் கணவனின் ஒழுக்கக் கேடுகளால் மனம் சிதறி கணவனின் அடக்குமுறைக்கு எதிராகக் கை ஓங்கும் பெண்! சிவகாசிப் பட்டாசுத் தொழிற்சாலையில் வேகும் சிறுமிகள் — அவர்தம் தாய்மார்கள்! — இந்தப் பெண்கள், இன்று வரை பெரிய பத்திரிகைகளால் புறக்கணிக்கப்பட்ட, ஆனால் இந்தியாவின் நரம்புகள் போன்ற, பாட்டாளி வர்க்கப் பெண்களாவர்!

அம்பையின், "வீட்டின் மூலையில் ஒரு சமையலறை" என்னும் தொகுப்பில் இடம்பெறும் பெண்கள்: பெண்களின் நிலைபற்றி ஆராய்ச்சிக் கட்டுரை எழுத தில்லியில் இருந்து திருநெல்வேலிக்கு வரும் பெண்! சிலே(சிலி) யில் புரட்சிகர நடவடிக்கையில் ஈடுபட்டுப் பின்னர்த் தப்பி வந்து இங்கிலாந்தில் அகதியாய் உள்ள பெண்! ராஜஸ்தானக் கூட்டுக் குடும்பத்தில் சமையலறை

இருட்டில் 'ரொட்டி சுட்டே' சாகும் பெண்கள்!
பம்பாய் நகரத்தின் புரட்சி இயக்கப் போராளிப் பெண்!
அமெரிக்கப் பல்கலைக்கழக ஆய்வுக்கூடப் பெண்!
இந்திய சராசரி மத்தியதர வர்க்கக் கல்லூரிப் பெண்!
நூலகத்திற்கு, ஆய்வுக்காக நூல்கள் தேடிவரும் பெண்!
— இப்பெண்களையும் கூட பரவலான — பொதுவான
தமிழ்ச்சிறுகதை உலகில் பார்த்துவிட முடியாதுதான்.

மேலே தொகுக்கப்பட்டுள்ள பட்டியல் ஒரு அட்ட வணை வசதிக்காக அன்று! வாழ்க்கையைத் தரிசிக்க முயலும் இரு கதாசிரியர்களின் (ஆண் — பெண்) கண்களில் தட்டுப்படும் வாழ்வின் பிம்பங்கள் ஆகும்! இச்சிறுகட்டுரை, இவ்விரு தொகுப்புகளிலும் உள்ள — மத்தியதர வர்க்கத்தை நேராய் முழுமையாய்ப் பிரதிபலிக்கின்ற 'நந்தினி' (இரவுகள்...) 'சபரி' ('புனர்'... வீட்டின் மூலையில்...) என்னும் இருபாத்திரங்களை ஒப்பிட முயலுகிறது.

III

'சபரி' என்ற பாத்திரம், குழந்தைப்பருவம் முதல் ஒரு பெண் எவ்வாறெல்லாம் — பழக்க வழக்கங்கள் (habits and customs). சமூக நடத்தைக் (Social behaviour) கட்டுப்பாடு, திருமணத்தை மையப்படுத்திய இளமை வாழ்வு (Conditioned teen age /youngage perceptions) கட்டாயப்படுத்தும் இல்வாழ்க்கை விழுமியங்கள் (Imposed Values) என ஒடுக்கப்பட்டு, வளர்ச்சியின் ஒவ்வொரு பருவத்திலும் சிதைக்கப்படுகிறாள் என்பதைத் துல்லியமாகப் படம் பிடித்துக் காட்டுகிறது; குறிப்பாக மக்கள் தொடர்புச் சாதனங்கள் (வானொலியும் தொலைக்காட்சியும்) எவ்வாறு ஒவ்வொரு இளம்பெண்ணின் மூளையிலும் விளம்பர — விழுமிய ஆணிகளை வன்முறையாகச் செருகுகின்றது என்பதைப் படம் பிடிக்கிறது: மாத்ஸ், பிசிக்ஸ் வேணாம் ஹிஸ்டரி எடு அடுப்புதானே ஊதணும், முகக் கிரீம்,

ரோமத்தை அகற்றும் கிரீம், இளமையை எடுத்துக்காட்டும் 'பாடி' ஆணை ஈர்க்கும் புடவை, சோப், ஷாம்பூ, பௌடர், நகச்சாயம்; சமையல் எண்ணெய், பாத்ரூம் வாசனை, — இப்படிப் பெண், "வீட்டைப் பேணுபவள், அடக்கமானவள், அழகுச் சாதனங்களுக்கானவள், சுகத்தைத் தருபவள், தேவைக்காக மட்டுமே வேலை செய்பவள், பாதுகாக்கப்படவேண்டியவள்" என அவள் ஒரு பிரஷர் குக்கர், வாஷிங் மெஷின் போன்ற பண்டமாக மட்டுமே கருதப்படும் இழிவான, மக்கள் தொடர்புச் சாதன ஆக்கிரமிப்புக்கு உள்ளான பெண்ணாகப் படைத்துக் காட்டப்படுகிறாள். சபரி இடம் பெறும் 'புனர்' என்னும் கதையின் முதல் பகுதி இது.

'நந்தினி' 'வாழ்வே இல்லாத உலகங்கள் நிறைந்த பெண் வாழ்வின் பிரதிநிதியாகப் படம்பிடிக்கப் பட்டுள்ளாள். பெண்பிள்ளைக்குக் கோபமா எனச் சிறுமியாக இருக்கும்போது பெரிய அண்ணனால் தண்டனைக்குள்ளாதல்; விரும்பிய தமிழைப் பாடமாக எடுக்க முடியாமல் சிறிய அண்ணாவின் வற்புறுத்தலால் 'ஆணுக்கு எதிர் காலத்தில் சம்பாதித்துக் கொடுக்கும் படிப்பாகப் பார்த்துச் சேர்தல்; விடுமுறையில் வீட்டுக்கு வருகையில், தொடர் வண்டியில் உள்ள உடன்படிக்கும் மாணவர்க்கு 'கையாப்பு' விடை கொடுத்ததற்காக வாசற் படியிலே விசாரணைக்குள்ளாதல்; வீட்டில் ஜன்னல் கம்பிகளின் துணையோடு காத்திருத்தல்; தொகை பிடிக்காததால் பெண் பிடிக்கவில்லை எனவரும் கடிதம்; கல்யாணம்; கணவனின் ஊர் மேய்ச்சல்; நோய்; எதிர்ப்பு; கையோங்கல் — இப்படி வாழ்வின் அனைத்துத் தளத்திலும் நெற்றிக் குங்குமம் வலிந்து, அழிக்கப்படுதல். இதற்குச் சூரியதீபன் பயன்படுத்தும் "உரிமை பறிக்கப் படுகின்ற எல்லா நேரமும் விதவையாகும் நேரமே! நந்தினி இடம்பெறும் 'இரவுகள் உடையும்' கதையின் முதல் பகுதி இது.

IV

இரண்டு கதைகளின் முதல் பகுதிகளும் எல்லோருடைய மனங்களிலும் பதிந்திருக்கும் படங்கள் தான். இவை எவ்வாறு முடிகின்றன என்பதில்தான் கதாசிரியரின் ஆளுமை வெளிப்படுகின்றது. கூட்டுக் குடும்பத்தின் அல்லது பழம் பண்பாட்டுக் குடும்பத்தின் விழுமியங்களால் அமுக்கப்பட்டும், மக்கள் தொடர்புச் சாதனங்களின் விளம்பரத்தால் பிணிக்கப்பட்டும் ஊனமாக அறிமுகமாகிறாள் சபரி! இதற்கு நேர் எதிர் படைப்பு லோகு! கதை முடிவை நோக்கி வேகமாக ஓடுகிறது: உதடுகள், இமை, மார்பு, ஷர்ட் பட்டன், மயிருள்ள மார்பு, ப்ரா, கழட்டுவதில் துன்பம், ஆண் உடம்பு இந்த விவகாரம் கடைசியில் — "வயிற்றை எக்கித் தரையைத் தொடல். மீண்டும் வயிற்றை எக்கித் தரையைத் தொடல்" — என முடிகிறது.

தோழியாக வரும் வனமாலி, கருச்சிதைவுகளின் போது துணையாக இருக்கிறாள். உடம்புக்கு அப்பால் சபரியிடம் எதுவும் இருப்பதாக அம்பை நினைக்கவில்லை போலும்!

கணவனின் ஒழுக்கக் கேடு தெரிந்த நாள் முதல் நந்தினி போராடுகிறாள்; கணவன் என்பதால் அவன் எடுத்துக் கொள்ள எண்ணும் மன உடல் உரிமைகளை நிராகரிக்கின்றாள். அவனையும் மருந்துண்ணுமாறு வேண்டுகிறாள். இப்போர்க்களத்தின் மத்தியில், கல்லூரி நாள்களில் அறிவுத் துணையாக இருந்த 'ஞானம்' என்ற மூத்த தோழியின் நினைவுகள் எழுகின்றன. அவள் நந்தினியின் வீட்டிற்கும் வருகிறாள். பெண்ணின் பிரச்சனை 'வேலை கிட்டுவதால் மட்டும் தீர்வதில்லை' என உணர்கிறாள். கணவனோடு உள்ள முரண்பாடு 'நட்புமுரண்' அல்ல, 'பகைமுரண்' என்பதை மனதில் ஆழ்த்துகிறாள். எதிர்த்துக் கையோங்குகிறாள் — கடைசி யில் கதை "விடியப் போகும் காலைப்பொழுதை,

எப்படி எதிர்கொள்வது என்று நந்தினி யோசித்துக் கொண்டிருந்தாள்" என முடிகிறது.

இருகதையின் முடிவுகளும், மத்தியதர வாழ்க்கையில் முகம் சிதைக்கப்பட்ட பெண்களின் — பாத்திரங்களின் முடிவுகள்! ஆனால் இரண்டிலும் இருவேறுவிதமான வாழ்கைத் தரிசனம் இருக்கிறது.

எழுதிய ஆசிரியர் பெயர் தெரியாமல், 'புனர்' சிறு கதையைப் படித்தால், குறிப்பாக இரண்டாவது பகுதியைப் படித்தால், இதென்ன, 'ஒரு நீலப்படத்திற்கான திரைக்கதை வசனத்தைப் படிக்கிறோமா' என்ற எண்ணமே வரும்; குறைந்தபட்சம் இதை எழுதியவர் புஷ்பாதங்கதுரை அல்லது சிவசங்கரியாக இருக்குமோ என்று எண்ணத் தோன்றும்.

சூரிய தீபனின் கதையைப் படிக்கும்போது "Better to Quarrel with the Wound then be intimate with the knife (Qassim Haddad Baharain)" என்ற கவிதையே நினைவுக்கு வருகிறது.

இரண்டு தொகுப்புகளின் தலைப்புகளும் மாற்றப்பட வேண்டும் என்ற பரிந்துரையோடு கட்டுரையை முடிக்கலாம்: சூரியதீபன் — "இரவுகள் உடைக்கப்படும்"; அம்பை "வீட்டின் சமையலறையிலும் முலைகள்".

12

நாவலில் மொழி :
சொல்வதும் சொல்லாமல் விடுவதும்
ராஜம் கிருஷ்ணனின் "வேருக்கு நீர்"

மொழி, வெறும் எண்ணங்களை ஏந்திச் செல்லும் 'கருவி' யோ 'ஊர்தி'யோ மட்டுமன்று; அவ்வாறு அதை வெறும் இயந்திரமாக்கிக் காட்டுவதும்கூட 'உள்நோக்கம்' கொண்டது; கருத்துப் பரிமாற்றக் கருவி என்ற சொல்லாடல் மொழிப் பயன்பாட்டின் வலிமையான ஒரு கூறுமட்டுமே! மொழி அடிப்படையில், அதன் தோற்ற நிலையில், கருத்துப் புலப்பாடு என்ற தளத்தைக் கொண்டிருந்தாலும், அதே நிலையில் சமுதாய வளர்ச்சியின் பிரிக்கவியலா 'இயக்கு சக்தி' ஆகும். எனவேதான் மொழி, வரலாற்று வளர்ச்சி நிலையில் பண்பாட்டின் பதிவு மற்றும் அடையாளம் என்ற தன்மையைப் பெறுகிறது. அது மட்டுமல்ல, சமூக வளர்ச்சிக்கும் பொருள் உற்பத்திக்கும் இடையே மொழி உற்பத்திச் சாதனம் என்ற நிலைமையைப் பெறுகிறது. எனவேதான் மொழியின் ஆற்றல் இலக்கியங்களாக மட்டுமில்லாமல் ஒரு சமூகத்தின் நேர் எதிர் விசையாகவும் (Social dynamics) அமைகிறது. நாவலின் மொழிபற்றிய ஆய்வில் மொழியின் சமூக நிலை குறித்த நீண்ட விளக்கத்தின் அவசியம்தான் என்ன?

"மொழி என்பது தொல் எச்சங்களின் (fossils) கிடங்கோ அருங்காட்சியகமோ அன்று. அது எப்போதும் செயற்பாடாகவும் பயன் பாடாகவும் (functional and aplication) உள்ளது.

> ஒரு சமூகத்தின் வளர்ச்சி நிலையில் அதன் கருத்தியல், நிறுவனம், அதிகார அமைப்பு, மனித உறவுகள், பண்பாடு என எல்லாவற்றிலும் மொழி பின்னிப் பிணைந்திருப்பதைக் காணமுடியும்". (மூர்த்தி, 2002, ப.73)

- மேற்கண்ட கருத்தில் காணப்படும் "கருத்தியல் அதிகார அமைப்பு" என்பனவற்றோடு நாவலின் மொழி மிகவும் நெருக்கமுடையதாகும். ஓர் ஆய்வாளன் தன் ஆய்வுத் தகவல்களைக் குறித்து வைத்துக் கொள்ளும் போது பயன்படுத்தும் மொழி, சுருக்கக் குறியீடுகள் போல இருக்கலாம். ஆனால் அவரே அத்தகவல்களின் அடிப்படையில் ஆய்வேட்டில் வெளிப்படுத்தும் கருத்து களின் மொழி 'கட்டளைமொழி' ஆகும். இதைப் போலவே ஓர் படைப்பாளி குறிப்பாக நாவலாசிரியன் தன் நாவலில் பயன்படுத்தும் மொழியும் கட்டளை மொழியாகும். ஓர் இராணுவத் தலைவரின் கட்டளைமொழியில் சொல்லப் படுவது நேர்முகமாகவும், வெளிப்படையாகவும், இருபொருள் இன்றியும் (di-rect-open. witout ambiguity) இருக்கும், இருக்க வேண்டும். ஆனால் நாவலின் கட்டளை மொழி அப்படி மட்டுமே இருக்க வேண்டும் என்பது அவசியமில்லை; அவசியமில்லாததோடு நாவலாசிரியனின் மறைமுக உள்நோக்க, 'வெளிப்பட வேண்டிய பொருள்' கொண்ட கட்டளை மொழியாகவும் இருக்கும். படிப்போனுக்கும் படைப்பாளிக்கும் இடையே இயங்கும் இந்தக் கட்டளைமொழி உண்டாக்கும் சார்பு மற்றும் எதிர் (Pro and anti) விளைவுகளால்தான் ஒரு நாவல் சிறப்படைகிறது; அதன் வாழ்நாளையும் பெறுகிறது. குறிப்பாக அரசியல் நாவல்களின் மொழி, மறைமுகக் கட்டளைமொழியே என்பது தொடர்ந்து ஆராயப்பட வேண்டும்.

"வேருக்கு நீர்" (ராஜம் கிருஷ்ணன் 1989) நாவலுக்குள் செல்லும் முன்பு "அரசியல் நாவல்" என்பது பற்றிய சில குறிப்புகளைத் தெரிந்து கொள்வது தேவையானது. [1]

II

எந்த ஒரு கலைப் படைப்பும் அதற்கே உரிய அரசியலைக் கொண்டிருக்கிறது என்ற பொதுவான விளக்கத்தில் இருந்து ‘அரசியல் நாவல்’ என்பதைப் பிரித்துத் தனியே ஒரு நாவல் வகையாக இதைக் காண வேண்டும். அரசியல் என்பதைத் தற்போது நாட்டில் நாள்தோறும் நடைபெற்றுவரும் தெருச்சண்டை - சில்லறைப் பிரச்சனையாகக் கருதாமல், இதை ஒரு கோட்பாட்டு நிலையில் கருத வேண்டும்.

தனிமனித வாழ்க்கையைச் சமுதாய வாழ்க்கையோடு இணைத்தும் சமுதாய வாழ்க்கையின் பல்வேறு உறுப்பு களை - ஆண், பெண் கல்வி வேலைவாய்ப்பு இளைஞர்... என - தனித்தனியாகவும் இணைத்தும் கதையாகச் சொல்லும் நாவல்,

1) நாவலாசிரியன் வெளிப்படையாகக் கூறியிருக்கும் அவருடைய நோக்கம்,
2) நேரடியான அரசியல் சூழல்களில் - பின்புலங்களில் இயங்கும் பாத்திரங்கள்,
3) அரசியல் நிகழ்வுகளை நேரடியாக விளக்குதல்,
4) அரசியல் வரலாறு, முறைமை (Process) நிறுவனங்கள் மற்றும் மாற்றங்களின் உருவாக்கங்கள் - ஆகியவற்றின் அடிப்படையில் அரசியல் நாவல் எனக் கருதப் படுகிறது’. (Kaushik. 1988. பக். 5 - 6)

சார்த்தரின் கருத்துப்படி அரசியல் அல்லது எழுதுக் கலை என்பதனுள் ஏதேனும் ஒன்றை மட்டும் தேர்ந் தெடுத்தல் என்பது இயலாத செயல் ஆகும். ‘எழுத்து’ மானுடம் என்பதற்கு அறைகூவலாக விளங்குவதோடு, மானுடத்திற்குட்பட்ட அனைத்தையுமே கேள்விக் குள்ளாக்குகிறது. கருத்துப் புலப்பாட்டின் மிக உயர்ந்த வடிவமாக இருப்பதனால் ‘எழுத்து’ சமூக மாற்றத்தின் சக்தி வாய்ந்த கருவியாகவும் இருக்கிறது *(1974, 26- 31)*

மானுடம், அறை கூவல், கேள்விக்குள்ளாக்குதல், சமூக மாற்றம், கருவி ஆகிய இச்சொற்கள் நாவலுள் செயற் படும்போது இயல்பாகவே அந்த நாவல் அரசியல் நாவலாகி விடுகிறது.

"அரசியல், சூதாடும் களமாகும் அவலத்துடன், மக்களின் பின் தங்கிய நிலைமைக்குக் காரணமான அறியாமையும் வறுமையும் இசைந்துவிட்டால் வன்முறைக் கிளர்ச்சிகள் தோன்றாமல் இருக்க முடியாது... தனிமனித ஒழுக்கம் சமுதாயத்துக்கு அடிப்படையான காந்திய இலட்சியங்கள் நழுவிப்போய்விட்டன. அந்நாள், எனக்கேற்பட்ட மனக்கிளர்ச்சியும் துயரமும் இந்நவீனத்தைப் புனைய தூண்டுகோலாயின... நாவல் என்ற இலக்கிய உருவை நான் எனது கருத்து வெளியீட்டு மொழியாகக் கொண்டிருக்கிறேன்" (ராஜம் கிருஷ்ணன் வேருக்கு நீர். ப. 3) (இனி வரும் இடங்களில் பிறை அடைப்புக்குறிக்குள் உள்ள வெறும் எண்கள் இந்த நாவலின் பக்க எண்களைக் குறிக்கும்) என வெளிப்படையாக அறிவிக்கும் ராஜம் கிருஷ்ணனின் இலக்கிய நேர்மை மிகவும் மதிக்கத் தக்கது. "புற உலகின் அறைகூவல்களை எதிர்த்து நோக்க என்னுள் ஒரு யமுனா உருவானாள்" (2) என முன்னுரையில் நாவலாசிரியர் தன் கதாநாயகி யமுனாவின் உருவாக்கத் தின் காரணத்தை வலியுறுத்துகிறார். ஆசிரியரின் வெளிப் படையான இந்தக் கருத்துகளே வேருக்கு நீர் அரசியல் நாவலே என்பதைத் தெளிவாக்குகின்றன.

1969இல் கொண்டாடப்பட்ட காந்தியடிகளின் நூற்றாண்டு பிறந்த நாள் விழா, காந்தியத்திலிருந்து நாடு விலகுதல், காங்கிரசுக் கட்சி இரண்டாக உடைதல், 1971இல் மீண்டும் தி.மு.க. தமிழ்நாட்டில் ஆட்சி அமைத்தல், நக்சல்பாரி இயக்கத்தின் எழுச்சியும், கல்கத்தா, பாட்னாவில் அதன் வீச்சும், படித்த இளைஞர்களின் அரசியல் ஈடுபாடும் விலகலும் என அரசியல் நிகழ்ச்சிகள், வரலாறு, நிறுவனங்கள், கருத்தியல்களின் மோதல்கள் முதலானவை மிக வெளிப்படையாகப் பாத்திரங்களின்

வாயிலாகவும் ஆசிரியரின் கதைவழிக் கூற்றுக்களாகவும் 'வேருக்கு நீரில்' வெளிப்பட்டுள்ளன; இவை இந்த நாவலின் அரசியல் கதைப் பின்புலமாகும்.

நாவலில் சொல்லப்பட்டுள்ள அரசியல் கருத்துக்கள், மோதல்கள் ஆகியனவற்றின் வன்மை மென்மை பற்றியோ, சிறப்புகள் போதாமை பற்றியோ இந்தக் கட்டுரை ஆராயவில்லை; எரியும் அரசியல் பிரச்சனைகளை நாவலாக்கும்போது ஆசிரியர் கையாண்டுள்ள "மொழி" பற்றியே ஆராய்கிறது.

நாவலின்மொழி, சொல்லாடலுக்கான கருவி மட்டு மல்ல; அது படைப்பாளனின் மனச்சாடலுக்கான - கருத்தாடலுக்கான வாய்க்காலும் ஆகும். நாவலில் சிலவற்றைச் சொல்லவரும் மொழி, அவ்வாறு சொல்லும் முறையில், சொல்லப்படாதவை இவை இவை என்பதை வெளிப்படையாகச் சொல்லிவிடுகிறது. சொற்களால் நேரடியாகச் சொல்லப்படும் செய்திகளைவிட, சொற் களால் அவ்வாறு சொல்லப்படாமல் விடப்பட்டுள்ள செய்திகளே ஆசிரியன் வலியுறுத்திச் சொல்ல விரும்பும் கருத்துக்களாகும். இது அரசியல் நாவலின் மொழி அரசியல் ஆகும்.

ராஜம் கிருஷ்ணன் பெண்ணுரிமைப் போராளி என்று பெயர் பெற்றவர். முற்போக்கு - கம்யூனிஸ்ட் - இயக்கங்களால் முன்னிறுத்தப்பட்டவர். பொய்மையற்ற கதையாளி! 1969க்கும் 71க்கும் இடைப்பட்ட அரசியல் மோதல்களை வஞ்சமோ வஞ்சகமோ இன்றி நாவலாக்கியுள்ளார். இத்தகு நாவலாளியின் மொழியை ஆராயும்போது, ராஜம் கிருஷ்ணனின் ஒட்டுமொத்த 'ஆளுமையே' மறுஆய்வுக்கு உள்ளாக்கப்பட வேண்டுமோ என்ற ஐயம் உண்டாகி விடுகிறது. அதற்கான அலசலே இந்தக் கட்டுரை.

யமுனா, காந்தி சகாப்த விடுதலை வேள்வியில் அகிம்சைப் போரில் [1] பங்குபெற்ற பெற்றோரின் மகள்,

கதைத் தலைவி! கேரளா, வயநாடு மலைப்பகுதியில் அமைக்கப்பட்டிருக்கும் காந்தி ஆசிரடத்தின் தொண்டில் உருவான துரை இதன் நாயகன். பெரும் பணக்காரக் குடும்பத்தில் பிறந்த, அறிவாளியாகத் திகழ்ந்து, வெளிநாடு சென்று படிக்கப்போய், வன்முறைப் புரட்சியாளனாகத் திரும்பி வந்த நக்சல்பாரி வன்முறையாளனாகத் திகழும் சுதிர் என்னும் சுதிரன் யமுனாவால் காதலிக்கப்பட்டு ஆனால் யமுனாவால் மணம்செய்து கொள்ள இயலாமல் போனவன். இந்த மூவரை உள்ளடக்கி வயநாடு -சென்னை - கல்கத்தா - பாட்னா என இந்தியக் களத்தில் 1969 - 71 அரசியல் பின்னணியில் இந்த நாவல் இயங்குகிறது.

III

நாவலின் முதல் இயலிலேயே நாயகன் துரை ராசனாகிய துரை அறிமுகமாகிறான். "அவன் காந்தி கிராமத்து அரிஜனச் சிறுவர் இல்லத்துக்கு வரும் வரையிலும், அந்தக் குப்பை மேட்டுச் சண்டை சச்சரவு களையும் சல்லாப விநோதங்களையும்தானே அறிந்திருந் தான்? அந்தப் பருவத்தில் படியாததைப் பின்னே வாழ்நாளெல்லாம் படியவைத்தாலும் அந்த ஈடுபாடு வராதோ?"[6] 'அந்தக் குப்பைமேடு' என்பது துரை பிறந்து வளர்ந்த பறைச்சேரி! 'அந்த ஈடுபாடு' என்பது யமுனா வின் சமூக வாழ்வின் ஈடுபாடும், அவள் துரையின் மனைவியான பின்பு அவனை 'படியவைப்பதில்' காட்டும் ஈடுபாடும் ஆகும். வாழ்நாளெல்லாம்படியவைத்தாலும் அந்த ஈடுபாடு வராதோ என்பது சொல்லப்பட்டுள்ள கேள்வி! சொல்லாது விடப்பட்டுள்ளது 'வராது' என்ற விடை இப்படிப்பட்ட வினா - விடை ஓட்டமே வேருக்கு நீர்!

காந்தியடிகளைப் பற்றியோ நாட்டுப் பற்றைப் பற்றியோ பேசும்போது யாரும் யமுனாவைப் போல் பரவசமாகி உணர்ச்சிவசப்பட்டு விடுவதில்லை. "தாய்போல் கனிவு

கொண்ட அடிகளின் பெயரால் நிறுவப்பெற்ற கருணை இல்லத்தில் - அரிசன ஆசிரமத்தில் - அரசு உதவியால் மதிக்கத்தக்க மனிதனாக. துரையரசன் பி.ஏ. ஆக உருவாகி, கடிதங்களில் அந்தப் பட்டத்தைப் பார்த்து மகிழும் துரை, இந்த யமுனாவைப் போல உணர்ச்சிப் பரவசனாகி விடுவதில்லை"(6) என்னும் ராஜம் (கிருஷ்ணன்), "ஒட்டுச் செடியில் மலர்ந்து நிற்கும் ரோஜாவைப் போன்ற முகமும்", மலைரோஜாவுக்கு இல்லாத வாசனைபோன்ற எண்ணங்களையும் கொண்ட யமுனா "இந்த ஆசிரமத்துக்கு ரோஜா: இல்லை... மான்; சிங்கம்...; இல்லை ராஜகுமாரி..." (7) என நாயகியை அறிமுகப்படுத்துகிறார். இவை சொல்லப்பட்டவை; படியவைக்கவே முடியாத பறைச்சேரி; துரையை; ரோஜா, மான், சிங்கம் ராஜகுமாரி, யமுனா திருமணம் செய்துகொண்டு அல்லலுறும் அவல வாழ்க்கையே பின்னால் சொல்லப்படும் கதை; இப்படித் திருமணம் நடந்தால், வாழ்க்கை இப்படித்தான் அலைக்கழியும் என்பது சொல்லப்படாத சேதி!

யமுனாவின் சாதி வெளிப்படையாக இல்லாமல், நாசூக்காகப் பிறிதோரிடத்தில் சுட்டப்படுகிறது: 'பெரியப்பா, பட்டணத்தில் இருப்பவர், செகரிடேரியட் லேருந்து ரிடையராகி இருப்பவர். போன முனிசிபல் எலெக்ஷனில் சுதந்திரக் கட்சியில் நின்னவர். போன சட்டமன்ற (1967) தேர்தலில் கூட்டணிப் பக்கம் இருந்தவர் (64 - 65) என்றெல்லாம் யமுனாவின் பெரியப்பாவை அறிமுகப்படுத்தியும் அகிம்சை அடங்காத ராஜம் "சந்தானமையரு" எனப் பெயரை வெளிப்படையாகச் சொல்லிவிடுகிறார். சொல்லாவிட்டால், வேறு தப்பான சாதியை யாரும் நினைத்துக் கொள்ளக்கூடாதே என்பது தான் அகிம்சையின் ஆரவாரம்!

சென்னை சென்று சேரும் யமுனாவை வரவேற்க அவளுடைய பெரியப்பா சந்தானமையரால் அனுப்பப் பெற்ற இந்துநாத் (தென்வட்டம் யூத் காங்கிரஸ் லீடர்) ரயிலடி மேடைக்கு வந்து சேர்கிறான்.

"செந்தாழை நிறம். அந்தணன் என்ற நிலைக்குரிய மென்மையையோ மேன்மையையோ உடனே ஏற்றி வைத்துவிட முடியாமல் முகத்தில் ஒரு முரட்டுத்தனம் தெரிகிறது. கண்கள் இலேசாகச் சிவந்திருக்கின்றன."

"நமஸ்காரம்". குரலில் கரகரப்பு. கைகள் குவிகின்றன.
"நமஸ்காரம். நீங்கள்..."
"இந்துநாத்!..."   (66)

சொல்லப்பட்ட மொழியைக் கொண்டு நோக்கினால் ஏதோ. இந்துநாத்தைக் கடுமையாக விமர்சனம் செய்துவிட்டது போன்ற ஒரு பிரமை உண்டாகிவிடுகிறது. ஆனால் சொல்லாமல் விடப்படுவதுதான் மொழி அரசியல். பிராமணன் / பார்ப்பனன் என்ற "சாதி" - caste - மறைந்து, "அந்தணன்" என்ற நிலை (Statuts) ஏற்பட்டு விடுகிறது. அந்தணன் என்றாலே அவன் மேன்மை யானவன், மென்மையானவன். இந்துநாத் தப்பிப் பிறந்தவன் போலும். இந்த "நமஸ்" "காரத்தில்" எல்லாம் எரிந்து போய் விடுகிறதோ? [3]

துரைபற்றி எங்கெல்லாம், முக்கியமாக, அறிமுகப் படுத்தப்பட வேண்டிய சூழல் ஏற்படுகிறதோ அங் கெல்லாம் அவன் சாதி / இழிவு சோகம் தவறாமல் சொல்லப்படுகிறது.

சென்னையில் யமுனாவின் பெரியப்பா வீட்டிற்குத் துரை வரநேரிடுகிறது. அப்போது யமுனா அங்கே இல்லை. வந்தவன் யார் என்பதை பெரியப்பாவின் பேத்தி நீரு யமுனாவிடம் கூறுகிறாள்.

"உங்க ஆசிரமத்து மலைஜாதி போல இருந்தது. தாத்தா அவனை நிறுத்தி குலம் கோத்திரம் விசாரித்தார். அவன் தண்ணீர் குடித்த டம்ளரைப் பெருந்தேவியைக் கொண்டு அலம்பி வைக்கச் சொன்னார்'

"துரையா - ஹையோ என்ன பெயரடி...? என்று அவள் விழுந்து விழுந்து சிரிக்கிறாள்" (114) மறுநாள் வீட்டுக்கு வரும் துரையைப் பெரியப்பா முன்னிலையில்

யமுனா சந்திக்கிறாள். பெரியப்பா அவனை உட்கார் என்று சொல்லவில்லையே என வருந்துகிறாள். அவர் முன்னிலையில் அவளும் துரையை உட்கார் என்று கூற இயலவில்லை. பெரியப்பா சடக்கென்று உள்ளே திரும்பிப் போனதும்,

"நீங்கள் தப்பாக நிக்கக்கூடாது; கொஞ்சங்கூட மாற்றமே ஏற்படவில்லை" என்கிறாள் (119 - 120) தொடர்ந்து உரையாடும் துரை,

"நீங்க எதற்கு வருத்தப்படுகிறீர்கள்... சமுதாயத்தில் மதிப்பாக வாழ முடியும். வாழ்க்கை என்று ஒரு தனிமனிதன் தேவைகளோடு, ஆராய்ந்தால் எங்கள் நிலை என்ன? என்னைப் போன்றவர்களுக்குக் குப்பைச் சகதியில் வேர்; அதை விட்டுப் பெயர்ந்து விட்டோம். மேல்படிகளில் ஊன்ற யார் இடம் கொடுப்பார்கள். அலுவலகத்தில் இடம் கிடைத்திருப்பதே பெரிய காரியம்..." (122) தன் - தங்கள் - நிலைபற்றி இரங்கிக் கூறுகிறான்.

சொல்லப்பட்டுள்ள மொழி என்ற அளவில் மேற் கண்ட வரிகள் ராஜம் அவர்களின் கனிந்த - வருந்தும் உள்ளத்தைக் காட்டுவது போல அமைந்துள்ளன. ஆனால் வரிகளுக்கிடையே வாசிக்கப்பட வேண்டிய மொழி அரசியல்தான் படிக்கப்பட வேண்டியது.

இலக்கணங்கள் மொழி வழக்குகளை தகுதி - தகா வழக்குகள் எனப் பிரித்துப் பேசுவன. நாவல் மொழியில் தாக்குமொழி - தாக்காமொழி எனப் பிரித்து ஆராய வேண்டியிருக்கிறது. அறிஞர் அண்ணாவை, தி.மு.க. பேச்சாளர்களை, கம்யூனிசப் புரட்சியாளர்களைப் பற்றி எழுதும் போதெல்லாம் மறக்காமல் தாக்கு மொழியைப் பயன்படுத்தும் ராஜம், சாதி வெறி, பெண்ணடிமை வெறி, ஒடுக்கப்பட்ட மக்களைத் தாக்கும் வெறி ஆகிய அனைத்து வெறியையும் கொண்ட பெரியப்பா பற்றி எழுதும் போதெல்லாம் தாக்கா மொழியையே பயன் படுத்தியுள்ளார். வேறொரு பிரிவில் இவற்றை விரிவாகப் பார்ப்போம்.

மேற்கண்ட வரிகள், என்ஜினியர்க்குப் படித்தாலும் பறையன் பறையனே! மாடன், காடன் என்ற பெயர் மாறி 'துரை' யானாலும் அதுவும் வேடிக்கையே! கொஞ்சம் கூட மாற்றமே ஏற்படவில்லை என்பதைத் தவிர பெரியப்பாவின் சுதந்திரக் கட்சி சந்தானமையரு - ஈனச்செயல் எங்கும் தாக்கப்படவில்லை. "அலுவலகத்தில் இடம் கிடைத்திருப்பதே பெரிய காரியம்" என்று துரை வாயாலேயே சொல்ல வைத்திருப்பதுதான். "இதைவிட்டு அப்பால் இப்பால் போக எண்ணக்கூடாது" என்ற ஒரு தாழ்வு மனப்பான்மையை வாசக மனத்தில் பதிய வைப்பதுதான் சொல்லப்படாத மொழி அரசியல்.

துரையின் அறிமுகங்களில் உச்சகட்ட மொழி வெளிப்பாடு ஓரிடத்தில் அமைந்துள்ளது. வேலை கிடைத்து ஊர் திரும்பும் துரை யமுனாவின் தாய்முன்பு வந்து நிற்கிறான்.

"ஆண்மையின் வீச்சான முரட்டுத்தனமோ செருக்கின் துடிதுடிப்போ இல்லை. பணிவும் அமைதியும், முந்தைய தலைமுறையினர் எட்டி நிற்க வைத்து ஒதுக்கிய பரிதாபமும் இன்னமும் கண்களில் நிழலாடுவதுபோல் தோன்றுகின்றன" (128 - 129)

சொல்லப்பட்ட மொழியால், சாதுவான செருக் கற்ற பணிவும் அமைதியும் கொண்ட துரையின் பண்பு மேம்படுவது போலத் தோன்றுகிறது. ஆனால் அவன் சாதி பற்றிய தாழ்வு - பரிதாபம் மறக்காமல் நினை வூட்டப்படுகிறது. இங்கே "ஆண்மை" என்ற சொல் பயன்படுத்தப்பட்டிருப்பதுதான் ராஜத்தின் சொல்லாமல் விடப்பட்ட மொழியின் பரிதாபமாகும்.

பெண்ணுரிமைப் போராளி ராஜம் 'ஆண்மை'க்குக் கொடுத்திருக்கும் விளக்கமல்ல முக்கியம். இங்கே இந்தச் சொல் கதைப்போக்கில் ஒட்டவும் இல்லை. ஆனால் ஆண்மை என்ற சொல்லுக்குப் பதிலாக "பறையனின்" என்ற சொல்லைப் போட்டுவிட்டால், ராஜத்தின்

சொல்லப்படாத மொழி அரசியல் முந்திக்கொண்டு விளங்கிவிடும்.

பெரியப்பாவின் சாதி, கட்சி, பதவி இவை யாவும் தாக்கா மொழியால் அறிமுகமாகின்றன. ‘மலை யாளத்தானைத் திட்டுதல்: வரதட்சணையை நியாயப் படுத்துதல்’: “பெண்கள் வேலை செய்ய வந்தப்புறம் எந்த ஆபீஸ் உருப்படுகிறது இல்லை. ராஜ்யம்தான் உருப்படுகிறதா” எனக் கிண்டலடித்தல்; சாதியை நியாயப் படுத்துதல்; கலப்புத் திருமணம் செய்து கொண்ட தன் தம்பியை - யமுனாவின் அப்பா - காந்தியவாதி எனத் தாழ்த்துதல்; மெடர்னிடி லீவு எடுக்கும் பெண்களை இழிவு செய்தல் (74 - 79) என ஒட்டுமொத்தமான மனித விரோதியாய் இருக்கும் பெரியப்பாவின் இயல்புகள் யாவும், ‘யமுனா’வுக்கு அறிவுரை கூறும் அவரது பிரசங்கமாக்கிக் காட்டப்படுகிறதே ஒழிய, ஆசிரியர் கூற்றாகவோ யமுனாவின் மறுமொழியாகவோ எந்த விமர்சனத்துக்கும் உள்ளாக்கப்படவில்லை. இதுதான் சொல்லப்படாத மொழி அரசியல்!

“யமுனாவுக்கு பொங்கி வருகிறது. ஆனால் நா எழும்பவில்லை. இந்த இடத்திற்கு வந்ததே தப்போ? அப்படியில்லை, இங்கேதான் முட்டி மோதிக் கொள்ள வேண்டும்.

“கண்கள் நிறைந்துவிடுகின்றன அவளுக்கு... கண் களைத் துடைத்துக் கொள்கையில் அவளுக்கு உள்ளூற நாணமாக இருக்கிறது... அவளுக்கு என்ன பேசுவதென்றே புரியவில்லை... குனிந்த தலை நிமிராமல் நிற்பதைத் தவிர வேறொன்றும் செய்ய முடியவில்லை” (76 - 79)

இந்த வரிசைகளையே ‘ரோஜா, மான், சிங்கம், ராஜகுமாரி, இலட்சிய ‘யமுனா’வின் எதிர்வினை மொழி யாகப் படைத்திருக்கிறார் ராஜம். ‘இவை பொருளற்றவை அல்ல பெரியப்பாவின் அறிவுரைகளே சரி’ என ஒரு கட்டத்தில் யமுனாவை எண்ண வைக்க (206) இவை அடிப்படையாய் அமைகின்றன.

ராஜம் கிருஷ்ணனின் இந்த நாவல் மொழியைச் சரியாகப் புரிந்து கொள்ளும் வகையில் அரசியல் பற்றிய மொழி, வன்முறை - கம்யூனிசம் பற்றிய மொழி, சாதி, காதல்பற்றிய மொழி என மூன்றாகப் பிரித்துச் சொல்லப்பட்டவையும் சொல்லப்படாதவையும் யாவை என விரிவாகக் காணலாம்.

அரசியல் பற்றிய மொழி

"அந்த நாள்களில் தலைவர்கள் தியாகத்தால் உருவாவதும் 'இந்த நாள்களில்' வெறும் விளம்பரங்களால் உருவாக்கப்படுவதும்"(16) குறித்த ராஜத்தின் கவலை உண்மையானதும் நேர்மையானதும் ஆகும். 1961 - 71 ஆம் ஆண்டுகளின் இடைப்பட்ட காலங்களில் இந்தியாவின் அரசியல் தலைகீழாக மாறுகிறது; காங்கிரஸ் சிதைகிறது; மாநிலங்களில் 'அனைத்திந்திய' தன்மை மாறி மாநிலக் கட்சிகள் ஆட்சி அமைகின்றன; தமிழ்நாட்டில் 1967 - இல் ஆட்சியைக் கைப்பற்றிய திராவிட முன்னேற்றக் கழகம் 1971 - இல் சுதந்திரக் கட்சியின் துணையின்றி - ராஜாஜியை ஒதுக்கித் தள்ளி - மிகப் பெரும்பான்மையுடன் ஆட்சி அமைக்கிறது; உலக அளவில் கம்யூனிச இயக்கத்தில் ஏற்பட்ட கொள்கை வேற்றுமைகள் வங்காளத்திலும் பட்னாவிலும் வலிமையான அதிர்வுகளை உண்டாக்க தமிழ்நாட்டில் அதன் எதிரொலிகள் கேட்கின்றன. தமிழ் நாட்டில் வயநாட்டில் ' இருந்து நாவலைத் தொடங்க வேண்டியிருக்கிறது.

கலகலத்துப்போன காங்கிரசைக் தட்டியெழுப்ப முடியாமல் திணறும் அரசியல் சூழலில், மாறிவரும் சமூக உள்ளடக்கத்தை அறிவுபூர்வமாகக் காணவிரும்பாமல் கண் மூடியும் மாற்று வழிகளைச் சொல்ல முடியாமலும், கம்யூனிசம் வெற்றி பெற்று விடுமோ என்ற அச்சத்தில் பெண்ணுரிமைப் படைப்பாளி ராஜத்திற்குக் கிடைத்த ஒரே புகலிடம் காந்தியும் அகிம்சையுமாகும். இதை நேரடியாகச் சொல்லவரும்போது சமுதாய நடப்புகளால்

இடர்ப்படும் நாவலாசிரியர்க்கு வன்முறை= பலாத்காரம்= கம்யூனிசம்= இரத்தவெளி என்று மொழியை ஆள வேண்டியிருக்கிறது.

"முதலில் உலகிலேயே பலாத்காரத்தில் மட்டும் நம்பிக்கை கொண்ட ஒரு கட்சி ஜனநாயகமுறைத் தேர்தலில் பதவிக்கு வந்திருப்பது இந்த நாட்டில்தான்..."(16)

என இந்திய ஜனநாயகத்தைப் பெருமைப்படுத்துவதில் நமக்கு வேறுபாடு இல்லை. ஆனால், 1957இலேயே ஆட்சிக்கு வந்த கேரள கம்யூனிஸ்ட் கட்சியை, ஜன நாயகத்துக்குப் புறம்பாகக் கவிழ்த்த காங்கிரசின் பலாத்காரம் பற்றி எங்கும் எந்தக் குறிப்பும் இல்லை. அது மட்டுமல்ல, 'பலாத்காரதில் மட்டும் நம்பிக்கை கொண்ட கட்சி' என்பதைக் கோடானுகோடி மக்கள் மீண்டும் மீண்டும் தவிடு பொடியாக்கினர் (1967) என்பதுதான் சொல்லப்படாமல் விடப்பட்டதும் ஆகும். ராஜத்தின் தாக்குமொழி எப்போதும் உண்மைகளைத் (Facts) தான் பலவீனப்படுத்துகிறது.

"கையில் பணமுள்ளவன் மற்றவர்களை விலைக்கு வாங்கிச் சாதித்துக் கொள்கிறான். மிருக வலிமை கொண்டவன் பணக்காரனை வெருட்டி மிரட்டி வன்முறையில் அவனை விலைக்கு வாங்குகிறான்.(17)

'விலைக்கு வாங்கி சாதித்துக் கொள்வது' மிருக வலிமை என்றோ வன்முறை என்றோ வெருட்டி மிரட்டி என்றோ சொல்லப்படவே இல்லை.

'மிருக வலிமை கொண்டவன்' என்பவன் யார் என்பதற்கும் விளக்கம் இல்லை. பணக்காரனின் ஒரு பிரிவே மிருக வலிமை பெற முடியும் என்பதோ, ஏழை எளிய மக்கள் அந்த வலிமையைப் பெறவே முடியாது என்பதோ ராஜத்தின் மொழியில் எங்கும் இல்லை. "மக்கள் சக்தி ஒன்று திரண்டு, வெகுமக்கள் புரட்சியாக எழும்போது அது 'மிருக வலிமை' என்று நாசூக்காகவும்,

எந்த விதத்திலும் பணக்காரன் மிரண்டுவிடக்கூடாது என்று வெளிப்படையாகவும் ராஜத்தின் மொழி இயங்கு கிறது.

சென்னைக்கு வரும் யமுனா, தொடர் வண்டியில், உயர்நிலைப் பள்ளியில் தனக்குக் கீழ் வகுப்பில் படித்த அருணா என்பவளைச் சந்திக்கிறாள். அண்ணாதுரைக்கு (அறிஞர் அண்ணா) நெருங்கிய குடும்பம்; அருணா எனப் பெயர் வைத்ததே அவர்தான். ரோஜா - மான் - சிங்கம் - ராஜகுமாரி என யமுனாவை அறிமுகப்படுத்தும் அகிம்சை ராஜம் தி.மு.க. பிரச்சாரகியை,

"... உதட்டருகில் ஒரு மச்சம். கவர்ச்சி நிறைந்த கண்கள்! அவள் பேசும்போது கண்கள் இணைந்து பாவங்களை வெளியிடுகின்றன... மார்புப் பள்ளத்தில் அழகாக ஒரு உதயசூரியன் பதக்கம் இழைக்கிறது..."(61)

என அறிமுகப்படுத்துகிறார். ஒர மல்லிகையோ, புறாவோ ராஜத்தின் கண்களுக்குத் தட்டுப்படவில்லை. மார்புப் பள்ளத்தில் இழையும் உதயசூரியன்தான் அருணாவை அறிமுகப்படுத்தும் எல்லா இடங்களிலும் அவர் கண்ணில் தட்டுப்படுகிறது! பெண்ணுரிமைப் போராளி ராஜத்தின் கண்கள்தான் சொல்லப்படாத மொழியாகும்.

"பிரச்சாரம் என்றால் என்ன பேசுவாய்—?"

"பேச்சு மட்டுமில்லை. பேச்சு, பாட்டு இரண்டும் கலந்து கதாகாலட்சேபம் மாதிரி..."

"இதற்கு மாதச் சம்பளம் உண்டா?"

"இல்லே ஒரு நிகழ்ச்சிக்கு இத்தனைன்னு பங்கு போட்டுக் கொள்வோம்..."

"நாங்கன்னா யாரு?"

"பக்க வாத்தியக்காரர்களெல்லாம்தான்...."

தி.மு.க.வின் பிரச்சாரம் என்றால் 'கதாகாலட்சேபம்' தான். காலட்சேபம், மாதச் சம்பளம், பங்குபோடு, பக்க

வாத்தியக்காரர் முதலான சொற்களின் பின்னால் உள்ள நடப்பில் உள்ள கிண்டல்தான் சொல்லப்படாத சேதி! கீழ்ச்சாதியர் ஆடிய நடனம் தேவதாசிகளின் சதிர்க் கச்சேரி என இகழப்பட்டது. அதே நடனம் நடராசர் சிலைக்கு முன்னால் மேடையில் ஆடப்பட்டபோது பரதநாட்டியமாகிவிட்டது.

கட்சிகளின் பிரச்சாரம் குறித்து விவாதம் தொடங்கு கிறது. 1967இல் ராஜாஜியின் கூட்டுடன் ஆட்சிக்கு வந்த தி.மு.க., அண்ணா மறைந்த பின்னால் 1971 இல், இராஜாஜியை ஒதுக்கித் தள்ளி மிகப்பெரும்பான்மையுடன் ஆட்சி அமைத்தது. இந்தப் பின்னணியில் ராஜத்தின் 'தேர்தல் - பிரச்சாரம்' குறித்த மொழியை நாம் காண வேண்டும்.

ராஜத்தின் நாயகி யமுனா விவாதத்தைத் தொடங்குகிறார்; அருணா அதற்குப் பதில் கூறுகிறாள்.

"தேர்தல் சமயத்தில்தான் பிரச்சாரம் செய்வீங்கன்னு நினைச்சேன். எப்போதுமா பிரச்சாரம்…"

"பிரச்சாரம் ஒரு கட்சி நிலைச்சு நிற்க உயிர்த்தண்ணி சோறு மாதிரி. அது பதவியில் இருந்தாலும் தேவை இல்லாட்டியும் தேவை. தேர்தல் இல்லாத காலத்தில்தான் அவசியம்தேவை.

"அப்ப, பொய்யான பிரச்சாரத்தினால் கூட ஒரு கட்சி பதவிக்கு வந்துவிடலாம் இல்லையா?"

"ஏ, குறும்பு? பொய்ப்பிரச்சாரம் எதற்குச் செய்ய வேண்டுமாம்? பொய்ப் பிரச்சாரத்தில் எப்படி வர முடியும்? நம் மக்கள் முட்டாள்களா? இந்தக் கட்சி பதவிக்கு வருவதற்கு மக்கள் எல்லோரும், இதற்கு முன் இருபது வருஷ ஆட்சியில் தங்களுக்கு அடிப்படைத்தேவை கூடக் கிடைக்கவில்லைன்னு புரிஞ்சுகிட்டதுதான் காரணம்…"

"யமுனாவுக்கு "இப்போது அடிப்படைத் தேவைகள் கிடைக்கின்றனவா?" என்ற கேட்க ஆசைதான். அவள்

கிடைக்கிறது என்றுதான் சொல்வாள். இல்லை என்பதைத் தன்னால் நிருபிக்க முடியாது". (62 - 63)

இந்த 'மொழியைக்' கவனமாக ஆராய வேண்டும்.

பேசப்படும் தேர்தல் 1967இல் நடைபெற்றது; நாவல் எழுதப்பட்ட காலம் 1972. காங்கிரஸ் - திமுக. முதலான கட்சிகளின் கொள்கை வலிமை, இழிவு பற்றி இங்கே கட்டுரையாளர் எதையும் ஆராய இடம் இல்லை. இந்திய அரசியல், கம்யூனிசம், வன்முறை, காந்தியம், காங்கிரஸ் பிளவு எனப் பரக்கப்பேசும் ராஜம், 1967இல் இந்தியா முழுக்க ஏற்பட்டிருந்த அரசியல் மாற்றங்கள் தமிழ்நாட்டில் ஏற்பட்டிருந்த மொழி வழிப்பட்ட தேசிய உணர்ச்சியின் எழுச்சி என எதையும் கணக்கில் எடுக்காமல் அல்லது அவற்றை அறவே அறியாதவர்போல, தி.மு.க. ஆட்சிக்கு வந்தது "பொய்ப்பிரச்சாரத்தினால்தான்" எனத் துணிந்து கூறியிருப்பதுதான் மொழி அரசியல் ஆகும். கம்யூனிஸ்ட் கட்சி கேரளாவில் ஆட்சிக்கு வந்தால் அது ஜனநாயகத்தின் வெற்றி. தி.மு.க. ஆட்சிக்கு வந்ததோ பொய்ப் பிரச்சாரத்தின் வெற்றி! இவற்றின் பின்னால் நின்ற கோடிக்கணக்கான மக்கள் பற்றி ராஜத்தின் கவலை எந்த மொழியிலும் இல்லை. தி.மு.க.வைப் பற்றிப் பேசும்போதெல்லாம் விமர்சனமற்ற தாக்குமொழி! காங்கிரஸ் - சுதந்திர கட்சி காந்தி பற்றிப் பேசும்போதெல்லாம் விமர்சிக்கவே விரும்பாத தாக்காமொழி! மேலே கண்ட மொழியை மேலோட்டமாக ஆராயும்போது, அருணாவின் மொழியில் தி.மு.க. ஆதரவு போன்ற பிரம்மை தோன்றும். நுணுகி ஆராயும்போதுதான் ராஜம் என்ற பிரம்மா எதைப் பிரம்மிக்க விரும்புகிறார் எனப் புரியும்.

காந்தியம் பற்றி இளம் உள்ளங்களில் பதியவைக்க - பிரச்சாரம் செய்ய - சென்னைக்கு வரும் யமுனா, "செந்தாழை நிறமுள்ள அந்தணனான" யூத் காங்கிரஸ் லீடர் இந்துநாத்தால் வரவேற்கப்படுகிறாள். அரசியல் பற்றிய தன் கருத்துக்களை அவனிடம் கூறுகிறாள்.

“நீங்கள் நினைப்பதுபோல் என் எண்ணங்களில் பொதுக்கூட்டங்களும் தலைமைப் பதவியும் கொஞ்சமும் கிடையாது. உண்மையைச் சொல்லப்போனால் நான் தப்பித் தவறிக்கூட அரசியல் பக்கமே போகவிரும்பவில்லை”. (68)

பொதுக்கூட்டங்கள், தலைமைப் பதவி, அவதூறுகள், அடுக்குமொழி அலங்காரங்கள், சொற்களே ஆயுதங்கள் முதலான மூட்டைகளை, அரங்குகளை அரசியல் (69) அறிவாக நாமும்தான் எண்ணவில்லை. ஆனால் காந்தியப் பிரச்சாரம், காங்கிரஸ் பிளவுக்கான அனுதாபம், கம்யூனிச எதிர்ப்பு, புரட்சியையும் தனிமனிதப் பயங்கரச் செயல் களையும் இணைத்துக் குழப்புதல் முதலானவற்றைத் தீவிரமான அரசியல் என்று கூற அரசியலைப் பற்றிய பொது அறிவே போதுமானது.

கம்யூனிச / தி.மு.க. பிரச்சாரம் செய்த இலக்கியங்கள் எல்லாம் கலையழகற்ற மூன்றாம் தரமான பிரச்சாரக் குப்பைகள் என ஒதுக்கப்பட்டன; ஆனால் கம்யூனிச எதிர்ப்பு, ஸ்டாலின் எதிர்ப்பு, தி.மு.க. எதிர்ப்பு முதலானவை கலையழகு மிக்க ஒளிவெள்ளம் பாயும் கலைப் படைப்புகள் எனத் தழுவப்பட்டன. இந்த ஒதுக்குதலும் தழுவுதலும்தான் அரசியல். இது இலக்கிய விமர்சனம் என்றாலும், அரசியல் விளக்கம் என்றாலும் ஒரே மாதிரியாக -பாணியிலேயே அமைகிறது. காந்தி, சர்வோதயம், அகிம்சை என்ற பெயரால் மக்கள் எதிர்ப்பு அரசியல் கொலு செய்கிறது.

நாவலில் / கலைப் படைப்பில் காணப்படும் கருது முறை ‘Point of view’ என்பதை உள்வாங்குதலில் தேர்வு ‘Choice of perception’ என்பார் சார்த்தர் (1974. p.14) இதை இக்கட்டுரையாளர் உள்வாங்குதலின் அரசியல் Politics of perception -எனக் குறிப்பிடுகிறார்.

தன் நாயகியின் உருவாக்கமே சமகால அரசியல் நிகழ்ச்சிகளால் ஏற்பட்டது எனக் கூறியுள்ள ராஜம் அந்த நாயகி யமுனாவை ‘தப்பித் தவறிக் கூட அரசியல் பக்கமே

போக விரும்பவில்லை' என பேசவைத்திருப்பதன் அரசியல்தான் நாவல் மொழியின் சொல்லப்படாத சேதியாகும்.

"உயர் பண்புகளுடைய பெண் ஒருத்தியின் மனசில் கற்புநெறி எப்படி வேரூன்றியிருக்குமோ, அப்படித் தீர்மானமாக, அரசியல் பதவிகளைச் சாராத பொறுப்புக்குரியவளாகவே அவள் தன்னை வளர்த்துக் கொண்டிருக்கிறாள். (69)

பெண்ணுரிமைப் போராளியான ராஜத்தின் இந்த மொழி அவளுடைய அரசியல் தெளிவை - புரிதலை வெளிப்படையாகப் பேசிவிடுகிறது.

நாவலின் மொழி வழியாகச் செய்யப்படும் சொல்லாடல் 'negative' நாவலாசிரியனின் 'மனசாடலே' 'taking position' எவ்வளவுதான் திறமையாக மொழியைக் கையாண்டு தன்மனசாடலை மறைத்தாலும் மொழி, படைப்பாளரையும் ஏமாற்றிவிட்டு, படைப்பாளியைக் காட்டிக் கொடுத்துவிடும்.

இந்தியாவில் மீண்டும் அகிம்சையை - அகிம்சைப் புரட்சியைக் கொண்டு வரத்துடிக்கும் - தவிக்கும் படைப்பாளி ராஜம் தன்னைஅறியாமல் தன்னை அறியத்தரும் இடம் நாவலில் வந்து சேர்கிறது.

அடிப்படையில் இந்த நாவல்அகிம்சைப் புரட்சிக்கும் கம்யூனிசப் (இம்சை) புரட்சிக்கு இடையே நடக்கும் கருத்துப் பரப்பலில் அகிம்சை - காந்தியம் பக்கத்தில் வெளிப்படையாக நிற்கிறது. இதைப் பற்றிய ஆராய்ச்சி இந்தக் கட்டுரையின் நோக்கத்திற்கும் எல்லைக்கும் அப்பாற்பட்டது. இந்த நாவலில் மதம், இந்து - முஸ்லீம் பிரச்சனை என்பன அடிப்படைக் கதைப்பின்னலாகவோ ஒரு கதைக்கூறாகவோ கருதப்படவோ சொல்லப்படவோ இல்லை.

ஆனாலும் இந்துமதம், முஸ்லீம் பற்றிய குறிப்புகள் இரண்டு இடங்களிலும் ஆர்.எஸ்.எஸ். பற்றிய குறிப்பு ஓர்

இடத்திலும் இடம் பெற்றுள்ளன. அவை பற்றிய மொழியே நம் ஆய்வுக்கு உரியது.

யமுனா சென்னையில் 'சுடர்ப்பொறிகள்' அமைப்பினர் ஏற்பாடு செய்த ஒரு கூட்டத்தில் பேசும்போது இந்துமதம் பற்றிய ஒரு குறிப்பு வருகிறது.

"காந்தியடிகள் எந்த இலட்சியத்தையும் புதிதாகத் தோற்றுவிக்க வில்லை. அலட்சியமாக நழுவவிட்டதை எடுத்துக் கொடுத்தார். இந்தியச் சமுதாயம் இன்றும் நிலைத்த நிற்கக் காரணமானவையே அந்த இலட்சியங்கள்தாம். நாட்டில்வேறு புதிய புதிய சமயங் களும் கொள்கைகளும் மோதவந்தும்கூட, சத்தியம், அகிம்சை, அன்பு ஆகிய நெறிகளின் அடிப்படையில் உயர்ந்து நிற்கும் ஆன்மீக வாழ்வு என்ற தத்துவத்தில் நோக்கத்தில், எல்லாச் சமயங்களும் ஒன்றே என்று நிலை கண்டதனாலேயே இந்தச் சமுதாயம் இன்னும் புதுமை அழியாமல் நிலைத்து நிற்கிறது. (105)

'நழுவவிட்டது', 'மோதவந்து', 'ஆன்மீக வாழ்வு' 'இந்தியச் சமுதாயம்' இவை சொல்லப்பட்ட மொழிகள். சொல்லப்படாதது எது? இதைப் படிக்கும்போது எல்லா மதங்களையும் சாடுவது போன்ற ஒரு தோற்றம் ஏற்படுகிறது. ஆனால் உண்மை அதுவன்று!

'இந்தச் சமுதாயம்' என்பதற்குப் பதிலீடாக 'இந்துச் சமுதாயம்' என்ற சொல்லைக் கொண்டு படித்தால் சொல்லப்படாத சேதி விளங்கிவிடும். புதிய சமயங்கள் (பௌத்த, சமண, கிறித்தவ, இஸ்லாமிய) மோத வந்தவை. காந்தியோ நழுவ விட்டதை எடுத்துக் கொடுத்தவர். அது எது? 'ஆன்மீக வாழ்வு' கண்ட 'இந்துச் சமுதாயம்' என்பதே இயல்பு மொழி! 'இந்தச் சமுதாயம்' என்பது மறைமொழி! இந்த மோதலை நாம் வேறு இடங்களில் கையாளப்பட்டுள்ள மொழி வழியாகக் காண்போம்.

வங்கத்தின் தலைநகரான கல்கத்தாவைவிட்டு, யமுான தன் கணவனுடன் பீகாரின் தலைநகரான பாட்னாவுக்குச்

செல்கிறாள். கல்கத்தா நகரம் பற்றிய நடைபாதை, வாகன நெரிசல், கிடங்குகள், மனிதப் பெருக்கம் பற்றிய வர்ணனைகள் அமைந்துள்ளன. நெருக்கமாகக் கடைகள் அமைந்துள்ள ஒரு பகுதியைக் கடந்து செல்கிறார்கள்.

"நெருக்கமாகக் கடைகள், முஸ்லீம் மக்கள் வாழும் பகுதி போலும்! ஒரு பொறி தெறித்தால், ஊரையே சூறையாடித் தீர்க்கும் காற்று சேரும் பகுதி இதுதானோ?" (162)

படைப்பாளி ராஜம் வெளியே வந்து விழும் இடம் இதுதான். கதையில் கருவிலோ, பின்னலிலோ எந்த இடத்திலும் மதம் ஒரு கூறாக எடுத்துக் கொள்ளப்படாத நிலையில், ஒரு நகர வர்ணனையில், முன்பின் தொடர்பு எதுவும் இன்றி, 'பொத்' தென்று 'பொதுக்' கென்று 'முஸ்லீம் மக்கள்' மீது நெருப்பு உமிழப்பட்டு விடுகிறது. இந்துச் சமுதாயம் என்று பெயர் சொல்லப்படாமல் 'ஆன்மீக வாழ்வால்' அது அரண் செய்யப்படுகிறது. தேவையே இன்றி முஸ்லீம் மக்கள் மீது இந்தப் பழமொழி போர்த்தப்படுகிறது. ஒரு இடத்தில் 'மறைமொழி'யைப் பயன்படுத்தினால் இன்னொரு இடத்தில் 'பழிமொழி' வந்தே தீரும் இதை வேறு ஒரு இடத்திலும் காணலாம்.

பாட்னாவில் தான் குடியிருக்கும் பகுதிக்கு அருகே உள்ள மாந்தோப்பில் ராம் ராம், சீதாராம்.... ஜேஜே சீதாராம் பஜனை நடக்கிறது. சம்பா என்ற ஏழைப் பெண்ணுடன் அதைக் காணச் செல்லுகிறாள் யமுனா. கொடிய வறுமையில் வாடினாலும் ஏழை எளிய மக்கள் பக்திப் பரவசமாகி விடுவது வருணிக்கப்படுகிறது. இந்த வருணனை.

"பாரத சமுதாயத்தை மாய்த்துவிடாமல் வைத் திருக்கும் கண்ணுக்குத் தெரியாத ஊற்றுக்கண்கள், இந்த அறியாமையிலும் இறை நம்பிக்கையிலும் தெளிவாகின்றன" (240)

என்று முடிகிறது. சொல்லப்பட்டதும், சொல்லப் படாததும் வெளிப்படை . இதை "ஆன்மீகத்தைக் குறியாகக் கொண்ட பக்தி" (241) எனக் கொண்டாடுகிறார் ராஜம்.

பூஜை நடக்கும் நேரம் திடீரென்று ஒரு குண்டு வெடிக் கிறது. பிரசாதத்தை வாங்கிக்கொண்டும் வாங்காமலும் மக்கள் ஓடுகிறார்கள். அகிம்சை யமுனாவும் ஏழைப்பெண் சம்பாவுடன் அந்த இடத்தைவிட்டுவெளியேறுகிறாள். கதையில் இதுவரை கம்யூனிச வன்முறையே பேசப்பட்டு வந்துள்ளது; இந்தக் கண்ணோட்டத்தில் முஸ்லீம் பற்றிய குறிப்பு இது வரை இல்லை. கதையில் முதன் முதலாக வெடிக்கும் குண்டு இது. சம்பா கேட்கிறாள்; யமுனா விடை கூறுகிறாள்:

"அதான்... முன்ன ஒரு நாள் புன்புன் பாலத்தில் ஒரு குண்டுவெடிச்சு பையன் ஒருவன் செத்துப்போனான். முஸல்மான்கள்தான் இப்படிப் பண்ணுகிறார்களா? மாஜி?"

"முஸல்மான்களா! யமுனா திகைக்கிறாள். "சே! சே! அவங்கல்லாம் இல்லை, இது யாரோ" (245)

யமுனாவின் விடையில் 'முஸ்லீம்கள் மீது பழி இல்லை' என்பது போன்ற ஒரு தோற்றம் காட்டப்படுவதென்னவோ உண்மைதான். ஆனால் முன்பின் தொடர்பின்றி முஸ்லீம்கள் இங்கு இழுக்கப்பட்டதே தவறு. இதுவே சொல்லப்படாத மொழி அரசியல். இதன் முடிச்சு பின்னால் அவிழ்கிறது. 'இந்து மதம்' பற்றி வரும் இடங்கள் ஆன்மீகம் என ஆராதிக்கப்படுவதும், தொடர்பே இன்றி முஸ்லீம்கள் பழிக்களாவதும் வெளிப்படை!

நாவல் முடிவுக்கு வருகிறது. மருத்துவமனையில் இருந்து தன் வீட்டுக்கு ரிக்ஷாவில் ஏறிச் செல்கிறாள் யமுனா. பல்வேறு சுவரொட்டிகள் - சுவர் எழுத்துகள்:

''முதலாளித்துவம் மனிதனை அடிமையாக்கும்
பொதுவுடைமை மனிதனை மிருகமாக்கும்

இரண்டிலும் சேராதீர் மக்களே''
இப்படி ஓர் எச்சரிக்கை கறுப்புமையால் சுவர்களில்!

''கம்யூனிஸ்ட் நாயே, நாட்டைக் கெடுக்காமல் ஓடிப்போ!
முதலாளித்துவ மாமாவின் கைப்பொம்மையா ஆகாதே
மக்களுக்காக மக்கள் நடத்தும் அரசுக்குப் புரட்சி!' (259)

மேற்கண்ட இருவித சுவரெழுத்துகள், நாவலில் எங்கும் இல்லாதபடி முதன்முறையாகத் தடித்த எழுத்துகளில் உள்ளன. முதலாளித்துவமும் பொது வுடைமையும் ஒரு சேர தாக்கப்படுகிறது; கம்யூனிசமும் முதலாளித்துவ மாமாவின் கைப்பொம்மை எனக் கூறப் படுகிறது! குழப்புவது போன்ற ஒரு மொழி - நாவல் முடிவில்! அல்ல, அல்லவே அல்ல! முதலாளித்துவம் - பொதுவுடைமை இரண்டையும் தாக்கும் முதல்சுவர் எழுத்து, ஆர்.எஸ்.எஸ். சின் அன்றைய இந்து தேசிய முழக்கம்! பின்னது, ஆட்சியிலுள்ள கம்யூனிஸ்ட்களைக் குறித்து நக்சல்பாரிகளின் விமர்சனம். இந்த இரண்டையும் ஒருசேர வைத்துப் படிப்பவனைக் குழப்புவதன்று நோக்கம்! சொல்லப்படாத அரசியலாம் ஆர்.எஸ். எஸ்.சின் தெளிவு! சார்பு!

நாவல் முடிகிறது. ரிக்ஷாவில் செல்லும் யமுனாவுக்கு “ஸப்கோ ஸன்மதி தே பகவான்” என்று காந்தி பிரார்த்தனை செய்த மைதானம் தான், தான் கடந்து செல்லும் பகுதி என்பது நினைவுக்கு வருகிறது. இவ்வாறு பிரார்த்தனை - மதக்கலவரம் ஏற்பட்ட - நடந்த ஆண்டு 1947 என்று தெளிவாகக் குறிப்பிடப்பட்டுள்ளது. (260). இந்த மண்ணைத் தொட்டுக் கண்ணில் ஒத்திக்கொள்ள வேண்டும் போலிருக்கவே, யமுனா ரிக்ஷாவை விட்டுக் கீழே இறங்குகிறார். சில காட்சிகள் அவள் கண்ணில் படுகின்றன.

“மைதானத்துள் மஞ்சள் கொடிகளைப் பிடித்துக் கொண்டு அரை நிஜாரும் முண்டா பனியன்களுமாக ஒரு இளைஞர் அணிவகுப்பு நடக்கிறது. இது ஒரு அரசியல்

கட்சியைச் சேர்ந்த படை; இன்னொரு அரசியல் கட்சியைப் பயமுறுத்த, இங்கே படைப்பயிற்சியை நடத்துகிறது." (26)

படைப்பாளி ராஜத்தின் 'வேருக்கு நீர்' காட்டும் 'அரசியல் மொழிப்' பகுதி இத்துடன் முடிகிறது; படைப்பாளியைப் போலவே கட்டுரையாசிரியரும் இந்தப் பகுதியை எந்தவித விமர்சனமும் இன்றி முடிக்கிறார். நாவலின் அரசியல் மொழியில் சொல்லப்படாதவையே, தெளிவான கட்டளைமொழியாய் வெளிப்பட்டுள்ளதோ? (இப்படிக் கேள்வி கேட்டு நிறுத்துவது ராஜத்தின் பணிதான்!)

1973ஆம் ஆண்டின், இந்திய சாகித்ய அகாதமி விருது 'வேருக்கு நீர்' என்ற இந்நாவலுக்கு அளிக்குப்பெற்றது. இந்தியா முழுமையும் ஓரளவிற்கும் தமிழ்நாட்டில் பேரளவிற்கும் அறியப்பெற்ற சிறந்த நாவலாசிரியையான ராஜம் கிருஷ்ணன் 1975இல் சோவியத்லாந்து - நேரு பரிசை 'வளைக்கரம்' என்ற நாவலுக்காகப் பெற்றார். கம்யூனிசம் சோசலிசம் ஆட்சியில் இருந்தபோதே சோவியத் பூமிக்குச் சென்று வந்தவர். இந்திய அளவில் அரசியலை மையப்படுத்தி இதுவரை இவர் எழுதிய ஒரே நாவல் வேருக்கு நீர் மட்டுமே!

இருபதாம் நூற்றாண்டின் அறுபதுகளில் - குறிப்பாக அதன் பிற்பகுதியில் உலகம் முழுக்க அரசியலில் தலைகீழ் மாற்றங்கள் எற்பட்டன. அதன் இந்தியத் தாக்கமும் பேரளவினதாகும். மூன்றாம் உலகப்போர் ஏற்பட்டு விடுமோ என்ற சூழல்; கம்யூனிச இயக்கத்தில் பெரும்பிளவு; காங்கிரசின் வீழ்ச்சியும் பிளவும்; மாநிலங்களில் மொழித் தேசிய வழிபட்ட இயக்கங்களின் வளர்ச்சி; கம்யூனிசக் கட்சியின் தேர்தல் வெற்றிகள்; இந்தியக் கம்யூனிசத்திலும் பாராளுமன்ற வழியா, ஆயுதப் பேராட்ட வழியா என்ற கொள்கை அடிப்படையில் பிளவுகள்; வங்கம், பீகார், ஆந்திரா, கேரளா மற்றும் தமிழ்நாட்டில் அதன்

பேரொலிகள், இவற்றிற்கிடையே இந்திய தேசக் கட்டமைப்பைத் தமிழ்நாட்டில் இருந்து நாவலாசிரியர்கள் எப்படிப் பார்த்தார்கள் என்பதுதான், இலக்கிய வரலாற்று வழித் தமிழ்நாட்டைப் பற்றிய ஆய்வில் எழுப்பப்பட வேண்டிய ஆய்வு வினா!

1967-71 ற்கு இடையே ஏற்பட்ட அரசியல் மாற்றங்களில் குறைந்தபட்ச ஜனநாயக உணர்வும், பொறுப்புணர்ச்சியும் உள்ள எந்தப் படைப்பாளியும் காங்கிரசைத் தூக்கிப்பிடிக்க - தூக்கி நிறுத்த முடியாத நிலையிலேயேதான் இருந்தார். ஆனால் காங்கிரசுக்கு மாற்றுச் சொல்லவேண்டிய நிலை ஏற்பட்டபோதுதான், பலரின் உண்மை முகங்கள் வெளிப்பட்டன. மக்கள் மாற்றைத் தேடி அலைந்தனர். இந்தியா முழுமையிலும் அலுத்துப்போன மக்களின் மனம் காங்கிரஸ் அல்லாத மாநில இயக்கங்களையும், கம்யூனிசத்தையும் நாடிச் சென்றது. குறிப்பாக இளமை வேட்கை நக்சல்பாரி இயக்கத்தையே நாடிச் சென்றது.

ஆயுத வழியா, வாக்குச் சீட்டு வழியா என்பதற்கு அப்பால், ஏதேனும் ஒரு வழியில் கம்யூனிசம் இந்தியாவில் வேர் கொண்டு வெற்றி பெற்றுவிடுமோ என்ற அச்சம், பல்வேறு படைப்பாளிகளை, காந்திய - அகிம்சை முக மூடியோடு வீதிக்குக் கொண்டு வந்துவிட்டது. முன்னணி எழுத்தாளர் பலரும் அறிவின் நியாயங்கள் அனைத்தையும் புறந்தள்ளி கம்யூனிசம் என்றாலே அது ஒரு கொலை வெறித் தத்துவம் என்றே பிரச்சாரம் செய்யத் தலைப்பட்டனர். காங்கிரசுக்கு மாற்றாகக் காங்கிரசே மாற்று என்ற அரசியல் பித்தலாட்டத்தைக் காந்திய வழியில் 'இம்சைக் கம்யூனிசத்தின்' எதிராக அகிம்சையை நாவலாக்கினார். ராஜத்தின் வேருக்கு நீர், ர.சு. நல்லபெருமாளின் கல்லுக்குள் ஈரம், கி. ராஜேந்திரனின் காலச்சக்கரம், 'அகிலனின் எரிமலை' எனக் கம்யூனிசத்தை வெட்டிச் சாய்க்கப் பிரச்சார நாவல் பீரங்கிகள் வெளிப்பட்டன. இவை அனைத்திற்கும் ஏதோ ஒரு அகில இந்திய பரிசும் கிட்டின. அந்த வகையில் வேருக்கு -அகிம்சைக்கு -நீரூற்றப்

புறப்பட்ட ராஜத்தின் நாவல் மொழியில், கம்யூனிசம் = பயங்கரவாதம்= வன்முறை எனக் காட்டப்பட்டது. இந்தக் கட்டுரை அந்த மொழியை அலசுகிறது.

சுதிர் என்னும் சுதிரன் பணக்காரக் குடும்பத்தில் பிறந்து வளர்ந்த அறிவாளி. ஆனால் கம்யூனிசம் பக்கம் சென்றுவிட்ட, ஆனால் அகிம்சை யமுனாவால் கல்யாணம் ஆனபின்பும் காதலிக்கப்பட்ட, வன்முறையாளன் ஆவான். இவன் வழியாகவே கம்யூனிசம் என்றாலே அது வன்முறை - கும்பல் - தனிமனித சாகச வெறி எனப் படைத்துக் காட்டப்படுகிறது.

வறுமையில் தவிப்பவர், எதிர்காலத்தில் நம்பிக்கை இல்லாதவர், சிறுபிள்ளைத் தனமான சாகசங்களில் ஈடுபாடு கொண்டவர்கள், கட்சிக்கு அடிமையானவர்கள், வழி விலகியவர்கள் ஆகிய இவர்கள்தான் கம்யூனிசப் புரட்சியில் - வன்முறைப் புரட்சியில் நம்பிக்கை வைப்பார்கள் என ராஜத்தின் நாவல் (25, 31, 34, 40, 108, 154, 157, 218, 220...) வெளிப்படையாக மொழிகிறது.

"வசதி இல்லாத குடும்பங்களில் வாழ்க்கை ஏமாற்றமாகப் போகும்போது இப்படி வன்முறைப் புரட்சிக் கொள்கைகளில் இறங்குவது நடக்கக்கூடிய தென்றெண்ணினேன். இப்ப, அளவு மீறி வசதி வாய்ப்புகள் இருக்கும்போது, எந்த வகையிலேனும் விறுவிறுப்புத் தேட இப்படியும் ஒரு கொள்கை வலையில் விழமுடியும்னு புரிகிறது" (31)

இந்த மொழியில் சொல்லப்பட்டுள்ள சேதிகளில் நிறைவடையா ராஜத்தின் மனம் வெளிப்படையாகக் கம்யூனிஸ்ட் கட்சிகளைப் பற்றி விமர்சிக்கிறது.

"இம்மாதிரி விறுவிறுப்பா புத்தி தீட்சண்யமாக இருக்கும் இளசுகளை, கட்சி வலைக்குள் கொள்கைகளைக் காட்டி இழுக்க, பெரிய தலைகளெல்லாம் அன்றாடம் டீயில் ஒரு துளி கஞ்சாவையோ அபினையோ கூடக் கலந்து கொடுப்பார்களாமே? தச்சு ராஜீவெல்லாம் சொல்லறதுக, எனக்கென்ன புரிகிறது?" (31 - 32)

ராஜத்தின் பரிதாபம் 'எனக்கென்ன புரிகிறது?' என்பதில்தான் வெளிப்படுகிறது.

இரத்தத்தில் தோய்ந்த ஐந்து விரல் முத்திரைகள் உள்ள துண்டுப் பிரசுரங்கள்; "ஓர் ஓரத்தில் சட்டி முகம் இடுங்கிய கண்களுடன் சிரிக்கிறது" இரத்தவெறிக்கு ஒன்றுமறியாத மக்களைத் தூண்டிவிடுதல், எளியவரை அச்சுறுத்தல், தொண்டையைக் கிழித்தல், குடலை எடுத்தல் *(34, 39, 40)* இவை எல்லாம்தான் கம்யூனிசப் புரட்சியாகக் காட்டப்படுகிறது. ஆனால் இந்தப் புரட்சியைப் பற்றி பேசும் - ஆதரிக்கும் சுதிரனின் சொற்கள் யமுனாவுக்கு 'சம்பங்கிப் பூவிலிருந்து பொன்பொறிகள் சிதறினாற்போல இருக்கிறது" *(41)* வன்முறையை ஆதரித்தாலும் மேல்சாதிக் காதலன் அல்லவா?

"சுதிரின் தந்தை, ஆலமரமாய்ப் பரவிநிற்கும் வர்த்தக நிறுவனத்தைத் தோற்றுவித்த முதல்வர். அந்தக் காலத்தில் கதர் உடுத்தி காந்தி பக்தரானாலும் தொழில் வளர்ச்சிக்கு அந்த இலட்சியங்கள் முட்டுக்கட்டைப் போடாதவாறு பார்த்துக் கொள்ளத்தானே வேண்டும் அரசோடு இணங்கி, இணங்க வைத்து, ஆளுங்கட்சிக்கு அள்ளிக்கொடுத்து சலுகைகளைப் பெற்றுப் பல்கிப் பெருகினார் என்று சொல்லலாம். *(84)*

தொழில் முதலாளிகள் பற்றிய ராஜத்தின் பாசமொழிகள் இவை! கொடும் சுரண்டல் 'ஆலமர மாகி'விட்டது; கதர்வேடம் முட்டுக்கட்டைப் போடாத வாறு பார்த்துக் கொள்ளப்படுகிறது; இலஞ்சம் அள்ளிக் கொடுக்கும் வள்ளல் தன்மையாகி விடுகிறது.

சென்னைக்குக் காந்தியம் பற்றியும் சர்வோதயம் பற்றியும் சொற்பொழிவாற்றிவரும் அகிம்சை யமுனா, தன் பெரியப்பா, சுதந்திராக் கட்சி சந்தானமையரு வீட்டில் தங்குகிறாள். சாதித்திமிர் பெண்களை இழிவு செய்யும் பேச்சு, தீண்டாமையை வெளிப்படையாக ஆதரித்தல் ஆகிய அனைத்துப் பண்புகளையும் கொண்ட

சந்தானமையரு கடுமையாக அல்ல,லேசாக்கூட விமர்சிக்கப்படுவதில்லை.

யமுனாவுக்கு, "சுடர்ப்பொறிகள் என்ற தலைப்பு, முற்போக்குக் குழுவினர் என்று ஒரு முகவரி. மக்கள் முற்போக்கு இலக்கியப் பொறிகள் சிதறுமிடமாம் " என்ற அறிமுகத்துடன் கூட்டத்தில் பேச வருமாறு அழைப்பு வருகிறது. இதைக் கண்டுவிட்ட சந்தானமையரு. "இந்தச் சுடர்ப்பொறி, தீப்பந்தமெல்லாம் கத்தி கபடாக்காரங்க கூட்டம்" எனக் (92) கண்டிக்கிறார். கடுதாசியைக் கிழித்தெறியச் சொல்கிறார்.

"இது அலர்ஜியா? இந்தக் கார்டில் கட்சிச்சின்ன வாடை கூட இல்லையே. ஆனால் இம்மாதிரியான இலக்கியம் சமுதாயம் என்ற போர்வைகளைப் போர்த்துக் கொண்டுதான் அந்த அறிவியல்வாதிள் கட்சி வலையை விரிக்கிறார்கள் என்பதை அவள் அறிந்திருக்கிறாள்" (93).

சந்தானமையரின் பேச்சு வெறும் அலர்ஜி; அறிவியல் வாதிகள் விரிப்பது கட்சி வலை.

கூட்ட வாசல் "வாயிலில் கார்களாக நிற்பதிலிருந்து உயர்படிக்காரரர்கள் பலர் கூட்டத்திற்கு வந்திருக்கிறார்கள் என்று தெரிகிறது" "அந்த நாளில் உங்கப்பா என்னுடைய காலேஜ்மேட்" (99) என அறிமுகம் செய்து கொள்ளும் கூட்டத்தலைவர். யமுனாவின் விடைகளுமாக (101 - 107) முடியும் கூட்டம் பற்றியல்ல ஆய்வு! எல்லா இடங்களிலும் புரட்சியின் சார்பாளர்கள் மரியாதை தெரியாதவர்களாகவும் (44) குதர்க்கம் பேசுபவர்களாகவுமே காட்டப்படுகின்றனர்.

யமுனா பேசுகிறாள் "தேனின் இனிமையும் ஆலயமணி யின் நாதமும் குலவுகின்றன. அது உள்ளத்தில் இருந்து ஒலிப்பூக்களைக் கொண்டு வந்து" (101) கேட் பவரின் உள்ளங்களை நிறைக்கிறது. ஒரு ஆலயப் பூஜை அறிமுகமாகிறது. கேள்வி கேட்பவர்களை

'கிருதா மீசைக்காரன்', 'குறும்புக்காரன்', 'கறுவல் முகம்' என அறிமுகப்படுத்தும் ராஜம் "கேள்விகளைக் கேட்பவர்கள், மான்போல் நிற்கும் ஒருத்தியைத் தாக்க வந்திருக்கும் காட்டெருதுகளைப் போல் கேள்விகளைப் தொடுக்கின்றனர்" *(103)* என்கிறார். ரோஜா இல்லை... மான், இல்லை... சிங்கம்... இல்லை ராஜகுமாரி" *(7)* என அறிமுகமாகும் யமுனா, இந்த இடத்தில் சிங்கமாகாமல் மானாகி விடுகிறாள் போல இருக்கிறது.

"நீங்கள் கேள்விக்கெல்லாம் பதில் சொல்லப் போறேளோன்னோ" என்று கேட்கும் கூட்டத் தலைவரின் பேச்சில் அவர் மேல் சாதி என்பது மட்டுமே வெளியாகிறது. கூட்டம் கலாட்டாவாகிறது.

"வயசுப்பெண்ணாக லட்சணமாகக் கல்யாணம் கார்த்திகைன்னு குடும்பத்தில் இருந்து பேர் சொல்ல மாட்டாயோ? இப்படி இதுக நார் நாராகக் கிழிச்சுப் போட வந்துட மாட்டிப்பியோ?" *(106)*

என்று இரங்குகிறார் கூட்டத் தலைவர். கூட்டத்தில் முத்தாய்ப்பான கேள்விகளைச் சுதிரன்தான் கேட்கிறான். "அவன்தான் சுதீர்குமார். கீழ் வெண்மணிக்கப்புறம் ஆளே தலைமறைவா இருந்தாப்ல. இன்னிக்கு வந்திருக்கிறான்" என்று சுதிரன் பற்றிய இந்துநாத்'தின் குறிப்புடன் கூட்டச் செய்தி முடிகிறது. இங்கே கீழ் வெண்மணி எதற்காகக் கொண்டுவரப்பட வேண்டும் என்பது கட்டுரையாளரின் அறிவுக்கு எட்டவில்லை. ராஜம் கிருஷ்ணனைப் பெரிதும் கொண்டாடும் இந்தியக் கம்யூனிஸ்ட் கட்சியினர்தான், மார்க்சிஸ்ட் உட்பட, இதற்கு விடை கூற வேண்டும்.

இந்துநாத்துடன் கூட்டத்திற்குப் போய் வந்ததைத் தவறாக எடுத்துக் கொண்டு, அவர்கள் இருவரும் லவ் அண்ட் ஹவ் டு மேக் இட் என்ற திரைப்படத்திற்குதான் போய்விட்டு வந்தார்கள் எனச் சாதிக்க முயலும் நீரு பற்றி ஒரு விமர்சனம் "பொதுவுடைமைக் கோட்பாடுள்ள நாட்டில் சந்தேகிக்கப்படும் நபர்கள். ஏதேனும் குற்றத்தை,

அவர்கள் சொல்கிறபடி ஒப்புக்கொள்கிறவரை சித்திரவதை செய்வார்களாமே இவள் அந்த வகையைச் சார்ந்தவள்" *(114)*

பயன்படுத்தப்பட்டுள்ள மொழியில் வியப்புக்குரியது எதுவும் இல்லை; சோவியத் லாண்டு பரிசு கிடைத்ததுதான் வியப்பு!

"நாசப் புரட்சியில் நம்பிக்கை வைத்த கட்சியும் ஜனநாயக முறையில் ஆட்சிப் பொறுப்பைப் பற்றலாம் என்று சொன்ன நமக்கு அவர்கள் சவால் விடுத்திருக்கிறார்கள். இப்போது இதற்குள்ளிருந்தே இதைத் தகர்ப்பதைப் பற்றி வெளிப்படையாகப் பேசுகிறார்கள். உள்ளத்தில் சோரம் போவதையே எண்ணிக்கொண்டு திருமணப் போர்வைக்குள் புகுவது போல மனசுக்குள் சுகபோகங்களையே கருதிக் கொண்டு துறவாடை மேற்கொள்வதுபோல் மக்களுக்குத் தொண்டன் என்று சொல்லிக் கொண்டு பதவியைக் கைப்பேற்றிக் கொண்டு பதவியைக் கைப்பற்றிக் கொள்வது போல்..." *(222)*

கம்யூனிசம் பற்றிய ராஜத்தின் முத்தாய்ப்பு அரசியல் மொழி இத்தோடு முடிகிறது. காங்கிரசு பற்றிப் பேசும்போது புகழ்மொழி, இரக்க மொழி; தி.மு.க. பற்றிப் பேசும்போது கிண்டல்மொழி, தாக்குமொழி; கம்யூனிசம் பற்றிப் பேசும்போது பழிமொழி, இழிமொழி! தாக்கப்படுவது கட்சியா, தத்துவமா, தனிநபரா எனத் தெரிந்துகொள்ளப்பட முடியாதபடியான மறைமொழி!

சாதி (துரை), காதல் (சுதிர்) பற்றிய மொழி

ராஜம் அவர்களின் மொழிபற்றிய ஆய்வு அவருடைய சமகால 'அரசியல் கண்ணோட்டம்' பற்றிய திறனாய்வாகவே அமைந்துவிட்டது வியப்பன்று; சமகால இந்திய - தமிழக அரசியல் சூழல்நிலையில் மிகத் தெறிப்பாக கம்யூனிச எதிர்ப்பு, மொழிவழித் தேசிய எழுச்சியைக் கொச்சைப்படுத்துதல், புரட்சியையும் தனிமனித பயங்கரவாதத்தையும் வன்முறை என்ற

பெயரால் குழப்புதல் ஆகியவற்றின் பக்கம் நிற்கும் ராஜம், உள்ளாற எதன்பக்கம் நிற்கிறார் என்பதைக் கண்டறிய முடியாதபடிக்கு மொழியைக் கையாண்டிருப்பது தான் மொழி அரசியல் ஆகும். ஆனால் மொழி அவரையும் ஏமாற்றிவிட்டு, வெளிப்படையாக வெளிப்பட்டு விடுவது தான் அரசியல்மொழி ஆகும்.

ராஜத்தின் 'சாதி - காதல்' மொழிக்குள் புகுவதற்கு முன்பு, பல்வேறு இலக்கியப் பரிசுக் குன்றுகளின் மேல் உயர்ந்து நின்றாலும் அவரது சிந்தனை முறைமை எப்படித் தரை மட்டத்திலேயே இருக்கிறது என்பதைக் காண்போம்.

யமுனாவின் தாய் ருக்மணி அம்மை, நோயுற்றுச் சோர்ந்துபோன தன் கணவனைப் பற்றி எண்ணிப் பார்க்கிறாள்.

"அகிம்சை நெறியில் அளவற்ற நம்பிக்கை வைத்த அவர், அந்த நம்பிக்கைக்குப் பேரிடியாய்ச் சம்பவங்கள் நிகழ்ந்ததுமே சோர்ந்து போனார். அவருடைய உடல் நலிவு, வெறும் உடல் சம்பந்தப்பட்டது மட்டுமல்ல. உள்ளத்தில் விழுந்த அடிகளே அவரைப் படுக்கையில் வீழ்த்தியிருக்கின்றன. சீனத்தாக்குதல் நிகழ்ந்தபோது, நிராயுதபாணிகளாய் எல்லையில் அணி நிற்க ஒரு படையைத் திரட்ட வேண்டும் என்று எல்லாத் தலைவர் களுக்கும் எழுதினார். வறட்சியைப் பொருட்படுத்தாமல் ஓடி ஓடித் தலைவர்களைச் சந்தித்து அகிம்சை நெறி யோடு, தாக்கியவனை எதிர்நோக்கி நிற்க வேண்டும் என்று வலியுறுத்தினார். அப்படி நிராயுத பாணிகளை வன்முறையில் வீழ்த்தினால் உலகை அது அசைக்கக்கூடும் என்று நம்பினார். முயற்சி விழலுக்கிறைத்த நீராயிற்று. அப்போதே ஒரு நள்ளிரவில் அதிர்ச்சி கண்டு கைகால் சுவாதீனம் இழந்தவர்தாம்" *(123 - 124)*

இதைப் படிக்கும்போது அதிர்ச்சி அடைந்து கைகால் இழக்காமல் இருந்தால் சரி; ராஜம் போன்றவர்களின்

இப்படிப்பட்ட தூய காந்திய பக்தி மக்களிடையே தங்களை மகாமுனிவர்களாக காட்டிக்கொள்ளப் பயன்படும் கபட வேடம் ஆகும். இவர்கள் மனமறிந்து உணர்வு பூர்வமாகப் பொய் சொல்கிறார்கள்; தங்கள் மொழி வன்மையால் மக்களின் எதிர்ப்பு உணர்ச்சியை - எழுச்சியைக் குழப்ப முயலுகிறார்கள்.

அகிம்சையில் இவ்வளவுப் பற்று - பக்தி உண்மையிலேயே ராஜத்திற்கு இருந்திருக்குமென்றால், பெண்ணடிமையை, தீண்டாமையை, சாதிப் பிளவை நியாயப் படுத்திப் பேசும் பெரியப்பா சந்தானமையரோ, கற்பழிக்க முயற்சி செய்த இந்துநாத்தோ (அந்தணனோ), யமுனாவின் மொழியால் கண்டிக்கப்பட்டிருக்க வேண்டும்; ஆனால் அவ்வாறு கண்டிக்கப்படாததோடு பறையன் துரையைவிட - கணவனை விட மேலானவர்களாக மொழியப்படுகிறார்கள் (206).

“காந்திஜியைக் கடைசியாகச் சந்தித்தாளே மார்க்க ரெட்டு வொயிட் என்ற பத்திரிக்கைகாரி, அவள் “அணுகுண்டுக்கு முன் உங்கள் அகிம்சை என்ன செய்ய முடியும்? அதை அதே வகையில்தானே எதிர்க்க வேணும்‘ என்று கேட்டாளாம். அப்போது, “அகிம்சைத் தத்துவத்தில் என் நம்பிக்கை அளவு கடந்தது. அந்த நம்பிக்கை என்ற மகாசக்தியே, உயர அணுகுண்டைப்போட வந்த எதிரிக்கு என் இதயத்தை எட்டவைக்கும்“ என்றாராம்.”

காந்தியின் அகிம்சையின்படி நாடு போயிருந்தால் சீனாவின் எல்லை இன்றைய கன்னியாகுமரியாக இருந்திருக்கும்; உலக வரைபடத்தில் அமெரிக்கா மட்டுமே இருந்திருக்கும். காந்தியின் அகிம்சையில் பரவசப்பட்டுப் போகும் ராஜம் ஆர்.எஸ்.எஸ். இயக்கத்தை வேறொரு நாசக்காரக் ‘கட்சியைப் பயமுறுத்த’ படைப் பயிற்சி நடத்தும் இயக்கம் எனச் செல்லமாகத் தட்டிக் கொடுத்து விட்டுச் செல்கிறார் (260)

ராஜத்தின் இந்த அரசியல் பின்னணியை ஆழமாக மனதில் கொண்டால்தான், சாதி - துரை பற்றிய

அவருடைய தாக்குமொழியை அதன் உட்பொருளை நன்றாக உணர முடியும்.

'வாழ்நாளெல்லாம் படிய வைத்தாலும் படிய வைக்கவே முடியாதவன், சேரியில் பிறந்தவன், துரை'. ராஜத்தின் பாத்திரப் படைப்புப்படியே, ஒடுக்கப்பட்ட சமூகத்தில் பிறந்து, அரசின் உதவியால் படித்து முன்னேறி, பொறியாளனாகிய துரை, தன்னை எப்போதும் இலட்சிய வாதியாகக் காட்டிக் கொள்ளாததோடு சாதாரண - சாமானிய மனிதர்களைப்போல உண்டு, உடுத்து, களித்து வாழவே ஆசைப்படுகிறான்; வெளிப்படையாகவும் கூறுகிறான் (144, 147, 160. 235). தன் ஆசைக் காதலன் சுதிர் பயங்கரவாதியாகிவிட்டதும், துரையை மணக்க யமுனா இசைகிறாள்; தன் தாயிடம் கூறுகிறாள்.

"துரையை மணந்து கொள்கிறேன். ஏனென்றால் வெளி உலகில் தன்னந் தனியே தலை நீட்டும்போது தற்காப்பு ஒரு பிரச்சனையாகிவிடுகிறது. நீங்கள் சொல்லும் ஆசைகள் தேவைகள் போன்ற நோக்கங்கள் இல்லாத வாழ்விலே தான் உண்மையைக் காண முடியும். துரை அந்த வகையில் ஒத்தவர்தானே...." (135)

இந்த மொழி எதைச் சொல்லாமல் விடுகிறது. ஆம், அகிம்சை எவ்வளவு சுயநலமானது; ஆணின் - பறையனின் -சம்மதமற்ற ஒரு திருமணம் ஒரு பெண்ணின் சுயநலத்திற்காக நியாயப்படுத்தப்படுகிறது.

திருமணத்திற்குப் பின்பு படிய வைக்கவே முடியாதவனாக நாவலின் இரண்டாவது பக்கத்திலேயே அறிமுகப்படுத்தப்பட்டுவிட்ட துரை, ஒரு அரக்கனைப் போலக் காட்டப்படுகின்றான். (142, 171, 173, 179, 185, 225) இப்படிக் காட்டப்படவில்லை என்றால், துரையைப் பற்றிய உச்சகட்டமான ராஜத்தின் மொழியை நியாயப்படுத்தவே முடியாது.

சாதாரண, அற்ப ஆசைகள் கொண்டவனாகக் காட்டப்பட்ட துரை, காந்தியம் பற்றி யமுனாவோடு விவாதிக்கும் போது கூறுகிறான்.

"மனுஷன் வாய்க்கு ருசியாய்ச் சாப்பிடக்கூடாது! கண்ணுக்குக் குளிர்ச்சியாக உடுத்தக்கூடாது! எல்லாரும் பஞ்சப் பனாதைகளாகப் கப்பறை ஏந்தவேணும். மகாத்மா, மகாத்மாவாக அப்பத்தான் இருக்கமுடியும்னு உன் காந்தி சொல்லியிருக்காரு."

கொதித்துக் கூறுகிறாள் யமுனா:

"நீங்களா இப்படிப்பேசறீங்க? நெஞ்சைத் தொட்டுச் சொல்லுங்க. அந்த மாதிரி ஒருத்தர் இல்லேன்னா... நீங்க நீங்க... " நச்சுச் சொல் தெறித்துவிடாமல் அவள் சட்டஉடென்று விழுங்கிக் கொள்கிறாள்..." (210 - 211)

'சோற்றுக்கும் துணிக்கும் கப்பறை ஏந்திய கூட்டம், அரசு பதவி பெற்றதும் ஆடும் ஆட்டம்தான் என்ன? ' என்பதுதான் சொல்லப்படாத சேதி!'

தன் காதலன் சுதிரனின் கைகளைப் 'பெண்ணின் கைகளைப் போன்ற மென்மையானது' என(42) வருணிக்கும் யமுனா, அவனுடைய வன்முறை ஆதரவுப் பேச்சைக் கூட சண்பகப் பூக்கள் உதிர்வது போல (52) கற்பித்துக் கொள்கிறாள். யமுனாவைப் பற்றிய பிம்பம் எப்போதும் 'குத்துவிளக்காகக்' காட்டப்படுகிறது. (89, 127) குத்துவிளக்கு யமுனா, சண்பகப்பூ சுதிரனை எண்ணியே மாய்கிறாளா என துரை கேட்க, யமுனா பதில் கூறும் மொழியைப் பெண்ணியர்தான் விளக்க வேண்டும்.

"நீ...நீ.... அவனைக் காதலிச்ச இல்ல?"

"அப்படியெல்லாம் பேசாதீங்க"

மேலே, 'நான் யாரையும் எப்பவும் அப்படியெல்லாம் நினைச்சதில்லை' என்று சொல்லவந்தவளுக்கு ஏதோ ஒன்று தடையாகிறது. நாவை கடித்துக் கொள்கிறாள்" (160—161) என்பது தான் கபடமொழி!

காந்திய உண்மைப்படி, 'ஆம்! காதலித்தேன்' என்பது தான் அகிம்சை மொழி 'ஏதோ ஒன்று தடையாகிறது.'

தன் வண்மையான மொழியால் வாசகனை ஏமாற்ற முயலும் ராஜத்தை ஏமாற்றிவிட்டு மொழி வெளியே வந்து விழுந்துவிடுகிறது:

"ஒரு தோல்வியை மறைக்க இன்னொரு தோல்விக்குள் புகுந்து கொண்டாள்" (237)

சாதி வெறியைத் தூண்டித் தூக்கிப் பிடிக்கும் (73-99) பெரியப்பா சந்தானமையரு முன்னால் 'நச்சுச்சொல்' எதுவும் நினைவுக்கு வராததால், யமுனாவால், குனிந்த தலை நிமிரால் நிற்பதைத் தவிர வேறொன்றும் செய்ய முடியவில்லை! 'செந்தாழை நிறம் வாய்ந்த அந்தணனாகிய' இந்துநாத் உணவுவிடுதி ஒன்றில், தன் தோளில் கைபோட்டதும், நஞ்சுச் சொல் 'ஸ்கௌண்ட்ரல்.. நான்சென்ஸ்' என்று ஆங்கிலத்தில் வெளிப்படுகிறது. (109—- 110)

திருமணமான பின்பு பாட்னாவில், இந்துநாத்தை யமுனா சந்திக்கிறாள்.

"நீ என்னமோ ஒன்றே குலம்னு பாடிண்டு ஏதோ கல்யாணம் பண்ணின்டேன்னு கேள்விப்பட்டேன்... இப்படிக் காடிப்பானையில் போய் விழுந்திருக்க வேண்டாம்... அதனால்தான் கீழ்ச்சாதி எல்லாம் துள்ளுகிறார்கள். இது கடைசியில் பெரியப்பாவுக்கு மனசு ஆறவே இல்லை" (196)

காந்திய யமுனா, "இதெல்லாம் தனிமனிதனின் அபிப்பிராயங்களைப் பொறுத்தது…" என்று அகிம்சையாக மொழிகிறாள். "பெரியப்பா சொல்லி வருத்தப்பட்டார். இதுங்க வயசுக்கோளாறில் இப்படிச் செய்யறது சந்ததிக் குன்னா கேடாறதுன்னார்" என்னும் இந்துநாத்தை 'அமைதியாக' வீட்டுக்கு அழைத்து முகவரியைக் கொடுக்கிறாள்.

"அப்போதைக்குச் சங்கடத்திலிருந்து தப்ப இதைச் சொல்லிவிட்டு வீட்டுக்கு வந்தபின் நிம்மதி அடியோடு குலைந்திருப்பதை உணர்ந்து தவிக்கிறாள்" (197)

சொல்லப்பட்ட மொழியில் இந்துநாத்தைக் கண்டிப்பது போன்ற தொனி இருக்கலாம். சொல்லப்படாத சேதியில், இந்துநாத் கூறுவதுதான் உண்மையோ என்ற கேள்வியால் நிம்மதி குலைவதுதான் மறைமொழி ஆகும். இந்துநாத், பெரியப்பா, துரை ஆகியோரை இறுதியாக ஒப்பிடுகிறாள் யமுனா.

"இந்துநாத்தைவிட துரை எந்த வகையில் முன்னேற்ற மடைந்தவன். அவனுடைய இலட்சியங்களைக் கொண்டு அரசியல் களத்தின் சிறு பகுதியேனும் தூய்மையாக்கப் போராட வாய்ப்பிருந்திருக்கும். பெரியப்பா பெரியவர். அப்படி அவரை உதறி எறிந்தாற்போல் பேசியிருக்க வேண்டாமோ? லட்சயங்களுக்கும் நடைமுறைகளுக்கும் இடையே எத்தனை வித்தியாசங்கள்" *(206)*

உணவு விடுதியில் தோள்மேல் கையும் கால்மேல் காலும் போட்ட, வீட்டுக்குள்ளே கற்பழிக்க முயன்ற *(199)* இந்துநாத்தான் துரையைவிட முன்னேற்றமடைந்தவனோ? இப்படிப்பட்டவனைக் கொண்டுதான் அரசியல் களத்தின் சிறுபகுதியையாவது தூய்மையாக்கி இருப்பாளோ? பெரியவர் பெரியப்பாவை உதறி எறிந்திருக்காமல் பறையன் துரையை விட்டுவிட்டு அந்தணன் இந்துநாத்தைத் திருமணம் செய்து கொண்டிருக்க வேண்டுமோ?

பெண்ணுரிமைப் போராளியாகவும், சமூகச் சம வாழ்வில் தீரா வேட்கையுடையவராகவும் அறிமுகமான பாராட்டப்பெற்ற நாவலாசிரியர்தான் ராஜம் கிருஷ்ணன். கம்யூனிஸ்ட் கட்சிகளின் முற்போக்க இலக்கிய அரங்குகளில் முன்னிலை வகித்தவர்; அந்தக் கட்சிகளால் மிகவும் போற்றப்பெற்றவர். எளிமையானவர். ஆனால்...

இந்த 'ஆனால்...' என்ற சொல்லுக்குத்தான் வரலாற்றிலும் திறனாய்விலும் எவ்வளவு பெரிய இடம் கிடைத்துவிடுகிறது? எப்படிப்பட்ட திருப்புமுனையாக அமைகிறது? இறுதியாக, ராஜம் கிருஷ்ணனின் நாவல்மொழி எதை அறிவிக்கிறது?

ராஜத்தின் எல்லா நாவல்களையும் ஒப்பிட்டு ஆராயாமல், இப்படி ஒரே ஒரு நாவலை வைத்து முடிவுக்கு வருவது கல்வி நேர்மைதானா என்ற வினா ஆராய்ச்சி நேர்மை வாய்ந்ததே! வேறு ஏதேனும் ஒரு நாவலை வைத்தாவது இந்தக் கட்டுரையில் காட்டப்பட்டுள்ள மொழி அரசியலுக்கு எதிரான கருத்தை வேறு யாரேனும் ஆராய்ந்து காட்டட்டுமே என்பதுதான் கல்வி நேர்மையும் ஆராய்ச்சி ஒழுக்கமும், சமூகப் பொறுப்புணர்ச்சியில் வாய்ந்தவிடை! அப்படியானால் ராஜத்தின் மொழி எதைப் பிரகடனப்படுத்துகிறது?

1. *சேரி மனிதன் எந்தக் காலத்திலும் சேரி மனிதனாகவே தான் இருப்பான்; அவனை மாற்றவே முடியாது.*

2. *மேல் சாதிப் பெண்கள் சீர்திருத்தம் என்ற பெயரால் கீழ்சாதியினரைத் திருமணம் செய்துகொள்ளக் கூடாது. அப்படிச் செய்தால் அரக்கன் துரையினால் அகிம்சை யமுனா சீரழிந்தது போலச் சீரழியத்தான் நேரிடும்.*

3. *வருணாசிரம தர்மத்தில் நம்பிக்கை வாய்ந்த மேல் சாதிப் பெரியவர்களின் அறிவுரைகளை மேல்சாதிப் பெண்கள் தட்டவே-மீறவே கூடாது.*

4. *கொஞ்சம் அப்படியும் இப்படியும் ஒழுக்கக் கேடாக நடந்து கொண்டாலும் சேரியரை விட 'அந்தணரைத்' திருமணம் செய்துகொள்வதே மேல்சாதிப் பெண் களுக்கு ஏற்றது.*

5. *பணக்காரக் குடும்பத்தில் பிறந்த அறிவாளியான பையன்கள், ஏதோ ஒரு இலட்சிய வெறியில் கம்யூனிஸ்ட் கட்சியில் சேர்கிறார்கள். கம்யூனிஸ்ட் கட்சிகளோ, தேநீரில் அபின் கலந்து கொடுத்து இளைஞர்களை ஏமாற்றிக் கட்சியில் சேர்க்கும் நாசக்காரக் கும்பல்கள்!*

6. *தி.மு.க. - திராவிட இயக்கம் போன்ற மாநிலக் கட்சிகளோ, தேர்தல் வழி நிற்கும் கம்யூனிஸ்ட்*

கட்சிகளோ, புரட்சிக் கட்சிகளோ எவ்வளவுதான் பிளவுபட்டாலும் சீரழிந்தாலும் காங்கிரசுக்கு மாற்றாக அவை ஏற்கப்படக்கூடாது.

7. காங்கிரசுக்கு மாற்றுதேட வேண்டும் என்றால், நாசகாரப் புரட்சிக் கட்சிகளை ஒழிக்க வேண்டும் என்றால், 'மைதானத்தில் அரை நிஜாரும் முண்டா பனியனுமாகப் படைப்பயிற்சி நடத்தும்' இயக்கமே ஒரே வழி.

8. மேலே கூறிய எல்லாக் கருத்துக்களையும் மறைத்துக் கொண்டு தெய்வீகமான ஒரு முகத்தைக் காட்ட வேண்டும் என்றால் அதற்கு காந்திய அகிம்சை ஒன்றே ஏற்ற வழி!

இந்தக் கட்டுரை இதோடு முடிக்கப்பட்டுவிட்டால் 'இலக்கியத் திறனாய்வு' என்ற நிலையில் பிழை ஏற்பட்டு விடாது. ஆனால் சமூகப் பொறுப்புணர்ச்சி வாய்ந்த ஒரு கல்வியாளனின் கடமை இதோடு முடிந்து விடுவதில்லை. ராஜம் கிருஷ்ணன் போன்ற பெண்ணுரிமைப் போராளிகள் ஏனிப்படிச் சிந்தித்திருக்கிறார்கள்.?

இருபதாம் நூற்றாண்டின் அறுபதுகள், உலகம் - இந்தியா - தமிழ்நாடு ஆகிய அனைத்து பூமிப்பரப்பிலும் அரசியல் அதிர்வுகளை உண்டாக்கிய காலம் என்பது இந்தக் கட்டுரையின் பிற பக்கங்களில் சொல்லப்பட்டுள்ளது. தமிழ் இலக்கிய உலகம் இதை எப்படி அணுகியது என்பதுதான் கேள்வி, 1947க்கு முன்பு தமிழ்க் கவிதைதான் அரசியல் ஊடகமாக முன்னின்றது. நாவல் வலிமையான அரசியல் ஊடகமாக இல்லை. குறிப்பாக அறுபதுகளின் இறுதியில் (1962 சீன-இந்தியப்போர், 1964 கம்யூனிஸ்டு கட்சிகளில் பிளவு, 1965 இந்தி எதிர்ப்புப்போர், 1967 தி.மு.க., கம்யூனிஸ்டு கட்சிகளின் தேர்தல் வெற்றி புரட்சி இயக்கங்களின் தோற்றம் பாதிப்பு, காங்கிரஸ் சிதைவு, 1971 மீண்டும் தி.மு.க. வெற்றி... தமிழ் நாவல் உலகில் தமிழ் இலக்கிய அரசியலை விமர்சித்து மாற்றுச் சொல்ல முனைந்தது; இலக்கியத்தின் பொறுப்புணர்ச்சி

மறைக்கப்பட்டு- பாலியல் வக்கிரங்களைத் தீர்வாக வெளிப்படையாக முன் வைத்தது. இராம.சுந்தரம் இதை 1969 இலேயே அம்பலப்படுத்தினார் (1969, ப.121)

“முதலாளித்துவ நாகரிகத்தின் தாக்குதல் தமிழ்ப் பத்திரிகைகளில் பலமாக விழுந்திருக்கிறது. பிறபோக்குச் சக்திகளின் கையில் பத்திரிகைகளும் பிற விளம்பரச் சாதனங்களும் சிக்கியுள்ளன. முற்போக்கின் குரலை அவர்களால் கேட்க முடியவில்லை. மக்கள் எழுச்சியின் வேகத்தை, கிளர்ச்சியின் வீறாப்பை அவர்களால் சகித்துக்கொள்ள முடியவில்லை. தாங்கள் கட்டி வைத்துள்ள கட்டிடம் கலகலத்து விழுந்து விடுமோ என்று அஞ்சுகிறார்கள். ஆகவே மக்களைத் திசை திருப்பும் முயற்சியில் முழு மூச்சுடன் ஈடுபட்டுள்ளனர். அதற்காக மக்களுக்காக எழுதிய எழுத்தாளர்களைக் கூலிக்கு அமர்த்திக் கொள்கிறார்கள்.... சுரண்டும் வர்க்கத்தின் கொடுமைக்கு ஆளாகி எதிர்காலமே இருளால் சூழப்பட்டுள்ள நிலைமையில் வாழ்வில் கசப்புணர்ச்சியையும் நம்பிக்கையின்மையையும் வளர்த்துக் கொண்டு திண்டாடும் இளைஞர்களை “இணை விழைச்சு” அடிப்படையில் சந்தித்து அவர்களது நியாயமான கோரிக்கைகளையும் போராட்டங்களையும் உடைத்தெறியவும் முயலுகின்றனர். தங்களின் வேரூன்றிய நலனைக் காத்துக் கொள்வதற்காகச் செய்யப்படும் முயற்சி இது”.

இராம. சுந்தரத்தின் கூற்று பத்திரிகை உலகம், தமிழ்க் கவிதை உலகம் ஆகியவற்றிற்கு முழுக்க முழுக்க பொருந்துவதாகும். தமிழ் நாவல்களோ, சமகால அரசியலை வக்கிரப் பாலியல் கண்ணோட்டத்துடன் மட்டும் அணுகவில்லை; பிரபலமாகப் பெயர் பெற்ற முன்னணி எழுத்தாளர் பலரும் மக்களின் எழுச்சியை அடக்கி ஒடுக்க காந்தியக் கேடயத்தோடும் அகிம்சை வாளோடும் வெளிப்பட்டனர். இது அவர்தம் நோக்கத்தை வெற்றிபெறச் செய்ததோடு அவர்களுக்கு ஏராளமான

பரிசுகளையும் வாரிக் குவித்தது. ஐம்பதுகளில் உருவான திராவிட இயக்க இளைய தலைமுறை அறுபதுகளின் இறுதியில் உதிரத் தொடங்கியதும், எழுபதுகளில் உருவான புதிய தலைமுறை கம்யூனிசத்தின் பக்கம் சென்றுவிடுமோ என்ற அகிம்சையின் அச்சம் வெற்றிபெற்ற வரலாறே தமிழ்நாவல் - அரசியல் நாவல் களத்தின் தடங்களாகும்.

"நாட்டு விடுதலை என்ற இலட்சியத்துக்காக மட்டுமின்றி, மேன்மைக்காகவும் அரிய கொள்கைகளை வகுத்து, தியாகத்தின் அடிப்படையில் உருவாகி ஆலமரமாக வளர்ந்து மக்களிடையே பெருஞ் செல்வாக்கைப் பெற்றிருந்த அரசியல் கட்சி, வலது இடது என்று இரண்டு சாரிகளாகப் பிரிந்து உடைந்து வலுவிழந்தது. அரசியல் வானில் கொந்தளிப்பு மிகுந்தது! சமுதாய மேன்மைகளுக்காக எந்த எந்த அடிநிலைகளை உயரிய மதிப்போடு போற்றி வந்தோமோ, அந்த அடிநிலைகளே ஆட்டம் கண்டன. அரசிய கட்சிகளின் மீது மக்கள் அவநம்பிக்கை கொள்ளும் வகையில் அவை செல்வாக்கு இழந்து, தனி மனிதர்களின் சண்டை சச்ரவுகளாகச் சீர்குலைத்தன". [2]

25-2-1980இல் இந்த நாவலுக்காக எழுதிய முன் னுரையில் ராஜம் கிருஷ்ணன் இவ்வாறு குறிப்பிட்டுள்ளார். ராஜத்தின் இந்த மொழி "புதிய புதிய அரசியல் எழுச்சிகளின் மீது, கட்சிகளின் மீது மக்கள் பெருநம்பிக்கை கொள்ளத் தொடங்கினர்" என்பதை மறைக்க அரும்பாடுபடுகிறது. 'நீங்கள் காந்தியக் கொள்கைகளை ஆதரிக்கவில்லையா அம்மா?" என்று என்னைப் பலர் இந்த நூலைப் படித்துக் கேட்டிருக்கின்றனர். (4) அப்பட்டமான வெளிப்படையான நேர்முகமான காந்திய, அகிம்சைப் பிரச்சாரமான இந்த நாவலுக்கு, ஏதோ அதற்கு எதிரான நாவலைப் போல ஒரு முகமூடியை அணிவிக்க முயற்சிக்கும் இந்த முன்னுரைப் பகுதிதான் நாவல் மொழியின் தோலுரிக்கப்பட்ட அரசியலாகும். இந்த நாவலுக்கு 1973ஆம் ஆண்டிற்கான "மத்திய சாகித்ய அகாதமி நிறுவனப் பரிசு பெறும்

சிறப்பும் கிடைத்தது" பெரும் வியப்புக்குரியது அன்று; ஞானபீடப் பரிசு கிடைக்காததுதான் மிகப்பெரும் வியப்புக்குரியதாகும்.

குறிப்புகள்

1. 'அரசியல் நாவல்' என்பதற்கும் 'நாவலின் அரசியல்' என்பதற்கும் நுட்பமான வேறுபாடுகள் இருந்தாலும் அவையாவும் அரசியல் நாவல் என்ற சொல்லாலேயே விளக்கப்பட்டுள்ளன; பொதுவாகக் கலைக்கும் சமூகத்திற்கும் உள்ள உறவுகளை விளக்கும் பொதுச் சொல்லாகப் பயன்படுத்தப்பட்டுள்ளது. இக் கட்டுரையில், இந்தச் சொல்லின் பயன்பாட்டிற்கு Yogendra K. Malik பதிப்பித்த Politics and the Novel in India என்ற நூல் மிகவும் பயன்பட்டுள்ளது.
2. மொழி அரசியலை நாம் சாதாரண மொழிப் பயன் பாட்டில் நாள்தோறும் நடைமுறையில் காணமுடியும். கீழே தரப்பட்டுள்ள மூன்று சொற்றொடர்களின் மொழி அரசியல் வெளிப்படையானது.
அ) இவர் ஒரு இந்தியர் ஆனால் ஒழுக்கமானவர்
ஆ) இவர் ஒரு இந்தியர் எனவே ஒழுக்கமானவர்
இ) இவர் ஒரு இந்தியர் ஒழுக்கமானவர்

3) தாழ்த்தப்பட்ட வகுப்பு மக்கள் மற்றும் மக்கள் எழுச்சி பற்றிக் குறிப்பிட்டுள்ள இடங்களில் எல்லாம், நாசூக்காகத் தாக்குவதற்கான முறைபோலக் கேள்வி எழுப்பி, அப்படியே விட்டுவிட்டுச் செல்லும் ஒரு மொழியமைப்பை நாவல் முழுக்கக் கையாண்டுள்ளார் ராஜம் கிருஷ்ணன்.

4) சம கால அரசியலுக்கு எதிர்வினையாக யமுனாவைப் படைத்திருப்பதாக முன்னுரையில் கூறும் ராஜம் கிருஷ்ணன், 'உயர்பண்பு, கற்பு, பெண்' என்ற முற்சேர்க்கை, அரசியலுக்கும் பதவிகளுக்கும் அப்பாற்பட்டே நிற்கும் என்று கூறும் கருத்துநிலை எதைக் கூறுகிறது என்பது புதிரான ஒன்றல்ல.

தாங்கள் ஆதிக்கம் செய்ய முடியாத காலம் ஏற்படும் போதெல்லாம், அது ஒழுக்கம் கெட்டுவிட்ட காலம், நல்லோர்க்கு ஏற்ற காலமல்ல என்றெல்லாம் கூப்பாடு போடுவதுதான் மேட்டிமை அரசியலாகும்.

5) தொடர்பே இல்லாமல் நிகழ்ச்சிகளைத் தொடுத்து முன்பின்னாகக் காட்டுவது என்பது ஒரு உத்தியே! வெண்மணி கூலிவிவசாயிகள் கொளுத்தப்பட்ட கொடுமையில் பாதிக்கப்பட்டவர்கள் பக்கம் நின்றது கம்யூனிஸ்ட் கட்சி; ஏதோ சுதிரன் என்ற நாசக்காரக் கம்யூனிஸ்டுதான் வெண்மணிக் கொடுமைக்குக் காரணமானதைப் போல ஒரு தோற்றத்தைத் தன் மொழியால் உருவாக்குகிறார் ராஜம்!

6) 'காங்கிரசும் காந்தியும் தீண்டப்படாத மக்களுக்குச் செய்தது என்ன?' என்ற நூலில் (1945) அம்பேத்கர், 'காந்தியின் தொண்டு' பற்றி விரிவாக விளக்கியுள்ளார்.

7) ராஜம் கிருஷ்ணன் பற்றி இப்படி ஒரு முடிவுக்கு வரும் போது, 1982இலேயே அவரைப் பற்றி உயர்வாக எழுதிய இந்தக் கட்டுரையாளரின் மனம் மிகவும் வருந்துகிறது. ஆனால் ஆராய்ச்சி என்பது தனிமனிதர்களின் அன்பு, பாசம், விருப்பு, வெறுப்புக்கு அப்பாற்பட்டது.

நூலடைவு

1. சுந்தரம், இராம. 1969
"இன்றைய தமிழ் இலக்கியப் போக்கு", ஆராய்ச்சி (தொகுதி 1, மலர் 1, இதழ் 1)

2) முகிலன், க. (மொ.பெ.) 1992
டாக்டர் பி.ஆர். அம்பேத்கர் வாழ்க்கை வரலாறு (தனஞ்செய் கீர்) சென்னை: மார்க்சிய பெரியாரியப் பொதுவுடைமைக் கட்சி

3) மூர்த்தி . து. 2002
"தொடக்கக் கல்வியில் தாய்மொழிப் பயிற்சி ", தமிழியல் ஆராய்ச்சி (தொகுதி 1) சென்னை: புலமை மன்றம்.

4) ராஜம் கிருஷ்ணன், 1989
"வேருக்கு நீர்" சென்னை: தாகம் (முதற்பதிப்பு 1972)

இரசனை உணர்ச்சியாகவும் அமையலாம். அல்லது, வாழும் சமூகத்தின் உயிரோட்டத்தை உணர்த்தி வாழ்க்கையின் உயிர் எது என்பதையும் விளக்கலாம்.

விடியும் கிழக்கின் சிவப்பொளியை மூன்று கவிஞர்கள் காண்கிறார்கள் எனக்கொள்வோம். "பொன்னார் மேனியனே" என்று ஒருவனுக்கும், "குங்குமத் தோட்டம் இங்கேன் பூத்தது" என்று இன்னொருவனுக்கும், "எந்த ஏகாதிபத்தியத்தின் கால்கள் இந்தப் பூமியில் வெட்டப் படுகின்றனவோ" என்று மூன்றாமவனுக்கும் தோன்றலாம். மூன்றுமே இலக்கியத்தில் ஒவ்வொருவரும் அமைக்க விரும்பும் அழகியல்தான். ஆனால் அதன் தன்மைகளுக்கு இடையில்தான் எவ்வளவு வேறுபாடு.

6. அழகியல், இலக்கியம் மனிதனில் ஏற்படுத்த வேண்டிய விளைவுகளுக்கு அடிப்படையாய் இருக்கிறது. இந்த அழகியலைக் கவிஞன் கையாளும் விதம் இலக்கியத்தின் விளைவுகளைத் தீர்மானிக்கிறது. வெறும் இரசனைக்காக இலக்கியம் என்று முடிவு கட்டிக்கொண்டு இலக்கியம் செய்வோர் அழகியலை வெறும் போதைப் பொருளாக கையாள்வர். ஆனால் இலக்கியம் வாழ்க்கைக்காக என்று தீர்மானித்துப் படைக்க வருவோர் அழகியலைப் போர்க்கருவியாகப் பயன் படுத்துவர். வேறொரு வகையில் சொல்ல வேண்டும் என்றால் அழகியல் என்பது பொருளுக்கும் மனத்துக்கும் (கருத்துக்கும்) மட்டுமே உள்ள உறவன்று. வாழ்வின் தன்மைகளை விளக்க, பொருளை வாழ்வோடு உறவாக்கிக் கொள்ளும் நிலையில் பொருளுக்குக் கவிஞன் கொடுக்கும் விளக்கமாகும் எனலாம்.

7. இலக்கியத்தில் அழகியலைப் பயன்பாடு கருதாமல் வெறும் இரசனைக்காக மட்டும் பயன்படுத்தும் கவிஞன் - வெறும் அழகியலைப் பாடும் கவிஞன் கருத்தியல் கவிஞனாவான். பயன்பாடு கருதிப் பாடும் கவிஞன் சமூக நடைமுறைகளை விளக்க முற்படும் நிலையில் அழகியலைப் பயன்படுத்துவதால் நடப்பியல் கவிஞனாவான்.

நடப்பியல் கவிஞன், உள்ளது உள்ளபடியே கூறுவதோடு மட்டுமின்றி, ஏன் இவையிவை இப்படி உள்ளன என்று கூறும் நிலையில்தான் அழகியலைப் பயன்பாடு கருதிப் பயன்படுத்த முடியும். இவை இவை இப்படித்தான் இருக்கும் என்று சொல்லும் "விதிநடப்பியல்" தன்மையில் இருந்து மாறி காரண காரியத் தன்மையோடு பாடும்போதுதான் கவிஞன் திறனாய்வு நடப்பியலுக்கு மாறுகிறான். இங்குதான் கவிஞனின் கையில் 'அழகியல்' போர்க்கருவியாகப் பயன்படுகிறது எனலாம்.

இதற்கு அடுத்த நிலையில் திறனாய்வு நடப்பியலோடு பாடுவதோடு, இந்தச் சமூகம் எந்தெந்த முறைகளில் இயங்கி வருகிறது என்பதைப் புரிந்து கொண்டு இந்தச் சமூகம் எப்படி எப்படி இயங்க வேண்டும் என்ற தீர்வோடு பாடும் நிலையில் கவிஞன் சமூகவியல் நடப்பியல் கவிஞனாக மாறுகிறான். சமூகவியல் நடப்பியல் கவிஞன் கையில்தான் அழகியல் தன் முழுமையைப் பெறும் எனலாம்.

8. எனவே 'வெறும் அழகியல்' என்பது இலக்கியத்தைப் போலிமை ஆக்குவதாகும். பொருள் அல்லது இயற்கை வருணனைகளின் வளர்ப்பிடமன்று. வாழ்வின் விளக்கங்களுக்குப் பொருள் அல்லது இயற்கை கருவியாகப் பயன்படுத்தப்பட வேண்டும். வாழ்வின் விளக்கங்களை மறுத்த அல்லது புறக்கணித்த அழகியல் கவித்துவத்திற்குக் காரணமாகவும் இருக்கலாம். கவித்துவம் இலக்கிய நியாயமாகவும் இருக்கலாம். ஆனால் கவிஞன் சமூக நியாயங்களுக்குப் போராடுபவன். அவன் படைப்புகளில் சமூக நியாயங்கள் உக்கிரம் பெறும்போது கவித்துவம் அல்லது அழகியல் குறைவுபடுவது போலத் தோன்றலாம். ஆனால் உண்மையான கவித்துவம் சமூக நியாயங்களின் போராட்ட வெற்றியில்தான் அடங்கி இருக்கிறது.

14

திறனாய்வு : பாராட்டும்! தாக்குதலும்

ஓர் இலக்கியம் வெளிவந்தவுடன் அது படிப்போரால் பாராட்டப்படுகிறது; அல்லது தூற்றப்படுகிறது; அல்லது எந்தவிதமான கருத்துரைக்கும் உட்படுத்தப்படாமல் வெறுமனே வைக்கப்பட்டு விடுகிறது. அதாவது ஒதுக்கப்படுகிறது. ஆனால் அந்த இலக்கியத்தின் தரத்தை, வாழ்வைப் போற்றவோ, தூற்றவோ, இருட்டடிப்போ முடிவு செய்வதில்லை. காலமே முடிவு செய்கிறது. 'காலம்' என்ற சொல்லும் சார்புடைய 'relative term' சொல் ஆகும். குறிப்பிட்ட ஒரு காலத்தில் புகழோடு விளங்கக்கூடிய ஒரு நூல் வேறொரு காலத்தில் கேட்பாரற்றுப் போகலாம். சில நூல்கள் தொடர்ந்து நீண்ட காலம் வரை புகழோடு விளங்கலாம். எனவே காலம் என்பது அந்தந்தக் கால மக்கள் எனப் பொருள்படும்.. 'காலமக்கள்' என்பதும் பொதுவாக அனைத்து மக்களையும் குறிக்காது. ஒரு படைப்பு / இலக்கியம் குறிப்பிட்ட காலங்களில் எந்த வகை மக்களுக்குப் பயன்படுகிறது, யாருடைய முன்னேற்றத்திற்குப் பயன்படுகிறது, எந்த வாழ்க்கை முறையைப் பாதுகாக்கின்றது என்பனவற்றைப் பொறுத்தே 'காலத்தின் முடிவு' என்ற சொல்லைப் புரிந்து கொள்ள வேண்டும்.

"திறனாய்வு"க்குள் நுழையும் முன் வேறொரு சொல் இணையை விளக்க வேண்டும்: நல்ல /

அழகான, இலக்கியம் × அவசியமான இலக்கியம்! இவ்வாறாக இருவகை இலக்கியம் இருக்கிறது என்றும், அவ்வாறு வேறுபடுத்திக்காட்டுவது திறனாய்வாளரின் வேலை என்றும் வாதாடுவோர் இருக்கிறார்கள். இந்தக் கட்டுரையாளர்க்கு 'அழகு மாயை' இல்லை!; சமூக வாழ்வின் முன்னேற்றத்திற்குத் தேவையான அவசியமான படைப்பு நல்ல படைப்பாகவும் வெளிவர வேண்டும் என்பதே உடன்பாடு. இதை மீறி அவசியமற்ற படைப்பும் நல்ல படைப்பாக இருக்கமுடியும் என்பது இயலாது. 'அழகு' என்பதைப் பிரித்து வைத்தோ, 'நல்ல' என்பதைத் தனிமைப்படுத்தியோ பார்க்க முடியாது, கூடாது. ஜெயகாந்தன், ஜெயமோகன், சுந்தர ராமசாமி போன்றோர் சமூகவாழ்வைப் பற்றியும் மனித இன மேம்பாடு குறித்தும் எவ்வளவுதான் பிற்போக்கான கருத்துடையவர்கள் என்றாலும் நல்ல/ அழகிய படைப்புகளை உருவாக்கியுள்ளார்கள் என்பது கவர்ச்சியான வாதம்! 'நல்ல' 'அழகிய' 'சிறந்த' 'கலைநயம் மிக்க' முதலான சொற்கள் சமூக முன்னேற்றத்தோடு பிணைக்கப்பட்டுள்ளவை. எனவே அவர்கள் நாவல்/ சிறுகதை எழுதுகிறார்கள் என்பது உண்மை! அவை 'அழகிய' நாவலாகக் கருதப்பட முடியாது!. எந்தவொரு 'போதையும்' சமூக மேம்பாட்டைப் பின்னுக்கு இழுப்பதால் அது அழகியதாக இருக்க வழியில்லை! (மூர்த்தி 1978 அ 1978ஆ, பக் 9 - 18) தால்ஸ்த்தோயை லெனினும் (1982) கார்க்கியும் பாராட்டியதைச் சான்றாக எடுத்துக்காட்டலாம். இந்த இருவருமே தால்ஸ்த்தோயை சகட்டுமேனிக்குப் பாராட்டிவிடவில்லை. தால்ஸ்த்தோய் நடுத்தர மக்கள் வாழ்க்கையை நடப்பியல்சார்ந்து அம்பலப்படுத்தியமையும், அழியும் நிலவுடைமையின்' கொடு நகங்களை வெளிப்படுத்திய தன்மையும், ஆனால் அதே சமயம் ஜார் மன்னனுக்கு எதிரான சமூகப் புரட்சியோடு கைகோர்க்காத நிலையும் மார்க்சிம் கார்க்கி போன்றவர்களால் நன்கு இனம் பிரித்துக் (நாதன்:1970, பக் 12 - 20) காட்டப்பட்டுள்ளன.

திறனாய்வு என்பதே ஒரு படைப்பை எந்தவிதமான அடிப்படைகளுமின்றி வெகுவாகப் புகழ்தல், போற்றிப் பரவுதல் என்றே பொருள் கொள்ளப்படுகிறது. 'பாராட்டுமுறைத் திறனாய்வு' என்பதே திறனாய்வின் ஒரு வகையாகவும் கருதப்படுகிறது. இக்கருத்தை எடையிடுவதே இக்கட்டுரையின் நோக்கம். தெளிவாகச் சொல்லப் போனால், திறனாய்வு எப்படியெல்லாம் அமையக்கூடாது, மற்றும் அமைய வேண்டும் என்பதற்கான சில வரை யறைகளைச் செய்ய இந்தக் கட்டுரை முயலுகிறது.

பாராட்டுமுறைத் திறனாய்வு என்பதற்கும், திறனாய்வில் பாராட்டுதல் என்பதற்கும் மிகுதியான வேறுபாடு உண்டு. ஒரு திறனாய்வாளனுக்குப் படைப் பாளனைவிட கூடுதலான சமூகப் பொறுப்புகளும் இலக்கியத் துடிப்புகளும் உள. அவன் விளம்பர முகவரோ 'கைமா' செய்பவனோ அல்லன்! படைப்புக்கும், சமூகத் திற்கும் இடையே செயல்படும் இலக்கிய மருத்துவன்.

தமிழிலக்கிய வளர்ச்சியில் திறனாய்வு என்பது ஒரு நிகழ்வு ஆகும்; அல்லது வகைமை ஆகும். சமூக வளர்ச்சியில் ஏற்படும் பல நிகழ்வுகளை விமர்சிக்கும்போது, அந்தச் சமூக வளர்ச்சியில் ஊடுருவி நிற்கும் பல காரணிகளைக் கணக்கில் எடுக்க வேண்டும். அதைப் போலவே திறனாய்வைப் பற்றி பேசும்போது, அது வெறும் ஐரோப்பியச் சட்டையை மட்டும் மாட்டிக் கொண்டு வெளிப்படவில்லை. உரையாசிரியர்கள் காலந்தொட்டு வரும் இலக்கியத்தை விளக்குதல், இலக்கண நுட்பம் கூறல், இலக்கியச் செவ்விகளை விதந்தோதுதல் போன்ற காரணிகளும், ஐரோப்பியக் காரணிகளும் ஒன்று கலந்த போது தொடக்கத்தில் இரண்டு பிரிவுகள்/ மரபுகள் ஏற்பட்டன. 1) க.நா. சுப்பிரமணியம் பிரிவு, மற்றும் 2) சிதம்பர ரகுநாதன் பிரிவு.

"புதுசாக எழுதத் தொடங்குகிறவர்களை அநு தாபத்துடன் அணுகிப் பரிவுடன் விமர்சனம் செய்ய

வேண்டும் என்று நமக்குள்ளே ஒரு சித்தாந்தம் தோன்றி யுள்ளது. இது அசட்டுச் சித்தாந்தம். எந்த இலக்கிய ஆசிரியனுக்கும் இலக்கிய சிருஷ்டி சம்பந்தமாகப் பரிவோ யாருடைய அநுதாபமோ தேவையில்லை. நான் எழுதியது இலக்கியமானால் ஆயிரம்பேர் பரிவுகாட்டாவிட்டாலும் இலக்கியம்தான் எனக் கூறும் க.நா. சுப்பிரமணியம் (1959, ப20) தன் பரிவு காட்டும் வேலையை, வெறும் அபிப்பிராயங்கள் காரணம் கூறும் வேலையைக் காரிய இயைபு இன்றி தாக்கியும் தூக்கியுடம் செய்த வேலையைத் தான் வெகு காலம் வரை திறனாய்வு எனக்கூறி வந்தார். இவர் உருவாக்கிய பரம்பரை இன்றும் தாக்கத்தைக் கொண்டிருக்கிறது.

1948இலேயே 'இலக்கிய விமர்சனம்' என்ற ஒப்பற்ற சிறிய நூலை எழுதிய சிதம்பர ரகுநாதன் 'விழுது விடாமல்' போனதற்கான காணரங்களை ஆராய வேண்டும். தமிழ் இலககிய ஆராய்ச்சி உலகில் - வரலாற்றில், 'வெறும் அபிப்பிராயங்களைக்' கூறிய க.நா.சு.-விற்குப் பாரம்பரியம் கிடைத்தது. இரகுநாதனுக்கு அப்படி இல்லாமல் போனது ஏன்? 'இந்தியப் புரட்சி' பற்றி இந்தியப் புரட்சியாளர்க்கு ஏற்பட்டிருந்த புரிதல், வளர்ச்சி மற்றும் பிளவுகளுக்கும் 'இலக்கிய விமர்சன' வீழ்ச்சிக்கும் தொடர்புண்டா? என ஆராய வேண்டியது அவசியமாகும். சமூகம், வாழ்க்கை, இலக்கியம், திறனாய்வு என்ற வளர்ச்சி கட்சிக்கு அப்பாலும் சமூகம் சார்ந்து இயங்க முடியும் எனப் புரிந்து கொள்ளப்பட்டதா என்பதே வினா!

க.நா.சு. மற்றும் இரகுநாதன் ஆகிய இரு பிரிவினர் கிடையே மூன்றாவது பிரிவாக ஒரு கூட்டம், நடுத்தர வர்க்கத்தின் எம்.ஏ. பி.எச்.டி. என்ற கூட்டம், திபு திபு வென்று முளைத்தது. இது நீண்ட காலம் தமிழ் ஆராய்ச்சி உலகைப் பட்டங்களுக்கான பட்டறையாக மாற்றி அமைத்தது. இந்தக் கூட்டத்தாரின் வேலை, இந்தியாவில் அறிமுகப்படுத்தப்பட்ட ஒரு சில ஐரோப்பிய - அமெரிக்க நூல்களில் இருந்து மேற்கோள்களை எடுத்து

அவற்றிற்கான தமிழ் இலக்கிய பகுதிகளைப் பொறுக்கி யெடுத்துப் பொருத்திக்காட்டுவதாக அமைந்தது. இந்த வகைத் திறனாய்வுப் 'பற்றவைப்பு' வேலைகளுக்குப் பேராசிரியர் மு. வரதராசனின் மாணவர்கள் வேராகவும், உரமாகவும், களமாகவும் அமைந்தனர். ஏறக்குறைய முப்பதாண்டுகளுக்கு மேல் பல்கலைக் கழகக், கல்லூரித் தமிழ்த் துறைகளில் இவர்களே தலைமை தாங்கி ஆய்வு மாணவர்களையும் ஆற்றுப்படுத்தினர்.

இந்தக் கட்டத்தில், கல்கி, மு.வ., அகிலன், நா. பார்த்தசாரதி, ஜெயகாந்தன் முதலானோர் படைப்பு களுக்கு டாக்டர் பட்ட மாணவர்கள் திறனாய்வு என்ற பெயரில் விளம்பர வரிகளை எழுதிக் குவித்தனர். காவிய, புராண, சிற்றிலக்கிய இக்கால இலக்கிய ஆய்வுகள் அனைத்தும் செய்தித் தொகுப்புக்களாகவும் போற்றிப் பரவல்களாகவும், துதியாகவும் அமைந்தன. எனவே 'திறனாய்வில் பாராட்டுதல்' என்பதற்கு மாறாகப் 'பாராட்டு முறைத் திறனாய்வு' என்றவொரு வகையே உண்டாகிவிட்டது. இக்கட்டுரை இதைத் தொடர்ந்து விரிவாக ஆராய்கின்றது.

II

ஓர் இலக்கியத்தைப் பாராட்டுதல் அல்லது திறனாய்தல் என்பது திறனாய்வோன் தன் புலமைப் பெருமையைக் காட்டுவதன்று; இலக்கியப் படைப்பின் புலமை நலமும், படைப்பு நுட்பமும், அழகியல் கூறுகளும் அப்படைப்பின் முழுமைக்கு எவ்வாறு உதவியுள்ளன என்பதை வெளிப்படுத்திக் காட்ட வேண்டும். ஓர் இலக்கியத்தின் வெற்றி என்பது சமூகம், வாழ்க்கை, இலக்கியம், படிப்போர் என்பதன் கூட்டிணைவாக விளங்குவதைத் திறனாய்வோன் வெளிப்படுத்திக் காட்ட வேண்டும்.

இந்த வகையில் தமிழிலக்கியத் திறனாய்வு வரலாற்றின் தொடக்கக் காலத்தைப் பார்க்கும்போது கம்பராமாயணம், பெரியபுராணம் போன்ற பல இலக்கியங்களுக்குத் திறனாய்வு என்ற பெயரில் வெளிவந்தவையெல்லாம் சொற்களைப் பிடித்துக்கொண்டு ஊசலாடுவதும், கம்பரையும் சேக்கிழாரையும் வீழ்த்தித் திறனாய்வாளன் தன் 'மேதா விலாசத்தைக்' காட்டுவதாகவுமே அமைந்துள்ளன.

''எண்ணிலா வருந்தவத்தோர்'' என்று கம்பன் விசுவாமித்திரரைக் குறித்ததை வைத்துக் கொண்டு 'எண்ணில் ஆ வரும் தவத்தோன் ' (நினைத்தால் காமதேனுவைக் கொண்டுவரும் தபசி), 'எண் இல் ஆ வருந்தவத்தோன்' (எண்ணில்லாத காமதேனுக்களை வரும்படிச் செய்யும் வலிமை பெற்றவன்) என்றெல்லாம் வலிந்து பொருள்கொண்டு கழைக் கூத்தாடும் புலவர்கள் இந்தக் காலத்திலும் இருக்கிறார்கள். இந்த முறை வியாக்கியானங்கள் விமர்சனமாகி விடுமா? முடியாது!'' என்னும் கருத்து (ரகுநாதன் 1948 ப.11) இங்கே பொருத்தமாக அமையக்கூடியது.

வியாக்கியானங்களே இன்னும் விமர்சனமாக வந்து கொண்டிருப்பதன் காரணங்களை ஆழ்ந்து நோக்கும் போது ஓர் அடிப்படைத் தவறு புலப்படுகின்றது. தமிழ் உரைநடை மரபில் உண்டாகியிருக்கும் விளக்கவுரை முறைகள், உரைநடை அல்லது கட்டுரை என்றாலே பழைய செய்யுளுக்குப் பழைய பொருளையே புதிய வாக்கியங்களில் எழுதிச் செல்லுதல் என்ற தவற்றை வலிமையாக்கியுள்ளன. பெரும்பாலான தமிழ்ப் பேராசிரியர்களின் பொங்கல் மலர்க் கட்டுரைகள் உரைநடைத் தொகுப்புகளாக வெளியிடப்பட்டுப் பாடப் புத்தகங்களாகவும் இருந்துவிட்டபடியால் 'சொல்லடுக்குத் திறனாய்வு' உலகில் மயிலை சீனி. வேங்கடசாமி, மா. இராசமாணிக்கனார், அ. சிதம்பரநாத செட்டியார், இலக்குவனார் போன்றோர் 'ஆராய்ச்சி அறிஞர்கள்' என ஒதுக்கப்பட்டனர் போலும்.

ஒரு நூலைப் பாராட்ட வேண்டும் என்ற 'ஆசை' யில் அந்நூலின் தன்மையையே மாற்றிக் காட்டும் திறனாய்வுகளும் உள. திருக்குறளின் கருத்துகள் காந்தியத்திலும் உள என்பதற்கும், 'காந்தியமே திருக்குறள்' என்பதற்கும் வேறுபாடுகள் உள. கருத்துக்கள் அல்லது தத்துவங்கள் குறிப்பிட்ட சமூக அமைப்பை விளக்குவன. இரும்பு கண்டுபிடிப்பதற்கு முன்னால் இரும்பு பற்றிய சிந்தனை உருவாகியிருக்க முடியாது. 19 - 20 ஆம் நூற்றாண்டின் முற்றிலும் மாறுபட்ட புதிய இந்திய சமூக அமைப்பின் விளைவாகத் தோன்றிய காந்தியத்தை இந்தக் காலத்திற்கு முற்றிலும் முரண்பட்ட கால விளைவான திருக்குறளில் பொருத்தி விளக்க முற்படுவது 'நல்ல திறமை'யாகும்; திறனாய்வாகாது!

''பகுத்துண்டு பல்லுயிர் ஓம்புதல் நூலோர்
தொகுத்தவற்றுள் எல்லாம் தலை''

- இதன் பொருள் தன் கையில் கிடைத்தவற்றைத் தன் உழைப்பால் தான் சேர்த்துள்ள பொருள்களைத் தானே துய்க்க நினைக்காமல், தன் தேவைக்குப் போக எஞ்சியவற்றை எல்லோர்க்கும் வழங்க வேண்டும் என்பதே நூலோர் கூறிய அறங்களுள் தலையாய அறம் என்பதாகும். இதையே தர்மகர்த்தாப் பொதுவுடைமை என்று கூறினார் காந்தியடிகள்'' - என்று திருக்குறளுக்குப் புதுப்பொருள் கூறப்படு கின்றது (சிவஞானம்: 1965, ப 9) இது குறளையோ காந்தியத்தையோ முறையாகப் பாராட்டுவதோ திறனாய்வதோ ஆகாது! இந்த இரண்டைப் பற்றிய சிவ ஞானத்தின் கருத்துக்களின் வன்மை மென்மைகளுக்குள் புகத் தேவையில்லை. திருக்குறள் கூறுவதே காந்தியடிகள் கூறியதாகும் என்பது, இருவேறு முரண்பட்ட காலக் கோட்பாடுகளை ஒரே பையில் மூட்டைக்கட்ட முயல்வது கால, இட, கருத்து வழுக்களாகும்! காந்தியத்தைப் பரப்ப வேண்டிய கட்டாயத்திற்குட்பட்ட ஆசிரியர் திருக்குறளைப் பாராட்டுவதிலும் காந்தியத்தைப் பரப்பி யிருப்பது எவ்வகையிலும் திறனாய்விலோ, திறனாய்வில்

பாராட்டுதல் என்பதிலோ அடங்காது! ஓர் இலக்கியத்தைத் தேவையின்றி அல்லது தன் தேவை காரணமாக தன் காலத்திற்குக் கருத்துக்களுக்கு ஏற்ப முன்னுக்கு இழுத்தலும், பின்னுக்குத் தள்ளுவதும் அகவய ஆசைகளே ஆகும்!

வருணாசிரமக் கொடுமையைச் சிவஞானம் எதிர்க்க முயல்வது வரவேற்புக்குரியது. ஆனால் புறநானூற்றில் அதைப் புகுத்த முயல்வது புறநானூற்றைப் புறம்பழிப்பதாகும்.

“சங்க காலத்தில் நிலவிய சோசலிசபாணி சமுதாயத்தில் வகுப்புவாதப் பேய் எழவில்லை.

‘வேற்றுமை தெரிந்த நாற்பாலுள்ளும் கீழ்ப் பாலொருவன் கற்பின், மேற்பாலொருவன் அவன்கண் படுமே’ என்று கூறுகிறது புறநானூறு. இது வருணாசிரமக் கொடுமைகள் இல்லை என்பதற்கு எடுத்துக்காட்டு”- என்பது அவர் (ப.72) கூற்று!

நூற்றாண்டுகள் பல கொண்டு வந்து குவித்த சமுக மாற்றங்கள், வளர்ச்சிகள், அறிவியல் கண்டுபிடிப்புகள் ஆகியவற்றின் இயைபில்-தொடர்ச்சியாக உருவாக்கப்பட்ட ஒரு சமூக அறிவியல் கொள்கையே சோசலிசம் என்பதாகும்! மகாவீரர், புத்தர் காலத்திலிருந்தே ‘லோகாயதக்’ கருத்துகள் தொடர்கின்றன. ஆனால் இன்று நாம் கூறும் சோசலிசம் என்பது மாறி அமைந்துள்ள உற்பத்தி முறைகள், வழங்கு முறைகள், இவற்றினால் எற்பட்டுள்ள மக்கள் உறவுகள், கருவிகளின் ஆதிக்கம் ஆகியவற்றை உட்கொண்ட அறிவியல் கொள்கையாகும். எனவே இக்கொள்கை சங்ககாலத்தில் நிலவியதாக -‘சோசலிச பாணி எனக் கூறப்பட்டிருந்தாலும் -கருதுவதே முரணும் பிழையுமாகும். சோசலிச சமுதாயத்தில்தான் வகுப்புவாதப் பேய் - வர்ணக் கொடுமை இருக்காது. என்பது சரி! ஆனால், ‘வேற்றுமை தெரிந்த நாற்பாலுள்ள’ ஒரு சமுதாயத்தின் (கற்கவே முடியாத கீழ்ப்பாலொருவன்) ‘கற்பின்’

எனப்படும் சமுதாயத்தின் இலக்கிய வெளிப்பாட்டில் சோசலிசத்தைப் பொருத்திக் காட்ட முயல்வது இலக்கியப் பாராட்டும் ஆகாது; திறனாய்வுமன்று! சங்ககாலச் சமுதாயம் சோசலிசபாணியா இல்லையா, சோசலிசம் சரியா தவறா என்பன வினாக்களோ விவாதமோ அல்ல. ஒரு கொள்கைக்குக் கட்டுப்பட விரும்பும் ஒருவர் அக்கொள்கை, தோன்றிய காலத்திற்கு முற்றிலும் முரண்பாடான ஒரு கால நூலில் தன் விருப்பக் கொள்கையை நுழைப்பது தவறு. திறனாய்வன்று.

ஏதேனும் ஒரு கட்டயாத்திற்குப் பாராட்டுதலைப் போலவே, நூலுக்கு வலிமை சேர்ப்பது, அறிவியல் தன்மை ஏற்றுவது என்ற பெயரால் வலிந்து வலிந்து புகழ்வது திறனாய்வன்று! வழிபாடுகள் பாராட்டுகள் அல்ல! இலக்கியத்தின் சிறப்புத் தன்மையை விளக்குவது என்ற பெயரில் காலப்பிழை ஏற்படுத்தப்படக்கூடாது.

''மேலை வானவ ரும்அறி யாதோர்
கோல மேஎனை ஆட்கொண்ட கூத்தனே
ஞாலமே விசும்பே இவை வந்துபோம்
காலமே உனை என்றுகொல் காண்பதே''

என்றபாடலுக்கு விளக்கம்கூறவந்தவர் (ஞானசம்பந்தம்:1965 பக்.111 - 112)

"ஞாலமாகவும் விசும்பாகவும் இவை இரண்டும் தோன்றி மறைதற்குக் காரணமாகவும், நிலைக்களமாகவும் உள்ள காலமே! உன்னை என்று காண முடியும்? என்று பெருமான் கூறும்போது கொஞ்சம் வியப்படையத் தான் வேண்டியிருக்கிறது. இறைவனைக் காலம் கடந்தவன், காலகாலன் என்றெல்லாம் கூறுவது மரபு. ஆனால் ஞாலமும், விசும்பும் வந்து போவதற்குரிய 'காலம்' என்று கூறுவது புதுமை என்பது மட்டுமன்று" ஐன்ஸ்டினுக்கு ஆயிரம் ஆண்டுகளுக்கு முன்னரே அவர் கண்ட கனவைக் கண்டதுபோல் அல்லவா இருக்கிறது" என்று தன் வியப்பை வெளிப்படுத்தியுள்ளார். வியப்புப் பாராட்டை விட வழிபாட்டிற்கே வழிகோலும்! (மூர்த்தி: 1993 பக் 19-24)

காவிய உணர்ச்சியின் அடிப்படை, வியப்பு! அது படைப்பிலக்கியத்திற்குப் பயன்படலாம். ஆனால் திறனாய்வோ உண்மை விளைவை நோக்கிய இலக்கியப் போராட்டம்! உண்மை என்பது மக்களுக்கும் வாழ்வுக்கும் இலக்கியப் படைப்பைத் தொடர்புபடுத்தலாகும். திறனாய்வு என்பது ஓர் அறிவுத்துறை என்பதை உணராமல் பலர் கம்பர், மாணிக்க வாசகர், திருத்தக்கதேவர் முதலானோரை விஞ்ஞானிகளாக்கிக் காட்டுவது விழைவுகளே அன்றி, திறனாய்வு விளைவுகள் அல்ல! நிழலை வைத்து நேரத்தைக் கூறும் சிற்றூர் மனிதனைப் போல, படைப்பூக்கமுள்ள படைப்பாளிகள் நோக்கறிவு சான்றவராக இருக்கலாம்; ஆனால், ஐன்ஸ்டீன்கள் அல்ல!

ஒரு நல்ல மாணவன் தன் ஆசிரியரைப் பாராட்டு தற்கும், பரிந்துரை வேண்டி வருபவன் ஆசிரியனை அண்டிப் பலபடப் புகழ்வதற்கும் நிறைய வேறுபாடுகள் உள! 'பலபடப் பரக்கப் புகழ்தலே' இலக்கியத் திறனாய்வு வரலாற்றின் எல்லைக் கற்களாக உள்ளன.

"வானத்தில் உள்ள விண்மீன் கூட்டத்தை நிலை விண்மீன் எனவும், நிலைதிரி விண்மீன் எனவும் வானவியலார் வகுத்துக் கூறுவர். தான் இருக்கும் இடத் தாலும் தூரத்தாலும் கட்புலனுக்கு இயங்காக் காட்சிதரும் மீனே நிலை விண்மீன்! அகிலன் தமிழ்ப்புது இலக்கிய வானில் நிலை விண்மீன் போன்றவர்!

அகிலனின் மனம் கலையின் தலையூற்று! கருத்துகளின் ஒளிப்பேழை! அவரது எழுத்துகள் தமிழுக்குக் கிடைத்த புதுச்செல்வம்! அச்செல்வத்தின் பயனைத் துய்த்துப் போற்றுவது தமிழர் கடன்.

வாழ்க! அகிலன, வளர்க! அவர் தம் தொண்டு! - என்பது இன்னொரு பேராசிரியரின் (இராமலிங்கம்: 1974, ப. 192) திறனாய்வு முடிவுகளாகும். திறனாய்வு முடிந்த பின் இப்படி வாழ்த்துக் கூறுவதில் என்ன தவறு என

வினவலாம்! இந்த வாழ்த்து முடிவைக் கொண்டே இந்தத் திறனாய்வின் தன்மைகளைக் கணிக்க முடிகிறதல்லவா? ‘இலக்கணம் கலையாகாது, பஞ்சாங்கம் விஞ்ஞானமாகாது; ரெயில்வே அட்டவணை பிரயாண நூலாகாது’ என்பதைப் போலவே ‘வெற்று கோஷங்கள்’ திறனாய்வாகாது!

படைப்பைப் புரிந்து கொள்ளுதலில் ஏற்படும் பிழைகள் முரண்பாடுகள் திறனாய்வுக்கு அடிப்படைத் தடைகளாகும். ஒரு படைப்பாளனைப் பாராட்டுவதாக எண்ணிக்கொண்டு, பாத்திரத்தின் படைப்பு முரண் பாடுகளை, அல்லது படைப்பாளனின் வரிகளிலேயே தெளிவாகக் காணக்கூடிய கருத்து முரண்பாடுகளைப் புரிந்துகொள்ளாமல், புரிந்து கொண்டாலும் அதைச் ‘சரிகட்டுவதாக’ எண்ணிக் கொண்டு குறிப்பிட்ட நாவலாசிரியர்களின் பாத்திரங்களைத் தூக்கி வைத்துக் கொண்டாடுகின்றனர். படைப்பை முழுக்கப் படிக்காமல் முன்னுரையையோ முடிவுரையையோ படித்துவிட்டு ஆய்வுக்கட்டுரை எழுதினால் அது ‘நயவுரை’யாகவே அமையும்.

‘எங்கே போகிறோம்’ என்ற நாவலில் ‘புவனா’ என்ற வொரு பெண் பாத்திரத்தைப் படைத்துள்ளார் அகிலன். இந்த நாவலை அறிமுகப்படுத்தும்போது ‘இது ஒரு காந்திய ரியலிசம் உடைய நாவல் என்கிறார் ஆசிரியர். காதலனால் வஞ்சிக்கப்படும் புவனா எல்லாவகை ஒழுக்கக் கேடுகளையும் மனமறிந்து ஏற்கிறாள்; வாழ்வின் இறுதிவரை முறையற்றுப் பிழைத்தும் வாழ்ந்தும் பெருஞ் செல்வம் சேர்க்கிறாள்; இறக்கும் இறுதிக் கட்டத்தில் ஈட்டிய பெருஞ்செல்வத்தை நற்செயலுக்கு அளித்துத் தியாகியாகின்றாள்! ‘புவனா’வின் பாத்திரப் படைப்புப் பற்றியதல்ல வினா!

காந்தியத்தின் அடிப்படைக் கூறுகளுள் ‘முடிவைப் போலவே வழியும் நல்லதாக அமைய வேண்டும்’ என்பதும் ஒன்றாகும். இதை அறிந்து உணர்ந்திருப்பாரேயானால்

இந்த நாவலின் திறனாய்வாளர் (வீராசாமி, 1977, பக். 109—116) புவனா பாத்திரம் குறித்த தன் திறனாய்வை முறைப்படுத்தியிருக்க முடியும்.

காந்திய ரியலிசம், புவனா பாத்திரப் படைப்பு ஆகியவற்றை விமர்சிக்க இங்கே இடமில்லை. ஒரே நாவலில் படைப்பாளனால் மேற்கொண்டுள்ளதாகக் கூறப் பட்டுள்ள இலக்கிய கோட்பாட்டிற்கும் அதைச் சரியாகப் பிரதிபலிக்காத பாத்திரப் படைப்புக்கும் இடையே உள்ள பள்ளத்தைத் திறனாய்வாளர் இட்டு நிரப்ப முயல்வது, திறனாய்வுமன்று, திறனாய்வில் பாராட்டுதலும் அன்று! அகிலனின் நாவல் காந்திய ரியலிச நாவல் என்றால் 'புவனா படைப்பு' தவறானது! புவனா சிறந்த படைப்பென்றால் இந்த நாவல் காந்திய ரியலிச நாவல் அன்று! இதைப் புரியாமல் போன திறனாய்வாளர் இரண்டையும் பலபடப் புகழ்வது திறனாய்வாகாது.

தமிழ் இலக்கிய திறனாய்வு வளர்ச்சி - வரலாற்றில் இந்தக் குறைபாடு எதனால் ஏற்பட்டது? இன்றுவரை எப்படித் தொடர முடிகிறது.

பதவுரை, கருத்துரை, பொழிப்புரை, விளக்கவுரை, அருஞ்சொற்பொருள் விளக்கம் முதலான மரபுகளில் - தொழில் நுட்பச் சொற்களைக் கையாண்ட உரையாசிரி யர்களின் கல்வி நேர்மையில் குறைகாண வழியில்லை. 'முனைவன் கண்டதே முதல்நூல்' என்றும் மூலநூல் ஆசிரியன் குறையிலா முழு அறிவினன் என்றும் ஒளிவுமறைவு இன்றி அவர்கள் கூறினார்கள். ஆனால் திறனாய்வின் தோற்றமும் நோக்கமும் அதன் சமூக பயன்பாடும் முற்றிலும் வேறுபட்டதாகும். சமூக அறிவும், படைப்பிலக்கியத்தை ஆழக் கற்ற அறிவும், கல்வி நேர்மையும் உடையவராக இல்லாமல், டாக்டர் பட்ட பட்டறையில் காய்ச்சாமல் அடித்துத் துப்பிய (பட்டந்தாங்கிகளாகத் திறனாய்வாளர் பலரும் வெளிப்பட்டனர். எனவேதான் போற்றிப் பரவல்....) உரைகளாகப் பல திறனாய்வுகள்

வெளிவந்துள்ளன. எல்லாவற்றிற்கும் மேலாகப் படைப்பாளன், புத்தக வியாபாரி, திறனாய்வாளன் என்ற கூட்டுக்குழும வணிகத்தில் திறனாய்வு என்பது முதுகலை மற்றும் ஆய்வு மாணவர்களுக்கான நல்ல சந்தைப் பொருளாயிற்று. இலக்கிய மேடைப்பேச்சின் சாயலைத் திறனாய்வும் பெற்றது.

நூலறிமுகம், புத்தக விமர்சனம் (review articele) கருத்துரை, மதிப்புரைக் கட்டுரை, திறனாய்வு என்ற படித்தரம் வாய்ந்த, பல நிலைகளைக் கொண்டிருக்கும் ஒரு படைப்பு வெளிப்பாட்டிற்கான ஆய்வு வினைப்பாடு தமிழில் சரியாக உருவாகாமல் இன்றும் இருப்பதற்கு நாம் அனைவருமே கூட்டுப்பொறுப்பு ஏற்க வேண்டும்.

III

வழிபாடுகளும், நயவுரைகளும், போற்றிப் பரவலும் எவ்வாறு திறனாய்வு என்ற பெயராலும் திறனாய்வில் பாராட்டுதல் என்ற பெயராலும் இன்றுவரை தொடர்கின்றனவோ அவ்வாறே 'வெற்றுத்தாக்குதல்' (= 'மட்டையடி' என்பது பேச்சு வழக்குச் சொல்) என்பதும் தமிழ் இலக்கியத் திறனாய்வு உலகில் இன்றுவரை 'கோ(ல்) லோச்சும்' ஒரு மரபு ஆகும். இந்தத் தாக்குதல் மரபு இரண்டு வகைப்படும்: *1* திறனாய்வாளன், தன்னைத் தவிர வேறு அறிவாளி எவனும் இருக்க முடியாது, கூடாது என்ற அகம்பாவத்தில் எழுதுவது. முதல்நூல் எழுதியவன் 'முனைவன்' என்பதை ஏற்றுக் கொண்ட உரைமரப்புக்கு நேர் எதிராகத் 'தான் மட்டுமே முனைவன்' என்ற பெயர் சூடிகள் ஆடும் 'தாக்குதல் தாண்டவம்' ஒரு பக்கம் ஆகும். ஆங்கில மேற்கோள்கள், தனக்குக் கிடைத்த புத்தகம் மட்டுமே அறிவுச் சுரங்கம், மறைமுகமாகத் 'தமிழ்' மொழியைத் தாக்குவதில் ஒரு தனித்த சுகம் என்பதிலிருந்து வெளிபடும் 'தாக்குதல்' மறுபக்கம் ஆகும். *2)* இரண்டாவது நிலையில், குறிப்பிட்ட ஒரு கொள்கையை

(- கட்சியை அல்ல) தத்துவ மரபை வெளிப்படையாக ஏற்றுக்கொண்ட, அறிவிக்கின்ற திறனாய்வாளரின் 'தாக்குதல்' அடங்கும். இந்த இரண்டாவது நிலையைச் செறிவாக ஆராய்வதற்கு முன்னால், பொதுவாகத் திறனாய்வு என்பதும், திறனாய்வில் பாராட்டு என்பதும் எப்படி அமைய வேண்டும் எனக் காண்பது நல்லது.

பொதுவாகச் சொல்லப்போனால் திறனாய்வு பொருத்தமாக அமைய வேண்டும். பொருத்தம் என்பது ஆய்வாளனின் மனப்பொருத்தம் அல்லது பிடித்தம் எனப் பொருள்படாது. படைப்பாளனின்/படைப்பின் நோக்கம், அந்த நோக்கம் படைப்பில் வெளிப்படும் தன்மை, படைப்பு சார்ந்து நிற்கும் காலம், இந்த மூன்றினால் ஏற்பட்டுள்ள/ஏற்படும் இலக்கிய அல்லது சமுதாய விளைவு என்பதனுடைய பொருத்தமாகத் திறனாய்வு அமைய வேண்டும். இப்பொருத்தம், திறனாய்வாளனின் திறமையைப் படிப்போன் 'பாராட்டுதலில்' இல்லை. படைப்பின் உணர்வு படிப்போனின் நெஞ்சில் புதிய திறனாய்வு எப்படிப்பட்ட பாலமாக அமைகிறது என்பதில் இருக்கிறது. இந்தப் 'பொருத்தம்' என்ற சொல்லை விழிப்புடன் கருத்தில் கொள்ள வேண்டும். யாரும் எதையும் பொருத்தம் பொருத்தமில்லை எனக் கொள்ளலாம்/ தள்ளலாம். திறனாய்வாளனின் ஆராய்ச்சி நேர்மை வெளிப்படும் விதத்தைப் படிப்பாளன் எளிதாக உணர்கிறான்.

நேர்மை, உண்மை, அறம் முதலான அனைத்துச் சொற்களும் சார்புச் சொற்களே! (relative terms) சமுதாயப் பெரும்பரப்பைத் தழுவி நிற்கும் அறிவியலைப் போலவே பண்பாடும் திகழ்கிறது. இந்தப் பண்பாட்டின் பிரிக்கவியலா பிரிவுகளாகவே மொழி, கலை, இலக்கியம் ஆகியன உருவாகி வளர்கின்றன. சமூகம், வாழ்க்கை, இலக்கியம் என்ற முப்பரிமாணம் கொண்ட முழுமையாகத் திறனாய்வு அமைகிறது. அது சில சமயங்களில் சமூகப் பண்பாட்டு வளர்ச்சிக்கான விதிகளையே உருவாக்கித்

தருகிறது. பொருளியல், அரசியல் போலவே திறனாய்விலும் சமூக வளர்ச்சி மரபின் விமர்சனமாகவும் சிக்கலுக்கான தீர்வு முனைப்புகளாகவும் அமைகிறது. சிக்கலுக்கான தீர்வுகள் 1) இறந்த காலத்தில் தேடப்படுகிறது, அல்லது 2) எதிர்காலத்தில் தேடப்படுகிறது. திறனாய்வாளன் எப்படித் தேடுகிறான் என்பதே 'நேர்மை'யை 'உண்மை'யைப் பொருத்தத்தை அடையாளம் காட்டுவதாகும்.

'படைப்பாளன் இப்படி எழுதியிருக்க முடியாது' என்ற ஐயத்தை அல்லது வியப்பைப் படிப்பவரிடம் எற்படுத்தாமல் 'இப்படி எழுதியுள்ளதைப் புரிந்து கொள்வதற்கான வழிமுறை இதுவே' என்று படிப்பவரை உணரச் செய்யும் படியாக, ஒப்புக்கொள்ளச் செய்யும்படியாக திறனாய்வு அமைய வேண்டும். திறனாய்வின் பயனே படைப்புக்கும் படிப்போனுக்கும் இடையே உள்ள திரைகளை விலக்குவதாகும். படைப்பின் இயல்பூக்க 'creative' impu;ses நெறிபோலத் திறனாய்வு, படைப்பின் கற்கைநெறியாக அமையவேண்டும். இலக்கியத்தை அதன் வேர்கள் சார்ந்தும், சமூகம் சார்ந்தும், பண்பாட்டின் இயங்குநெறி சார்ந்தும் புரிந்துகொள்ள இடப்படும் வழித்தடமே திறனாய்வாகும்.

திறனாய்வு தவிர்க்கவியலா வகையில் 'ஒப்புநோக்கை' ஒரு பகுதியாகக் கொண்டிருக்கிறது. ஒப்பீடு, இன்னொரு படைப்பைத் தாழ்த்தவோ, தவிடுபொடியாக்கவோ அன்று. ஒத்த படைப்புகளின் நடுவில், குறிப்பிட்ட படைப்பின் தனித்தன்மையைக் காண ஒப்பீடு பயன்படுகிறது. குறுந்தொகை, இடைக்கால அகப்பாடல்கள், கண்ணதாசன் காதல் பாடல்கள், மற்றும் பாரதிதாசனின் காதல் வரிகள் + கற்பனைகள்= காகிதங்கள் (1972) படைப்பின் தனிச்சிறப்பை ஒப்பீட்டின் வழியே அடையாளம் காட்ட முடியும். ஒப்பியல் திறனாய்வு மரபு, மரபின் தொடர்ச்சி, புதிய சமூகத்தின் கரு, புதுக்கருவின் உருவமாற்றங்கள் ஆகியனவற்றை வெளிச்சப்படுத்துவதாகும்.

திறனாய்வு, படைப்பில் இருந்து படிப்போனை நீக்கிவிடக்கூடாது; படைப்பின் இயங்கு பொருளை உள்ளவாறே புரிந்து படைப்பில் ஐக்கியப்படவோ, உணர்வுத் தெளிவுடன் விலகி நிற்கவோ உறுதுணை செய்ய வேண்டும்.

தத்துவ மரபைக் கொள்கையைச் சார்ந்து வெளிப்படையாக நிற்கும் 'திறனாய்வுத் தாக்குதல்' என்றால் என்ன?

இந்த வினா எளியதா, கடினமானதா என்பது இறுதியில் தானாகவே விளங்கும். இலக்கிய ஆய்வு என்பதை ஒரு சமூக அறிவியல் துறையாக விளங்கிக் கொள்ளும் போது இந்த வினா வியப்பை அளிப்பதில்லை. ஒரு தத்துவ மரபை - ஆராய்ச்சி நெறியைச் சார்ந்து வெளிப்படையாக நிற்கும் ஒருவன் எதிர்த் தத்துவ மரபு இலக்கியத்தைப் பாராட்டவே முடியாது. அப்படி கூடுமேயானால் அதுவே ஒரு 'இலக்கிய வணிகச் சமரசமாகும்'.

எந்தவொரு படைப்பும் ஏதேனும் ஒரு சமூகச் சார்போடே வெளிவருகிறது. எனவே குறிப்பிட்ட அந்தச் சமூகச் சார்பை ஒப்புக்கொள்ள முடியாத, மேலும் எதிர்க்க வேண்டியுள்ள திறனாய்வாளன், அதைச் சார்ந்து - அந்தச் சார்பைத் தாங்கி வரும் படைப்பைப் பாராட்ட முடியாததோடு எதிர்த்துத் தாக்க வேண்டியவனாகவும் உள்ளான். திறனாய்வில் தாக்குதல் என்பது இவ்வாறு புரிந்து கொள்ளப்படுகிறது.

இலக்கியத்தின் சமூகத் தன்மையை அம்பலப்படுத்துதல் என்பதும் திறனாய்வாளனின் வேலையே ஆகும். ஒரு படைப்பு படிப்பவர் உலகில் புழங்கத் தொடங்கியதும், அந்தப் படைப்பு, படைப்பாளி, படிப்பாளி என்ற இரண்டன் சமூகக் கூட்டுத் தொகையாகும். எனவே பொருளியல் வல்லுநர் போன்ற இலக்கியத் திறனாய்வாளன், இரண்டு வேலைகளை ஒரே சமயத்தில் செய்கிறான்: 1) எதிர்கால மாறுதலுக்கு உரிய புரட்சிகரமான இலக்கியத்

தன்மைகளைப் பாராட்டுகிறான்; 2) சமுதாயத்தின் எதிர்கால மாறுதலைப் பின்னுக்கு இழுக்கும் தன்மைகளை எதிர்த்துத் தாக்குகின்றான். திறனாய்வு, 'தத்துவத் தாக்குதலை-த் தன்னுள் கொண்டிருக்கிறது என்பது இது தான் ! (மூர்த்தி: 1994).

எந்தவொரு நூலும் ஓர் ஐயத்தை முரண் பாட்டையோ ஒத்துப் போதலையோ கொண்டிருக்கிறது. திறனாய்வின் 'எதிர்த்துத் தாக்குதல்' என்ற கூறு ஐயம், முரண்பாடு, ஒத்துப்போதல் என்ற மூன்று சமூகக் காரணிகளோடு சேர்த்து வைத்துப் பார்க்கும்போது நன்கு புரிந்துகொள்ளப்படக் கூடியதாகும். இலக்கியம் மட்டுமல்ல - அதாவது இலக்கியத்தைப் போலவே - திறனாய்வும் பொதுமக்கள் வாழ்விலும் போராட்டத்திலும் நேரடியாகவோ, மறைமுகமாகவோ பங்கு வகிக்க வேண்டும். பொதுமக்கள் வாழ்விற்கும் போராட்டத்திற்கும் துரோகம் இழைக்கும் படைப்புகளைப் பாராட்டக் கூடாததோடு எதிர்த்துத் தாக்கவும் வேண்டும். சமுதாயப் பொறுப்புடைய திறனாய்வாளன் பட்டுக்கோட்டை கல்யாணசுந்தரத்தையும் சுரதாவையும் ஒரே கோட்டில் வைத்துத் திறனாய்வை அணுக முடியாது. இங்குதான் திறனாய்வில் பாராட்டுதலும் தாக்குதலும் வெளிப்படுகிறது. எனவே, இறுதியாக திறனாய்வு என்பது -

1) வெற்றுச் சொல்லடுக்காக இருக்கக் கூடாது; 2) ஒரு கட்டாயத்திற்கு எழுதியதாக இருக்கக்கூடாது; 3) வலிந்து எழுதியதாக இருக்கக்கூடாது; 4) வெறும் முழக்கங்களாக இருக்கக் கூடாது; 5) பொருத்தமானதாக இருக்கவேண்டும்; 6) இப்படி இவர் எழுதியிருக்க முடியாது என்ற ஐயத்தைப் படிப்பவரிடம் ஏற்படுத்தாமல் படைப்பைப் புரிந்துகொள்ளும் நெறியை உணரச் செய்ய வேண்டும்; 7) படைப்பின் தனிச்சிறப்பை வெளிப்படுத்தப் பிற படைப்புகளோடு ஒப்பிடுவதாகவும் அமையலாம். இவை மட்டுமேயன்றி, 8) இலக்கியத்தின் சமுதாயத் தன்மைகளுள் புரட்சிகரமான, எதிர்கால மாறுதலுக்கு

உரிய தன்மைகளைப் பாராட்டுவதும், சமுதாயத்தைப் பின்னுக்கு இழுக்கக்கூடிய தன்மைகளை எதிர்த்துத் தாக்குவதும் ஆகும்.

நன்றி

இந்தக் கட்டுரையின் முதல் வரைவு ஏறக்குறைய 23 ஆண்டுகளுக்கு முன்பு நான் தமிழ்ப் பல்கலைக்கழகத்தில் பணியாற்றிய போது எழுதியதாகும். இதன் ஒரு சிறிய பகுதி 1989 இடைப்பகுதியில் 'தினப்புரட்சி' நாளேட்டில் வெளியிடப்பட்டது. வார்சா பல்கலைக் கழகத்திற்கு வருவதற்கு முன்னால், புத்தகங்களை ஒழுங்கு செய்தபோது இதன் பழய மூலப்படி கிட்டியது. இதன் மறு ஆக்கமே இந்தக் கட்டுரை. கட்டுரையின் முதல் வரைவு எழுதப்பட்ட நிலையில் அதைக் கவனமாகப் படித்துத் தோழமையோடு கருத்துகள் கூறிய பேராசிரியர்கள் ந. தெய்வசுந்தரம், ந. சிரஞ்சீவி (மறைவு) எஸ். என். கணேசன் (மறைவு) கா. சிவத்தம்பி, கி. அரங்கன் மற்றும் இராம.சுந்தரம் ஆகிய அனைவருக்கும் நன்றி.

நூலடைவு

1) இராமலிங்கம், மா. 1974
அகிலனின் கலையும் கருத்தும், சென்னை: தமிழ்ப் புத்தகாலயம்.

2) சிவஞானம், ம.பொ. 1965
இலக்கியத்தில் சோசலிசம், சென்னை: இன்ப நிலையம்

3) சுப்பிரமணியம் க.நா. 1959
விமர்சனக் கலை, சென்னை: தமிழ்ப் புத்தகாலயம்

4) ஞானசம்பந்தம், அ.ச. 1965
புதிய கோணம், சென்னை: பாரி நிலையம்

5) நாதன், ஆர்.எச். (மொ.பெ.) 1970
மாக்ஸிம் கார்க்கியின் கடிதங்கள்
சென்னை: நியூ செஞ்சுரி புக் அவுஸ் (பி) லிட்

6) மீரா, 1972
கனவுகள் + கற்பனைகள் = காகிதங்கள், சிவகங்கை: அகரம்

7) மூர்த்தி, து. *1978* அ
இலக்கியத்தில் அழகியல் - ஒரு முன்னுரை
Annals of Oriental Research. Vol.28, Part-1
சென்னை: சென்னைப் பல்கலைக்கழகம்
1978 -   இக்காலக் கவிதைகள் மரபும் புதுமையும்
சென்னை: சென்னை தமிழியல் நிறுவனம்
1993 -   அச்சத்தினின்று விடுதலை
சென்னை : சமூக ஆராய்ச்சி நிறுவனம்
1994 -   பாரதியின் தத்துவவியல் கோட்பாடுகள்
சென்னை: புலமை வெளியீடு

8) ரகுநாதன், சிதம்பர, *1949*
இலக்கிய விமர்சனம் - சென்னை: தமிழ்ப் புத்தகாலயம்

9) Lenin. 1982
Articles on Tolsõi, Moscow: Progress Publishers

10) வீராசாமி, தா.வே. *1977*
கல்கி, அகிலன் படைப்புக்கலை
சென்னை: தமிழ்ப் புத்தகாலயம்.

(15)

தமிழகத்தில் பட்டமேற்படிப்புக் கல்வி

சமூக அறிவியல் வளர்ச்சி

உலகத்தில் அனைத்துப் படிப்புகளையும் ஆராய்ச்சி களையும் இரண்டாகப் பிரிக்கலாம். *1)* அரசியல், பொருளியல், சமூகவியல் என சமூக வளர்ச்சியோடு நேரடித் தொடர்புள்ள சமூக அறிவியல் கல்வி; *2)* இயற்பியல், இயைபியல், விலங்கியல் என இயற்கைசார்ந்த இயற்கை அறிவியல் கல்வி/ இலக்கியம், கலை உட்பட அனைத்துச் சமூகம் சார்ந்த (Humanities & Arts) பாடங்களும் சமூக மாற்றங்களையும், போராட்டங்களையும் சார்ந்து அமைவதாகும், மாறுவதாகும், வளர்வதாகும்.

கலை இலக்கியக் கல்வி சமூக அறிவியல் ஆகுமா என்ற ஐயம் எழுவது இயல்பே! உண்மைதான். கவிதை எழுதுவதும், நடனம் ஆடுவதும், ஓவியம் தீட்டுவதும் கலை (Art) ஆனால் கவிதை எழுதுவது எப்படி, நடனமாடுவது எப்படி, ஓவியம் தீட்டுவது எப்படி எனச் சொல்லிக் கொடுப்பதும் ஆராய்வதும் அறிவியல் ஆகும். இந்த வகையில் தமிழ்நாட்டில் சமூக அறிவியல் (Scoial Sciences) கல்வியின் அதுவும் பட்டமேற்படிப்புக் (Post graduate) கல்வியின் நடைமுறைகள் குறித்து இக்கட்டுரையில் சில குறிப்புகளைக் கூறவிரும்புகிறேன்.

எந்தவொரு நாடு தன் வளர்ச்சிக்கான ஆதாரங்கள் அனைத்தையும் வளர்ந்த நாடுகளிடம் ஒப்படைத்து

விடுகிறதோ அந்த நாட்டில் சுயமான விஞ்ஞான வளர்ச்சியோ, கோட்பாட்டு (theory) வளர்ச்சியோ, கண்டு பிடிப்புகளோ இருக்காது; மற்ற மற்ற நாட்டின் கோட் பாடுகளுக்கு இரையாகும் அல்லது அவற்றைச் செயல் படுத்தும் வணிகக் காலனியாகத் தான் இருக்கும். இந்தக் கட்டத்தில்தான் சமூக அறிவியல் கல்வியைச் செழுமையாக வளர்க்க வேண்டும்; கோட்பாடுகளை நோக்கிய ஆராய்சியாகவும், தடைகளை அடையாளம் காணும் படிப்பாகவும் சமூக அறிவியல் கல்வி வளர்க்கப் படவேண்டும்.

நிற, இன வேறுபாட்டுக் கொடுமைகள் அகலாத, அமெரிக்க, ஆப்பிரிக்காவின் சமூகவியல் கொள்கையை/ கல்வியை, சாதி, மத, இட, மொழி வேறுபாட்டுக் கொடுமைகள் நிலவும் இந்தியாவில் பயன்படுத்த முடியாது; கூடாது! தொழிற்சாலை வளம் நிறைந்த அதனால் உண்டாகம் மன அழுத்தங்களால் பாதிக்கப்பட்ட முதியோர் நிறைந்த அமெரிக்காவின் முதியோர் கல்விக்கும் எழுத்தறிவற்றோர் நிறைந்த இந்தியாவின் முதியோர் கல்விக்கும் கொள்கை — நடைமுறை அளவில் பெரிய வேறுபாடுகள் உண்டு. திரையை (Screen) வெறும் சினிமாவாக மட்டுமே பார்க்கும் இந்திய மனோபாவத்தால், தொலைக்காட்சி என்பது வெறும் நுகர்பொருளாகவும், அறிவின் இறக்குமதியாகவும், பண்பாட்டுச் சீரழிவாகவும் அமைகின்றது. இதையெல்லாம் தட்டிக்கேட்க எந்த 'ஒட்டக் கூத்தனும்' இல்லாததுதான் வெட்கக்கேடு.

சில சமயங்களில் பொருளியல், சமூகவியல் ஆராய்ச்சி களை — அதன் பயன்களை உடனடி லாபம் தரும் 'சரக்கா'கவோ, ஏற்றுமதிக்குரிய விளைபொருளாகவோ பார்க்க முடியாது. கோட்பாட்டு வளர்ச்சிக்கான படிப்புக்கும் ஆராய்ச்சிக்கும் அரசு செலவிடும் தொகை, ஒட்டுமொத்த சமூக வளர்ச்சிக்குக் காலப் போக்கில் பயன்படுவதாகும். இந்தக் கண்ணோட்டத்தில், இன்றைய நிலையில், நடப்பில் வசதிகள் மற்றும் வாய்ப்புகளைப்

பயன்படுத்திக்கொண்டே பட்டமேற்படிப்புக் கல்வியின் நடைமுறைகளை மாற்றி அமைக்க முடியும். குறைந்தது குறிப்பிட்ட பெரிய நகரங்களிலாவது இந்தச் சோதனை முயற்சிகள் நடைபெற வேண்டும்.

1) வல்லுநர் பரிமாற்றம்:

இந்திய அளவில் நடைபெற வேண்டிய, உடனடியாக மேற்கொள்ள வேண்டிய ஒரு நடைமுறையாகும். சமமான, ஜனநாயகபூர்வமான, விஞ்ஞானக் கண்ணோட்டத்திலான அடிப்படைக் கல்வி பரவலாக்கப்படாத அல்லது எல்லோர்க்கும் கிடைக்காத ஒரு நாட்டில் அறிவாளிகள், வல்லுநர்கள், நுட்பவியலாளர் என்போர், தனிப்பட்ட ஒரு கல்லூரிக்கோ, பல்கலைக் கழகத்திற்கோ, நிறுவனத்திற்கோ, இடத்திற்கோ உரியவர்கள் அல்லர். சமூக மேம்பாடு கருதி, இவர்கள் தங்கள் அறிவு பலர்க்கும் பயன்பட, தாமாக முன்வரவேண்டும். அதற்கான வாய்ப்புகளை நிறுவனங்களின் சட்டங்களில் உருவாக்க வேண்டும்.

இடமாற்றம் (transfer) என்ற பொருளில் வல்லுநர் பரிமாற்றத்தைச் சுருக்கிவிடக்கூடாது; இது பெரும்பாலும் பழிவாங்குதல் அல்லது சுய வணிக வசதிக்காக தற்போது நடைபெறுகிறது. இது என் கருத்தல்ல. அரசியல் / பொருளியல்/இலக்கியவியல் வல்லுநர்கள் குறிப்பிட்ட ஒரு கல்லூரியின் சொத்தாகக் கருதப்பெறாமல், தங்கள் கல்வி வாழ்நாளில் குறைந்தது மூன்றாண்டுகளுக்காவது வேறொரு நிறுவனத்தில் உயர்நிலையில் வேலை செய்வதன் மூலம் பரவலாக முதுகலை மற்றும் ஆராய்ச்சி மாணவர்களை உருவாக்க முடியும் என்பதுதான் இதன் உட்கருத்தாகும்.

2) பல கல்லூரி இணைப்பு வகுப்புகள்

எழுபதுகளின் இடைக்காலம் வரை இப்படிப்பட்ட வகுப்புகள் நடைபெற்று வந்தன என்பது என் நினைவு. பெருநகரங்களில், ஒன்றுக்கு மேற்பட்ட முதுகலைக்

கல்லூரிகள் உள்ள இடங்களில் இந்த வகுப்புகள் உடனடியாகத் தொடங்கப் பெறவேண்டும். குறிப்பிட்ட கல்வி நிறுவனம் குறிப்பிட்ட பாடத்திற்கான ஆணையமாக அமைந்து, அந்நகரத்தில் அப்பாடத்தை முதுகலை நிலையில் படிக்கும் அனைத்து மாணவர்க்கும் ஒரு சேர நடத்த வேண்டும். இவை வெறும் சொற்பொழிவு வகுப்பாக அமையாமல் விவாத வகுப்புகளாக, அறிவைத் தேடும் முயற்சியில் ஆசிரியர் — வல்லுநர் அடியெடுத்துக் கொடுக்கும் செயலூக்கி முறைகளாக அமைதல் வேண்டும். அகங்காரம், யார் பெரியவர், எந்த நிறுவனத்திற்குக் கவுரவம் என்றெல்லாம் கருதினால் அழிவது மாணவர் தான். தன்முனைப்பும் — காழ்ப்பும் மிகுதியாக உள்ள இன்றைய சூழலில் இதைத் தாண்டிவருவதற்கும் வழிகள் உள.

3) மாணவர்களின் ஆசிரியர் தேர்வுச் சுதந்திரம்

குறிப்பிட்ட கல்லூரியில் முதுகலை வகுப்பில் சேரும் மாணவர் அதே கல்லூாரியில்தான் அதற்குரிய அனைத்துப் பாடங்களையும் படிக்க வேண்டும் என்பதன் அவசியம்தான் என்ன? இது வெறும் சட்டம் மற்றும் நிர்வாகச் சிக்கலாக மட்டுமே படுகிறது. ஒரு கல்லூரியில், நிர்வாக வசதிகளுக்காகத் தன்னை இணைத்துக்கொள்ளும் மாணவர் ஒருவர்க்கு, அந்த முதுகலைப் பட்டத்திற்குரிய சில பாடங்களை வேறு எந்தக் கல்லூரி ஆசிரியரிடமும் — வல்லுநரிடம் படிக்கும்/கற்கும் சுதந்திரம் வேண்டும். இதனால் உண்டாகும் வசதிப் (infrastructure) பிரச்சனைகளைத் தீர்க்க வழிகாண வேண்டுமே தவிர, மாணவர்களின் இந்தச் சுதந்திரத்தை ஆசிரியர்கள் தங்கள் அவமதிப்பாகக் கருதிப் புறந்தள்ளக்கூடாது. இதனால் உண்டாக வேண்டும் என எதிர்பார்க்கப்படும் விளைவுகள் யாவை.

ஆசிரிய வல்லுநர்கள் (சோழர்காலம், மால்தூஸ் கோட்பாடு, அந்நியமாதல்...) பல கல்லூரிகளில் வேலை

செய்கிறார்கள். தங்கள் அறிவாலும் உழைப்பாலும், பற்றுறுதியாலும் (Commitment) பெரும்பொருள் செலவு செய்து வல்லுநர் ஆகிறார்கள். ஒரு குறிப்பிட்ட பாடத்தின் அறிவாணை (authority in that subject) பெற்றவர்களாகிறார்கள். இந்த ஆழ்ந்த அறிவு பல கல்லூரி மாணவர்கும் பயன்பட வேண்டும். எனவேதான் மாணவர்க்கு ஆசிரியர் தேர்வுச் சுதந்திரம் வேண்டும்.

குறிப்பிட்ட பாடத்தை குறிப்பிட்ட ஆசிரியரிடம் படிக்க பல கல்லூரி மாணவர்கள் குறிப்பிட்ட ஒரு கல்லூரிக்கு வரும்போது காலம், இடம், வசதிப் பிரச்சனைகள் உண்டாகும். இத்தகு சிறப்புநிலைப் பாட வகுப்புகளைப் பிற்பகலில் வைக்க வேண்டும். மிகுதியான மாணவர் வருகையைச் சொத்தாகக் கருதி, கல்லூரிகள் அனைவரையும் வரவேற்று வசதிகள் செய்துதர வேண்டும். இது கல்லூரியின் பீடு (Prestige) எனக் கருதப்பட வேண்டும்.

இதைப் போலவே ஒரு கல்லூரியில், தொடர்ந்து தன் வகுப்புகளுக்கு மாணவர்களை அனுமதிப்பதா வேண்டாமா என்பது நிர்வாகம் மற்றும் குறிப்பிட்ட ஆசிரியரின் கூட்டுச் சுதந்திரமாக இருக்க வேண்டும். பெண்கள் கல்லூரி, வருகைப் பதிவு முதலான பிரச் சனைகளை இக்கூட்டுச் சுதந்தரத்தின் மூலம் தீர்த்துவிட முடியும். படிப்புகளுக்கான தேர்வுகள் கல்விநெறி தவறாமல் நடக்கும் என்ற உத்தரவாதம் இருக்கும் நிலையில், வல்லுநரின் அறிவு நாணயம், மாணவரின் அறிவு வேட்கை, கல்லூரிகளின் நிறுவனப் பெருமை ஆகிய திரிவேணி சங்கமத்தில் மாணவரின் அறியாமை இருள் அகலுவதும், அறிவுக்கதிர் ஒளிர்வதும், 'முகத்தில் மூக்கு நீட்டிக்கொண்டிருப்பது போன்ற' வெளிப்படையான உண்மை.

4) பட்டமேற்படிப்பு – ஒரு பணிமுறைப்படிப்பு

'Post Graduation by course work' என மற்ற நாடுகளில் நிலவுவதைத்தான் இங்குக் குறிப்பிடுகிறேன்.

'வகுப்பறைச் சொற்பொழிவுகள், மாணவர் கேட்டல், பொதுத் தேர்வு' என்ற நடைமுறையில் இருந்து 'பணிமுறைப் படிப்பு' முற்றிலும் வேறுபட்டதாகும். ஆசிரியர் — மாணவர் — கற்றல் திட்டமும் முறைகளும் — ஆகிய அனைத்துமே மாறுபட்டிருக்கும். இதைத் தன்னாட்சிக் கல்லூரிகளில் அறிமுகப்படுத்திப் பார்க்கலாம்.

முதுகலை வகுப்பில் சேரும் மாணவரின் பயிற்சிப் பொறுப்பைக் குறிப்பிட்ட ஒரு ஆசிரியரோ, மூன்று அல்லது ஐந்து ஆசிரியரைக் கொண்ட குழுவோ மேற்கொள்கிறது. ஆசிரியர்களும் மாணவர்களும் நாள்தோறும் வகுப் பறையில் சந்திக்கும் "சடங்கு" இல்லை. மாணவர்க்கான ஒருவாரப் படிப்புப் பணி வரையறுக்கப்பட்டு அது மாணவர்க்கு அறிவுறுத்தப்படுகிறது. அந்த அறிவுரைகளின் படிச் சுயமாக கல்லூரி — பல்கலைக்கழக நூலகங்களில் அலைந்து ஆழ்ந்து படிக்கும் மாணவர் வார இறுதியில், தனக்கு அளிக்கப்பட்ட தலைப்பில் வாரக் கட்டுரையுடன் (Week;y essay) வருவார். அதை உடனடியாகப் படித்துத் திருத்தித் தரவேண்டியது பொறுப்பாசிரியரின் கடமை யாகும். அந்த வாரத்தில் மாணவர் வந்து எப்போது கேட்டாலும் அவருடைய ஐயங்களை நீக்க வேண்டியது ஆசிரியர் குழுவின் பொறுப்பாகும். வார இறுதியில் பொறுப்பாசிரியர் குழு கூடி மாணவர்க்கான மதிப்பெண் களைக் கல்லூரி நிர்வாகத்திற்கு அனுப்பி வைக்கும். வாரம் மற்றும் மாதந்தோறும் அளிக்கப்பெறும் மதிப்பெண்களின் அடிப்படையில் பொதுத் தேர்வுக்கு மாணவர் அனுமதிக்கப்படவேண்டும். பொதுத் தேர்வு மதிப்பெண் (50%) + பணிமுறை மதிப்பெண் (50%) ஆகியவற்றின் கூட்டுத் தொகை இம்மாணவரின் இறுதி மதிப்பெண்ணாக அமையலாம்.

இத்தகு பணிமுறைப் படிப்பு முறை ஆராய்ச்சிக் கண்ணோட்டக் கல்விமுறையாக அமைக்கப்பட வேண்டும். இளங்கலைப் படிப்புகளில் ஒவ்வொரு கல்லூரியிலும் முதல் இரண்டு இடங்களைப் பெறும்

மாணவர்களைப் பணிமுறைப் படிப்பு வகுப்பில் சேர்க்கலாம். இரண்டாண்டுகளில் இவர்களது உழைப்பை அறிவு சேர்க்கும் திறனைக் கணித்தறிந்து இவர்களில் சிலரைத் தொடர்ந்து ஆய்வுப் (பிஎச்.டி) படிப்புக்கு அனுமதிக்கலாம். அதாவது இந்தப் படிப்பு முறையை, பெங்களூரில் உள்ள 'இந்திய அறிவியல் நிறுவனத்தின் ஒருங்கிணைக்கப்பட்ட ஆய்வுக் கல்வி (Integrated Ph.D. Program) போல வளர்த்தெடுக்க வேண்டும். முதுகலை நிலையிலேயே நல்ல கல்வி உதவித் தொகை அளிக்கப் பெறல் அவசியம்.

இந்தப் படிப்புமுறையால் ஏற்படும் பயன்கள் யாவை: ஆசிரியரின் அறிவுச் செழுமையும் மாணவரின் உழைப்பு வளமும் இணைந்து அறிவுப் பெருக்கமும் பரவலும் விளக்கமும் உண்டாகின்றன; வருகைப் பதிவு வகுப்பறைக் கொட்டாவி முதலான அனைத்து 'தூக்கிலிருந்தும் விடுபட்டு மாணவர் தன் உழைப்பையே மூலதனமாகக் கொண்டு அறிவைச் சேர்க்கிறார்; மனப்பாடத்தில் இருந்து விடுபட்ட மாணவர், படிப்பை ஆய்வுக்களனாக மாற்றிக் கொள்கிறார்; ஐயங்கள் — தீர்வுகள் — ஆய்வுக் கட்டுரைகள் என வளரும் மாணவர், முதுகலை நிலை யிலேயே தன் அடுத்தகட்ட ஆய்வுப் படிப்புகககு அடித்தளமிட்டுக் கொள்கிறார்.

5) பருவக் கருத்தரங்கக் கட்டுரை:

ஒரு மாநகரில் பத்து கல்லூரிகளில், இருபது மாணவர் வீதம் 200 பேர், குறிப்பிட்ட ஒரு முதுகலை வகுப்பில் இருப்பதாக வைத்துக் கொள்வோம். இவர்களுக்குப் பாடம் நடத்தும் ஆசிரியர்கள் எத்தனைபேர் இருந்தாலும், எல்லாக் கல்லூரிகளாலும் ஒப்புக்கொள்ளப்பட்ட பதினைந்து ஆசிரியர்கள் கொண்ட ஒரு முதுகலைக் கவுன்சில் இந்தத் தாளுக்கான முழுப் பொறுப்பையும் ஏற்கிறது. இந்தத் தாளின் நடைமுறைதான் என்ன?

முதுகலைப் படிப்பு நான்கு பருவங்களைக் கொண்டிருக்கிறது. முதற் பருவத்தின் இறுதியில், பதினைந்து ஆசிரியர்களைக் கொண்ட, முதுகலைக் கவுன்சில்கூடி எல்லாக் கல்லூரிகளிலும் படிக்கும் அனைத்து மாணவர்களுக்கும், தனித்தனியே, கருத்தரங்கக் கட்டுரைத் தலைப்புகளை வரையறை செய்கிறது. அந்த ஆண்டுக்குரிய பொருட்புலத்தைத் தெரிவு செய்ய வேண்டியது முகலைக் கவுன்சிலின் பொறுப்பாகும். முதற் பருவத்தின் இறுதியில், ஒவ்வொரு கல்லூரி ஆசிரியர்களின் வழியாக, ஒவ்வொரு மாணவர்க்கும் தலைப்புப் பிரித்தளிக்கப்படுகிறது. இந்தத் திட்டத்தில் மாணவர்களின் விருப்பத்திற்கும் பங்கிருக்க வேண்டும்.

இரண்டாம் பருவம், கோடை விடுமுறை, மூன்றாம் பருவம் அகிய காலங்களில் கடுமையாக உழைத்து ஆய்வுக் கட்டுரையை ஆசிரியரின் அறிவு வழிகாட்டுதலும் எழுதி முடிக்கும் மாணவர், நான்காம் பருவம் தொடக்கம் முதல், ஒவ்வொருவராக, அனைத்துக் கல்லூரி மணாவர் ஆசிரியர் முன்னிலையிலும் அக்கட்டுரையைப் படிக்கிறார். கேள்வி — பதில் — விவாதத்திற்குப் பின்பு, முதுகலைக் கவுன்சில் மதிப்பெண் அளிக்கிறது. பொது எழுத்துத் தேர்வுக்கு முன்பு, ஒவ்வொரு கல்லூரியிலும் இம்மதிப்பெண் பட்டியல் வெளியிடப்பட வேண்டும்.

இந்தத் திட்டம் ஒழுங்காக, இதற்குரிய கல்விச் செறிவுடன் நடைமுறைப்படுத்தப்பெற்றால், ஒவ்வோர் ஆண்டின் இறுதியிலும் முதுகலைக் கவுன்சிலால் தேர்ந்தெடுக்கப்பட்ட கட்டுரைகளின் தொகுப்பு நூல், பதிப்பக உதவியுடன்,வெளியிடப் பெறுவது உறுதி.

6) நூலகம்

முதுகலைக்கு வரும் மாணவர் தம் முக்கியத் தேவை ஒவ்வொரு கல்லூரியிலும் அமைந்திருக்க வேண்டிய, தனித்த முதுகலை ஆய்வு நூலகமாகும். செய்தி மற்றும் ஆவணத் தொகுப்பு ()Information and documentation Centre)

மையத்தின் ஒரு பகுதியாக முதுகலை ஆய்வு நூலகங்கள் அமைய வேண்டும். இந்த நூலகங்கள் முடிந்த அளவில் மின்வலைப் பின்னலில் இணைக்கப்பட்டிருக்க வேண்டும். எந்தவொரு ஆய்வு, பாடப்புத்தகத் தகவலும் தங்கள் தங்கள் கல்லூரி மின் வலையிலேயே கிட்டும்படி இந்த நூலகங்கள் இணைக்கப்பட வேண்டும். இந்த உலகில் நூல்களுக்குப் பஞ்சமில்லை. அறிவு வேட்கையும் மிகுதி. அழைப்பாரும், கைகாட்டிகளும்தான் இல்லை! (அய்யகோ, நமது கல்லூரி நூலகங்கள்)

மாணவர் உழைப்பு சரியான தகவல் திரட்டுவதிலேயே அதிகம் செலவிடப்படாமல், நூலக வசதி — தகவல் திரட்டு வசதிகளைப் பயன்படுத்திப் பகுப்பாய்வில் (analysis) பயன்படுத்தப்பட வேண்டும்.

7) முதுகலைக் கல்விக் கொள்கை

இன்று நடைமுறையில் இருக்கும், அரசியலால் கொச்சைப்படுத்தப்பட்ட கல்விக் கொள்ககை பற்றிய விமர்சனத்திற்குப் போக இக்கட்டுரைப் பொருளில் இடம் இல்லை. இது வேறு தளத்தில் விவாதிக்கபட வேண்டியது. ஒரு நாட்டின் தேசியக் கல்விக் கொள்கையைத் தீர்மானிக்கும் வாய்ப்பட்டை மட்டும் தேவைக்கேற்பச் சுட்டிச் செல்வேன்.

தேசியக் கல்விக் கொள்கை (NEP) என்பது, நாட்டின் மொத்த தேசிய மூலவளத்தையும் (Gross national sources- - GNS) தேசியத் தேவையையும் (GNN) பொறுத்து, அதாவது GNS + GNN = NEP என அமைய வேண்டும். இந்தச் சமன் பாட்டை இந்திய நாட்டளவில், மாநில அளவில் என, ஒவ்வொரு முதுகலைக் கல்விப் பிரிவுக்கும் என, நாம் பயன்படுத்திக்கொள்ள முடியும். தமிழ்நாட்டின் மொத்தவளம், நமது கல்வித் தேவை ஆகியவற்றின் அடிப்படையில் தமிழ்நாட்டுக் கல்விக் கொள்கையை உருவாக்கிக் கொண்டு, இதற்கேற்ப ஒவ்வொரு முதுகலைப்பாடக் கல்விக் கொள்கையையும் அமைக்க

வேண்டும். வளர்ச்சிக்கும் (Development) பெருக்கத்திற்கும் (Growth) இடையே உள்ள இயங்குநிலை உறவுகளை அறிந்து அதற்கேற்பக் கல்வித்திட்டம் அமைய வேண்டும். அரசியலின் தேவை அரசாங்கப் புள்ளிவிவரங்களைத் தீர்மானிக்கலாம்; வாழ்வியல் புள்ளிவிவரங்களோ மானிடத் தேவைகளின் அளவு கோலாக அமைய வேண்டும்.

இந்தக் கட்டுரையோடு நேரடியாக இல்லை யென்றாலும், அடிப்படைப் பொருத்தத்தைக் கருதி இரண்டு கருத்துக்களைக் கூறி முடிக்க விரும்புகிறேன்: ஒன்று மதம், இன்னொன்று மைய அரசு. கல்வியில் இருந்து மதத்தை முற்றாக நீக்காதவரை அறிவு வளர்ச்சியோ, நாட்டுப்பற்றோ, அறிவியல் கண்ணோட்டமோ, அறவியல் உணர்வோ கண்டிப்பாக ஏற்படப் போவதில்லை. 'சர்ச்' (Church) வேறு கல்வி வேறு என எப்போதோ பிரித்துவிட்டதால்தான் ஐரோப்பாவில், அமெரிக்காவில், ஜப்பானில், சீனாவில் கல்வி, அறிவு, விஞ்ஞானம் வளர்ந்தன; இதனால் அங்கெல்லாம் மதம். அழிந்துவிடவில்லை! மதம் தனிமனித நம்பிக்கையாக, ஒழுக்கமாக, தனி வாழ்வு நெறியாக இருந்துவிட்டுப் போவதில் யாருக்கும் இழப்பில்லை; ஏற்போர்க்குப் பயன் கிட்டினால் மகிழ்ச்சியே! ஆனால் கல்வியோ சமுதாயத்தின், நாட்டின் ஒட்டுமொத்த கூட்டுப் பொறுப்பும், பொது ஒழுக்கமும், பொது வளர்ச்சியும் ஆகும். விடியுமா?

இந்தியா ஒரு கண்டமாகும். பன்மைத் தன்மைதான் (Plurality, multi) நமது வலிமையும் அழகும் ஆகும். பன்மை தேசியமும், பன்மை பண்பாடும் கொண்ட இந்தியாவில், "கல்வி" கண்டிப்பாக மாநிலத்தின் முழு அதிகாரத்திற்கு உட்பட்டிருக்கவேண்டும். பொதுப்பட்டியல் என்ற பெயரால் மையம் இதை ஆக்கிரமித்துக் கொண்டிருப்பது 'நெருக்கடிக் கால' வன்கொடுமைகளுள் ஒன்றாகும்; இன்றுவரை இது கேட்பாரற்றுத் தவிக்கிறது. அது மட்டுமா? பல்கலைக்கழக மானியக் குழு எல்லா மாநிலங்களின்

சமச்சீரான கல்வி வளர்ச்சிக்குப் பாடுபட வேண்டும். சில பல்கலைக்கழகங்களுக்கும் புல்வெட்டவும் பூங்காக்களைக் காக்கவும் மூன்றரை கோடி ரூபாய் ஒதுக்கப்படுகிறது. தமிழ்நாட்டில் ஒரு பல்கலைக் கழகத்தின் ஆண்டு மொத்த பட்ஜெட்டே 1.25 (ஒரு கோடியே இருபத்தைந்து இலட்.சம்) தான். தேறுமா?

இந்தியாவின் பொதுவளர்ச்சியைக் கருதி, மையப் பல்கலைக் கழகம் இல்லாத ஒவ்வொரு மாநிலத்தி லும் முதுகலை, மூதறிவியல், ஆராய்ச்சிக் கல்வி வளர்ச்சிக் கென்றே உடனடியாக ஒரு மையப் பல்கலைக் கழகம் அமைக்கப்பட வேண்டும். அமையுமா?

16

தொடக்கக் கல்வியில் தாய்மொழிப் பயிற்சி

I

உலகத்தில் திடீர் என்று ஒரு நாள் பேச்சு மற்றும் எழுத்து வழக்கில் உள்ள எல்லா மொழிகளும், ஆவணங்களும் அழிந்து விடுவதாக வைத்துக் கொள்வோம்; உலகின் நிலைமைதான் என்ன? அறிவின் அனைத்துச் சுவடுகளும் அறிவியலின் அனைத்துச் சாதனைத் தொகுப்புகளும் அழிந்து விட்டதாகப்பொருள்படும். மொழி இல்லாமல் அறிவுவளர்ச்சி, அறிவுச் சேமிப்பு, அறிவுச் செலவு என யாதொன்றும் இல்லை. மனிதக் குழு, கும்பல் ஒரு சமூகமாக வளர்ச்சிபெற, உழைப்புப் பொதுமையைப் (generality of labour) போல மொழிப் பொதுமையும் பெரும்பங்காற்றியது. சமூகங்களின் நிலைபேற்றிற்கும், தொடர்ச்சிக்கும் மொழி பெரும் காரணமாகும். எனவே, மொழி என்பது ஒரு சமூக வளர்ச்சியில் வெறும் கருத்துத் தொடர்புச் சாதனம் மட்டுமன்று; அது கருத்து உருவாக்க மூலக்கூறுகளில் ஒன்றாகும். ஒரு பொருளின், ஐம்புலன் வழி மூளையில் ஏற்படும் காட்சிப் படிமம் அல்லது பிரதிபலிப்பு என்பது அப்பொருள் நிலவும் மொழிச் சூழலோடுதான் உண்டாகிறது. எனவேதான் மொழிச் சூழலைச் சிதைப்பதன் மூலம் அம்மொழி பேசும் மக்களின் பொது வாழ்வுச் சூழலைச் சிதைப்பது

எளிதாகிறது. மேலும் மொழி, மூளையின் செயற்பாட்டில் பிரிக்க முடியாத ஓர் அங்கமாகும். மூளையின் செயற்பாடு உடம்பிற்கு உள்ளும் வெளியேயும் நடைபெறுகிறது. மூளையில் இருந்து உடம்பு பெறும் அனைத்துக் குறிகளையும் (Signals) உடம்பின் இயக்கங்களையும், உடம்பு மொழி 'body language/ non- - verbal language' என்கிறோம். உடம்பு மொழியாகிய மூளையின் உள் செயற்பாட்டின் இயங்கு பரப்பு வரையறுக்கப்பட்டதும், குழப்பமுடையதும் ஆகும். எனவே தான் வெளிச் செயல்பாடாக 'மொழி' தோன்றியது. மொழியின் தோற்றத்திற்குப் பின்பு உடம்பு மொழியின் செயற்பாடும் மேலும் தெளிவு பெறலாயிற்று. இப்படித்தான் மொழி, மொழி வளர்ச்சி என்பன மனித சமூகம், சிந்தனை, அறிவு ஆகியவற்றின் உருவாக்கமாகவும், கட்டமைப்பாகவும், வளர்ச்சியாகவும் அமைந்தன.

தமிழ்நாட்டில் மொழியும் மொழி வளர்ச்சியும் இப்படிப் புரிந்து கொள்ளப்பட்டுள்ளனவா? "இல்லை" எனபதுதான் துருவ நட்சத்ர உண்மை; கசப்பான உண்மை.

ஒரு கணிப்பொறி அதன் உள்வாங்குதிறனால் மட்டும் பெருமை பெறுவதன்று; வெளியிடு திறன் அற்ற கணிப்பொறி ஆயிரம் மெகாபைட் திறன் பெற்றிருந்தாலும் பயனற்றதுதான். மூளையின் வெளியிடுதிறன் மொழிவழியாகவே செயல்படுகிறது. மொத்தத்தில், மொழி மனித மூளையின் உள்வாங்குதிறன், சேமிப்புத்திறன், படைப்பாக்கத் திறன், பல்பொருள் — பிரிப்பாக்கத் திறன், வெளியிடுதிறன் என அனைத்துத் திறன்களின் வழிகாலாகச் செயல்படுகிறது. கருத்தறிதல் (cognition), புலப்பாடு (communication), செயற்பாடு (Application), தொடர் வளர்ச்சி என அறிவின் அனைத்துச் செயற்களங்களின் அடிப்படையாக அல்லது ஊடுபாவாக மொழித்திறன் அமைந்திருப்பதை நாம் உணர வேண்டும்.

மொழித்திறன் எனும்போது உடனடியாகத் தமிழர்களால் இரண்டு கருத்துகள் உள்வாங்கப்படுகின்றன:

(1) ஆங்கில மொழிப்புலமை ; (2) பட்டிமன்றத் தமிழ் அரட்டை! இவை இரண்டும் இன்றைய படிப்புச் சுய நலமிகள் (Semi literateidiots) வெகுமக்கள் மீது சுமத்தும் வன்முறையாகும். மூளையைக் கருகச் செய்யும் கல்வி அநியாயம் ஆகும். அடிப்படை மொழித்திறனைத் தாய் மொழித் திறனாகவே — தமிழ்நாட்டில் தமிழ் மொழித் திறனாகவே நாம் கருதுகிறோம்.

மொழி என்பது பழம் பெருமையா? தொடர் நடப்பா? தமிழின் பெருமை அது பழமை வாய்ந்தது என்பதுதானா? பழம்பெரும் மொழி இன்னும் தொடர்ந்து நடப்பில் இருக்கிறது என்பதா? மொழி வெறும் அமைப்பு (Structural) தூய்மையா? செயல்பாட்டிற்கான (Functional) அமைப்பு வளர்ச்சியா?

மொழி என்பது தொல் எச்சங்களின் (fossils) கிடங்கோ அருங்காட்சியகமோ அன்று; அது எப்போதும் செயற்பாடாகவும் பயன்பாடாகவும் (Functional and application) உள்ளது. ஒரு சமூகத்தின் வளர்ச்சி நிலையில், அதன் கருத்தியல், நிறுவனம். மனித உறவுகள், அதிகார அமைப்பு, பண்பாடு என எல்லாவற்றிலும் மொழி பின்னிப் பிணைந்திருப்பதை;யீ காணமுடியும். கணவன் — மனைவி பேச்சு, தொலைபேசி வழிப் பேச்சு, செய்தித் தாள்களின் தலைப்புச் செய்தி, அறிமுகங்களின் போது நிகழும் உரையாடல் என எந்தவொரு நிலையிலும் வகையிலும் மொழியைப் பயன்படுத்துவதில் உண்டாகும் சிக்கல்கள் அல்லது பயன்கள் பொதுவாக வாழ்வின் தன்மையையும் தரத்தையும் நிர்ணயம் செய்கின்றன அல்லவா? எனவே மொழி எப்போதும் அதன் செயல்படு திறத்தால், களத்தால், தளத்தால் வாழ்கிறது, வளர்கிறது அல்லது அழிகிறது. இந்த வகையில் மொழியைப் புரிந்து கொண்டால், நமது கல்வி நிறுவனங்களில் நடைமுறையில் உள்ள மொழிக் கல்வியை நாம் முறையான (systemati proper) மொழிக் கல்வி என ஒப்புக் கொள்ள முடியுமா?

தொடக்கக் கல்வியை முடித்த சிறுவன் உயர்நிலைப் பள்ளியில் ஆறாவது வகுப்பில் சேரும்போது, செய்யுள்களைக் கடகடவென ஒப்புவிக்கின்றானா, கரடுமுரடான (பொருத்தமற்ற) சொற்களைக் கட்டுரையில் பயன்படுத்துகின்றானா, பேச்சுப் போட்டியில் பரிசுகள் பெற்றுள்ளானா என்பவையெல்லாம் அவன் அதுவரை பெற்றுள்ள மொழியறிவின் அடையாளங்கள் ஆகா! அவன் அதுவரை பெற்றுள்ள கல்வியை எந்த அளவிற்கு உள்வாங்கி, தன் அறிவு வளர்ச்சியில் இயைத்துக் கொண்டுள்ளான் என்பதற்கும், அவனால் அவற்றைப் பிழையற பயன்படுத்த முடியும் என்பதற்கும் மொழி அடையாளமாகவும் கருவியாகவும் அமைந்திருக்க வேண்டும். இதைவிட இன்றியமையாதது: புதிய கல்விச் சூழலுக்கு உள்ளாகும் இளஞ்சிறுவன் அந்தக் கல்விச் சூழலைத் தன் பெற்றோர், உடன் மாணவர், ஆசிரியர் ஆகியோருடன் தங்கு தடையின்றிப் பரிமாறிக் கொள்ள அது வரை அவன் பெற்ற

மொழிக்கல்வி அவனுக்குப் பயன்பட வேண்டும். கல்விக் கருத்தாடலில் (academic discourse) மொழிப் பயிற்சி இன்மையால் அவன் கருத்துகள் அற்றவனாகக் கருதப்பட்டுவிடக்கூடாது.

மொழியும் தொடக்கக் கல்வியும்

அறிவின் ஆக்கம் மொழியின் வாயிலாகவே உள் வாங்கப்படுகிறது; வெளியிடப்படுகிறது. மொழி கருத்தறி (cognition) சக்தியின் அடிப்படை ஊடகமாகும். எனவே ஐந்தாம் வகுப்பு வரையுள்ள தொடக்கக் கல்வியில் / காலத்தில் மொழியின் பயன்பாடு மிக மிக முக்கியம். தொடக்க நிலை மொழிக் கல்வி அல்லது தொடக்கக் கல்வியில் மொழி என்பன "தாய்மொழிக் கல்வி" என எப்போதும் புரிந்து கொள்ளப்பட வேண்டும். ஆனால் இதற்கு மாறாக தாய்மொழிக் கல்வி புறக்கணிக்கப்படுவதும், இந்த இடத்தில் ஆங்கிலம் ஆதிக்கம்

பெறுவதும், இதுதான் இயற்கை நியாயம், தேவை எனக் கல்வியாளர்களால் அறிவாளிகளால் அமைதி காக்கப் படுவதும்தான் கொடுமையிலும் கொடுமை! தொடக்க நிலைக் கல்வியில் தமிழின் புறக்கணிப்பும் ஆங்கிலக் கொடுமையும் உண்டாக்கியுள்ள விளைவுகள் யாவை: மனப்பாடச்சுமை, அறிவியல் பெயரால் நடக்கும் கணினி வணிகம், மழலை மனங்களை அச்சுறுத்தும் செயற்கையான — அந்நியப்பட்ட மொழிச் சூழல். இந்தச் சூழலின் காரணமாக நமது இளஞ்சிறார்களின் மனங்கள் செய்திகளைச் சுமக்கும் 'லாரி'களாக மாற்றப்படுகின்றன. ஆனால் மூளை என்பது இயற்கை டைனமோ, ஜெனரேட்டர், விதைநெல்.

மனப்பாடம் செய்தல், ஒப்புவித்தல், எழுதுதல் முதலியன பல்வேறு திறன்களுள் ஒரு சில ஆகும். இந்த மூன்று திறன்கள் மட்டுமே 'பெரிதும் தேவைப்படுவன' எனத் தவறாகக் கணிக்கப் பெற்றுத் தொடக்கக் கல்வியில் இவற்றிற்கு மட்டுமே முக்கியத்தவம் அளிக்கப்பெறுகிறது. இது தவறான சிந்தனையாகும். முதன் முதலாகத் தொடக்கப் பள்ளிக்கு வரும் குழந்தைகளின்/ இளஞ்சிறார்களின் மொழித்திறன்களோ முற்றிலும் மாறுபட்டவனவாக அமைந்துள்ளன. ஒரு சிறுவன் (சிறுமி, குழந்தை) முதன் முதலில் வீட்டை விட்டு வெளியே வரும்போது, கட்டுப் பாடுகளற்ற குடும்ப உறவு மொழிச் சூழல்களோடு நடத்திய சொல்லாடல்களில் இருந்து வேறுபட்ட, அதாவது வரையறைகளுக்குட்பட்ட குடும்ப உறவு தாண்டிய, பொதுச் சுற்றுச் சூழல்களோடு (Common. restricted social enviornment) உறவாடும் சொல்லாடும் தேவைகளுக்கு உட்படுகிறான். இதற்கான மொழி சிறுவர்களுக்குக் கற்பிக்கப்படுகின்றதா என்பதுதான் கேள்வி! ஒரு குழந்தை பெற வேண்டிய அடிப்படை மொழித்திறன்களுள் எவ்வெவற்றிற்கு எந்தெந்த நிலையில் முக்கியத்துவம் தரப்பட வேண்டும் என்பதுதான் இந்த ஆய்வு! தொடக்கக் கல்வி நிலையில் நிலவும் மொழிச்சூழல், சிறுவனின் மொழித் தேவை,

கற்பிக்கப்படும் மொழிக்கல்வி ஆகியவற்றிற்கிடையே இயல்பான இயங்கும் உறவு அமைந்துள்ளதா என்பதே கவனிக்கப்பட வேண்டியதாகும். தொடக்க நிலை மொழிக்கல்வி, சிறுவர்களின் ஆளுமை வளர்ச்சிக்கான அடிப்படையாக இருக்க வேண்டும். மொழி கற்றல் வெற்றிடத்தில் நடைபெறுவதில்லை; பண்பாட்டுச் சூழலுக்கு உட்பட்டே மொழி கற்பிக்கவும், கற்கவும் படுகிறது; நிலவும் பண்பாட்டு — மொழிச் சூழலில் தாய்மொழியைக் கற்கும் குழந்தை நெருக்கடிகளுக்கு — விழுமியங்கள், உறவுகள், பால் முதலானவற்றில் மனச்சிக்கல்களுக்கு உள்ளாகாமல், பார்த்துக் கொள்ள வேண்டியது அவசியம்.

இந்த வகையில், மேலே குறிப்பிடப்பட்டுள்ள சில அடிப்படைகளை உள்ளடக்கிய தொடக்கநிலை மொழிக் கல்வி — முதல் ஐந்தாண்டுக் கால மொழிக் கல்வி இரண்டு + இரண்டு + ஒன்று என மூன்று பருவங்களாக பிரிக்கப் பெற வேண்டும். இதற்கு ஏற்றவாறு பாடத்திட்டம், பாடப்புத்தகம், கற்பிக்கும் பயிற்சி, சொல் மற்றும் வாக்கியத் தேர்வு, அகராதி, படிமுறையிலான (graded)சொல்தொகுதிப் பயிற்சி முதலியன உருவாக்கப்பட வேண்டும். சிறுவர் களுக்குச் சொற்களையும் எழுத்துக்களையும் அறிமுகப் படுத்தும் கல்வியாக மட்டும் அமையால், மூளையின் ஆக்கச் செயல்முறைக்கான (creative Process) ஊடகமாக மொழிக்கல்வி கட்டமைக்கப்பட வேண்டும்.

II

முதற் பருவம்

முதற்பருவம் முதல் இரண்டு ஆண்டுகளை உடைய தாகும். இவை அடித்தளமிடும் காலப் பகுதியாகும்; முறைசாரா மொழி வழக்கு மற்றும் பேச்சு வழக்குச் சூழலில் வாழும் சிறுவர்களை முறைசார் சொல்லாடல் பயிற்சிக்குப் பழக்கப்படுத்த வேண்டிய காலமாம். இங்கே ‘முறைசார்’ என்ற சொல் இயந்திர கதியில் புரிந்து

கொள்ளப்படக்கூடாது; சமூகச் சூழலைக் கருத்தில் கொண்ட வகுப்பறை, பேசுவோர் — கேட்போர் — கருத்து' என்ற சூழல், குறிப்பிட்ட சூழலில் தன்னை உணரவும் வெளிப்படுத்தவும் அறிதல் முதலான ஒழுங்கையே 'முறைசார்' சொல் குறிப்பதாகும். மேற்கண்ட சொற்களைத் தத்துவ மொழியாகப் புரிந்து கொள்ளாமல், ஒரு சிறுவனின் வாழ்வுத் தேவைக்கான சூழல்களாகப் புரிந்து கொள்ள வேண்டும். இந்தப் புரிதல் மொழியாசிரியர்க்குத்தான் தேவை. இவற்றிற்கான பயிற்சிகள் மட்டுமே மாணவர்க்கு — சிறுவர்க்கு அளிக்கப் பெறல் வேண்டும்.

முதல் இரண்டு ஆண்டுகளில், ஒரு சிறுவன் தெரிந்து வைத்திருக்க வேண்டிய பொருட்புலங்களும், அவற்றிற்கான சொல்தொகுதியும், வாக்கிய அமைப்புகளும், சொல்லாடல் நெறிகளும் வரையறுக்கப்பட வேண்டும் ஐந்து வயது முடிந்து முதலாம் வகுப்பிற்கு வரும் சிறுவனின் பொதுவான, வீடு— தெரு — பள்ளி — சமுதாயம் என்ற நாற்பரிமாண வளர்ச்சியும் இயைபும் கணித்தறியப் பெற்று அதற்கேற்றாற் போல மொழிக் கல்வி திட்டமிடப்பட வேண்டும்.

பெற்றோரின் —வீட்டின்— செல்லக் குழந்தை என்ற மன நிலையில் இருந்து விடுபட்டு, இயங்கும் ஒரு சமுதாயத்தில் தன்னை ஓர் உறுப்பினனாக உணரத் தேவையான மொழிப் பயிற்சியை இச்சிறார்க்கு அளிக்க வேண்டும். தெரு, தெருவில் வருவோர் போவோர், புதியவர், கடைக்காரர், பிற மாணவர், அக்கம்பக்கம், பள்ளி ஆசிரியர்; விளையாட்டுக் களம், பள்ளிக்கு உள்ளே வகுப்பறை மற்றும் பிற இடம்; பெரியவர் சிறியவர், விருந்தினர், உதவி கேட்போர்; அவசரச் சூழ்நிலை, செய்தி தெரிவித்தல் — இப்படி இன்னபிறவற்றையே 'பொருட் புலங்கள்' எனக் குறிப்பிடுகின்றேன்.

இருவர் உரையாடல்; குழுவாக உரையாடல்; கேட்போர் பலர் பேசுவோன் ஒருவன்; மெல்லப் பேசுதல்,

உரக்கப் பேசுதல் — இப்படிப் பல மொழி வெளிப்பாட்டு வடிவங்கள், இதற்கான சொல்லாடல் பயிற்சிகள். உடன்படுதல், எதிர்த்தல், மறுத்தல், கருத்துரைத்தல் முதலானவற்றிற்கான உடம்பு மொழியுடன் கூடிய பேச்சுப் பயிற்சிகள். மேலே கூறியுள்ள பலவும் மொழிக் கல்வியை வெறும் பேச்சுப் பயிற்சியாகச் சுருக்குவதாகத் தோன்றும். உண்மைதான்; முதலிரண்டிற்கான மொழிக்கல்வியை, மொழியைத் திறம்படக் பேசக் கையாளும் கல்வியாகவே கருதுகிறேன். கை விரல்கள், கண், மூளை ஆகிய மூன்றும் சேர்த்து இயங்கி உருவாவது எழுத்துத் திறன் ஆகும். வளர்ச்சி பெற்ற இரண்டாம் பருவத்தில் சிறுவர்க்கு எழுத்துப் பயிற்சி அளிப்பது குறித்துப் பின்னர்ப் பார்ப்போம். எழுத்து, வாசித்தலோடு கூடிய திறனாதலால், முதற்கட்டத்தில் அதைத் தவிர்த்து, தன் விழிப்புணர்விற்கான கல்வியாக முதற்கட்ட மொழிக்கல்வி அமைய வேண்டும் என்பதே கருத்து.

“சுதந்திரம், தேசபக்தி, தேசப்பிதா, ஒழுக்கம், மகாத்மா, கொடி வணக்கம்” முதலான பொருள் செறி கோட்பாட்டுச் சொற்களுக்கு இடம் கொடுக்காமல் தெரு, கடை, விளக்குக் கம்பம், மிட்டாய், குப்பைத் தொட்டி, பள்ளிக்கூடம் முதலான சொற்களுக்கே, அதாவது சிறுவர்களால் பெரும்பாலும் அனுபவ பூர்வமாகக் கண்டறியக் கூடிய, விளங்கிக் கொள்ளக்கூடிய சொற்களுக்கே முன்னுரிமை அளிக்கப் பெறல் வேண்டும். ‘இலையில் சோறைப் போடு’ வதையும், ‘ஈயைத் தூர ஒட்டுவதையும்‘ விட்டு விட்டு ‘அறஞ் செய விரும்பு’, ‘ஆறுவது சினம்’ என்பதை அறுபது வயது தவமுனிகளும்கூட புரிந்து கொள்ள முடியாத நிலையை உணர்ந்து “தெருவில் ஓரமாக போ, குப்பையைத் தொட்டியில் போடு, (கண்ட கண்ட இடங்களில்) வீதியில் எச்சிலைத் துப்பாதே, எச்சிலைக் காவாயில் துப்பு, சிறுநீர் கழித்ததும் தண்ணீர் ஊற்று” முதலான கருத்து/ மொழி வடிவங்களையும் ‘செய், செய்யாதே’ வாக்கிய அமைப்புகளையும் அறிமுகப்படுத்த

வேண்டும். 'என்றால் என்ன?', 'அது எப்படி ?' முதலான வினா வடிவங்களும் அதற்கான விடை வடிவங்களும் பேச்சுநிலையில் பழக்கப்படுத்தப்பட வேண்டும். சொல் (சிற்றூர்), மாற்றுச் சொல் (கிராமம்), கிராமம் என்றால் என்ன என்பதன் வரையறை மற்றும் விளக்க வடிவங்கள்; பெயர் (வாழை), அதனோடு ஒட்டிய பிற — வாழைமரம், வாழை இலை, வாழைக்காயி... சொற்கள் என்ற தன்மையில் சொற்பயிற்சியும் வாக்கியப் பயிற்சியும் அமைய வேண்டும். இவற்றிற்கெல்லாம் ஏற்றாற் போலப் பாடப்புத்தகங்களும் படவிளக்கப் புத்தகங்களும் சொற்தொகுதி / அகராதிகளும் தயாரிக்கப்பட வேண்டும். முதலிரண்டு ஆண்டுகள் குறிப்பாகக் கீழ்க்கண்ட மூன்று திறன்களுக்கான மொழி பயிற்சியாகப் பெரும்பாலும் பேச்சுப் பயிற்சியாக அமைய வேண்டும்.

1. சூழலின் கருத்தறிவாக்கம்
   Skill of cognition (of environment)
2. எதிர்வினை அல்லது மனைவினையின் வெளிப்பாடு
   Response / reaction to cognition
3. சொற்றொகுதித் தரப்பாடு
   Standardisation of vocabulury

இந்த மூன்று திறன்களுக்கான மொழிக்கல்வியாக முதலிரண்டாண்டில் பயிற்சிகள் அனைத்தும் அமைய வேண்டும்.

சிறுவன் தான் வாழும் சூழலில் நிகழும் நிகழ்ச்சிகளை, நடப்புகளை, உறவுகளை, பேச்சுகளை, தான் காணும் பொருள்களை, தனக்கு உணர்த்தப்படும் பொருள்களைத் தன் மூளைக்குள் செய்தியாக, செய்திப் படிமமாக Information to images of information மாற்றி அமைத்துக் கொள்வதற்கான, சேமித்து வைத்துக் கொள்வதற்கான தர்க்க அறிவே கருத்தறி திறன் ஆகும்; ஐம்புலன் வழியாகப் பெறும் அறிவை, ஆறாவது அறிவிற்கான மூலப் பொருளாக மாற்றி அமைத்தலாகும். பொருள்

— ஐம்புலன் — ஆறாவது அறிவு — மூளையில் பதிதல் (சேமித்தல்) என்ற ஒவ்வொரு நிலைக்கும் தேவையான மொழி, குழந்தைகளுக்கு, இந்நிலையில் அளிக்கப் பெறல் வேண்டும்.

கருத்தறிதலால் (திறனால்) உண்டாகும் காட்சிப் படிம அறிவு, செய்தி அறிவு முதலானவை சிறுவனின் மூளையில் /மனதில் இரண்டு விளைவுகளை உண்டாக்குகின்றன : (1) அனைத்தையும் நினைவில் சேர்த்து வைத்துக் கொள்ளுதல்; (2) உள்வாங்கும் நிலையிலேயே தோன்றும் எதிர்வினை. இந்த எதிர்வினையை/மனவினையை வெளிப்படுத்தப் போதுமான மொழியறிவு குழந்தைகளுக்கு வழங்கப்பட வேண்டும். காலத்திற்கும் இடத்திற்கும் உட்பட்டு சிறுவர்கள் ஆற்றவிரும்பும் எதிர்வினைப் பாட்டிற்குரிய மொழி, அவர் தம் உள்வாங்கு திறனை மட்டுமின்றி மதிநுட்பம் மற்றும் படைப்பாக்கத்தையும் வெளிப்படுத்துவதாக அமைய வேண்டும்.

சொற்றொகுதித் தரப்பாடு என்பதிலுள்ள 'தரம்' விழுமிய அடிப்படையிலானது அன்று; அது 'பொருத்தம்' எனப் பொருள்படும். கேட்போர் சூழலை உட்கொண்டு பொருத்தத்தையும் இயல்பையும் உள்ளடக்கிய சொல்லாகத் 'தரம்' பயன்படுத்தப்பட்டுள்ளது. தொடக்கக் கல்வியின் முதலிரண்டாண்டை உள்ளடக்கிய முதற் பருவத்தில் ஏராளமான சொற்களைச் சிறுவர்களுக்கு அறிமுகப்படுத்த வேண்டும். சொல்வளம் இன்றி மேலே குறிப்பிடப்பட்டுள்ள இரண்டு திறன்களும் ஏற்பட வாய்ப்பே இல்லை. இதற்காக அகராதியைப் படிக்க வைப்பதோ, சொற்களை மனப்பாடம் செய்யச் சொல்வதோ வழி ஆகாது. சொல் தன் நிலையில் ஒரு குறியீடாகவும், வாக்கியத்தில் செயலின் ஒரு பகுதியாகவும் உள்ளது. எனவே செயலின் ஒரு பகுதியான குறியீட்டை மனதில் பதிய வைத்துக் கொள்ளத் தேவையான மொழிச் சூழல் வகுப்பறையில் உண்டாக்கப்பட வேண்டும். மேலே குறிப்பிடப்பட்டுள்ள எல்லாப் பயிற்சிகளும் 'இலக்கணம்'

என்ற நிலையில் தமிழாசிரியர்க்குத்தான் தெரிந்திருக்க வேண்டுமே தவிர, படிக்கும் சிறுவர்க்கு ஒரு போதும் அறிமுகப்படுத்தப் படக்கூடாது.

முதற் பருவ மொழிக்கல்வி பேச்சுப் பயிற்சிக் கல்வியாக அமைகிறது. இதில் மனப்பாடமும் ஒப்புவித்தலும் சிறு பகுதியாக அமைவதில் பிழையில்லை. ஆனால் இவை முதற் பருவத்தின் இறுதி மூன்று அல்லது நான்கு மாதங்களில் அளிக்கப் பெற வேண்டிய பயிற்சிகளாகும். கருத்தறி திறன், வெளிப்பாடு, சொல்வளம் ஆகிய திறன்களுக்கான பேச்சுப் பயிற்சியில் நீண்ட காலம் பழகிய சிறுவர்கள் இயல்பாகவும், எளிதாகவும், விரைவாகவும் மனப்பாடம் மற்றும் ஒப்புவித்தல் திறனைப் பெறுவர். இந்த இரண்டை மட்டுமே முதன்மைத் திறனாக வற்புறுத்தும் இன்றயை கல்விமுறையால்,பெரும்பாலான குழந்தைகளின் மூளைகள் கசக்கிப் பிழியப் படுவதோடு அச்சுறுத்தவும்படுகின்றன; படைப்பாக்கத்தை இழப்பதோடு, தாழ்வு மனப்பான்மை உண்டாவதுதான் விளைவுகளாகும். எனவே மூளையின் மொழிப்புலத்தைத் தூண்டும் வகையிலான பேச்சுப் பயிற்சியாக முதலிரண்டாண்டு மொழிக்கல்வி அமைய வேண்டும்.

இரண்டாம் பருவம்

தொடக்கக் கல்வியின் மூன்றாம் நான்காம் ஆண்டுகள் இரண்டாம் பருவத்திற்குரியவை. இது படிப்புக்கும் எழுத்துக்குமான பயிற்சிப் பருவமாகும். இதன் பொருள் முதற் பருவப் பயிற்சிகளை முற்றாக விட்டுவிடுதல் ஆகாது; அவை தொடரும் அதே நிலையில் படிப்பு மற்றும் எழுத்துத் திறனுக்கான பயிற்சிகள் இரண்டாம் பருவத்தில் அறிமுகப்படுத்தப்பட்டு வளர்க்கப்பட வேண்டும். இவற்றுள்ளும் படிப்புத் திறனுக்கு முதல்நிலை முக்கியத்துவம் தரப்பட வேண்டும். இவ்வாறு குறிப்பிடும் போது எழுத்துத்திறனை முற்றாக நீக்க வைக்க வேண்டும் என்ற தவறு நிகழ்ந்துவிடக்கூடாது.

முதலில் எழுத்துத் திறன் குறித்த சில விளக்கங்களுக்கு வருவோம். எழுத்துக்களை அடையாளம் காணுதல், அதன்வரி வடிவத்தை எழுதப் பழகுதல் என்பன ஒருவகை ஆற்றல்; எழுதுதல் (writing) என்பதை ஒரு திறனாக (skill) வளர்த்தல் என்பது வேறு வகையான ஆற்றல். எழுத்துத் திறன் என்பதில் இந்த இரண்டு படிநிலைகளை நாம் பிரித்துணர வேண்டும். எழுத்துகளை அடையாளம் காணும் பயிற்சியை இரண்டாம் பருவத்தில் அதிகப்படுத்துவதில் பிழை இல்லை; நன்றும்கூட. பின்னர் இதை விரிவாகக் காண்போம்.

படிப்புப் பயிற்சிக்கு அதிக முக்கியத்துவம் தர வேண்டும் எனும்போதே, சிறுவர்கள் எழுத்தை அறிந்திருக்க வேண்டும் என்பது வெளிப்படை.

முதல் பருவத்தில்— முதலிரண்டு ஆண்டுகளில் — மிகுதியான பேச்சுப் பயிற்சி பெற்ற சிறுவர் அப்பேச்சுப் பயிற்சியால் உருவாகியுள்ள அறிவுத்திறனை, வளத்தைப் படிப்புப் பயிற்சியால் செழுமைப்படுத்த — விரிவாக்கப் பழக்கப்படுத்தப்பட வேண்டும். அதாவது பேச்சுப் பயிற்சியில் பெற்ற அறிவுத் திறனை எழுத்துப் பிரதியில் (text) காணும் நிலைக்கு வளர்க்கப்பட வேண்டும். எழுத்துப் பிரதியின் வழி அறிவுத் தேடலின் உயர்வடிவத்திற்கு அவர்களைப் பழக்க வேண்டும். 'படிப்பு' என்ற சொல்லை, வாசித்தல் (reading) மற்றும் கற்றல் (study) என்ற இரண்டின் கூட்டு வடிவமாகக் கருத வேண்டும்.

வாசித்தலுக்கு முதலில் குழந்தைகள் எழுத்துக்களுக்கு அறிமுகப்படுத்தப்பட்டிருக்க வேண்டும். இதை முதற் பருவத்தின் இறுதியில் கூட செய்யலாம். எழுத்திற்கு அதாவது ஒலி, வரி வடிவங்களுக்கு ('க' ஒலி / வரி) நன்கு அறிமுகமான சிறுவர் அதை எழுதுவதற்கு முன்பு, சொல்லில் அவற்றை அடையாளம் காணவும் சொல்லாக அவற்றை உருவாக்கிக் கொள்ளவும் வேண்டும். எழுத்து — அதன் ஒலி, அதற்குரிய வரிவடிவம், அதன் உச்சரிப்பு,

சொல்லில் அதன் இடம், செல்லேடு சேரும்போது அதன் உச்சரிப்பு, பிற எழுத்தோடு சேர்ந்து இயங்கும் தன்மை ஆகியவற்றை உணரவும், அறியவும், உருவாக்கவும் பழக வேண்டும். அடுத்த நிலையில் சொற்களை வாக்கியத்தில்/ வாக்கியமாக வாசித்தலும் பொருளாகக் கற்றலும் அவசியமாகும். வாசிப்பிற்கும் கற்றலுக்கும் இடைப்பட்ட பொருள் திரட்டல் (comprehension) என்ற நிலைதான் மிக முக்கியம். பேச்சுப் பயிற்சியால் பெற்ற அறிவு படிப்புப் பயிற்சியால் செழுமை பெறல் என்பது இதுதான்!

எழுத்தைச் சொல்லாக வாக்கியமாகப் படிக்கத் தெரிந்த சிறுவர்க்கு அதற்குரிய வரிவடிவத்தை (Grapheme) உருவாக்குவதிலும் சற்றுக் கால அவகாசம் தர வேண்டும். அதில் பிழையொன்றும் இல்லை. பிஞ்சு விரல்களைப் பென்சிலால் தண்டிப்பது பாவம்! வளர்ச்சியும் வலிவும் பெற்ற விரல்களால் குழந்தை எளிதில் எழுதப் பழகிவிடும். எழுதுதல் என்பது மூளை — சிந்தனை — கண் — விரல்கள் (உடல்) ஆகியவற்றின் கூட்டியக்கமாவதால் காலம் அதிகம் எடுக்கும்; அதுதான் இயற்கையும் நல்லதுமாம்!

கருத்தறிவாக்கத்தின் (cognition) இரண்டாவது கட்டம் படைப்பாக்கம் (creativity) ஆகும். இந்தப் படைப்பாக்க வளர்ச்சிக்குப் படிப்புப் பயிற்சி எளிதாக வழியமைத்துக் கொடுக்கும். பெற்றோர், உடன் பயில்வோர், ஆசிரியர் மற்றும் இன்ன பிறர் சொல்வதை மனதில் வாங்குதல், பதிய வைத்தல், எதிர்வினை உருவாதல், இதற் கேற்பச் சொல்லாடுதல் என, பேச்சுப் பயிற்சியால் பழக்கப் படுத்தப்பட்ட சிறுவர்தம் அறிவு படிப்புக்கு உள்ளாகும் போது வாய்க்கால் வழி நீர்போலவும், ஊடுபாவு போலவும் பிரதிகளின் (text) ஒழுங்குகளுக்கு உட்பட்டுத்தன்னை முறைவழிப் (channel) படுத்திக் கொள்கிறது.

இந்த முறைவழிப்பாடும் முறைமை (Process) அவ்வளவு எளிதானதன்று. வீடு, பள்ளி, உறவு, பணவசதி, பண்பாடு ஆகிய அனைத்தையும் பொறுத்ததாகும்.

பேச்சும் படிப்பும் சேர்ந்து இயங்கும் நிலையில் உண்டாகும் படிமங்கள்தான் படைப்பாக்க உணர்வுத் தூண்டலை உண்டாக்கவல்லதாகும். இந்தத் தூண்டல்கள் சிறுவர்களை இயல்பாக எழுதத் தூண்டும். மொழித் திறனுக்கான பயிற்சிகள் இயந்திர கதியில் நிகழாமல் இயல்பாய் ஏற்படும்.

படிப்புப் பயிற்சி சொற்களை வாக்கியத்தில் அடை யாளம் காணவும் அவற்றை வாக்கியமாக ஆக்கவும் உதவுவதோடு புதிய புதிய சொல்லாக்கங்களுக்கும், சொல் பதிலீடுகளுக்கும் (alternative), வாக்கிய ஆக்கங்களுக்கும் வழிவகுக்கும். இதன் அடுத்த கட்ட வளர்ச்சியாக எழுதுதல் என்பது சிறுவரின் மனதில் இயல்பான தூண்டலாக அமையும்போது இதற்கான பயிற்சிகளும் எளிதாப் பயன்படுகிறது. விவாதப் பயிற்சி, புதுச்சொல் பயிற்சி, என்றெல்லாம் பேச்சுப் பயிற்சி விரிவுபடுத்தப்பட, மூன்றாம் நான்காம் ஆண்டுகளில் ஏராளமான அறிவியல் கதைகளும், இசைப் பாடல்களும், செய்திகளும் (news) பேச்சுக்கும், படிப்புக்கும் உட்படுத்தப்பட வேண்டும்.

தொகுத்துச் சொல்வதென்றால் இந்த இரண்டாவது பருவம்.

1. ஒலி, வரி, பொருள் இயைபு
   Sound, form and meaning synthesis
2. படித்தலும் பொருள் திரட்டலும்
   Reading and compreshension
3. ஒப்புமையாக்கம் (சொல் / வாக்கியம்)
   Anology of word / sentence

என்று மூன்று திறன்களுக்காகப் பயன்படுத்தப்பட வேண்டும்.

பொருள் திரட்டும் திறன் கடினமான பணியாகும். இதன் உடன் நிகழ்வாகக் கற்றலும் (learning, study) படைப்பாக்கமும் நிகழ்வதை மறக்கக்கூடாது; நிகழும்படி பயிற்சிகளும் அமைக்கப்பட வேண்டும். சாதாரணமாகச்

சொல்லிக் கொடுக்கும் 'சிங்கம் — முயல்', 'பாட்டி — வடை — காகம் — நரி', 'இது எங்கள் குடும்பம்' முதலான பேச்சுப் படிப்புப் பயிற்சிகளோடு கூடிய காலம், இடம், விழுமியம், தேவை முதலான அறிவுத் திறனை 'Meaning acquision* நாம் கவனமாக கணக்கில் கொள்ள வேண்டும்.

மூன்றாம் பருவம்

தொடக்கக் கல்வியின் ஐந்தாம் ஆண்டு மூன்றாம் பருவமாகும். முந்தைய நான்கு ஆண்டுகளில் மாணவர்கள் பெற்ற பயிற்சிகளின், மொழித் திறன்களின் செயல்பாட்டு (applied) பயன்பாட்டுப் (functional) பருவமாக இது அமைய வேண்டும்; முதல் நான்கு ஆண்டுகளின் மறுவாசிப்பாக (re - revised) கணக்கெடுப்பாக (stock taking) அமைய வேண்டும். எழுத்துத்திறன் (writing as a skill) பயிற்சிகளுக்கு அதிக இடம் கொடுக்க வேண்டும். இலக்கியக் கல்வி ஊறுகாய் போல அறிமுகப் படுத்தப்பட வேண்டும். கட்டுரை எழுதும் பயிற்சிக்கு அதிக முக்கியத்துவம் கொடுக்கப்பட வேண்டும். கட்டுரை, கடிதம், குட்டிக்கதை, செய்தி, துணுக்கு, வினா — விடை, முதலான அனைத்துச் சிந்தனை முறைகளுக்கும் எழுத்து வடிவங்களுக்கும் உரிய பயிற்சி ஆண்டாக ஐந்தாம் ஆண்டு அமைய வேண்டும். குறிப்பாகச் சொல்வதென்றால் தொடக்கக் கல்வியின் முதல் நான்கு ஆண்டுகளுக்கும், உயர்நிலைப் பள்ளியின் ஆறாவது வகுப்பிற்கும் இடையில் மொழித்திறன் பயிற்சிப் பாலமாக ஐந்தாம் வகுப்பு மொழிப் பயிற்சிகள் அமைக்கப் பெற வேண்டும்.

1) பேச்சு — சிந்தனை — பேச்சு
2) படிப்பு — எழுத்து — படிப்பு
3) எழுதுதல் —பேச்சு/படிப்பு — எழுதுதல் — என்ற வளர் செயல்முறை மொழித்திறனின் முப்பரிமாணமாக ஐந்தாமண்டில் சிறுவர்களுக்குக் கைவரப் பெறல் வேண்டும்.

எழுதும் திறன் என்பது தொடக்க வகுப்புகளில் நகலெடுக்கும் பயிற்சியாகச் சிறுவர்களைக் கொடுமைப் படுத்தக்கூடாது; அது மொழித் திறன்களின் செம்மாப்பு (asertion of skills) ஆகும். சிறுவர்கள் எழுதுகிறார்கள் என்றால் மனசுக்குள் பேசுகிறார்கள். படிக்கிறார்கள் என்று பொருள். மூளையின் மொழிப்புலத்தை முழுமையாக இயக்கு ஆற்றல் எழுதும் திறனுக்கு இருப்பதால், நன்கு அடித்தளம் (பேச்சு — படிப்பு) இட்ட பின் அது தொடங்கப்பட்டு பின்னர் விரைவாக மிகுதியாக அளிக்கப் பெறல் வேண்டும்.

இதுவரை கூறப்பெற்ற செய்திகள் மாயவித்தைகளால் கைவரப் பெறா; ஆசிரியர், அரசு, பெற்றோர் ஆகியோரின் பொறுப்பையும், உழைப்பையும், முறையான அறிவுச் சேமிப்பையும் பொறுத்து இவை உருவாக்கப் பெறுவதாகும். *(1)* மூளை / அறிவு, மொழியின் வழியாகவே இயக்கப் பெறுகிறது; *(2)* சுயவினை மற்றும் எதிர்வினைக்கான தூண்டல்கள் மொழியின் மூலமாகவே உண்டாகின்றன; *(3)* பல்வேறு திறன்களுள் 'மனப்பாடம் — ஒப்புவித்தல்' திறனும் ஒன்றுதானே தவிர அதுவே முற்றானது அல்ல; *(4)* கருத்துப் புலப்பாட்டுத் திறனும், சொல்லாடல் திறனும் தலைமைத் திறன்களாகும்; *(5)* தொடக்கக் கல்விக்கால மொழித்திறன் என்பது தாய்மொழித் திறனே' இவை போன்ற உண்மைகளே மொழி அறிவியல் என்று ஒப்புக் கொள்ளப்படுமேயானால் தொடக்கக் கல்வியில் மொழிக் கல்வியின் இடம், தன்மை, தரம், முறை முதலியன மாற்றியமைக்கப்பெற வழியேற்படும்; இதற்கான மொழி ஆசிரியர் பயிற்சியும் வரையறுக்கப்படும்.

அடையாளம் காட்டப்பெற்ற திறன்களுக்கான பயிற்சிகளை வரையறுப்பது கடினமான தொடர்பணி ஆகும். பாடத்திட்டம் அதையொட்டிய பாடப்புத்தகம், பயிற்சிப் புத்தகம், படிநிலைப் படி தரப்படுத்தப்பட்ட, வரையறுக்கப்பட்ட சொல்தொகுதிகள், படவிளக்க நூல்கள், இசை நூல்கள் ஒலி, ஒளிப்பேழைகள், ஆகியவற்றின் உருவாக்கம் மிகப் பெரிய ஆராய்ச்சி வேலையாகும்.

தொடக்கக் கல்வியில் தாய்மொழிப் பயிற்சிக்கான ஆசிரியப் பயிற்சியும், அந்த ஆசிரியர்களுக்கான பயிற்சிநெறிக் கையேடுகளும் தனிக்கவனத்திற்கும் ஆராய்ச்சிக்கும் உரியன. தாய்மொழித் திறனில் ஏற்படும் சிதைவுகள், குறைகள் கருத்துருவாக்கத்தில், அறிவு வளர்ச்சியில் சிதைவுகளை உண்டாக்கிவிடும் என்பதும், மொழித் திறன் பெற்ற சிறுவனின் அறிவு கொள்திறம் முறையானதாக, முழுமையானதாக இருக்கும் என்பதும், ஒரு மனிதனின் ஆளுமை வளர்ச்சியில் அவன் பெற்றுள்ள மொழித்திறனுக்கும் உரிய பங்குண்டு என்பதும் அரசுக்கும், பெற்றோர்க்கும், ஆசிரியர்க்கும், கல்வியாளர்க்கும் புரியாமல் போனால் இதற்குரிய தண்டனையை வரலாறு கண்டிப்பாக அளித்து விடும்.

தமிழை யார் வேண்டுமானாலும் குதறலாம் — சொல்லிக் கொடுக்கலாம் என்ற அறியாமை அகற்றப் பட்ட, முறையான மொழிக்கல்வி ஆசிரியர் பயிற்சி பெற்ற தமிழாசிரியர்கள் மட்டுமே தொடக்கப் பள்ளித் தமிழாசிரியர்களாக நியமிக்கப்பட வேண்டியது எல்லா வற்றிற்கும் அடிப்படையான அகரம், ஆகாரம் ஆகும்.

2002 பிப்ரவரி 5ஆம் தேதி, தமிழ்ப் பல்கலைக்கழக மொழியில் துறை சார்பில் நடைபெற்ற 'புத்தொளிப் பயிற்சி வகுப்பில் நிகழ்த்திய சொற்பொழிவின் கட்டுரை வடிவம்!

17
கலைக்களஞ்சிய உருவாக்கம் சில அடிப்படைக் குறிப்புகள்

'கலைக் களஞ்சியம்' பற்றிய ஆய்வு மிகப் பெரிய நூலாக விரிவடையக்கூடியதாகும். உருவான கலைக்களஞ் சியங்களை மதிப்பிடுதல் அல்லது கலைக்களஞ்சிய உருவாக்கத்திற்கான ஆய்வுகள் என்பனவும் அத் தன்மை யனவே. காரணம், தொகுப்புப் பணி வரலாற்றில் குறிப்பிடத்தக்க மைல் கல்லாக அமைவது 'கலைக் களஞ் சியமாகும்' 'உடனடி ஒப்புநோக்கீட்டு நூலகமாகவும்', 'கருத்து விளக்கக் காப்பகமாகவும்', நூலக அலமாரிகளில் வைக்கப்படும் கைகொள் ஆய்வுக்கூடமாகவும் விளங்கும் தன்மையது. ஒரு மிகப்பெரிய பல்கலைக் கழகத்தின் அனைத்துத் துறைகளுக்கும் பயன்படுவதும் அதே சமயத்தில் தனித்துறையாக வளர்ந்துவருவதுமான 'கலைக் களஞ்சியம்' பற்றிச் சுருங்கக் கூறுவது அவ்வளவு எளிதான வேலையன்று.

கலைக்களஞ்சியத் தோற்றம், வளர்ச்சி, வரலாறு, வகைப்பாட்டு விளக்கம் ஆகியன இக்கட்டுரையில் இடம் பெற வில்லை. இக்கட்டுரை அல்லது (தெளிவாகச் சொல்லப் போனால்) அறிக்கையின் நோக்கம் கலைக் களஞ்சியம் பற்றி ஆய்வு செய்வதும் அன்று. புதிதாக உருவாக்கப்படக்கூடிய ஒரு கலைக்களஞ்சியத்திற்குப் பயன்படும் வகையில், சில அடிப்படைக் குறிப்புகளை முறைப்படுத்தலாகும்.

'பொதுவாக அனைவர்க்கும் விளங்கும்படியான நடையில், கல்லூரியில் உயர்தரப் பட்டம் பெற்றவர்களுடைய அறிவுத்தரத்திற்குக் குறையாமல், அறிவுத் துறைகள் பலவற்றையும் இது விளக்கிக் காட்டும்' என்று *12.12.1948*—இலேயே, தமிழ் வளர்ச்சிக் கழகம் வெளியிட்ட முன்மாதிரி கலைக்களஞ்சியப் படிவத்தில் தி.சு. அவினாசிலிங்கம் குறிப்பிட்டிருப்பதற்கேற்ப,[1] கலைக் களஞ்சியம் ஓர் மாணவனுக்கு உள்ளூக்கியாகவும், ஓர் உயர்தரப் பட்டப்படிப்பு மாணவனுக்கு வழிகாட்டு நூலாகவும் விளக்க வேண்டும். எனவே இது அறிவையும் உழைப்பையும் முதலீடு செய்து நடத்தப்பட வேண்டிய 24 மணி நேர ஆய்வுத் தொழிலாகும்.

கலைக்களஞ்சியத்தைப் பயன்படுத்துவோர் பரப்பு இன்னது என்று தீர்மானமான ஒரு முடிவுக்கு வர இயலாது. பிரித்தானியக் கலைக்களஞ்சியங்களைப் பயன்படுத்துவோரைக் கீழ்க்கண்ட மூன்று வகையினராக பிரிக்கின்றது.

1. எதையாவது புதிதாகத் தெரிந்துகொள்ள வேண்டும் அல்லது படிக்க வேண்டும் என்ற மனப் பான்மையினர்.
2. ஒரு குறிப்பிட்ட பொருளைப் பற்றி மட்டும் மிக விரிவாகத் தெரிந்து கொள்ள விழைவோர்.
3. ஒரு துறை அறிவை விளக்கமாக அதாவது ஒரு பொருளின் திட்ப நுட்பங்களை மிக ஆழ்ந்து அறிய மற்றும் ஆராய — விரும்புவோர்.

பிரித்தானியக் கலைக்களஞ்சியத்தின் இப்பகுப்புப் பொதுவாக ஏற்றுக்கொள்ளக்கூடியது என்றாலும், தமிழ் நாட்டின் நுகர்வோர், பரப்பு, தன்மை, தேவை ஆகியன வற்றையும் கருத்தில் கொள்ள வேண்டும். உயர் ஆய்வுகள் மேலோங்கியுள்ள நாடுகளுக்கும் உயர்கல்வி வளரத் தொடங்கியுள்ள நாடுகளுக்கும் வேறுபாடுகள் உள. தமிழகத்தைப் பொறுத்தவரை பொது அறிவு, துறையறிவு.

அறிவு வளர்ச்சியின் தொடர்ந்த தேவைகள் ஆகியன படிப்போர் முன் நிற்கின்றன.

ஒப்புநோக்கீட்டு நூல்கள் நூலகங்களில் மட்டுமே பெரிதும் காணப்படக்கூடியன. ஒப்புநோக்கீட்டு நூல்களைப் படிப்போர்க்கு அறிமுகப்படுத்துவதில் நூலகரின் பங்கும் பெரியது. ஒரு நல்ல நூலகர் மட்டுமே, பல்வேறு வகையான ஒப்பு நோக்கீட்டு நூல்களில், படிப்போர்க்குத் தேவையான நூலை அறிமுகப்படுத்த முடியும்.

புதிய கலைக்களஞ்சிய உருவாக்கத்திற்கு உந்துதலாக, உருவான கலைக்களஞ்சியத்திலிருந்து குறிப்புகள் சேர்த்தல் அல்லது ஒரு கலைக்களஞ்சியத்தை உருவாக்கும் பதிப்புக்குழு, பயன்படுத்தும் நுகர்வோன், மற்றும் அறிமுகப்படுத்தும் நல்ல நூலகன் என்ற மூன்று நிலைகளிலிருந்து உருவான கண்ணோட்டத்துடன் ஆராயும் போதுதான் கலைக்களஞ்சியப் பணி வெற்றி பெற்றதாகின்றது. இத்தன்மையிலேயே சில குறிப்புகள் இக்கட்டுரையில் ஒழுங்கு படுத்தப்பட்டுள்ளன.

மேலே குறிப்பிடப்பட்டுள்ள மூன்று நிலையினருள் இரண்டாம் நிலையினரான பயன்படுத்தும் நுகர்வோரே அடிப்படையில் முக்கியமானவர். இவரோடு, பதிப்புக் குழு நேரடியாகத் தொடர்பு கொண்டாலும், மறைமுகமாக முக்கியப் பங்கேற்பவர் கட்டுரையாளரே ஆவார். கலைக் களஞ்சிய உருவாக்கத்தில் கட்டுரை என்பதே கவனம் செலுத்தப்படவேண்டிய மையமாகும்.

கலைக்களஞ்சிய உருவாக்கம் பற்றிய அடிப்படை குறிப்புகளைக் கீழ்கண்ட மூன்று பெரும் பிரிவுகளாகப் பிரிக்கலாம். இப்பிரிவுகள் தனித்து இயங்கக் கூடியன எனபதல்ல; ஒன்றோடொன்று இயைந்தே இயங்குவன. குறிப்பிட்ட சில செய்திகள் மூன்று பிரிவுகளிலும் நோக்கத் தக்கன.

அ. பொதுச் செய்திகள்: கலைக்களஞ்சியம் பதிப்பாக்கம் பற்றியன

ஆ. சிறப்புச்செய்திகள் : கட்டுரையாக்கம் பற்றியன
இ. வடிவச்செய்திகள் : உருவ அமைப்பு பற்றியன

பொதுச்செய்திகள் : கலைக்களஞ்சியப் பதிப்பாக்கம்

ஒரு கலைக்களஞ்சியத்தைப் படிக்கும்போதோ அல்லது வாங்கும்போதோ அதன் உரிதிறன் அமைவே முதலில் நோக்கப்படுகின்றது. 'பிரித்தானிகா' என்ற சொல்லே உரிதிறன் அமைவின் சான்றுச் சொல்லாக அமைந்துவிட்டதல்லவா? இவ்வுரிதிறன் அமைவு அ) வெளியிடுவோர், ஆ) பதிப்பாசிரியர்/ பதிப்புக்குழு, மற்றும் இ) கட்டுரையாளர் என்ற மூன்று நிலைகளில் சோதித்து அறியப்படும்.

வெளியிடுவோர்: கலைக்களஞ்சியம் போன்ற நுண்மான் நுழைபுலத்தொகுப்பை — படைப்பை — வெளியிடுதல், ஒரு நாடு தன் அயல்நட்டுக் கொள்கை அல்லது வரவு செலவுத் திட்டத்தை வெளியிடுவதற்கு ஒப்பானது. எனவே மிக விழிப்பான, கூர்மையான இப்பணி, கொள்கைப் பதிவுடைய நிறுவனங்களாலேயே மேற்கொள்ளப்பட வேண்டும். காரணம், படிப்போர் குறிப்பிட்ட இன்னார்தம் வெளியீடு என்னும் போது நம்பி, தம் ஆய்வின் வழிகாட்டியாக மேற்கொள்வதைக் காண்கின்றோம். எனவே கலைக்களஞ்சியப் பதிப்புக் குழுவினர் பணியானாலும், கட்டுரைக் கொடையாளர் தம் பணியானாலும் அவர் தம் உரிதிறன் நன்கு சோதித்து அறியப்பட வேண்டும்.

பதிப்பாசிரியர் / பாதிப்புக்குழு: கலைக்களஞ்சியப் பதிப்புப் பணி கட்டுரையாளர் அனுப்பிய கட்டுரை களைத் தொகுத்து அகர நிரல்படி இருக்கிறதா என வெறும் மேற்பார்வை செய்து வெளியிடும் சாதாரண எளிய பணியன்று. ஒரு கட்டுரையின் பொறுப்பைத் தனியொரு கட்டுரையாளர் ஏற்றாலும், ஒட்டுமொத்தமாக அனைத்துக் கட்டுரைகளின் குறைநிறைகளை ஏற்க வேண்டிய பொறுப்புப் பதிப்புக் குழுவையே சாரும்.

எனவே, கலைக்களஞ்சிய ஆக்கத்தின் ஒவ்வொரு கட்டத்திலும், நிலையிலும் பங்கேற்க வேண்டிய பொறுப்பு, பதிப்புக் குழுவிற்கு உண்டு. கலைக்களஞ்சியம் வெறும் மெய்மைகளின் தொகுப்பு நூலன்று. வெறும் மெய்மைகள் மட்டுமே ஒரு கருத்தைப்புரிய வைத்துவிடும் என்று கூற முடியாது. மிகுதியான செய்திகளைக் கூறிவிடுதல் மட்டுமே கல்வியுமாகாது.[3] எனவே மெய்மைகளின் வழி, படிப்போரை உண்மைக்கு இட்டுச் செல்வதும், அவ்வுண்மைகளும்— இதுதான் இறுதியான உண்மை என்று இல்லாமல் — படிப்போனின் ஆய்வை கூர்மைப் படுத்துவனவாக அமைவதும், கல்வியின் — கலைக்களஞ் சியப் படிப்பின் — பயன் ஆகும்.

கலைக்களஞ்சியம் வெறும் கடந்த கால வளர்ச்சிகளின் தொகுப்பன்று. அது, உலகில் அவ்வப்போது உருவாகும் அனைத்துத் துறைகளையும் ஏற்றுக்கொள்ளும்; 'இப்பி' முதல் 'வானமண்டல வாழ்வாய்வு' வரை விளக்க முடையதாக இருக்கும்.

பதிப்புக் குழுவின் தொடர்ந்த மேற்பார்வைக்குரிய, ஒரே சமமான நிலையான திட்டப்போக்குடைய கலைக்களஞ்சியப் பதிப்புப் பணி கீழ்கண்ட நான்கு முக்கிய நிலைகளில் வளரக் கூடியதாகும்.

1. கலைக்களஞ்சிய வகை அல்லது படிப்போர் நிலை
2. பதிப்பு விழிப்புணர்வு
3. கட்டுரைத் துணை உறுப்புகள்
4. அமைப்பு

கலைக்களஞ்சிய வகை அல்லது படிப்போர் நிலை: கலைக்களஞ்சியம் எந்த வகையைச் சார்ந்தது அல்லது எத்தன்மையான படிப்போரை உடையது என்பது முதலிலேயே தெளிவுபடுத்தப்பட வேண்டும். கலைக் களஞ்சியங்களைப் புல அடிப்படையிலும், செயற்பாட்டு அடிப்படையிலும் பகுக்கலாம்.

1. புல அடிப்படை

1. கலையியல் கலைக்களஞ்சியம்

2. சமூக அறிவியல் கலைக்களஞ்சியம்

3. அறிவியல் கலைக்களஞ்சியம்

(அல்லது)

1, அறிவியல் கலைக்களஞ்சியம்

2. சமூக அறிவியல் (கலையியலை உள்ளடக்கி) கலைக் களஞ்சியம்

2. செயற்பாட்டு அடிப்படை

அ. உலூரயிசு சோரியின் பகுப்பு [4]

1. Comprehensive adult
2. Popular adult
3. Adult in one volume
4. School alphabetical and classified
5. Foreign

ஆ) பிரித்தானிகாவின் பகுப்பு [5]

1. General Encyclopaedia
2. Encyclopaedia Dictionary
3. The Modern Encyclopaedia
4. Encyclopaedias for Special interest
5. Children Encyclopaedia
6. Specialized Engyglopaedia
7. Encyclopaedia of Countries and Reigions

இ) வ. செயதேவன் பகுப்பு [6]

1. General Encyclopaedia
    1. Thesaurus Encyclopaedias
    2. Propagandist Encyclopaedias
2. Restricted or Special Encyclopaedias
    1. Theasaurus Encyclopaedias.
    2. Propagandist Encyclopaedias

கலைக்களஞ்சிய வகைப்பாட்டில் மேற்கண்ட தெளிவு இருக்கும் போது மட்டுமே, கட்டுரை தொகுத்தல் பணி செம்மையுறும்; முழுமையுறும்.

பதிப்பு விழிப்புணர்வு

பதிப்பு விழிப்புணர்வு என்பது ஒரு பொதுமையான சொல்லாகும். தமிழைப் பொறுத்தவரை, மிகுதியான கலைக்களஞ்சியங்கள் முன்பே வெளியிடப்படவில்லை யென்றாலும், இதுவரை வெளிவந்துள்ள கலைக்களஞ் சியங்கள் பற்றிய ஆய்வு தேவைப்படுகின்றது. அந் நிலையிலேயே பழைய கலைக்களஞ்சியங்களின் சிறப்பைப் புதிய கலைக்களஞ்சியங்கள் உள்ளடக்கி வருவதோடு பழைய தவறுகள் தவிர்க்கப்பட முடியும்.[7]

1. தெளிவு: ஆர்வமும் மதிநுட்பமும் அதே சமயத்தில் ஒரு துறையில் வல்லுநராக இல்லாத தன்மையிலும் உள்ள ஒருவர். விரும்பிப் பயன்படுத்தக்கூடிய வகையில் அமைய வேண்டும் என்பதே 'தெளிவு' என்பதன் கருத்தாகும். கலைக்களஞ்சியம், துறைவல்லான் ஒருவனின் முழுத் தேவையையும் நிறைவு செய்யாது; அதே சமயம் ஒரு தலைப்பில் அதன் பொதுவான செய்திகளைத் தருவதோடு அதன் முழுத் தேவைகளை நிறைவு செய்யும் வழியை ஆற்றுப்படுத்தும். விளக்கப்படாத பல மெய்மைகளுக்குப் பதிலாக, விளக்கப்பட்ட சில மெய்மைகளைக் கொண் டிருக்கும் ஒரு நுட்பமான 'தலைப்பு' என்றாலும் அது அத்துறை வல்லானுக்கு மட்டுமே முழுதும் புரியும் என்றாலும் பொது வாசகனுக்கு உட்கருத்தாவது புரியத்தக்க வகையில் அமைந்திருக்கும்.

2. உள்ளொழுங்கமைவும் தொட்டொழுங்கமைவும்: அறிவு வட்டத்தின் முழுமையைப் படைக்கவேண்டிய கலைக்களஞ்சியம், தான் பெற்றிருக்கும் கட்டுரைகளின் தன்மை அடிப்படையில் நிலைத்த மதிப்பு உடையதாகவும் படிப்போனுக்குத் தொடர்ந்து கட்டுரைகளைப் படிக்க வேண்டும் என்ற உணர்ச்சி எற்படும்படியாகவும்

ஒவ்வொரு கட்டுரையும் அதன் செய்திகளால் பொருத்தம் உடையதாகவும் அமைய வேண்டும். உறவுடைய தலைப்புகளின் ஒவ்வொரு பகுதியும் முழுமையாக விளக்கப்படுவதோடு இத்தலைப்புகளின் உறவு, படிப்போனுக்குத் தெளிவாக விளங்கும்படியும் கட்டுரைகள் அமைய வேண்டும்.

3. கூறியவை கூறலும் கூறியவை சிதைவும்: ஒரு குறிப்பிட்ட தலைப்பு, பல்வேறு சூழ்நிலைகளில் அல்லது இடங்களில் விளக்ப்பட வேண்டி வரும் போது கூறியவை கூறலாக இல்லாமல் அதே சமயத்தில் ஒவ்வொரு இடத்தில் ஒவ்வொரு செய்தி எனச் சிதைவுறாமல் இருக்க வேண்டும். மேலும் ஏதேனும் ஒரு இடத்தில் அதன் தலைமைச் செய்திகள் விளக்கப்பட்டு பிற இடங்களில் அதன் துணைக் கூறுகள் விளக்கப்படலாம். தலைப்புகளின் பொருள் தொடர்பும் எல்லையும் பற்றிய முன் கூட்டிய திட்டம் இக்குறையைத் தவிர்க்கக்கூடும்.

4. புறவயம் மற்றும் நடுநிலைமை: இவ்வுணர்வு பதிப்பாளர்க்கு வேண்டிய இன்றியமையா உணர்வாகும். ஒரு குறிப்பிட்ட தலைப்பை ஒரு கல்வியியலாளன் எழுதுவதற்கும் ஒரு அரசியல்வாதி எழுதுவதற்கும் வேறுபாடு உண்டு. *(8)* மேலும், நாட்டுக்கு நாடு, ஒரு நாட்டுக்குள்ளேயே சார்புக்குச் சார்பு வேறுபாடுகள் உள. அண்மைக்கால ஆப்கானிஸ்தான் வரலாற்றைக் குறிப்பிட்டு எழுத வரும் போது ரஷிய, அமெரிக்க ஆசிரியர்கள் தம் கருத்து ஒன்றாயிருக்க முடியாது. ஏன், ஆப்கானிய ஆசிரியர்களுக்குள்ளேயேகூட ஒருமை இருக்க முடியாது. இதில் நடுநிலைமை வகிக்க பதிப்புக் குழு முனைய வேண்டும். நடுநிலைமை என்பது செய்தி களைப் புறக்கணிப்பதல்ல. புறவயத் தன்மையோடு செயல்படுவது.

5. உலகக் கண்ணோட்டம்: ஒரு கலைக் களஞ்சியம் ஒரு குறிப்பிட்ட பகுதிக்கான மொழியில் உருவாக்கப்

பட்டாலும் அதன் பண்பு உலகம் தழுவியதாக அமைய வேண்டும். வாழும் அல்லது இறந்த மனிர்கள், தலைமை தாங்கும் அல்லது தலைமையற்ற கொள்கைகள் மற்றும் தன் விருப்பங்கள் என்ற அடிப்படையில் இல்லாமல் 'உலகன்' என்ற ஒருவனுக்கு, அவன் புரிந்து கொள்ளக்கூடிய மொழியில் எழுதப்படுகிறது என்ற உணர்வோடு உருவாக்கப்பட வேண்டும்.

6. சிறந்ததோர் வரலாறு, இடப்பெயர் மற்றும் ஆள் பெயர்: கலைக்களஞ்சியத்தில் சிறந்தோர் வரலாறு இடம் பெறவேண்டுமா என்பது முதலில் தீர்க்கப்பட்டாக வேண்டும். சிறந்தோர் வரலாற்றுக் கலைக்களஞ்சியம் என்ற ஒன்று வெளியிடப்படுவது தேவையா என்பதும், அந்நிலையில் பொதுக்களஞ்சியத்தில் சிறந்தோர் வரலாறு இடம் பெற வேண்டுமா என்பதும் முதலிலேயே திட்டமிடப்படவேண்டும். (9) சிறந்தோர் என்பதற்கான வரையறைகளும் திட்டமிடப்பட வேண்டும். இவ் வகையிலேயே இடப்பெயர் மற்றும் ஆள் பெயர்களைக் குறிப்பிடுவது தொடர்பான முன்திட்டம் தேவை. அவ்வந்நாடுகளில் வழங்குவது போல கையாள்வதா அல்லது வேறு எவ்வகையில் கையாள்வது என்பது திட்டமிடப்பட வேண்டும்.

7. மொழி பெயர்ப்பு மற்றும் ஒலி பெயர்ப்பு: இது மொழித் தொடர்பான சிக்கல்.

8. மொழி: எந்த மொழியில் கலைக்களஞ்சியம் வெளியிடுகிறோம் என்பது அடிப்படைச் சிக்கல்களுள் ஒன்றாகும். தமிழ்க் கலைக்களஞ்சியத் தொகுப்பின் போது முதல் ஐந்தாண்டுக் காலம் கலைச் சொல்லாக்கம். தமிழில் கருத்துக்களைச் சொல்லுதல், மொழி மற்றும் ஒலி பெயர்ப்பு முறைகள் போன்றவையே கருதப்பட்டமை கருதத்தக்கது. (10)

9. நடை: இதுவும் மொழியை ஒட்டிய சிக்கலாகும். குறிப்பிட்ட வகையைச் சார்ந்த கலைக்களஞ்சியம் நடை,

மற்றொன்றினின்று வேறுபட்டே அமையும். ஆனால், ஒரு பொதுவான கலைக்களஞ்சியத்தின் நடை எப்படியிருக்க வேண்டும் என்பதே வினா. பல புலங்களைச் சார்ந்த பல அறிஞர்கள் எழுதும் கட்டுரைகள் உறுதியாக நடையால் வேறுபட்டே இருக்கும் என்றாலும் ஒரு பொதுத்தன்மைக்கு உட்பட்டும் இருக்க முடியும். அப்பொதுத் தன்மைகள் யாவை என்பதை விளக்கும் வகையில் 'களஞ்சிய நடை, உருவாக்கப்பட வேண்டும். அறிவியல் கட்டுரைகளின் நடை பிறவற்றினின்று வேறுபட்டே இருக்கும் என்றாலும், கலைக் களஞ்சியக் கட்டுரையாக வரும்போது, அது சில பொதுக் கூறுகளுக்கு உட்பட்டும் இருக்க முடியும். தமிழைப் பொறுத்தவரை எல்லோர்க்கும் புரியக்கூடிய, கொச்சையற்ற, மிகப் பழமைசாராத, இக்கால மேம் படுத்தப்பட்ட தமிழ்நடையை உருவாக்க முடியும்: பின்பற்ற முடியும்.

10. முழுமை: அறிவுவட்டத்தின் 360 புள்ளிகளும் இன்றியமையாதன. கலைக்களஞ்சியத்தின் ஒவ்வொரு கட்டுரையும் சிறப்பின. களஞ்சியத்தின் ஏதேனும் ஒரு இடத்தில் அறிவின் கூறுகள் விளக்கப்படுவதோடு ஓரிடத்தி லாவது முழுமையாக விளக்கப்பட வேண்டும்; ஒரே ஒரு இடத்தில் மட்டுமே, ஒரு பொருளின் தலைமைக் கூறு முழுமையாக விளக்கப்பட்டிருக்க வேண்டும்; ஒவ்வொரு கூறும் சம அளவில் விளக்கப்பட்டிருக்க வேண்டும்.

11. புதுப்பித்தலும் இக்காலத்தன்மையும்: தொடர்ந்து புதுப்பித்தலின் மூலம் மட்டுமே கலைக்களஞ்சியத்தின் இக் காலத்தன்மை காப்பாற்றப்பட முடியும். இணைப்புகள், ஆண்டுத் தொகுப்புகள், துண்டுத்தாள் இணைப்புகள் எனப் பலவகைப் புதுப்பித்தல் முறைகள் திட்டமிடப்பட வேண்டும். கலைக்களஞ்சியம் வெளியிடப்பட்ட பிறகு புதுப்பித்தல் பணி தொடங்கப்படுவது அன்று; தொடங்கப் பட்ட நிலையிலேயே புதுப்பித்தல் என்ற உணர்வு அடி மனதில் இழையோடிருக்க வேண்டும்.

கட்டுரைத்துணை உறுப்புகள்

1. நூலடைவு: நோக்கம்: கட்டுரையில் சொல்லப் பட்டுள்ள பொருளை மேலும் மேலும் தெளிவாக அறியத் துணை செய்தலும், அக்கட்டுரைக்கான ஆதார மூலமாக விளங்குலும் ஆகும்.

தன்மை: தொடர்ந்த படிப்புக்குத் துணை செய்த தாகவும், இன்னும் இது போன்ற நூலடைவுகளைத் தெரிந்து கொள்ள வழி செய்வதாகவும், அண்மைக்கால மற்றும் வரலாற்றுத் தகவல்களை உடையதாகவும் மற்றும் தலைப்புக்குப் பொருத்தமான இதழ்களைப் பரிந்துரைப்பதாகவும், நூலடைவின் தன்மை அமைய வேண்டும். (11)

முறைமை: கட்டுரையைத் தொடர்ந்து இருக்க வேண்டும். நூலின் எப்பதிப்பு ஆளப்பட்டிருப்பினும் முதற்பதிப்பாண்டு தரப்பட வேண்டும். புதுப்பிக்கும் போது இவையும் புதுப்பிக்கப்பட வேண்டும். குறிப்பமை நூலடைவாக இருத்தல் நலம். மிகக் குறைவான படிகளும், ஓரிரு நூலகங்களில் மட்டுமே இருக்கக்கூடியனவும் தவிர்க்கப்படலாம். பொதுவாக, கட்டுரையாளரே நூலடைவைத் தருதல் வேண்டும். ஆனால், பதிப்புக்குழு இந்நூலடைவைச் சரிபார்ப்பதோடு, கூட்டவும் குறைக்கவும் செய்யும்.

2. தேசப்படம், அட்டவணை மற்றும் வரைபடம்: இவை தனியே தொகுத்தளிக்கப் படுதலுக்கு மாறாக, கட்டுரைகளில் உரிய இடங்களில், கட்டுரைச் செய்திகளை நன்கு விளங்கிக் கொள்வதற்கு ஏற்ப, பொருத்தமாகப் பக்கத்திலேயே அமைக்கப்பட வேண்டும். ஆனால், அட்டவணைகளும் வரைபடங்களும் இருந்தால்தான் கட்டுரை விஞ்ஞானத்தன்மை பெறும் என்ற எண்ணத்தில், கட்டுரைச் செய்திகளைத் தேவையின்றி அட்டவணை ஆக்கித் தரக்கூடாது.

3. சொல்லடைவு: ஒரு விஞ்ஞானப் பூர்வமான நூலாக்கத்தில் சொல்லடைவுகளின் பணி வெள்ளிடை மலை.

4. குறுக்கெதிர் நோக்கீடு: எல்லோரும் எளிதாகப் புரிந்துகொள்ளக்கூடிய வகையில் நாமே ஒரு நெறி முறையைப் பின்பற்ற வேண்டும்! பின்பற்றலாம் Brockhaus என்பவர். 'see also' என்பதற்குப் பதிலாக அம்புக்குறியைப் [--->] பயன்படுத்தியதைப் போல எளிய முறையை நாமே உருவாக்கலாம்.

5. வழிகாட்டி நூல்: இது தனித்தொகுப்பாக வெளியிடப் பட வேண்டுமா, முதல் தொகுதியின் முதல் பகுதியாக அமைய வேண்டுமா என்பது முதலிலேயே தெளிவு படுத்தப்பட வேண்டும்.

6. குறுக்கவிளக்கம் பிழைப்பட்டியல் இன்னபிற: இவற்றின் அவசியம் வெளிப்படை.

அமைப்பு

கலைக்களஞ்சியத்தில் கட்டுரைகளை அமைக்கும் தன்மை ரோமானியர் காலம் முதல் இன்று வரை அனைவராலும் ஒப்புக்கொள்ளத்தக்க அளவு இணக்கமாக அமையவில்லை. அகரநிரல் அமைப்போ, பொருள் நிரல் அமைப்போ மற்றும் சொல்லடைவு, குறுக்கெதிர் நோக்கீடு போன்றவையோ ஒரு குறிப்பிட்ட நூலைத்தான் பின்பற்றி அமைக்க வேண்டும் என்பது அவசியமல்ல. தேவை, தெளிவு மற்றும் நோக்கம் ஆகியன பொறுத்து ஒவ்வொரு பதிப்புக் குழுவும், புதிய, ஆனால் எளிய வழிமுறைகளை உருவாக்கிக் கொள்ளலாம்.

கட்டுரையாளர்:

ஒவ்வொரு கட்டுரையாளரும் அவரவர்தம் துறையில் வல்லுநராக இருப்பர். ஆனால், அவரால் எழுதப்படும் கட்டுரைகள் வெறும்வல்லுநர் குழாத்திற்கு அன்று

என்ற எண்ணம் உடையவராக இருத்தல் வேண்டும். ஒரு குறிப்பிட்ட துறை சார்ந்த வல்லுநர், பிறதுறைக் கட்டுரைகளைப் படிக்கும் போது எந்த மனநிலையினராக இருப்பாரோ அதே போன்ற மனநிலையினரே, தன்மை யரே தம் கட்டுரையைப் படிப்பவரும் என்று கருத்தில் கொள்ள வேண்டும். ஒரு கட்டுரையாளர். ஒன்று அல்லது அதற்கு மேற்பட்ட கட்டுரைகள் எழுதினாலும். அவர் மனதுள், ஒரு மிகப்பெரிய வழிகாட்டியாக அமைக்கக் கூடிய தொகுதிக்கட்டுரை எழுதுகின்றோம் என்ற உணர்வுடையவராக இருக்கவேண்டும். (கட்டுரை என்ற பகுதியில் விளக்கப்படும் கருத்துக்கள் கட்டுரையாளர் தொடர்புடையனவே. காண்க)

சிறப்புச் செய்திகள்

கட்டுரையாக்கம்: பதிப்புக் குழுவின் சிறப்புக் கட்டுரை யாளரின் சிறப்பு ஆகிய அனைத்தும் கட்டுரைகளைப் பொறுத்தே அமைவன. ஒரு கலைக்களஞ்சியத்தின் உயிர் கட்டுரையே. கலைக்களஞ்சியக் கட்டுரைகள் இவ்வகையில் பல்வேறு கலைக்களஞ்சியப் பொருண்மைத் தகுதிகளைக் கொண்டிருக்க வேண்டும்.

1. உரிதிறன்: ஒரு கட்டுரை, அது சார்ந்துள்ள துறையின் வல்லுநரால் எழுதப்பட்டதாக இருக்க வேண்டும். அதே தலைப்பிலான நூலுக்கும், ஆய்வுக்கட்டுரைக்கும் இடைப்பட்டு நின்று கலைக்களஞ்சியத்திற்கே உரிய திறன் பெற்றிருக்க வேண்டும்.

2. விரிவு அல்லது முழுமை: விரிவு என்பது பக்கங்களின் மிகுதி அல்ல. குறிப்பிட்ட ஒரு தலைப்பில் சொல்லப்பட வேண்டிய அனைத்துச் செய்திகளையும் சொல்லிய நிலை. இதுவே முழுமை என்று பொருள் கொள்ளப்படும். ஒரு தலைப்பில் சில கூறுகளே கூறப் பட்டிருப்பினும்', அக்கூறுகள் அதற்கேற்ற முழுமை பெற்றதாக இருக்க வேண்டும்.

3. களஞ்சியச் சுருக்கம்: இங்கே சுருக்கம் என்பது தெளிவை உள்ளடக்கிய பொருட் செறிவு என்பதாம்.

4. இயைபு அல்லது உட்பொருத்தம்: ஒவ்வொரு கட்டுரையும் தலைப்பு, விளக்கம், குறுக்கெதிர் நோக்கீடு, நூலடைவு போன்ற பல்வேறு கூறுகளைக் கொண்டது. இக்கூறுகள் ஒன்றை ஒன்று சார்ந்தும், எந்நிலையிலும் முரண்படாமலும் அமைய வேண்டும்.

5. நுட்பம்: கட்டுரையில் சொல்லப்படும் செய்திகள், புள்ளி விவரங்கள் அட்டவணைகள், வரைபடங்கள் போல்வன தன்னளவில் நுட்பம் அல்லது கூர்மை உடையதாக இருக்க வேண்டும். படிப்போர் யார் ஒருவர், சரிபார்க்க விரும்பி முயன்றாலும் அவரால் பிழை காண முடியாத தன்மையில் அமைய வேண்டும். காலந்தோறும் மாறக்கூடிய விவரங்கள் தேதியிடப்பட்டு எழுதப்பட வேண்டும்.

6. தெரிதல்: எழுதப்போகும் கட்டுரைகளைத் தெரிதலும், கட்டுரைக்கான செய்திகளைத் தெரிதலும் குறிப்பிடத்தக்கன. அறிவு வட்டத்தின் முழுமையைக் காட்டுவதோடு அறிவு வட்டத்தின் ஒவ்வொரு புள்ளியும் முழுமையாக்கிக் காட்டப்பட வேண்டும்.

7. நடுநிலைமை: பழமைக்கும் புதுமைக்குமான முரண்பாடுகள் அறிவியலுக்கும் கலையியலுக்கு மான முரண்பாடுகள் கிழக்கு மேற்கு நாடுகளுக்கிடையே உள்ள முரண்பாடுகள் போன்ற எந்த முரண்பாட்டுக் குள்ளும் கட்டுரை சிக்கிக்கொள்ளக் கூடாது.

8. புறவயம்: நடுநிலைமையின் மேற்குறிப்பிட்ட முரண் பாடுகளில் இருந்து தப்பிக்க ஒரே வழி. கட்டுரையை அகவய உணர்வுகளின் மூலம் படைக்காமல், புறவயத் தகவல்களின் அடிப்படையில் வடித்தெடுக்க வேண்டும்.

9. நடை: கலைகளஞ்சியப் பொதுநடைக் குறிப்புகளை ஒட்டியும், செய்திகளின் தெளிவை ஒட்டியும், படிப்போரின்

— கலைக்களஞ்சியத்தின் (2) வகையை ஒட்டியும் நடை அமைக்கப்பட வேண்டும்.

உரிதிறன் முதல் நடைவரை குறிப்பிடப்பட்டுள்ள இவ்வொன்பது குறிப்புகளே கட்டுரையாக்கம் பற்றிக் கருதக்கூடியன என்பதல்ல. இவை எல்லைக் கோட்டுப் படம்; அவ்வளவே நுழைத்தும் விரித்தும் விளக்கத்தக்கன; விரியும்.

வடிவச் செய்திகள்

உருவ அமைப்பு: ஒரு நூல் வெளியீட்டின் வெற்றி உள்ளடக்கத்தால்தான் என்றாலும், கலைக்களஞ்சிய வெளியீட்டைப் பொறுத்தவரை உருவ அடக்கத்தைப் பற்றியும் கவனிக்க வேண்டும்.

பொதுத்தோற்றம்: தாள், அச்சு, மை, அச்சாகும் முறை, பக்கங்களுள் செய்திகள், பிரித்துப் போடப்பட்டுள்ள தன்மை; தலைப்பு வரிகள், விளக்க வரிகள், குறுக்கெதிர் நோக்கீடுகளின் வரிகள்; மற்றும் நூலடைவுகளின் வரிகள் ஆகியவற்றின் அச்சமைப்பு வேறுபாடு; ஒவ்வொரு பக்கத்தின் முதல் இறுதிச் சொற்களின் அகரநிரல் பொருத்தம் ஆகிய பலவும் கவனிக்கப்பட வேண்டியன.

கட்டமைப்பு: உறுதியான அட்டை, சமமான முதுகுத்தண்டு, தொகுதி எண் தெளிவு, தலைப்புச் சுருக்கக்குறியீட்டுத் தெளிவு மற்றும் பொருத்தம் ஆகியன தெளிவுற்றிருக்க வேண்டும்.

முக்கிய கவனத்துக்குரியன: பிற்சேர்க்கைகள், துணை தொகுதிகள், பிழைபட்டியல், துண்டு இணைப்புதாள்கள், சுருக்கக் குறியீட்டு விளக்கங்கள் மற்றும் இன்னபிற அனைத்து முக்கிய பகுதிகளும் கவனத்திற்குரியனவே.

கலைக்களஞ்சியப்பணி தொடர்ந்து நடைபெற வேண்டிய பணி என முன்பே கண்டோம். குறிப்பிட்ட ஆண்டுக்குள் முடித்துவிடக்கூடிய பணியாக இது

கருதப்படுமேயானால் பல மெய்மைப் பிழைகள் தோன்ற வாய்ப்புண்டு. எனவே புதுப்பிக்கப்பட்ட தொகுதிகளைப் பலஆண்டு திட்டங்களில் வெளிக்கொணரும்போதே , ஆண்டு தோறும் பல வழிகளில், புதுப்பித்துக்கொண்டே இருக்கும் போதுதான், கலைக்களஞ்சியத்தின் இக்காலத் தன்மை, காப்பாற்றப்பட முடியும்.

துண்டுதாள் இணைப்பு: ஒரு தொகுதி உருவாகும்போதே விடப்பட்ட செய்திகளடங்கிய துண்டுத் தாள்கள், அத்தொகுதிகளில் உரிய பக்கங்களில் இணைக்கப் படலாம்.

பிற்சேர்க்கை இணைப்பு: குறிப்பிட்ட தொகுதிகள் யாவும் வெளியிட்டப்பின், பிற்சேர்க்கையாக ஒரு தொகுதி அல்லது சில தொகுதிகள் வெளியிடப்படுவது பொதுவான முறையாகும்.

ஆண்டுத் தொகுப்பு: ஒவ்வோராண்டு இறுதியிலும், அவ்வாண்டில் உருவான அனைத்துத் துறை நுட்பங் களையும் , செய்திகளையும் இணைத்து, ஆண்டுத் தொகுப்புகள் வெளியிடல் பலபுகழ் பெற்ற கலைக் களஞ் சிய நிறுவனங்கள் பின்பற்றி வரும் வழியாகும்.

கலைக்களஞ்சியத்தின் பயன் வெளிப்படை ஆனால், கலைக்களஞ்சிய உருவாக்கப் பணியோ மிகவும் சிக்கலானது. அகராதிப் பணியின் அருமை குறித்து சொகுஸ்தா என்பவர் இரண்டு பேராசிரியர்களின் கருத்துக்களை முன்னுரையிலும் முடிவுரையிலும் மேற்கோளாகக் காட்யுள்ளார். அவை 1) கிரிமினல் குற்றவாளிகளைத் தூக்கிலிடுதல் மற்றும் கடின உழைப்பில் ஈடுபடுத்தலுக்கு மாறாக அவர்களை அகராதித் தொகுப்புப் பணியில் ஈடுபடுத்திவிடலாம். காரணம், அப்பணி எல்லாவித துன்புறுத்தல்களையும் கொண்டதாகும்.[13] அகராதிப் பணியைவிட மிகுதியான மகிழ்ச்சியளிக்கக்கூடிய வேறு அறிவுத் துறைப் பணியை நான் காணவில்லை. ஒவ்வொரு

நாளும் மிகச் சிறிய கடினமான சிக்கலை அணுகுவதும், பின்னர் நாளிறுதியில் மெத்தச் சோர்வடைவதும் என இப்பணி இருப்பினும், ஒவ்வொரு நாளும், பணியின் ஏதோ ஒரு பகுதி முடிந்தது என்றும், முழுமைநோக்கிச் செல்கின்றது என்றும் நிறைவடையத் தக்கதாக இருக்கிறது. 14 அகராதிப் பணிக்கு கூறப்பட்ட இப்புகழ் மற்றும் இகழுரை கலைக்களஞ்சியப் பணிக்கு மட்டுமல்ல, எந்தத் தொப்பியல் பணிக்கும் பொருந்துவதாகும்.

குறிப்புகள்

1. தி.சு. அவினாசிலிங்கம், கலைக்களஞ்சியம் முன் மாதிரிப் படிவம், முகவுரை
2. Encyclopaedia Britanica, Propaedia Pxiv
3. P. VIII
4. Louis Shores, Basic Referrence Sources, p, 57
5. Encyclopaedia Britanica (Macro). Vol 6. P. 780
6. V. Jayadevan, A Survey of Encyclopadia in Tamil mass.

   இந்தக் கட்டுரையில் குறிப்பிடப்பட்டுள்ள கருத்துக்கள், நூலடைவில் உள்ள பல நூல்களிலிருந்தும் தொகுக்கப் பட்டவையாகும்; பிழிவாகும். ஆனால், அவை அப்பட்டமாக அப்படியே தரப்படாமல், கட்டுரை யாளரின் திறனாய்வுக்குட்படுத்தப்பட்டு, இங்கே தலைப்புக்கு ஏற்ற வகையில் ஒழுங்குப்படுத்தப் பட்டுள்ளன.

8. Encyclopaedia Britanica (Macro.) Vol. 6. p. 786
9. International Encyclopaedia of the Social Sciences Vol. I PP xxiv-xxv
10. பெ. தூரன், கலைக்களஞ்சியம், முன்னுரை
11. International Encyclopaedia of the Social Sciences. Vol. I, P.xxviii
12. Encyclopaedia Britanica (Macro/) Vol 6. P 785
13. Ladislav Zgusta. A Manual of Lex cography, P.15
14. ....P. 357

பயன்பட்ட நூல்கள்

1. Encyclopaedia of Library and Information Service. Vol.26 New York. Marcell Dekker, INC., 1979
2. Goetz Philip W. (Ed.) Encyclopaedia of Britanica Propaedia and Vol. 6 (Macro) Chicago. Helen Hemingway Benton. 1981, Edn.15
3. Jayadevan, V. A Survey of the Encyclopaedia in Tamil (Mass. submitted to 'Annals of oriental Research) Madras. University of Madras. 1981
4. Roberts. A.D. Introduction to Reference Books, Londong. The Library Association, 1949
5. Shores. Louis. Basic Reference Sources Chicago. American Library Association. 1954.
6. Sills. David L., (Ed.) International Encyclopaedia of The Social Sciences, Vol. I.London, The Macmillon Company and the Free Press, 1968
7. Winche I. Constance M., Guide to Reference Books. Chicage, American Library Association. 1951
8. Zgusta, Ladislav. et al.,A Manual of Leocicogrphy/ Mouton, 1971
9. அவினாசிலிங்கம், தி.சு., கலைக்களஞ்சியம் (முன்மாதிரிப் படிவம்). சென்னை தமிழ்வளர்ச்சிக்கழகம், *1948*
10. தூரன், பெ., கலைக்களஞ்சியம், தொகுதி *1.* சென்னை, தமிழ்வளர்ச்சிக் கழகம். *1954*

18

பொற்காப்பியம் அல்லது பொன்னூல்

தமிழ் இலக்கண வரலாற்றில் எத்தனையோ மைல்கற்கள் உள்ளன. ஒவ்வொரு இலக்கணப் பெரும் பனுவலும் அதனதன் காலத் தோற்றத்திற்கும் வாழ்வியல் மற்றும் கல்வியியல் தேவைகளுக்கும் ஏற்ப பெருமையும் வாழ்வும் பெற்றதாகும். தமிழ் மொழியின் அமைப்பை விளக்கும் திறத்தாலும், இக்கால மொழி இயல்புகளையும் புரிந்துகொள்ளப் பயன்படும் நுட்பத்தாலும் தொல்காப்பியமும் நன்னூலும் இன்றும் தமிழ்க் கல்வி உலகில் பெரிதும் போற்றப்படுவன. நன்னூலைத் தொடர்ந்து பல இலக்கண நூல்கள் தோன்றி, தமிழ்மொழி அமைப்பின் புதிய வளர்ச்சிகள் சிலவற்றைக் குறிப்பிட்டிருந்தாலும் மொழிவிளக்கு நிலையில் தொல் காப்பியமும் நன்னூலுமே இன்றும் முழுமை பெற்ற இலக்கணப் படைப்புகளாக உள்ளன. ஆனால் தமிழ்மொழி இன்று அடைந்திருக்கும் வளர்ச்சிநிலை, பல்வேறு புதிய இலக்கணக் கூறுகளுக்கு வழியமைத்திருக்கிறது. குறிப்பாக இக்காலத் தமிழ்மொழியின் இயங்குபரப்பு, இலக்கியக் கல்வி என்பதற்கு அப்பால், பயிற்றுமொழி, ஊடக மொழி, கணினி மொழி, மக்கள் தொடர்புமொழி எனப் பல தளங்களைப் பெற்றுள்ளது. எனவே மரபின் வேர்களில் இருந்து கிளைத்துப் பெரிதும் சிறிதுமாய்ப் பல்வேறு கிளைகளாய் விரிந்து, விழுதுகளும் வேர்களாகி வளர்ந்து நிற்கும் இக்காலத் தமிழுக்குப் புதிய இலக்கணம் தேவைப்படுகிறது.

நமக்கு முன் வாழ்ந்த இலக்கணப்புலவர்கள் வழங்கிய கருவிகளைக் கொண்டு இன்று வளர்ந்துள்ள மொழியியல் கோட்பாடுகளையும் பயன்படுத்திக் கொண்டு இன்றுள்ள மொழிச்சூழலையும் இலக்கியச் சூழலையும் புரிந்து கொண்டு இன்றைய சூழலில் நமக்குப் பயன்படத்தக்க வகையில் தமிழ் மரபுக்கு ஏற்ப ஓர் ஆற்றல் வாய்ந்த இலக்கணத்தை நாம் உருவாக்க வேண்டியுள்ளது (பொற்கோ, 1994: 148). எனக் குறிப்பிட்டிருந்த பேராசிரியர் பொன். கோதண்டராமன் (பொற்கோ), அவரே தொடர்ந்து கூறியுள்ளவாறு 'இந்தப் பணியின் தேவையையும் அருமைப் பாட்டையும்' நன்றாகப் புரிந்துகொண்டு 'அத்தகைய பணியை அவரே செம்மையாகவும் விரைவாகவும்' நிறைவேற்றித் தந்துள்ளார். மரபிலக்கண இலக்கிய அறிவும் மொழியியல் கோட்பாட்டு நுட்பங்களும், நீண்ட கல்வி வாழ்வும் வாய்க்கப் பெற்ற பொற்கோவின் பெரும்படையாக, "இக்காலத் தமிழ் இலக்கணம்" (2002, பூம்பொழில் வெளியீடு, சென்னை 600020) திகழ்கின்றது.

தொல்காப்பியம் தொடங்கி இன்று வரையிலான தமிழ் இலக்கண வளர்ச்சி மரபிற்குள் இந்நூலை வைத்து நோக்கும் புலமையர்க்கும், தமிழ்படிக்கத் தொடங்கும் தொடக்க நிலையர்க்கும் ஒரு சேரப் பயன்படும், பெருமையளிக்கும் நூலாக 'இக்காலத் தமிழ் இலக்கணம்' விளங்குகிறது.

தமிழ்க் கல்வி உலகில் 'மொழியியல்' என்ற 'மொழி அறிவியல்' மொழியின் நுட்பங்களை உலகுக்கு வெளிப் படுத்தும் ஒளிவிளக்காய் நுழைந்தது; நிறுவனங் களில் பயிலப்பெறும் கல்வியாக வளர்ந்தது. இந்த மொழியியலாளர் மரபில் இரண்டு நிலைகள் தோன்றின:

1) தமிழ் இலக்கண, இலக்கிய, மொழி, வரலாற்று, சமூக மரபுகளை நுட்பமாகத் தெளிந்தோரின் மொழியியல் புலமை,

2) மொழியியலை வெறும் ஒரு கல்விப்பிரிவாக மட்டும் படித்தவர் நிலைமை. இந்த இருசாரருள் முதல் மரபினரே தமிழ் இலக்கணத்திற்கும், மொழியறிவு வளர்ச்சிக்கும், இலக்கிய அறிவு நுட்பங்களுக்கும் பெரும் பங்களிப்பைச் செய்துள்ளனர்.

பேராசிரியர் தெ. பொ. மீனாட்சிசுந்தரன் தொடங்கிய இம்மரபில் பொற்கோ தலைமாணக்கராகத் திகழ்கின்றார். அவரால் படைக்கப்பெற்றுள்ள 'இக்காலத் தமிழ் இலக்கணம்' என்ற பெருநூலை, இலக்கணத் தமிழாய்வு உலகில் இடம்பெற, தடம்பதிக்க விழையும் இளைய ஆராய்ச்சியாளர்க்கு இக்கட்டுரை அறிமுகப்படுத்த முயலுகிறது.

இந்நூல் இரண்டு பகதிகளைக் கொண்டது. முதற் பகுதி ஒலியனியல், சொல்லியல், சந்தி, தொடரியல் ஆகியன பற்றி விரிவாக விளக்குகிறது. இலக்கண மரபை, வளர்ச்சியை, புதிய வரவுகளை நெறிப்படுத்துகிறது. 'நோக்கியல் பகுதி' என்னும் இரண்டாம் பகுதி, தமிழில் அண்மைக் காலத்தில் தோன்றியுள்ள அனைத்து மொழிக் கூறுகளையும் வகைதொகைப்படுத்தி இலக்கண நெறிசுட்ட முயல்கிறது. ஒரு செம்மொழியின் வளர்ச்சியில், இன்றும் பேச்சுமொழியாக இருக்கும் தமிழில் தோன்றியுள்ள புதிய புதிய இலக்கணக் கூறுகளை விளக்க முயலும் நோக்கியல் பகுதி, புதிய இலக்கணத்தின் தேவையையும் அதை நிறைவு செய்யும் இந்நூலையும் தாங்கி நிற்பதாகும்.

ஒலியனியல் என்ற பிரிவில் தமிழொலி அமைப்பும் புதிய வரவுகளும் சுட்டப்பட்டு எடுத்துக்காட்டுகளுடன் விளக்கப்பட்டுள்ளன. மொழி முதல் வராது, வரும் என்ற மரபின் நீட்சியாக சகர ஒலியனும் டகர ஒலியனும் விளக்கப்பட்டுள்ளன. ஒலிப்பிலா ஒலியாகவும் ஒலிப்புடை ஒலியாகவும் சகரம் ஒலிக்கப்படுவது மரபுச் செய்தியென்றாலும், மொழிமுதல் வரும் சகரமும் (சந்தி, சங்கம், சுமை) இடையினத்துக்கும் உயிரெழுத்துக்கும்

இடையில் வரும் சகரமும் (வல்சி) உரசொலியாக ஒலிக்கப் படுகின்றன என்ற குறிப்பு புதிய தெளிவாகும். மேலும் அம்சம், இம்சை முதலான பிறமொழிச் சொற்களில் மகரத்தின் பின்னால் வரும் சகரம் உரசொலியாகவே ஒலிக்கப்படும் என்பது புதிய வராவாகும் (5) (குறிப்பு: நுல் குறிப்பிடப்பெறாமல், வெறும் எண் மட்டும் குறிப்பிடப் பெற்றுள்ளவை, 'இக்காலத் தமிழ் இலக்கணம்' என்ற நூலின் பக்க எண்களாகும்).

மொழி முதலில் வரும் டகரம் (டாக்டர், டார்வின், டிக்கட்டு) பெரும்பாலும் பிறமொழிச் சொற்களிலேயே அமைந்துள்ளன என்ற குறிப்பு, டகரத்தை மொழி முதலாக ஏற்க வேண்டும் என்கிறது. "செந்தமிழ் மொழியின் சிதைவு வழக்கில் நாம் மொழி முதல் டகரத்தைக் காண முடியும். டேய் என்பதில் மொழி முதல் டகரம் ஒலிப்புடை ஒலியாக அமைந்துள்ளது" (6) என்பது புதிய வரவாகும்.

'ஒலியன்கள் தோன்றும் வருகைமுறை', 'மெய்யெழுத்துக் களின் வருகை முறை', 'மெய் ஒலியன் இணைகள்', 'மூன்று மெய் இணைகள்' ஆகியவற்றிற்கான பட்டியல் விளக்கம் (8 — 14) பொதுவாசகனுக்கும் புரியக்கூடிய தன்மையில் அமைந்துள்ளது.

"பொதுவாகத் தமிழ் மொழியில் ஒலியழுத்தத்தால் பொருள் வேறுபாடு நேருவது இல்லை என்றே சொல்ல லாம்" எனக் குறிப்பிடும் பொற்கோ, தொடரிசை என்பதை நுட்பமாக விளக்கியுள்ளார். "வினாத் தொடர்களை ஒலிக்கும்போது எற்படுகிற தொடரிசைக்கும், செய்தி தொடரை ஒலிக்கும்போது ஏற்படுகிற தொடரிசைக்கும் வேறுபாடு இருப்பதாகக்" குறிப்பிட்டுள்ளார். "அவர் வந்தாரா? அவர் என் ஆசிரியர். அவர் இங்கு வர வில்லையே!" என்ற மூன்று தொடர்களை எடுத்துக் காட்டி முதலில் உள்ள வினாத் தொடரில் தொடரிசை கீழிருந்து மேலே எழும்புவதாகவும் அடுத்த தொடரில் தொடரிசையின் தொடக்கமும் இறுதியும் ஒரே நிலையில்

அமைந்துள்ளதாகவும் மூன்றாவது தொடரில் தொடர் ஒலிக்கத் தொடங்கியபோது இருந்த நிலையிலிருந்து தொடரை முடிக்கும்போது தொடரிசை வீழ்ச்சியடைக்கிறது என்றும் குறிப்பிட்டுள்ளார். இவற்றிற்கு எழுச்சிநிலை, சமநிலை, வீழ்ச்சிநிலை எனப் பெயர் சுட்டியிருப்பது புதிய வரவு (15, 16) .

தமிழ் ஒலியன் அமைப்பில் துணையமைப்பு என்னும் உட்தலைப்பில் "மேற்கூறிய ஒலியன்களோடு தமிழ் மொழியில் ஜ், ஸ், ஷ், ஹ், க்ஷ ஆகிய ஒலியன்களும் இடம்பெற்றுவிட்டன" (18) எனக் கூறியிருப்பது ஓர் இலக்கண ஆசிரியனுக்கே உரிய கல்வி நேர்மையையும் புறவயத்தன்மையையும் காட்டுகிறது.

எல்லா இலக்கண நூல்களும் விளக்கும் பெயர்ச்சொல், வினைச்சொல், பெயரடை, வினையடை, இடைச்சொல் ஆகிய சொல்வகைகளை இந்த நூலும் விளக்குகிறது என்றாலும் மரபிலக்கணங்கள் சொல்லாத பல்வேறு கூறுகள் இந்நூலில் புதிதாகக் கூறப்பட்டுள்ளன.

அவன், அவள், அவர், அவர்கள், அது, அவை முதலான சுட்டுப்பெயர்களைக் கொண்டு பதில் மாற்றம் செய்யக்கூடிய எல்லாப் பெயர்களையும் ஆறாக வகைப் படுத்தி அவற்றை முறையே ஆண்பால், பெண்பால், உயர்பால், பலர்பால், ஒன்றன்பால் எனப் பெயரிட்டு வழங்குகிறார் இலக்கணி பொற்கோ. அவ்வாறே யார் என்ற வினாப் பெயரால் பதில் மாற்றம் செய்யத்தக்க எல்லாப் பெயர்களையும் 'உயர்திணை' என்றும், என்ன என்ற சொல்லால் பதில் மாற்றம் செய்யத்தக்கனவற்றை அஃறிணை என்றும் வகைப்படுத்துவது புதிய வரவாகும். இவற்றுள் உயர்பால் என்ற பகுப்பு இலக்கணியின் பங்களிப்பாகும்.

அவர்கள் என்ற சொல் 'தலைவர் அவர்களே' என்ற நிலையில் ஒருமையில் வரும் உயர்பால் என்பதை நூலாசிரியர் அறிவார். "அவர்கள் என்பது

ஒரு பெயருக்குப் பின்னால் விகுதிபோல வரும்போது ஒருமை யில் வர வாய்ப்புண்டு. ஆனால் அவர்கள் என்ற சொல் தனிச்சொல்லாக, எழுவாயாக வரும்போது அது பலர்பாலாகவே இருக்கும்" (பொற்கோ 1994: 83) என்ற நுட்பத்தை அறிந்தவராதலால் இலக்கண வரையறையில் 'உயர்பால்' — அவர் — என்பது பற்றி மட்டும் விளக்கிச் செல்கிறார். இந்நூல் தமிழ் இலக்கணங்கள் பற்றிய ஆராய்ச்சி நூலன்று; இன்றைய தமிழின் அமைப்பை விளக்கும் முதனூல் வகையைச் சார்ந்த இலக்கணம் ஆகும். மொழியின் கட்டமைப்பையும் இயங்குதிறனையும் விளக்கும் விளக்கமுறை இலக்கணம் அல்லது இயன்மொழி இலக்கணம் (பொற்கோ 1994:5) ஆகும்.

பெயர், வினை, பெயரெச்சம், வினையெச்சம், பெயரடை, வினையடை, இடைச்சொற்கள் ஆகிய இவை யாவும் தனிச்சொல்லாகவும் இருக்கலாம்; கூட்டுச் சொல்லாகவும் இருக்கலாம் என்ற வரையறையை மிக நீண்டவிளக்கத்துடனும் எடுத்துக்காட்டுக்களுடனும் (28 — 37) உருவாக்கியுள்ளார் பொற்கோ. இக்காலத் தமிழில் வழங்கும் இடைச்சொற்கள் பற்றிய வரையறை.

"1. தனிச்சொல் போலப் பயன்படுகிற கிளவிகள்
2. தனிச்சொல் போலத் தோன்றினாலும் விகுதி போலவே பயன்படுவன
3. மிதவை ஓட்டுகள்
4. விகுதிகளாகப் பயன்படுவன"

முதலான விளக்கங்கள் (30-32) புதிய பங்களிப்புகளாகும்.

வினையைப் பொருத்தவரை வினைக்கூறுகள் (Aspects) வினை நோக்கு (Modals) மற்றும் செயப்பாட்டுவினை ஆகியன பற்றிய வரையறுப்புகளும் விளக்கங்களும் குறிக்கத்தக்கன.

"அவர் நேற்று வந்தார்; அவர் நேற்று வந்துவிட்டார்; அவர் நேற்று வந்திருக்கிறார்; அவர் நேற்று வந்து

தொலைந்தார்' என்ற தொடர்களை எடுத்துக்காட்டி வா, வந்துவிடு, வந்திரு, வந்துதொலை முதலியன பதிலீடு செய்யத்தக்கன அல்ல என்றும், வருதல் என்ற ஒரே வினை, நிகழ்ச்சியில் உள்ள நுட்பமான கூறுபாடுகள் இவையென்றும் விளக்கம் அளிக்கப்பெறுகிறது. வினைக் கூறு, வினைநோக்கு, வினைப்பாங்கு (Voice) என்ற மூன்று நிலையிலும் இடம்பெறும் துணைவினைகள் — "தனக்கென்ற தனி வினைநிகழ்ச்சி இல்லாமல் வேறு ஒரு வினை நிகழ்ச்சியின் கூறுபாடுகளை உணர்த்துவதற்காகப் பயன்படுகிற வினைகள் துணைவினைகள்" — சான்று களுடன் விளக்கப்பட்டுள்ளன. (53)

கொண்டிரு (வந்து கொண்டிருந்தார்) — தொடர் நிலை; இரு (வந்திருந்தார்) — நிறைநிலை; விடு (வந்து விட்டார்) — உறுதிநிலை; பார் (எழுதிப் பார்த்தார்) - சோதிப்புநிலை; காட்டு (படித்துக் காட்டினார்) - உணர்த்தும்நிலை; கொள் (வாங்கிக் கொண்டார்) - தன்வசநிலை; கொள் (அடித்துக் கொண்டார்) - பரிமாற்ற நிலை; போ (தொலைந்து போயிற்று) - தற்செயல் நிலை; தொலை (வந்து தொலைத்தார்) - வெறுப்புநிலை; வை (வாங்கி வைத்தார்) - காப்புநிலை; அருள் (வழங்கியருளினார்) - வழங்குநிலை; வா (ஆண்டு வந்தார்) — வழக்க நிலை — எனத் துணைவினைகளின் முதன்மையான பொருளின் அடிப்படையில் வினைக் கூறுகளுக்குப் பெயரிடப்பட்டுள்ளது. வினைக்கூறுகளில் இடம்பெறும் எல்லாத் துணைவினைகளும் செய்தென்னும் எச்சத்தின்பின் வந்திருக்கின்றன. ஆனால் வினைநோக்குத் துணை வினைகள் செயவென்னும் எச்சத்தின் பின்னால் வருவன. எழுதிப் பார்த்தான், படித்துப் பார்த்தான் முதலானவற்றில் சோதனைக் குறிப்புடன் இடம் பெறும் 'பார்' என்பதும் ஓடப்பார்த்தான், தப்பிக்கப்பார்த்தான் முதலானவற்றில் உள்ள முயற்சிக்குறிப்புடன் இடம்பெறும் 'பார்' என்பதும் முறையே செய்தென், செயவென் எச்சமாகி வேறுவேறு பொருளில் வருவன என்பது பொற்கோவின் விளக்கமாகும். (54 - 66)

செய்வினை, செயப்பாட்டு வினையைப் பற்றித் தன் முந்தைய நூல்களில் விவாதித்துக் குறிப்பாகச் செயப்பாட்டு வினை தொல்காப்பியத்திலும் திருக்குறளிலும் இடம் பெற்றுள்ள தமிழ் இலக்கண மரபைச் சார்ந்ததே; அது ஆங்கில மரபின் செல்வாக்கால் வந்தது அல்ல (பொற்கோ 1996: 11 — 12) என விளக்கியுள்ள நூலாசிரியர், "செயவென் எச்சமும் படு என்ற துணைவினையும் சேர்ந்து செயப்பாட்டு வினைத்தொடரை உருவாக்க உதவுகிறது" (63) என இலக்கணப்படுத்துகிறார்.

கூட்டுநிலை வினையெச்சங்கள் என்ற தலைப்பில் புதிய வினையெச்ச வாய்பாடுகளை உருவாக்கி வரையறுத்துள்ளமை இந்த இலக்கணத்தின் பெருங்கொடையாகும்.

செய்யாவிட்டால், செய்திருக்க, செய்துகொண்டு, செய்துவிட்டு, செய்திருந்தால், செய்யாமலிருக்க, செய்யாமலிருந்து, செய்யாமலிருந்தால், செய்யாமாற் போனதும், செய்யாமலிருக்கையில், செய்யாமல் இருந்திருக்க, செய்யாமலிருந்துகொண்டு, செய்யாமலிருந்து விட்டு, செய்யாமலிருந்தால் முதலிய வாய்பாட்டு வினையெச்சங்கள் ஒன்றுக்கு மேற்பட்ட எடுத்துக்காட்டுகளுடன் இலக்கணப்படுத்தப்பட்டுள்ளன. இவ்வாறே போது, பின், முன், உடன், படி, வரை, தோறும் ஆகிய 'ஈற்றுக் கூட்டு வினையெச்சங்கள்' புதியனவாக விளக்கப்பட்டுள்ளன (83-93)

தமிழில் உள்ள ஓர், ஒரு என்பனவற்றை ஆங்கிலத்திலுள்ள an. a, — என்பவற்றுடன் முறையே ஒப்பவைத்து விளக்கும் போக்கை மறுத்தும், இன்றைய தமிழில் ஓர், ஒரு என்பன பழந்தமிழ்ப் பொருளில் வழங்கவில்லை என்றும் ஏற்கனவே விரிவாக ஆய்ந்து எழுதியுள்ள பேராசிரியர் (பொற்கோ 1996: 57-59), தன் இலக்கண நூலுள் இதை 'இன்றைய இலக்கிய வழக்கில் ஒரு என்பது மட்டுமே இயல்பாகப் பெயரடையாகப் பயன்பட்டு வருகிறது; ஓர் என்ற பெயரடை வலிந்து புகுத்தப்பட்ட பெயரடையாகத் தோன்றுகிறது' (106) என விதிப்படுத்தியுள்ளார்.

இடைச்சொற்களைப் பற்றிய விரிவான விளக்கங்கள் இந்த நூல் தமிழுக்கு அளித்துள்ள பங்களிப்புகளாகும். ஆ, ஏ, அல்லவா முதலான உரையாடல் குறிப்பான்களும் அடா, அடி, உங்க முதலான விளிசார் ஒட்டுகளும், டேய், அடேய், ஏல, இந்தாடா, இந்தாங்க முதலான விளிப்புக் கிளவிகளும், ஐயோ, அம்மா, ஐயையோ முதலான உணர்ச்சி வெடிப்புக் கிளவிகளும், போது, உடன், முன், பின் எனவரும் வினைசார் ஒட்டுகளும், ஆனால், ஏனென்றால், இருந்த போதிலும், இருந்தாலும் முதலான இணைப்பிடைச் சொற்களும் இடைச்சொல் என்னும் இலக்கணப் பகுப்பில் அடங்குவன என்பார் இலக்கணி பொற்கோ.

"ஆமாம் என உடன்பாட்டுக் குறிப்பில் வரும் கிளவியும் இல்லை என எதிர்மறைக் குறிப்பில் வரும் கிளவியும் சரி என இசைவுக் குறிப்பில் வரும் கிளவியும் மாட்டேன் என மறுப்புக் குறிப்பில் வரும் கிளவியும் இடைச்சொற்களாகவே கொள்ளத்தக்கன... சிலருடைய உடையாடலில் வந்து, அப்புறம் முதலான கிளவிகள் அடிக்கடிப் பொருளற்ற நிலையில் பயன்படக் காண்கிறோம்... இத்தகைய நிரப்பிகளும் ஒரு வகை இடைச்சொற்களே. தமக்கென்று அகராதிப் பொருள் இல்லாதனவாக மொழி உலகில் செயல்பாட்டுக் கிளவிகளாக வருவன எல்லாம் இடைச்சொற்கள் என்றே கொள்ளப்படும்."(121 — 122)

பேராசிரியர் பொற்கோ மொழியியல புலமைசால் இலக்கணி என்பதை இந்த நூலின் 'தொடரியல்' பகுதி தெளிவாக விளக்கிக் காட்டுகிறது. நூலின் சிறப்புகளை முற்றாக விளக்கிக் காட்டுவது என்பது நூலை மறுபிரதி எடுத்துக் காட்டும் பணி என்பதால் ஒரு சில நுட்ப விளக்கங்கள் மட்டுமே பறவைப் பார்வையில் இங்கே விளக்கப்படுகின்றன.

முற்றுத்தொடர்கள், 1) செய்தித் தொடர் (கண்ணன் நேற்றுக் காலையில் இங்கு வந்தான்), 2. வினாத் தொடர்

(கண்ணன் எப்போது இங்கு வந்தான்), 3) ஆணைத்தொடர் *(எழுந்து நில்)*, 4) உணர்ச்சி வெடிப்புத் தொடர் *(என்ன கொடுமை)* — என வகைப்படுத்தப்பட்டுள்ளன. மேலும் தொடரியல் நோக்கில் தனித்தொடர், எச்சஞ்சார் தொடர், இணைப்புத் தொடர், இரட்டைத்தொடர் என வேறு ஒரு வகைப்பாடும் அமைக்கப்பட்டுள்ளன. இவற்றிற்குத் தரப்பட்டுள்ள எடுத்துக்காட்டுகள் 'இதுவே இக்காலத் தமிழிலக்கண நூல்' என்பதை எண்பிப்பன *(165-169)*.

"நல்ல மனிதன் மற்றவர்களைப் புரிந்து கொள்ள முயலுவான்" என்ற முற்றுத் தொடரை இந்த நூல் விளக்கிக் காட்டும் விதம் வியக்கத்தக்கது.

நல்ல மனிதன் — பெயரெச்சத் தொடர்; மற்றவர்களைப் புரிந்து கொள்ள முயலுவான் — வினைத்தொடர்; மற்றவர் களைப் புரிந்துகொள்ள — வினையெச்சத் தொடர்; நல்ல மனிதன் — நல்ல என்பது பெயரெச்சம் மனிதன் என்பது பெயர்; மற்றவர்களை — வேற்றுமை ஏற்ற பெயர்; புரிந்து கொள்ள — கூட்டு வினையெச்சம்; முயலுவான் — தனி வினைமுற்று — இவ்வாறாக மேற்கண்ட முற்றுத் தொடரை விளக்கிக்காட்டி, இதனடிப்படையில் தொடர்களை *(175 — 176)*

1) பெயர்த் தொடர்
2) வினைத் தொடர்
3) பெயரெச்சத் தொடர்
4) வினையெச்சத் தொடர்
5) பெயரடைத் தொடர்
6) வினையடைத் தொடர்
7) விளித்தொடர்
8) வியப்புத்தொடர்
9) இணைப்புக் கிளவித் தொடர்
10) தொடர்சார் முதல்நிலைக் கிளவித் தொடர்

11) தொடர்சார் இடைநிலைக் கிளவித் தொடர்
12) தொடர்சார் கடைநிலைக் கிளவித் தொடர்
எனப் பன்னிரண்டு வகையாகப் பிரித்துக் காட்டி, ஏராளமான எடுத்துக்காட்டுகளுடன் விளக்குகிறது இந்த நூல். முற்றுத் தொடர்களின் முற்றிய விளக்க நூலாக 'இக்காலத் தமிழ் இலக்கணம்' இலங்குகிறது.

சந்தி பற்றிய பேராசிரியரின் தொடர் ஆய்வுகளின் (பொற்கோ 1996 : 74-94; 1996அ) பிழிவாகச் சந்தி இலக்கணப் பகுதி அமைந்துள்ளது.

'இக்காலத் தமிழ் இலக்கணம்' என்னும் காலஞ் சார் இயன்மொழி இலக்கணமான இந்நூலின் பெருஞ் சிறப்பு அல்லது அரும்பெரும் பங்களிப்பு "நோக்கியல் பகுதி— REFERENCE SECTION" என்னும் இரண்டாவது பகுதியாகும். இந்தப் பகுதியே இக்காலத் தமிழிலக்கணம் என்னும் தலைப்பை அரண்செய்யும் அணிசெய்யும் பகுதியாகும். இன்றைய நடப்புத் தமிழில் தோன்றிப் பெருவழக்கில் ஆளப்பெற்றுவரும் எல்லாப் புதுப்புது வழக்குகளையும் சொல்லாட்சிகளையும் கூறுகளையும் இலக்கணப்படுத்த முயல்கிறது; இடர்ப்படும் இடங்களில் கல்வி நேர்மையுடன் 'இவற்றை இன்னும் ஆழமாகக் கவனிக்க வேண்டும்' என்கிறது; 'அடா' என்ற சொல்முதல் 'வேற்றுமை மயக்கம்' வரை ஏறக்குறைய இருநூற்று ஐம்பத்தேழு புதிய இலக்கணக் கூறுகளை — இன்றைய தமிழில் பெருவழக்காய் இருக்கும் சொல்லாட்சிகளை அகரவரிசையில் நிரல்படுத்தி விளக்குகிறது.

போகலாம், படிக்கலாம் என்பதிலுள்ள அலாம்; வருவாராக்கும், தெரியுமாக்கும் என்பதிலுள்ள ஆக்கும்; அவராவது இங்கு வருவதாவது என்பதிலுள்ள ஆவது — இப்படி எண்ணற்ற புதிய மொழிக் கூறுகளை இந்நூல் விளக்க முயல்கிறது. நாம் எந்தக் கவனமும் கொள்ளாமல் மிக இயல்பாகப் பேசும் பல்வேறு வகையான புதிய வழக்குகளுக்கு இலக்கணம் கூறுகிறது.

"யாரும் எதுவும் சொல்லத் தேவையில்லை/ ஒருவரும் ஒன்றும் சொல்லத் தேவையில்லை" என்ற இரண்டு வழக்குகளை மிகச்சாதாரணமாக ஆளுகிறோம். ஆனால் இவற்றுள் முன்னதே இயல்பானது, பின்னது சற்றுத் தயக்கத்திற்குரிய தொடர் என்கிறார் ஆசிரியர். இதை ஆழமாகப் புரியவைக்க வேண்டி "யாரும் எதுவும் பேசலாம் என்று நினைத்துக் கொண்டிருக்காதீர்கள்/ ஒருவரும் ஒன்றும் பேசலாமென்று நினைத்துக்கொண்டிருக்காதீர்கள்" என்ற தொடர்களைக் கூடுதல் எடுத்துக் காட்டுகளாகத் தந்துள்ளார்கள் *(331)*. இப்படி எண்ணற்ற விளக்கங்கள் வியப்படைய வைக்கின்றன.

அவற்றுள் ஒரு சில:

1) அவனல்ல, அவளல்ல என்பனவற்றிலுள்ள 'அல்ல' பயன்பாடு சரியானதே! அவர் அல்லர், அவள் அல்லள் என்பனவே சரியென்றால் 'அவர்கள் அல்லர்கள்' என்ற ஒரு வினையை ஏற்க வேண்டும். வேறு, இல்லை, உண்டு முதலான குறிப்பு வினைகள் போல அல்ல என்பதும் ஐம்பால் மூவிடப் பொது வினையாக ஆகியிருக்கிறது *(264)*

2) 'இராமனாவது கண்ணனாவது வந்தான்' என்பதிலுள்ள ஆவது, 'அவராவது இங்க வருவதாவது' என்பதிலிருந்து வேறுபட்டது. பின்னது 'அவர் நிச்சயம் வரமாட்டார்' என்ற பொருள் அழுத்தம் உடையது *(273)*

3) என்னிடம், அவரிடம், உங்களிடம் முதலான கிளவிகளில் வரும் 'இடம்' என்பதனை வேற்றுமை விகுதியாகவும் பின்னுருபாகவும் கொள்ள இடம் இருக்கிறது. தகுந்த வாதங்களை வைத்து முடிவு செய்ய வேண்டும் *(277)*

4) சொல்லுங்கள், நடவுங்கள், செல்லுங்கள் முதலானவற்றில் 'உங்கள்' என்பது விகுதியாகும். மரபிலக் கணங்கள் இப்படியொரு, விதியைக் கூறவில்லை

என்றாலும் இக்கால மொழிநிலையில் உங்கள் விகுதி என்பதே பொருத்தம் (287).

5) மொழி+அரசி = மொழியரசி, பூ+அரசு=பூவரசு என்பன வற்றுள் உடம்படுமெய்கள் தவிர்க்க இயலாதன. ஆனால் தொடர்களில் வரும் சொற்களுக்கு இடையில் உடம்படுமெய் அவசியம் இல்லை: தமிழ்மொழி என்பது ஒரு தொன்மை வாய்ந்த மொழி. தாமரைப் பூ எனக்கு மிகவும் பிடிக்கும் (288).

6) அறிவியல் தமிழ், மக்கள் தொகை என்பன முறையே அறிவியற்றமிழ், மக்கட்டொகை என ஆகவில்லை. கல் — கற்றான், கேள் — கேட்டான், கல்+தூண் = கற்றூண் எனத் தனிச் சொல்லிலும் தொகையிலும் இந்தச் சந்தியை நாம் பார்க்கிறோம். ஆனால் 'அவர் ஊரில்தான் இருக்கிறார்' என்பது ஊரிற்றான் இருக்கிறார் எனத் தொடர்களில் மாறுவதே இல்லை (290)

7) 'எழுப்ப எழுப்ப அவன் விழிக்கமாட்டேன் என்கிறான்' என்ற தொடரில் 'விழிக்கமாட்டேன்' என்பது அவன் சொன்ன சொல் அல்ல. விழிக்கவில்லை என்பதையே 'விழிக்கமாட்டேன் என்கிறான்' எனச்சொல்கிறோம். இந்தப் பூட்டுத் திறக்க மாட்டேன் என்கிறது, இந்தப் பேனா எழுதமாட்டேன் என்கிறது முதலான தொடர் களில் 'ஏன்' என்பது புதுமையான முறையில் ஆளப்பட்டுள்ளது (315).

8) கொண்டு என்ற சொல்தான் 'கிட்டு' என்று மாறிற்று என உறுதியாக கூறமுடியாது. எடுத்துக்கொண்டு — எடுத்துக்கிட்டு, வாங்கிக் கொண்டு — வாங்கிக்கிட்டு என்பன சரியே! ஆனால் அவன் கொண்டு வந்தான் என்பது அவன் கொண்டுகிட்டு வந்தான் என மாறுகிறது. கிட்டு என்பதற்கு நிகராகக் கொண்டு என்பதைக் கொண்டால் 'கொண்டு கிட்டு வந்தான்' என்பதற்கான இலக்கியத் தொடராக 'கொண்டு கொண்டு வந்தான்' என அமையவேண்டும். ஆனால் அப்படி அமைவதில்லை (335 — 336).

9) படு என்ற துணைவினை அமையும் இடமெல்லாம் செயப்பாட்டுவினைத்தொடர் எனக் கருத முடியாது. 'பரிசு வழங்கப்பட்டது' செயப்பாட்டுவினை. ஆனால் 'அடிபட்டான்' செயப்பாட்டுவினை அல்ல. வழங்கப் பட்டது, வழங்கப்பெற்றது எனப்படுவும் பெறுவும் பதிலீடுகளாக உள்ளன. ஆனால் பெறு என்ற துணை வினை வருகிற எல்லா இடங்களும் செயப்பாட்டு வினைகள் அல்ல: புத்தகங்கள் வரப்பெற்றேன் (373).

10) வினாச் சொல்லின் வகைபாடுகள்: யார்(கண்ணன், வளவன்), என்ன (ஆடு, மாடு), எவன்(கண்ணன், வளவன்), எவள் (அரசி), எவர் (ஆசிரியர்), எவர்கள் (மாணவர்கள்), எது (ஆடு), எவை (ஆடுகள்), எந் (அந்த, படித்த), எத்தனை (அவ்வளவு, இரண்டு கிலோ), எப்படிப்பட்ட (நல்ல), எப்படி (அப்படி, மெல்ல), எங்கு (அங்கு, கிழக்கே), என்று (அன்று, முப்பதாம் தேதி) எப்போது (அப்போது), எத்தனாவது (இரண்டாவது), எத்தனாம் (இருபதாம்), என்னசெய் (ஓடு), எப்படி (கருப்பு, மோசம்), ஏன் (போக,படிப்பதற்காக), ஏது (வாங்கினது) (399 — 402).

நோக்கியல் பகுதியில் ஏறக்குறைய 257 புதிய கூறுகள் விளக்கப்பட்டுள்ளன என முன்பே குறிப்பிடப்பட்டுள்ளது. 'ஒரு சோறு பதம்' பார்க்கப் போதுமானது என்பது அனைவரும் அறிந்தது, இலக்கணி பொற்கோவோ 257 பானைகளில் தமிழ்ப் புதுச்சொற்கூறுகளைச் சோறாக்கி யுள்ளார். இக்கட்டுரையில் வெறும் 10 பருக்கைகளே பருண்மையாகக் காட்டப்பட்டுள்ளன. சொல்நிலை, தொடர்நிலை, உருபுநிலை, விகுதிநிலை, உடம்படுமெய், சந்தி, புதைபொருள் நிலை, பதிலீடுநிலை, துணைவினை நிலை மற்றும் வினாச்சொல் நிலை என மனங்கவர் வகையாகப் பத்தநிலைகளில் தமிழின் புதிய வரவுகளை இலக்கணப்படுத்தும் 'இக்காலத் தமிழ இலக்கண'த்தின் நோக்கியல் பகுதி மேற்கண்டவாறு தொட்டுக் காட்டப் பட்டுள்ளது.

"ஏறக்குறைய நாற்பதாண்டுக் காலமாக மொழியுலகில் கற்றும் கற்பித்தும் ஆராய்ந்தும் கலந்துரையாடியும் எனக்குக் கிடைத்த அறிவின் பெரும்பகுதியை எளிமைப் படுத்தி இனிமை சேர்த்து இந்த நூலில் வழங்கியிருக்கிறேன்" (vi - vii) — பேராசிரியர் பொற்கோவின் இலக்கணக் கட்டுரைகளை, ஒரு பொருள் குறிப்பு நூல்களை, இலக்கண ஆய்வுகளைத் தொடர்ந்து படித்து வருபவர்களுக்கு மேற்கண்ட அவர் கூற்றின் ஆழமும் அறிவின் வியர்வை யும் புரியும். இலக்கண உலகில் புதிய பார்வை என்னும் தொகுதிகளும், இலக்கணக் கலைக் களஞ்சியம், தமிழிலக்கணக் கோட்பாடுகள், செந்தமிழ் முதலான நூல்களும், Modern studies in Tamiil, Studies in Tamil Linguistics, Linguistic studies in Tamil முதலான கட்டுரைத் தொகுப்பு ஆங்கில நூல்களும் நாற்பதாண்டுக் காலமாக அவர் இலக்கண உலகில் பதித்துவந்த சுவடுகளுள் பளிச்செனப் புலப்படும் ஒருசில மைல்கல் சுவடுகளாகும்.

"வேறு எந்த நூலிலும் கிடைக்காத அரிய செய்திகள் இந்த நூலில் கிடைக்கும் என்பது உறுதி" (vii) — என்ற அவர் அறிவு நம்பிக்கையை மெய்ப்பிப்பதாகவே இந்தக் கட்டுரை எழுதப்பட்டுள்ளது.

மேலும் பல இலக்கண நூல்கள் தோன்றவும் தமிழ் இலக்கண உலகின் ஆய்வு எல்லையை விரிவாக்கவும், இந்த நூல் ஊன்றுகோலாகவும் தூண்டுகோலாகவும் நின்று உதவும் என்பது என்னுடைய திடமான நம்பிக்கை," (vii) என்ற அவர் விழைவு வெற்றிபெறும் எனக்கூறும் வகையில், இக்கட்டுரைக்குப் 'பொற்காப்பியம் அல்லது பொன்னூல்' எனத் தலைப்பிடப்பட்டிருக்கிறது.

IV

"ஆறுமுகம் என்பதிலிருந்து ஆறுமுகன் என்ற பெயரும் காரணம் என்பதிலிருந்து காரணன் என்ற பெயரும் முக்குணம் என்ற பெயரிலிருந்து முக்குணன் என்ற பெயரும் உருவாகியிருக்கின்றன... இதைப் போலவே தொல்காப்பியம் என்ற பெயரிலிருந்துதான் தொல்

காப்பியன் என்ற பெயர் உருவாகி இருக்க வேண்டும்" (1994:11) என்கிறார் பொற்கோ.

உண்மையே! தமிழ்மொழி மரபிலும் வழக்கிலும் எத்தனையோ மாற்றங்கள் ஏற்பட்டிருப்பதால்தான் இந்தப் பொற்காப்பியம் அல்லது பொன்னூல் உருவாகி இருக்கிறது. இன்றைய தமிழில் நூலுக்குப் பெயரிடும் முறையில் நேர் எதிர் மாற்றம் உருவாகி இருக்கிறது. எனக் கொள்வோம். பொற்கோ படைத்துள்ள புத்தமிழ் இலக்கணம் பொற்காப்பியம் எனப் பெயர் பெற்றிருக்கிறது; பொன் என்பதிலிருந்தே பொன்னூலும் தோன்றியிருக்கிறது. கால ஓட்டத்தில் ஏதேனும் ஒரு பெயர் நிலைக்கும்.

இந்தக் கட்டுரையில் நூலாசிரியர், பேராசிரியர், பொற்கோ, இலக்கணி எனப் பல பெயரில் ஆசிரியர் சுட்டப்பட்டுள்ளார். இனி வரலாற்றில் இலக்கணி, நூலாசிரியர், பேராசிரியர், பொற்கோ, பொற்காப்பியனார், பொன்னூலார் என்பன ஒரு பொருள் சுட்டும் நீர்மை யனவாய்த் திகழ்வன.

தொல்காப்பியம் என்ற பெயர் நமக்கு வழங்கும் செய்தி என்ன என்ற வினாவை எழுப்பி அதற்கு விடையும் கூறியுள்ளார் ஆசிரியர். "தொன்மையைக் காக்கின்ற நூல் என்ற பொருளில் தொல்காப்பியம் என்ற பெயர் வந்திருக்க வேண்டும். மொழியின் தனித் தன்மைகளையும் மரபுகளையும் காக்கின்ற இந்த நூலுக்குத் தொல்காப்பியம் என்ற பெயர் அமைந்தது என்பது மிகவும் பொருத்தமே" (1994:11) என்பது அவர் கூற்று. உண்மைதான்.

இன்றைய தமிழ், தமிழ்ப் பகைவர்களால் அல்ல, தமிழர்களாலேயே சீரழிக்கப்பட்டு வருகிறது. நுனி நாக்கில் ஆங்கிலம் பேசுவதுபோல் தமிழைப் பேசும் கல்லூரியர் ஒரு புறம். டாமில் எனக்கு வர்ராது எனக் குதப்பும் சிறார்களைக் கண்டு மகிழும் பெற்றோர் ஒரு புறம். தமிழ்க் கொலையையும் பால்மொழி வழக்குகளையுமே தர்மமாகக் கொண்டிருக்கும் எழுத்து ஊடகங்கள் மறுபுறம். எல்லா விழுமியங்களையும் பணமாக்கப் பார்க்கும்

பெருங்குழும வணிகர்களிடையே சிக்கி இருக்கிறதே மின் ஊடகங்கள், அவையே நாம் கடுமையாக எதிர்க்க வேண்டிய இழிபுரம்! இந்தச் சூழலில்தான் இன்றைய பழகு தமிழைப் பாதுகாக்கவும் வளர்க்கவும் பண்பாட்டு அடையாளமாகச் செழிக்கச் செய்யவும் தோன்றியுள்ள இந்த நூலுக்குப் பொற்காப்பியம் அல்லது பொன்னூல் எனப் பெயர் அமைப்பது மிகவும் பொருத்தமே.

காணிக்கை: சென்னை மாநிலக் கல்லூரியில் 1968 — 1973 வரை இளங்கலை மற்றும் முதுகலையில் தமிழ் படித்தபோது இலக்கணமும் மொழியியலும் கற்பித்த பேராசிரியை இராசலட்சுமி அம்மையார் அவர்கட்கு இக்கட்டுரையைக் காணிக்கையாக்குகிறேன்.

நூலடைவு

இக்கட்டுரையில் பயன்படுத்தப்பட்டுள்ள, குறிப்பிடப் பட்டுள்ள பேராசிரியர் பொற்கோவின் நூல்கள்:

1) 1972 Studies in Tamil Linguisitics, Chennai: Tamil Nulagam
2) 1974 செந்தமிழ், சென்னை: தமிழ் நூலகம்
3) 1976 Modern studies in Tamil, Chennai: Tamil Nulagam
4) 1980 Linguistic Studies in Tamil, Chennai Tamil Nulagam
5) 1989 தமிழிலக்கணக் கோட்பாடுகள். சென்னை: தமிழ் நூலகம்
6) 1994 தொல்காப்பிய அறிமுகம், சென்னை: வானதி பதிப்பகம்
7) 1996 இலக்கண உலகில் புதிய பார்வை தொகுதி—3. சென்னை, பூம்பொழில் வெளியீடு.
8) 1996அ தமிழில் நீங்களும் தவறில்லாமல் எழுதலாம் (முதற்பதிப்பு 1992), சென்னை: புதுவாழ்வுப் பதிப்பகம்
9) 1997 இலக்கணக் கலைக்களஞ்சியம் (முதற்பதிப்பு1985), சென்னை: பூம்பொழில் வெளியீடு
10) 2002 இக்காலத் தமிழ் இலக்கணம், சென்னை: பூம்பொழில் வெளியீடு

19

தமிழ்நாட்டுச் சமூக சக்திகளின் வரலாறு

முன்னுரை: வாழ்க்கையைப் பற்றிய இனிய எண்ணங்கள், பிறருக்குத் தீங்கில்லா உயரிய கனவுகள், முற்போக்குச் செயல்முறைகள் பிறரால் வலிந்து கலைக்கப் படும் போது, கொலை செய்யப்படும்போது சமுதாயம் கொதிக்கிறது. குமுறுகிறது. அப்படிப்பட்ட சமுதாயத்தில் நல்ல பாதை அருகே இருந்தாலும் மக்கள் முள்வேலி மேலேயே நடந்து வாழ்க்கையை முடமாக்கிக் கொள்வர்.

சமுதாயமும், தனிமனிதனின் வயிறும் போராடும்போது பெரும்பாலும் வயிறு வெற்றி பெறும். ஆனால் சமுதாயத்தில் கோணல் மூளைகளுக்கும், நேர் மூளை களுக்கும் இடையே போராட்டம் நடக்கும்போது சமுதாயமே திசை தெரியாமல் திணற வேண்டியுள்ளது.

இப்படிப்பட்ட சமுதாயத் திணறலின்போதுதான் மறுப்பு இயக்கங்கள் (Dissent movements) தோன்றுகின்றன. இது கட்டுப்படுத்த முடியாத — காலத்தின் படிப்படி வளர்ச்சியாகும். இந்த மறுப்பு இயக்கங்கள், தனிமனிதன் ஏற்பாடல்ல. பல தனிமனிதன் ஒன்று சேர்ந்து போராடு வதற்குச் சமுதாயமே அமைத்துக் கொடுக்கின்ற காலத்தின் கருவிகளாகும். இவ்வித மறுப்பு இயக்கங்களே சமுதாயத்தில் பல்வேறு சக்திகளாக மாறி நடைமுறை வாழ்வியலைத் தாக்குகின்றன — பாதிக்கின்றன. இதன் விளைவு சமுதாய மறுமலர்ச்சியாகவும் இருக்கலாம், சமுதாய வீழ்ச்சியாகவும் இருக்கலாம்.

மறுப்பு இயக்கங்களும் மலர்ச்சியும்

சுரண்டல் இனத்தின் சமுதாயக் கோட்படாக முதலாளித்துவம் வாழ்ந்தபோது, அதன் மறுப்பு இயக்கமாகத் தோன்றிய பொதுவுடைமை இயக்கத்தின் விளைவு கூட்டுடைமை (Socialism) என்னும் மலர்ச்சியாகும். செருமானியரை ஒடுக்கிவந்த யூதர்களின் சமூக அமைப்புக்கு மறுப்பு இயக்கமாகத் தோன்றிய இட்லரின் நாசிசத்தின் விளைவு வீழ்ச்சியே ஆகும்.

எனவே, சமுதாய மறுமலர்ச்சி என்பது மறுப்பு இயக்கங்கள் தோன்றியதும் தோன்றிவிடக் கூடியதல்ல. மறுப்பு இயக்கங்களால் உருவாக்கப்படும் சமூகச் சக்திகளின் தன்மையைப் பொருத்ததாகும்.

தமிழ் நாட்டில் மறுப்பு இயக்கங்கள்

1947ஆம் ஆண்டு இந்திய வானில் உரிமை விடி வெள்ளி சுடர்விட்டு விளங்கிய ஆண்டாகும். அந்த ஆண்டைக் கீழெல்லையாக வைத்துக் கொண்டு, கடந்த மூன்று (18, 19, 20) நூற்றாண்டுகளாகத் தமிழ்நாட்டில் மறுப்பு இயக்கங்களால் உருவாக்கப்பட்ட சமூக சக்தி களின் வரலாற்றையும் சமுதாய மறுமலர்ச்சி பற்றியும் ஆராய்வோம்.

1947ஆம் ஆண்டுக்கு முன் நம் நாட்டின் நிலை என்ன? அரசியல் வழியாக அடக்குமுறை, சமயத்தின் பெயரால் சதிச்செயல்கள், சாதியின் கொடுமையால் சாக்காட்டு ஓலங்கள், மொழியின் பெயரால் மூடத்தனங்கள் ஆகிய இருட்டறையில் சமுதாயம் அலறிக்கொண்டிருந்த சூழ் நிலை. இச்சூழலின் இயல்பான வரலாற்று எழுச்சி இயக்கங்கள்தான் கீழ்கண்ட மறுப்பு இயக்கங்களாகும்.

1. ஆங்கிலேய எதிர்ப்பு இயக்கம்
2. தன்மான இயக்கம்
3. சமயச் சீர்திருத்த இயக்கம்

4. சமரச சுத்த சன்மார்க்க இயக்கம்
5. வடமொழி மறுப்பு இயக்கம்
6. தமிழிசை இயக்கம்
7. பொதுவுடைமை இயக்கம்

— மேற்கூறிய இந்த இயக்கங்களின் வரலாறு நீண்டு நெடுகிச் செல்வதாகும். நாம் இங்குக் காணவேண்டியதெல்லாம், அவற்றால் ஏற்பட்டச் சமுதாய மறுமலர்ச்சியும் அதை ஒட்டிய வரலாற்றுப் பார்வையுமே ஆகும்.

உரிமை உணர்ச்சியின் உந்துதலும் விளைவுகளும்:

கடந்த மூன்று நூற்றாண்டுகளில், தமிழ்நாட்டின் ஏறக்குறைய ஒரே காலகட்டத்தில் தோன்றிய இரண்டு மறுப்பு இயக்கங்கள் முறையே வெளிநாட்டார் மறுப்பு இயக்கமும், சமயச் சீர்திருத்த இயக்கமுமாகும்.

மராட்டியர்களின் தென்னாட்டுப் படை எடுப்பும், முகமதியர்களின் சமயக் கொடுமைகளும் மேற்கண்ட இரண்டு இயக்கங்களையும் ஒன்றை ஒன்று பிணைத்து வளரச் செய்தன. இந்த இரண்டு இயக்கங்களின் முற்றிய நிலையே,

1. ஆங்கிலேயே எதிர்ப்பு இயக்கம்
2. தன்மான இயக்கம் போன்றவை ஆகும்.

"If man is created free, he should govern himself alone. If he is tyrants over him, he should turn them from their throne" - என்று உரத்த குரலில் உரிமை முழங்கிய வால்டேரும்.

உரிமை (Liberty), இணைநிலை (Equality) உடன்பிறப்பு நிலை (Fraternity) என்ற முப்பெரும் கொள்கை முழக்கத் தோடு உருவாகிய உருசோவும்,

மனிதன் மகிழ்ச்சியுடன் நெறியோடு வாழ்வதெப்படி என்று ஆராய்ந்த கன்பூசியசும் மனித இனத்தின் உரிமைக்காகவே பாடுபட்டனர். உரிமை, வாழ்வின் இன்றி யமையாத அடிப்படை உணர்ச்சியாகும்.

"ஒரு மனிதன் தன் உரிமையை இழந்துவிட்டான் என்றால் அவன் தன் மனிதத் தன்மையையே இழந்து விட்டான் என்று தான் பொருள்" என்றான் உருசோ.

வீரபாண்டிய கட்டபொம்மன்

தமிழ்நாட்டில் ஆங்கிலேய ஆதிக்க மறுப்பு — எதிர்ப்பு இயக்கத்தின் வரலாறு, 1857ஆம் ஆண்டில் நடைபெற்ற சிப்பாய்க் கலகத்தில் இருந்து தொடங்குவதாக உண்மை வரலாற்றை அறியாதவர்கள் உரைப்பர். ஆனால், தமிழ்நாட்டின் முதல் ஆங்கில மறுப்பு இயக்கம், கி.பி.1798 முதல் 1801 வரை திருநெல்வேலிச் சீமையிலே பாளையக்காரர்களால் உருவாக்கப்பட்டதாகும். அதன் தலைவன் தான் வீரபாண்டிய கட்டபொம்மன் ஆவான்.

வீரபாண்டியக் கட்டபொம்மனால் உருவாக்கப்பட்ட முதல் ஆங்கிலேய ஆதிக்க மறுப்பு இயக்கம், கி.பி.1806இல் வேலூர் சிப்பாய்ப் புரட்சியாகக் கிளைத்தது. அதன் பின்னர் 1857இல் நடந்ததுதான் சிப்பாய்க் கலகமாகும். 1852இல் ஆங்கிலோ — இந்தியக் கழகம் தோன்றி வளர்ந்தது. அதன் படிப்படி, வளர்ச்சிதான் — கடைசி நிலைதான் 1855இல் உருவான இந்திய தேசிய காங்கிரசு ஆகும்.

மராட்டியர்களாலும், முகமதியர்களாலும் சீரழிக்கப் பட்ட தமிழ்நாட்டுச் சமயங்கள், ஆங்கிலேய ஆதிக்க காலத்தில் முழுக்கப் பார்ப்பனர் தலைமையின் கீழ் வந்தன. அவர்களின் தன்னல விளைவே சமயச் சீர்திருத் இயக்கமும், சமய மறுப்பு —எதிர்ப்பு— ஒழிப்பு இயக்கங்களுமாகும்.

ஆங்கிலேய ஆதிக்கமும் சமுதாய விடுதலையும்

கல்வியறிவைப் பரப்பிய ஆங்கிலேய ஆதிக்கம், பகுத்தறிவைப் பரப்பவில்லை. மாறாக, தமிழ்நாட்டில் சாதி உணர்வுகள் வேரூன்ற வழிவகை செய்தது. "சமயத் துறையில் தலையிடமாட்டோம்" என்று உறுதி கூறி

அதன் மூலம் தங்கள் ஆதிக்கத்தை நிலைப்படுத்தி — உறுதிப்படுத்திக்கொண்டது. அதன் விளைவு, குறிப்பிட்ட சாதியினரால் உருவாக்கப்பட்ட சமய, சாதிக் கொடுமைகைகள் தலை விரித்தாடியேதே ஆகும். இதன் எதிரொலியே சமய மறுப்பு இயக்கமாகும். (இங்கு குறிப்பிடப்பெறும் சமய மறுப்பு இயக்கம், தன்மான இயக்கம் போன்றவை பெரியாரின் ‘சுயமரியாதை இயக்கத்தே ஆகும்).

இந்திய விடுதலைப்போர் கனன்று கொண்டிருந்த காலத்தில் தமிழ்நாட்டில், அரசியல் விடுதலையைவிட சமுதாய விடுதலைக்குப் போராட வேண்டியதே இன்றியமையாததாக இருந்தது. காரணம் வரலாற்று அடிப்படையில் கல்வியறிவு பெற —பெற்ற— வாய்ப்புகள் மிகுந்த பார்ப்பனர் கொடுமை மிகுதியாக இருந்தது. அரசியல் துறை, ஆட்சித்துறை, அறத்துறை போன்ற எல்லா துறைகளிலும் அவர்கள் ஆதிக்கமே மிகுந்து இருந்தது. சான்றாக,

1892ஆம் ஆண்டு முதல் 1904ஆம் ஆண்டு வரை மாநில உள்ளாட்சித் துறையில் (State Local Service) 16க்குப் 15பேர் பார்ப்பனர்களே ஆவர். மற்றும் உதவிப் பொறியாளர்களுள் 21 பேருக்கு 17 பேரும், மாவட்ட உதவி ஆட்சித் தலைவர்களுள் 140க்கு 70 பேரும், மாவட்ட அறமன்றத் தலைவர்களுள் 128க்கு 98 பேரும் பார்ப்பனர்களாகவே இருந்தனர். இந்தக் கொடுமையான — வலிமையான ஆதிக்கமே “தென்னிந்திய நலவுரிமைச் சங்கம்“ என்ற அமைப்புக்கு மறுப்பு இயக்கத்திற்கு வித்திட்டது. இதனுடைய சக்திகளே நீதிக்கட்சி (Justic Party) சுயமரியாதை இயக்கம், திராவிடர் கழகம், திராவிட முன்னேற்றக் கழகம் போன்ற அமைப்புகளாகும். தமிழக மக்களுக்கு மக்கள் தொகை அடிப்படையில் வேலை கொடுக்கப்பட வேண்டும் என்ற முதன்மையான கொள்கையின் அடிப்படையில் பிறந்த மறுப்பு இயக்கமே “தென்னிந்திய நலவுரிமைச் சங்க”மாகும்.

தென்னிந்திய நலவுரிமைச் சங்கம்

கி.பி.1916ஆம் ஆண்டு நவம்பர் திங்களில், சென்னையில் தென்னிந்திய நலவுரிமைச் சங்கம் தோற்றுவிக்கப்பட்டது. இதைத் தோற்றுவித்த முப்பெரும் தலைவர்கள், சர்.பி. தியாகராயர், டாக்டர். சி. நடேச முதலியார், டி. எம். நாயர் ஆகியோர் ஆவர். இதற்குப் பெருந்துணை புரிந்த பெரியோர்கள் பனகல் அரசர், நாகை வி.பக்கிரிசாமி, சர்.ஏ. இராமசாமி முதலியார் உமாமகேசுவம் பிள்ளை , மதுரை எம்.டி. சுப்பிரமணியம் போன்றோர் ஆவர்.

தென்னிந்திய நலவுரிமைச் சங்கத்தின் கொள்கைவிளக்க ஏடாக 'Justice' என்ற ஆங்கில இதழ் தொடங்கப்பட்டது. அதன் ஆசிரியராப் பணியாற்றியவர் டாக்டர் டி.எம். நாயர் ஆவார். இது போலவே திர. பக்தவச்சலம் பிள்ளை, பி.ஏ. அவர்களை ஆசிரியராகக் கொண்டு "திராவிடன்" என்ற தமிழ் இதழும், திரு. ஆ.சி. பார்த்தசாரதி அவர்களை ஆசிரியராகக் கொண்டு "ஆந்திரப்பிரகாசினி" என்ற தெலுங்கு இதழும் தொடங்கப்பட்டது.

தென்னிந்திய நலவுரிமைச் சங்கத்தின் தலைவரான சர்.பி. தியாகராயர், தம் கொள்கை விளக்க அறிக்கையில் வெளியிட்டிருந்த உயிர் நாடிக் கொள்கைகள்.

1. பார்ப்பனீயத்துக்குப் பலியாகாதே;
2. மதத்திலே அவன் தரகு வேண்டாம்;
3. கல்வியில் அவன் போதனை வேண்டாம்;
4. சமுதாயத்திலே அவன் உயர்வுக்கு உழைக்காதே;
5. திராவிடா விழி; எழு; நட;
6. உன்நாட்டை உனதாக்கு... என்பவையே ஆகும்.

மேற்கூறிய இந்த ஆறு நோக்கங்களும் மிகச் சரியான வரலாற்றுப் படிப்பினைகளாகும். இதை நன்கு உற்று நோக்கி ஆராய வேண்டும்.

இந்த நோக்கங்கள் மதத்தை மறுக்கவோ — எதிர்க்கவோ இல்லை. தனிப்பட்ட ஒரு சாதியினர்மேல், ஏதோ தனிப்பட்ட சிலர் கொண்ட காழ்ப்பு உணர்ச்சியும் அல்ல இது. பெரிய வரலாறு கொண்ட ஓர் இனம், மீண்டும் எழுச்சி பெற வேண்டும் என்ற கொள்கை அடிப்படையில், வரலாற்றுக் கண்ணோட்டத்தில் மிகச் சரியாக எழுப்பப்பட்ட முழக்கங்களாகும் — வேண்டுகோள் களாகும்.

மதம் மறுக்கப்படவில்லை. மாற்றானின் தரகுநிலை தகர்க்கப்பட வேண்டும் என்பதே ஆகும். இந்த வேண்டு கோள்கள் தமிழரின் செவியில் புகுந்து நெஞ்சில் பதியும் முன், மாற்றாரால் மாய்க்கப்பட்டன. சமய வரவேற்பு இயக்கம், சமய, சாதி மறுப்பு இயக்கமாக மாறலாயிற்று. இது வரலாற்றுப் படிப்பினை!

தாழ்த்தப்பட்டோர் தந்த அரவணைப்பு

தென்னிந்திய நலவுரிமைச் சங்கம், மெல்ல மெல்ல ஆனால் வலிவாக வேரூன்றி வளரத் தொடங்கியது. நாட்டின் பலதரப்பட்ட மக்களின் அரவணைப்பை ஒத்துழைப்பைப் பெற்றது. அதில் தலையாயது தாழ்த்தப் பட்டோர் தந்த ஆதரவே ஆகும்.

1917ஆம் ஆண்டு திசம்பர் திங்கள் 24ஆம் நாள் இந்திய வைசிராயாக 'சேம்சுபோர்டு' பொறுப்பேற்றதும் அவரிடத்தில் தாழ்த்தப்பட்டோரின் அவலநிலை பற்றி அறிக்கை ஒன்று ஒப்படைக்கப்பட்டது. அதனால், தாழ்த்தப்பட்டோருக்காகப் போராடி வந்த திருவாளர்கள் எம்.சி.இராசா, இரட்டைமலை சீனிவாசன், என். சிவராசு ஆகியோர் நீதிக்கட்சியில் சேர்ந்தனர். (இதற்குள், தென்னிந்திய நலவுரிமைச் சங்கம் Justice என்ற இதழ் நடத்தியத்தின் காரணமாக அதன் பெயராலேயே நீதிக்கட்சி (Justice Party) என அழைக்கப்பட்டது. இதன் விளைவாக 1920ஆம் ஆண்டு 20ஆம் நாள் நடந்த

முதல் பொதுத்தேர்தலில் நீதிக் கட்சி வெற்றி பெற்று, திரு. சுப்பராயலு ரெட்டி தலைமையில் அமைச்சரவை அமைக்கப்பட்டது. இந்த முதல் மாநில தன்னாட்சி சட்ட மன்றம் 1921 சனவரித் திங்கள் 12ஆம் நாளில் திறந்து வைக்கப்பட்டது.

தொழிலாளர் திரண்டனர்

முதல் சட்டமன்றத்தில் ஆளுநர் பொறுப்பைத் திரு. இலார்டு வெலிங்டன் பிரபு எற்றார். இந்நிலையில் சென்னையில் மில் தொழிலாளர் போராட்டப் புரட்சி வெடித்தது. ஆங்கில அரசு, தொழிலாளர் தலைவர்களான திரு.வி.க., பி.பி.. வாடியா, வி. சர்க்கரைச் செட்டியார், இ.எல்.அய்யர், கோடம்பாக்கம் நடேச நாயக்கர் போன்றோரை நாடுகடத்தத் திட்டமிட்டது. ஆனால் சர்.பி. தியாகராயரின் முயற்சியால் அது கைவிடப்பட்டது. தொழிலாளர் ஆதரவு நீதிக்கட்சியின் பக்கம் திரும்பியது. இந்நிலையில் தமிழகத்தைத் துயரக்கடலில் ஆழ்த்திவிட்டு சர்.பி.தியாகராயர் மறைந்தார். 1923இல் நடந்த இரண்டாவது பொதுத் தேர்தலில் வெற்றி பெற்ற நீதிக்கட்சி 1926இல் நடந்த பொதுத் தேர்தலில் இறங்கு நிலை பெற்றது. இதற்கான காரணங்கள் தனியாக ஆராயப்பட வேண்டியவை.

திருப்புமுனை – விடிவெள்ளி – பெரியார்

1926ஆம் ஆண்டு தமிழக வரலாற்றில் திருப்புமுனை ஆண்டாகும். ஈ.வெ.ரா. பெரியார் அவர்கள் உலகப் புரட் சிவானில் உலாவரதத் தொடங்கி, காலெடுத்து வைத்த முதலாண்டாகும்.

1926ஆம் ஆண்டு பொதுத் தேர்தலில் நீதிக்கட்சி வலு விழந்தமையால் மாநாடு கூட்டல், சொற்பொழிவு செய்தல் போன்றவற்றால் சே. என். இராமநாதன், டி.வி. சுப்பிரமணியம், பட்டுக்கோட்டை அழகிரிசாமி, சேலம் சித்தையன், டி.எம். பார்த்தசாரதி, எசு.வி. இலிங்கம்,

எசு.எசு. அருணகிரிநாதர், டாக்டர் சி. கணேசன், மாயவரம் நடராசன், சேலம் நடேசன் போன்றவர்கள் நீதிக்கட்சிக்கு வலிவும் பொலிவும் ஏற்படுத்தினர்.

இப்படிப்பட்ட சூழ்நிலையில்தான், தன் அரை நூற்றாண்டிற்கும் மேற்பட்ட பொது வாழ்க்கையில் கொள்கைப் போர்மறவராகத் திகழ்ந்த பெரியார், தமிழ் நாட்டின் பல்வித மாற்றங்களுக்கு வித்திட்டவராகின்றார்.

காங்கிரசு இயக்கத்தில் மிகப் பெரிய போர் வெறியராக இருந்த பெரியார் ஈ.வெ.ரா. அவர்கள், காங்கிரசை விட்டு வெளியேற வேண்டிய நிலை ஏற்பட்டது. ஆங்கில வெள்ளைத் தோல்களையும், இந்திய வெள்ளைத் தோல்களையும், சிலுவைக் கயிற்றையும், பூணூல் கயிற்றையும் சேர்த்து அறுக்க எண்ணிய பெரியார் ஈ.வெ.ரா. குழுமனப்பான்மையின் விளைவால் காங்கிரசை விட்டு வெளியேறினார். (ஓர் உண்மையான சமூகப் பார்வையாளன் (Social Observer) தீவிர சமுதாயச் சிந்தனையாளனாகின்றான். பொது — தனி வாழ்க்கையை முடமாக்கிக் கொண்டிருக்கின்ற கடும் மூட நம்பிக்கைகளை கல்லிலெறியவே அவன் முதலில் முற்படுவான். இந்த சமுதாய விழிப்புணர்ச்சியை முதலில் — முதன்மையாகப் பெற்றவர் பெரியார் ஈ.வெ.ரா. ஆவார்.

காஞ்சிபுரத்தில் திரு.வி.க.தலைமையில் நடைபெற்ற மாநாட்டில், பெரியார் ஈ.வெ.ரா. தன் வகுப்புரிமைச் சார்பாளர் கொள்கையை வலியுறுத்தினார். தமிழினத் தேசியத்தை விடுத்து — இந்த தேசியம் என்ற பொய்ம்மை யில் கிடந்தோரால் இக்கொள்கை தோற்கடிக்கப்பட்டது. பெரியார் வெளியேறினார். திரு.வி.க. டாக்டர், வரதராசுலு நாயுடு போன்ற உண்மைத் தமிழினப் பெரியோர்களும் நீண்டநாள் நிலைக்காமல் காங்கிரசைவிட்டு வெளி யேறினர்.

பெரியார் வெளியேறி, சமுதாய விடுதலைக்காக இன உணர்வுடன் மிகச்சரியான மறுப்பு இயக்கத்தை

உருவாக்கினார். அதுதான் சுயமரியாதை இயக்கமாகிய தன்மான இயக்கமாகும். ஏசு. இராமநாதன், எம். சிங்கார வேலர், முந்தைய செட்டியார், ஏ.டி. பன்னீர்செல்வம், டபிள்யூ. வி. சவுந்திரபாண்டியன், வல்லத்தரசு. எம்.கே. ரெட்டி. சி. செயராம நாயுடு போன்றோர் இவ்வியக்கத்தின் பெருந்தூண்களாக விளங்கினர்.

திராவிடர் கழகத்தின் தோற்றம்:

1929 ஆம் ஆண்டு பிப்ரவரி 17, 18 ஆகிய நாட்களில் செங்கற்பட்டில், முதல் சுயமரியாதை மாநாடு நடந்தது. இதன் பின்னர் சென்னையில் திருவாளர்கள் சி. கணேசன், சிவஞானம், புலவர் செல்வராசு, அரங்கநாதன், முத்து, பிரகாசம் போன்றவர்களால் “சுயமரியாதை” இளைஞர் மன்றம்“ தொடங்கப்பட்டது. இதன்வழி நடந்த பட்டிமன்றங்களில் அறிமுகமானவரே அன்றைய மாணவரான அறிஞர் அண்ணா அவர்கள் ஆவார். (பேரறிஞர் அண்ணா அவர்களின் எழுச்சி — அரசியல் நுழைவு பற்றி தனியாகவே ஓர் ஆய்வுக் கட்டுரை எழுத இருப்பதாலும் ஈண்டு அஃது விரிப்பின் பெருகும் என்பதாலும், எடுத்துக்கொண்ட தலைப்பிற்கு ஒட்டி எழுதவேண்டி இருப்பதாலும் அண்ணா பற்றிச் சுருங்கச் சொல்லிச் செல்கின்றேன்.)

கி.பி.1930இல் மீண்டும் நீதிக்கட்சி அமைச்சரவை அமைத்தது. பெரியாரின் சுயமரியாதை இயக்கமும், நீதிக் கட்சியும் இணைந்தது. ஆனால் நீதிக்கட்சி சரிவர செயல்படவில்லை. (இதற்குக் காரணம், மிகப்பெரிய பணக்கரர்களும், ஆங்கிலப் பட்டந்தாங்கியோருமே என்பது என் தறபோதைய கருத்தாகும்) அதனால், கி.பி.1936இல், சைமன்குழு அறிக்கையின்படி நடந்தபொதுத் தேர்தலில் நீதிக்கட்சி தோற்றது. சி. இராசகோபால ஆச்சாரியார் அவர்கள் தலைமையின் கீழ் அமைச்சரவை அமைந்தது.

திரு. இராசகோபால ஆச்சாரியாரின் இந்தி திணிப்புக் கொள்கை, தாளமுத்து, நடராசன் என்ற

இரண்டு இளைஞர்களின் குருதியைக் குடித்து ஓய்ந்தது. கட்டாய இந்தியை எதிர்த்து, ஏ.டி. பன்னீர்செல்வம் அவர்களும் பெரியாரும் இணைந்து போராடினர். கி.ஆ.பெ. சாமிசண்முகானந்த அடிகள், ஈழத்து அடிகள், சாமி அருணகிரிநாதர், மறைமலை அடிகள், அண்ணா போன்றோர் பெரிதும் மொழிக்காகப் பாடுபட்ட தளபதி களாவர். இவ்வாறு வளர்ந்த நீதிக்கட்சியின் வரலாற்றில் 24.8.1940இல் ஒரு திருப்பம் ஏற்பட்டது. திருவாரூரில் நடந்த நீதிக் கட்சியின் மாநாட்டில் பெரியார் தலைமை ஏற்க "திராவிட நாடு திராவிடருக்கே" என்ற முழக்கம் உருவானது.

இதன் பின்பு, வரலாற்றுப் புகழ்வாய்ந்த அண்ணாவின் தீர்மானத்தால் நீதிக்கட்சி திராவிடர் கழகமாயிற்று. ஆங்கிலப் பட்டங்கள், பதவிகள், சாதிப்பெயர் முறைகள் தூக்கியெறியப்பட்டன. திராவிடர் கழகம் திராவிட எழுத்தாளர் கழகம், திராவிட மணாவர் கழகம், திராவிட நடிகர் சங்கம், திராவிட பேச்சாளர் கழகம், கருஞ்சட்டைத் தொண்டர் படை என வளர்ந்து நாற்புறமும் ஒளிர்ந்தது — ஒலித்தது.

பின்னர் 1947ஆம் ஆண்டு ஆகஸ்டு திங்கள் 15ஆம் நாள் பெரியரால் துன்பநாளாகவும், அண்ணாவால் இன்ப நாளாகவும் அறிவிக்கப்பட்டமை, பெரியாரின் பொருந்தாத் திருமணத்தால் (அல்லது பொருந்தாத் திருமணம் எனச் சிலரால் (அ) பலரால் நினைக்கப்பட்ட திருமணத்தால்) அண்ணா போன்றோர் விலகி இன்றைய திராவிட முன்னேற்றக் கழகம் அமைக்கப்பட்டதும் யாவரும் அறிந்ததே ஆகும்.

தமிழ்நாட்டில் ஆங்கிலேயே ஆதிக்க எதிர்ப்பு — மறுப்பு இயக்கம் திராவிடக் கழகம், திராவிட முன்னேற்றக் கழகம் என விரிந்தது எனலாம்.

கடவுள், சமயம், சாதி ஆகியக் கொடுமைகளை மிகக் கடுமையாகத் தாக்கத் தொடங்கினார் பெரியார்.

பகுத்தறிவே அவர் போர்வாள்; "புத்தியுள்ளவனே புத்தன்" சிந்திப்பவனே சித்தன்" என்பதே அவர் பெருமுழக்கம். பெரியாரின் நிலை இப்படி இருக்க மறைமலை அடிகள் திரு.வி.க. போன்றவர்கள் சமயச் சீர்திருத்தத்திற்காகப் பாடுபட்டனர்.

சமயச் சீர்திருத்த இயக்கங்கள்

சமயச் சீர்திருத்தத்திற்காகப் பாடுபட்டவர்களுள் கடந்த மூன்று நூற்றாண்டுகளில் தலைசிறந்தவர், வள்ளலார் எனப்படும் வடலூர் இராமலிங்க அடிகளே ஆவார். அவர் தோற்றுவித்த சமரச சுத்த சன்மார்க்க இயக்கம் என்பதும் ஒருவகையான சமய மறுப்பு இயக்கமே ஆகும். இதன் சமூக சக்திகளாகப் போராடியவர்களே திரு.வி.க. மறைமலை அடிகள் போன்றோர் ஆவர்.

பழஞ்சைவ சமய — அறிவுக்குப் பொருந்தாத மூட நம்பிக்கைகளை மறுத்து எதிர்த்து ஒளி வழிபாட்டை நடைமுறைக்குக் கொண்டுவரப் பாடுபட்டார் வள்ளலார். திரு.வி.க. அவர்களும் இயற்கையையே இறைவனாக வணங்கும் வழிபாட்டையும், உள்ளத்தை ஒருமுகப்படுத்தி உள்ளொளியை (Soul) விளங்கச் செய்யும் வழிபாட்டையும் நடைமுறைப்படுத்தப்பாடுபட்டார். இவை, பழங்காலச் சமயங்களின் சீர்திருத்தங்களாக அமைந்த ஒருவித மறுப்பு இயக்கங்களே ஆகும். கடுமையான சமயப்பற்றுடைய மறைமலை அடிகள் கூட சைவசமயத்தின் போலித் தலைவர்களைச் சாடிச்சாடி நூல்பல எழுதினார். இவ்வாறாகச் சமயச் சீர்திருத்தம் என்ற பெயரில் — வகையில் சமய மறுப்பு இயக்கங்கள் பல இயங்கின.

வடமொழி – இசை மறுப்பு

வடநாட்டுச் சமயத்தாக்குதல், மொழித்தாக்குதல் தமிழ் நாட்டில் மிகப் பெரிய விழிப்புணர்வை ஏற்படுத்தியது. இதன் விளைவே மறைமலை அடிகளால் ஏற்படுத்தப்

பட்ட 'தனித் தமிழ்' இயக்கமாகும். தமிழ், தமிழர், தமிழ்நாடு, தமிழ்க்கலை, நாகரிகம், பண்பாடு ஆகிய அனைத்துத் துறையிலும் ஆதிக்கம் பெற்று அடிமைப்படுத்தி வந்த ஆரியத்தை ஒழிக்கப் பலவகையான இயக்கங்கள் தோன்றின. அவற்றுள் தமிழிசையை வளர்க்க அண்ணாமலை அரசரால் ஏற்படுத்தப்பட்ட தமிழிசை இயக்கமும் ஒரு சமூக சக்தியாகப் போராடியது.

சமுதாயம் மலர்ந்ததா? வீழ்ந்ததா?

இவ்வாறாக, தமிழ்நாட்டில், மறுப்பு இயக்கங்களால் உருவாக்கப்பட்ட சமூக சக்திகள் பலவாறாகப் போராடி வந்துள்ளன — வருகின்றன. ஆனால் இவற்றால் எதிர் பார்த்த மலர்ச்சிகள் ஏற்பட்டதா என்பது பெரிய ஆராய்ச்சியாகும். பழைய சமூக அமைப்பையும் இன்றைய அமைப்பையும் ஒப்பிட்டு நோக்கின் ஏற்பட்டுள்ள மறுமலர்ச்சிகள் எண்ணிலடங்கா.

திராவிடர், தமிழர் என்ற இன, மொழி உணர்வு தலைதூக்கிப் போராடியது. சாதி, சமயக் கொடுமைகள் தணிந்தன. தீண்டாமை பேரளவில் தீய்க்கப்பட்டது. ஆனால் மறுப்பு இயக்கங்கள் எதற்காக உண்டானதோ, அது சமுதாயத்தில் எவ்வளவு சக்தியுடன் போராடியதோ, அந்த அளவிற்கு சமுதாய மறுமலர்ச்சி ஏற்படவில்லை எனலாம். காரணம் மறுப்பு இயக்கங்களின் சமூக சக்திகள் தங்களுக்குள் அடிக்கடி பிளவுபட்டுக் கொண்டமையால் அவை மொத்த வலிவோடு போராட இயலவில்லை. அதற்காக பயனே விளையவில்லை என்று சொல்லவும் முடியாது.

சமயப் பொய்மைகள் பொசுக்கப்பட்டன. ஏன்? எதற்கு? எப்படி? என வினாக்கள் வலிவு பெற்றன. நாங்கள் வயலில் போராடுகின்றோம், வெற்றி பெற்றுத் தருகின்றோம். ஆனால் வாழ்க்கை வெளியில் ஏய்க்கப்படுகின்றோம், ஒடுக்கப்படுகின்றோம் என்று உழைக்கும் மக்கள் கூட்டம்

தங்கள் அறிவை சமூகக் கல்லில் உரைத்துப் பார்க்கத் தொடங்கியது. கல்வி பரவலாக்கப்பட்டது. பெண்ணுரிமைப் பூ அரும்பத் தொடங்கியது. இளைஞர்களின் உரத்த எண்ணங்கள் (Sound thoughts) வாழ்க்கைப் போருக்குக் கருவிகளாக்கப்பட்டன.

சமூக வாழ்வைப் பற்றியதே அரசியல்கலை என்பதும் மனிதரிடையே இருந்த ஏற்றத்தாழ்வுகளே சமூக தீச் செயல்கட்குக் காரணம் என்பதும், சமூகத்தின் ஒரு பக்கம் ஒடுக்கப்படும்போது புரட்சி வெடிக்கும் என்பதும் மக்கள் அறிவுக்குக் கொண்டு வரப்பட்டன. மனிதனுக்கு மனிதப் பண்பாட்டைக் கற்றுத்தந்து அவனை மனிதனாக்கினாலே போதும். அவன் ஞானியாகிவிடுவான் போன்ற கருத்துகள் புத்தொளிப் பெற்றன.

"ஒரு பிராமணன் எவ்வளவு தான் கெட்ட நடத்தை உள்ளவனாக இருந்தாலும்; ஒரு பிராமணனாகவே இருக்கிறான். வணக்கத்திற்குரிய உன்னத மனிதனாகவே கருதப்படுகிறான். ஆனால், ஒரு சூத்திரன் எவ்வளவுதான் பரிசுத்தமாக நடந்தாலும் சூத்திரனாகவே கருதப்படுகின்றான். இந்தியாவில் சாதிமுறை அமைப்பில் ஒரு சாதி வேறு ஒரு சாதிக்கு உயர்வது என்பதற்குச் சாத்தியமே இல்லை" என்ற பேராசிரியர் ஏ.ஆர். வாடியா அவர்களின் மயக்கநிலைக் கூற்று இன்று பொய்ப்பிக்கப்பட்டு, சாதி என்பதே தேவையற்றது — ஒழிக்கப்படவேண்டியது என்றாகி அதற்கான போராட்டங்களும் நடைபெற்று வருகின்றன.

முடிவுரை

மொழி, அதன் அடிப்படையில் இனம், நாடு, கலை, நாகரிகம், பண்பாடு, சமயம், சமூக அமைப்பு என்ற மறுமலர்ச்சிக்கு மேற்கண்ட மறுப்பு இயக்கங்களின் சமூக சக்திகளே காரணமாகும். கடந்த மூன்று நூற்றாண்டு களாகத் தமிழ் நாட்டின் மறுப்பு இயக்கங்களால்

உருவாக்கப்பட்ட சமூக சக்திகள் மறுமலர்ச்சி என்ற கனியைப் பறிக்க இயலவில்லை என்றாலும், புரட்சி என்ற மரத்திற்கு வித்திட்டு, உரமூட்டியுள்ளன என்பது மறுக்க முடியாததாகும். இனி, இதன் பயனைத் துய்போர் வருங்கால வழிமுறையினரே ஆவர்.

வாழ்க்கை அறிவின் அடிப்படையில் உணர்ச்சியோடு பின்னப்பட்டிருப்பதால் சமுதாயக் குழப்பக் காலங்களில் மறுப்பு இயக்கங்கள் மறுக்க முடியாத எழுச்சிகளாகி விடுகின்றன. சமுதாயத்தின் பொது வாழ்க்கைக்கு, தனி மனிதனின் வாழ்க்கைக்கு நேரடியாகப் பயன்படாத எந்தத் தத்துவங்களானாலும் சரி, அது தூக்கி எரியப்படத்தான் வேண்டும்.

இது வரலாற்றுக் கட்டாயம்! சமுதாயம்! இயற்கை போக்கு! வாழ்வின் தெளிந்த முடிவு!!

கட்டுரைக்குப் பயன்பட்ட பனுவல்கள்

1. உள்ளொளி, திரு. வி. க.
2. குடியாட்சியும் சமுதாயமும், பேராசிரியர் ஏ.ஆர். வாடியா
3. குடியாட்சி, பேராசிரியர். சி.ஈ.எம். சோடு
4. சிந்தனைச் செல்வர்கள், புலவர் வேதா
5. தமிழகம் நேற்று — இன்று — நாளை இர. சின்னசாமி, பி.எஸ்ஸி
6. திராவிட முன்னேற்றக்கழக வரலாறு — முதற்பகுதி தி. எம். பார்த்தசாரதி
7. முப்பெரும் சிந்தனையாளர்கள், ஏ.கே. விசயபானு, எம்.ஏ. பி.எல்.
8. வீரபாண்டிய கட்டபொம்மன், ம.பொ. சிவஞானம்.

மற்றும் 'மலைச்சாரல்' பொங்கல் மலரில் வெளிவந்துள்ள துரை. சீராளன், அவர்களின் "நெருப்பு மலர்கள் அழுகின்றன" போன்ற கட்டுரைகள்.

குறிப்புகளுக்காக